हाइनरिक हॅरर यांचा जन्म १९१२ मध्ये कॅरिंथिया येथे झाला. त्यांनी ग्राझ विद्यापीठात शिक्षण घेतले आणि भूगोल तसेच क्रीडा या दोन्ही क्षेत्रांत मोठा नावलौकिक मिळवला. त्यांच्या स्कीइंगमधील निपुणतेमुळे त्यांना १९३६ च्या ऑस्ट्रियन ऑलिम्पिक संघात मानाचे स्थान मिळाले आणि १९३७ मध्ये त्यांनी 'वर्ल्ड युनिव्हर्सिटी स्लॅलम चॅम्पियनशिप'वर आपली मोहोर उमटवली.

१९३८ मध्ये ईगर पर्वताच्या अत्यंत धोकादायक मानल्या जाणाऱ्या उत्तरेकडील कड्यावर पहिल्यांदाच यशस्वी चढाई करणाऱ्या तुकडीचे ते एक महत्त्वाचे सदस्य होते. त्यांनी गिर्यारोहणावर 'द व्हाईट स्पायडर' हे एक उत्कृष्ट पुस्तक लिहिले. या पुस्तकात त्या अंगावर काटा आणणाऱ्या चढाईसाठी केलेल्या शर्थीच्या प्रयत्नांचा संपूर्ण इतिहास जतन करून ठेवलेला आहे.

२००६ मध्ये वयाच्या ९३ व्या वर्षी त्यांनी अखेरचा श्वास घेतला.

तिबेटमधील सात वर्षे

तिबेटमधील सात वर्षे

हे पुस्तक आपल्या काळातील काही उत्कृष्ट प्रवासवर्णनांमध्ये स्थान प्राप्त करणारे आहे.

द टाइम्स

हाइनरिक हॅरर

अनुवाद : पी. ए. पोळेकर

MANJUL

मंजुल पब्लिशिंग हाउस

First published in India by

MANJUL

Manjul Publishing House

Corporate and Editorial Office
•2nd Floor, Usha Preet Complex, 42 Malviya Nagar,
Bhopal 462 003 – India
Sales and Marketing Office
•C-16, Sector 3, Noida, Uttar Pradesh 201301 – India
Website: www.manjulindia.com
Distribution Centres
Ahmedabad, Bengaluru, Chennai, Kochi,
Kolkata, Hyderabad, Mumbai, New Delhi, Pune

Marathi translation of *Seven Years In Tibet* by *Heinrich Harrer*

Copyright © Heinrich Harrer 1952
All Rights Reserved

English translation copyright © Rupert Hart-Davis 1953

PS Section copyright © Miranda Haines 2005

Marathi translation copyright © Manjul Publishing House Pvt. Ltd.

Marathi edition first published in 2026

ISBN 978-93-7317-354-2

Translated by: P. A. Polekar

Printed and bound in India by Repro India Ltd

All rights reserved. No part of this publication may be reproduced, stored in or introduced into a retrieval system, or transmitted, in any form, or by any means (electronic, mechanical, photocopying, recording or otherwise) without the prior written permission of the publisher. Any person who does any unauthorized act in relation to this publication may be liable to criminal prosecution and civil claims for damages.

अनुक्रमणिका

संदेश

हाइनरिक हॅरर आणि माझे मोठे भाऊ लोबसांग समतेन हे खूप चांगले मित्र होते. ते दोघे मिळून खूप खोड्याही करायचे. आणि याच कारणामुळे माझी त्यांच्याशी पहिली भेट झाली. त्यानंतर मी त्यांना माझ्या घरी आमंत्रित केले, कारण मला माझ्या चित्रपट प्रोजेक्टरच्या जनरेटरवर काम करण्यासाठी त्यांची मदत हवी होती. आणि, बघता-बघता आम्ही दोघेही जिवलग मित्र बनलो.

आता, जसे आमचे वय वाढत आहे, तसतसे आम्हाला ते आनंदाचे दिवस आठवतात जे आम्ही एका सुखी देशात एकत्र घालवले होते. तिबेटच्या स्वातंत्र्याच्या शेवटच्या वर्षांत ल्हासामध्ये राहणाऱ्या मोजक्या लोकांपैकी हॅरर हे एक होते, ज्यांनी सर्व प्रकारचे जनजीवन आणि दृश्ये आपल्या कॅमेऱ्यात टिपली होती. ही छायाचित्रे तिबेटच्या त्या काळाचा एक अनमोल दस्तऐवज आहेत. आणि मला खूप आनंद होत आहे की ती प्रकाशित केली जात आहेत, जेणेकरून इतर लोकांनाही आमच्या त्या समाधानाची प्रचिती घेता येईल.

खऱ्या मैत्रीची ओळख हीच असते की, परिस्थिती कशीही असली तरी ती कधीही बदलत नाही. एकदा का तुम्ही एकमेकांना खऱ्या अर्थाने ओळखले, की तुम्ही तुमची मैत्री निभावता आणि आयुष्यभर एकमेकांना साथ देता. हॅरर हे तिबेटसाठी नेहमीच असे एक सच्चे मित्र राहिले आहेत. आमचे ध्येय साध्य करण्याच्या प्रयत्नांमध्ये त्यांचे सर्वांत मोठे आणि महत्त्वपूर्ण योगदान म्हणजे त्यांचे 'सेव्हन इयर्स इन तिबेट' हे पुस्तक होय. या पुस्तकाने लाखो लोकांना माझ्या देशाची ओळख करून दिली. आजही ते तिबेटी लोकांच्या स्वातंत्र्याच्या हक्कासाठीच्या लढ्यात सक्रिय आहेत आणि आम्ही सर्वजण यासाठी त्यांचे कायम ऋणी आहोत.

प्रस्तावना

मला वाटतं की, गेल्या पन्नास वर्षांत ब्रिटिशांसाठी आणि खरं तर बहुतांश युरोपियन लोकांसाठी तिबेटबद्दलचं आकर्षण विशेषत्वाने वाढलं आहे. १९०४ मध्ये 'यंगहजबंड'ने एका अशा मोहिमेचं नेतृत्व केलं, जे युद्धाच्या इतिहासात अद्वितीय होतं. यातील प्रशासकीय अडचणी असोत किंवा ज्या साहस आणि माणुसकीच्या अद्भुत संगमातून ती मोहीम राबवली गेली, ते खरोखरच वाखाणण्याजोगे होते. या मोहिमेअंतर्गत ल्हासापर्यंत कूच करून तिबेटला आपल्या नियंत्रणाखाली आणलं गेलं. तिबेटी लोकांचा साम्राज्यवादी सीमेवर सततचा आडमुठा दृष्टिकोन राहिला होता आणि याच कारणामुळे शेवटी आम्हाला आक्रमण करावं लागलं होतं. या तिबेटी लोकांसाठी अत्यंत उदार अटी ठेवण्यात आल्या. याचबरोबर, त्या दूरवरच्या आणि रहस्यमय पठारावर यंगहजबंडच्या मोहिमेसोबत आलेल्या मूठभर वार्ताहरांनी पाठवलेल्या बातम्यांमुळे काही काळ जो दिलासा मिळाला होता, त्यावर लवकरच पडदा पडला.

हा एक जाड पडदा होता. आणि अनेक वर्षे लोटली, तरी तो विरळ झाला नाही. एकोणिसाव्या शतकाच्या शेवटी युरोपची नजर आशियाकडे वळली. आफ्रिकेतील भौगोलिक आव्हानांचं मूळतः निराकरण झालं होतं. त्या काळात त्या खंडात, दक्षिण आफ्रिकेचा अपवाद वगळता, राजकीय समस्यांची उकल केवळ युरोपियन राजधान्यांमध्येच शक्य होती. याउलट, आशियामध्ये अनपेक्षित आणि विचित्र शक्ती सक्रिय होत्या. मध्य आशियात रशियाच्या विजयाने त्यांच्या प्रादेशिक महत्त्वाकांक्षेचा केवळ पहिला टप्पा

पूर्ण केला होता. लॉर्ड कर्झन आणि किपलिंग यांच्या मनात ही गोष्ट होती की, जेव्हा रशियाने आपल्या सैन्याला भारतापासून वेगळे करणाऱ्या पर्वतीय अडथळ्यांची चाचपणी करण्यासाठी टेहळणी पथकांचा वापर केला, तेव्हा त्यांच्या मनात शंका निर्माण झाल्या, ज्या नंतर निरर्थक ठरल्या.

पण येथे आशिया पुन्हा एकदा जागतिक पटलावर तेव्हा उदयास आला, जेव्हा यंगहजबंड - इतिहासात पहिल्यांदा आणि शेवटच्या वेळी समुद्रसपाटीपासून १७ हजार फूट उंचीवर तोफखान्याचा वापर करून तिबेटी लोकांना हरवत होता, तर तिकडे मांचुरियामध्ये जपानी लोक, कोणत्याही दयामाया किंवा क्षमेशिवाय रशियनांचा पराभव करत होते. आणि 'बॉक्सर बंडा'मध्ये, अवघ्या तीन वर्षांपूर्वी एका आंतरराष्ट्रीय मोहिमेने पीकिंगमधील लेगेशन क्वार्टरचा वेढा मोडून काढला होता.

आशियाबद्दल युरोपच्या उत्सुकतेला शमवण्यासाठी तिबेटने एका सीमेपलीकडे काहीही केलं नाही. युरोप सतत त्यांना डिवचत राहिला, पण तिबेटची प्रतिक्रिया अगदी नगण्य होती. एकदा चार तिबेटी मुलांना (पुढील पानांवर तुम्हाला त्यांच्याबद्दल थोडक्यात माहिती मिळेल. एका शहाणपणाच्या प्रयोगात केवळ तेच जिवंत वाचू शकले. हा प्रयोग तिबेटी लोकांनी पुन्हा कधीच केला नाही) रग्बी शिकण्यासाठी पाठवण्यात आलं होतं. आणि १९५० मध्ये चिनी कम्युनिस्ट शक्तींनी देशावर ताबा मिळेपर्यंत, उच्चभ्रू घराण्यातील मुले अनेकदा भारतातील शाळांमध्ये शिकत असत आणि (इतर गोष्टींबरोबरच) इंग्रजी भाषाही शिकत असत. युरोपने तिबेटी लोकांचे आनंदाने स्वागत केले असते, जसे त्यांनी इतर आशियाई देशांतून येणाऱ्या स्थलांतरितांचे आणि विद्यार्थ्यांचे स्वागत केले; पण ढोबळमानाने सांगायचे तर, युरोप तिबेटला आपल्यात सामावून घेण्यासाठी उतावीळ होता, मात्र तिबेटने युरोपशी जुळवून घेण्याची यत्किंचितही इच्छा कधीच दाखवली नाही.

याव्यतिरिक्त, त्यांनी युरोपियन लोकांसाठी किंवा खरं तर कोणत्याही बिगर-तिबेटी व्यक्तीसाठी तिबेटच्या हद्दीत पाऊल ठेवणं शक्य तितकं कठीण करून ठेवलं होतं. मग त्यांची प्रतिमा कितीही निष्कलंक का असेना. तो रहस्याचा पडदा, किंवा कदाचित वेगळेपणाचा पडदा, जो यंगहजबंडने

उघडला आणि मग तितक्याच मोहकपणे पाडण्यातही आला, तो गेल्या पन्नास वर्षांत फार कमी लोक भेदण्यात यशस्वी झाले आहेत. आणि हे सांगणं चुकीचं ठरणार नाही की, त्यापैकी कोणालाही ते महत्त्वपूर्ण स्थान मिळालं नाही, जे स्थान या पुस्तकाच्या लेखकाने ल्हासामध्ये पाच वर्षे घालवल्यानंतर तरुण दलाई लामांच्या गोटात मिळवलं.

युरोपियन प्रवाशांना आशिया किंवा आशियातील दुर्गम भागांकडे वरच्या नजरेने बघण्याची सवय असते. माझ्या सांगण्याचा अर्थ असा की, कधीकधी त्याच्याकडे संसाधने कमी असतात किंवा तो गैरसोयीच्या स्थितीत असतो. पण युरोपियन माणूस ज्यांच्या प्रदेशातून प्रवास करत असतो, त्यांच्या तुलनेत तो खूप चांगल्या स्थितीत असतो. त्याच्याकडे पैसा आणि बंदुका, साबण आणि औषधे, तंबू आणि टिन-ओपनर यांसारख्या अनेक गोष्टी असतात. या गोष्टी तिथल्या लोकांकडे नसतात. शिवाय, पृथ्वीच्या दुसऱ्या टोकावर त्याच्या पाठीशी एक सरकार असतं, जे अडचण आल्यास त्याला त्यातून बाहेर काढण्याचा प्रयत्न करेल. म्हणूनच विदेशी लोक सर्व सुविधांच्या उंच, पण फारशा भरवशाच्या नसलेल्या घोड्यावर स्वार होऊन, दुर्गम भागांना आणि तिथल्या रहिवाशांना वरूनच पाहण्याचा प्रयत्न करतात.

मिस्टर हॅरर यांच्या बाबतीत तसं नव्हतं. जेव्हा १९४३ मध्ये त्यांनी डेहराडूनच्या एका छावणीतून पळून जाण्याचा तिसरा आणि यशस्वी प्रयत्न केला आणि तिबेटच्या दिशेने वाटचाल सुरू केली, तेव्हा ते आशियाकडे अगदी जमिनीवरून बघत होते. ते पायी प्रवास करायचे. पाठीवर ओझं वाहायचे आणि उघड्या आभाळाखाली जमिनीवर झोपायचे. ते एक पळून आलेले कैदी होते. त्यांची कोणतीही ओळख नव्हती, कागदपत्रे नव्हती. जवळ खूपच मर्यादित पैसे होते. एका सुनियोजित मोहिमेसाठी चांगथांग पठारावरून ल्हासापर्यंत हिवाळ्यातील वळणावळणाच्या रस्त्यावरून जाणं ही एक कौतुकास्पद कामगिरी ठरली असती, जे हॅरर आणि त्यांचे सहकारी औफशनेटर यांनी करून दाखवलं. हा प्रवास म्हणजे एक थक्क करणारं यश होतं. जेव्हा ते ल्हासाला पोहोचले तेव्हा ते पूर्णपणे कंगाल आणि जीर्ण अवस्थेत होते.

जरी तिबेटच्या राजधानीत त्यांच्या असण्याला काहीही औचित्य नव्हतं, तरीही तिथे त्यांचं खूप चांगलं स्वागत झालं. वाटेत जागोजागी अधिकाऱ्यांकडून मिळालेल्या वाईट वागणुकीमुळे मनात राग असला, तरी इथे पोहोचल्यावर त्यांना खूप आनंद झाला. तरीही त्यांच्याकडे असे मानण्याची अनेक कारणे होती की त्यांना या देशातून हाकलून दिले जाईल. आणि जरी आता युद्ध संपलं होतं, तरीही हॅरर हे गृहीत धरून चालले होते की या हकालपट्टीचा अर्थ त्यांना भारतात पुन्हा कैदेत ठेवलं जाणं हाच असेल. आतापर्यंत ते तिबेटी भाषा अस्खलितपणे बोलू लागले होते. अर्थात त्यांचे उच्चार गावरान असल्यामुळे ल्हासामधील उच्चभ्रू लोक त्यांच्यावर हसायचे, पण ते जिथे राहत होते, तिथेच राहण्याची आणि सरकारी कामात मदत करण्याची सतत परवानगी मागत राहिले.

मी हॅरर यांना कधीच भेटलो नाही, पण जेव्हा तुम्ही पुढील पाने वाचाल, तेव्हा तुम्हाला जाणवेल की ते एक समजूतदार, नम्र आणि अत्यंत साहसी व्यक्ती आहेत. त्यांच्या आवडीनिवडी सामान्य आहेत, पण त्यांच्या आयुष्याचे मापदंड खूप कठोर आहेत. हे तर स्पष्ट आहे की सुरुवातीपासूनच तिबेटी लोकांनी त्यांना पसंत केलं होतं आणि मला वाटतं की त्यांच्या प्रामाणिकपणामुळेच अधिकाऱ्यांनी त्यांना ल्हासामध्ये पाच वर्षे राहण्याची अधिकृत नसली, तरी अनधिकृत परवानगी दिली होती. या काळात ते आपल्या आत्मविश्वासाच्या बळावर सतत प्रगती करत राहिले. त्यांनी एका बेघर आणि परदेशी भणंगापासून तरुण दलाई लामांचे शिक्षक आणि विश्वासू व्यक्ती बनण्याची प्रतिष्ठा मिळवली. या चौदा वर्षांच्या प्रभावशाली व्यक्तीबद्दल हॅरर यांनी एक अतिशय रंजक आणि सहानुभूतीपूर्ण वर्णन दिलं आहे. हॅरर निश्चितपणे कोणत्याही परदेशी व्यक्तीच्या तुलनेत (कदाचित सर चार्ल्स बेल यांचा अपवाद वगळता) दलाई लामांच्या अधिक जवळ होते. १९५० मध्ये जेव्हा चिनी कम्युनिस्टांनी तिबेटवर आक्रमण केलं, तेव्हा या एकाकी, कर्तबगार आणि प्रेमळ तरुणापासून दुरावणं हा केवळ हॅरर यांच्यासाठीच नाही, तर दलाई लामांसाठीही एक वेदनादायी अनुभव होता.

तिबेटच्या व्यक्तिमत्त्वात गूढवाद आणि विनोदबुद्धी, चलाखी आणि अंधश्रद्धा, सहिष्णुता आणि कठोर परंपरा यांचे एक विचित्र मिश्रण आहे.

अशी शक्यता आहे की तिबेट जिंकणारे लोक त्यांचे हे व्यक्तिमत्त्व बदलून टाकतील. पण तिबेटी समाजाची प्राचीन, जीर्ण झालेली रचना, ज्यावर दलाई लामा आपल्या एकापाठोपाठ येणाऱ्या अवतारांमधून अध्यक्षस्थान भूषवत आले आहेत, ती त्रुटी आणि कालबाह्य गोष्टींनी भरलेली आहे. आपल्या पारंपरिक स्वरूपात ती सध्या तोंड देत असलेल्या वैचारिक ताणतणावांमधून वाचण्याची शक्यता कमीच आहे. ही किती सुदैवाची गोष्ट आहे की मिस्टर हॅरर यांना ही संधी मिळाली आणि त्यांनी तिचा अतिशय कौतुकास्पद वापर केला. हॅरर यांना अशा लोकांशी घनिष्ठ संबंध प्रस्थापित करून त्यांचा अभ्यास करण्याची संधी मिळाली, ज्यांच्याशी पाश्चिमात्य देश आता अगदी जुजबी संपर्क साधण्यासही असमर्थ आहेत. हॅरर यांनी जे काही केलं आणि जे काही पाहिलं, त्याचं वर्णन मिस्टर हेअरडाल यांच्या 'कोन-टिकी'च्या प्रवासवर्णनाइतकेच विलक्षण आहे. आणि, मला हे सांगताना आनंद होत आहे की, ही कथाही तितक्याच साध्या आणि अनौपचारिक शैलीत सांगितली गेली आहे.

पीटर फ्लेमिंग

भूमिका

आपल्या सर्व स्वप्नांची सुरुवात तारुण्यात होते. लहानपणी मला पुस्तकांचं फारसं आकर्षण नव्हतं. मला आमच्या काळातील नायकांच्या कामगिरीतून अधिक प्रेरणा मिळायची. नवीन जागांच्या शोधात निघालेले, एखाद्या खेळाचे चॅम्पियन होण्यासाठी जिवाचं रान करणारे किंवा एखाद्या पर्वताचे शिखर सर करणारे लोक - त्यांचा आदर्श डोळ्यांसमोर ठेवणं हीच माझी महत्त्वाकांक्षा होती.

पण माझ्याकडे अनुभवी लोकांचा सल्ला आणि मार्गदर्शन नव्हतं. आणि म्हणूनच, एकाच वेळी अनेक ध्येयांच्या मागे धावू नये, हे समजण्यातच माझी अनेक वर्षे वाया गेली. मी अनेक प्रकारच्या खेळांमध्ये नशीब आजमावून पाहिलं, पण मला समाधानकारक यश मिळालं नाही. त्यामुळे शेवटी मी स्कीइंग (Skiing) आणि पर्वतारोहणावर माझं लक्ष केंद्रित करण्याचा निर्णय घेतला. हे दोन खेळ मला यासाठी आवडायचे, कारण यांच्यामुळे मला निसर्गाशी माझं जवळचं नातं जाणवायचं.

माझं बालपण आल्प्स पर्वतरांगांमध्ये गेलं होतं. उन्हाळ्याच्या सुट्टीत मी अनेकदा डोंगर चढायचो आणि माझ्या हिवाळ्याच्या सुट्ट्या स्की-रनिंग करण्यात जायच्या. या काळात मिळालेल्या छोट्या-छोट्या यशांनी मला काहीतरी मोठं करण्यासाठी प्रेरित केलं. माझ्या आत महत्त्वाकांक्षा जागी झाली आणि अथक परिश्रमानंतर १९३६ मध्ये ऑस्ट्रियन ऑलिम्पिक संघात स्थान मिळवण्यात मी यशस्वी झालो. एका वर्षानंतर मी 'वर्ल्ड स्टुडंट्स चॅम्पियनशिप'मध्ये 'डाउनहिल रेस'चा विजेता ठरलो.

या स्पर्धांमधून मला वेगाचा थरार आणि विजयाचे अफाट समाधान अनुभवायला मिळाले. अखेर या यशासाठी मी माझं सर्वस्व पणाला लावलं होतं. पण मानवी प्रतिस्पर्ध्यांवर मिळवलेला विजय आणि यशाला मिळालेली सार्वजनिक पावती मला पूर्णपणे समाधानी करू शकली नाही. मला वाटू लागलं की पर्वतांविरुद्ध स्वतःच्या ताकदीची परीक्षा घेणं हीच एकमेव सार्थ महत्त्वाकांक्षा आहे. म्हणून मी खडक आणि बर्फावर सराव सुरू केला. महिनोनमहिने सराव केल्यानंतर मी इतका तंदुरुस्त झालो की आता कोणतीही दरी मला अजिंक्य वाटत नव्हती. पण यापायी मला अनेक अडचणींचा सामना करावा लागला आणि अनुभवाची किंमतही मोजावी लागली. एकदा मी चक्क १७० फूट खाली पडलो आणि केवळ एका चमत्कारामुळेच माझा जीव वाचला. छोटे-मोठे अपघात तर सातत्याने होतच होते.

सरावानंतर अभ्यासासाठी पुन्हा विद्यापीठात परतणं हा माझ्यासाठी नेहमीच एक मोठा धक्का असायचा. पण मी याबद्दल तक्रार करायला नको! पर्वतारोहण आणि प्रवासाशी संबंधित विविध साहित्यांचा अभ्यास करण्याची संधी मला तिथेच मिळाली. आणि जसजशी मी ही पुस्तके वाचत गेलो, तसतशा माझ्या मनातील विखुरलेल्या इच्छा नष्ट होऊ लागल्या. केवळ एकच महत्त्वाकांक्षा प्रबळ झाली, जी प्रत्येक गिर्यारोहकाची असते, आणि ती म्हणजे हिमालयीन मोहिमेत सहभागी होणं.

पण माझ्यासारख्या अनोळखी तरुणाने अशी महत्त्वाकांक्षी स्वप्ने पाहण्याची हिंमत तरी कशी केली? कारण, हिमालयापर्यंत पोहोचण्यासाठी एकतर खूप श्रीमंत असावं लागायचं किंवा अशा देशाचा नागरिक असावं लागायचं, ज्यांच्या नागरिकांना त्याकाळी भारतात सेवेसाठी पाठवण्याची संधी मिळायची. जो व्यक्ती ना ब्रिटिश होता ना श्रीमंत, त्याच्यासाठी फक्त एकच मार्ग होता. अशा दुर्मिळ संधींचा फायदा घेणं, ज्या बाहेरच्या लोकांसाठीही खुल्या होत्या, आणि असं काहीतरी करून दाखवणं ज्यामुळे त्याचे दावे फेटाळून लावणं अशक्य होईल. पण कोणती कामगिरी एखाद्या व्यक्तीला या श्रेणीत आणून उभी करू शकणार होती? आल्प्समधील प्रत्येक शिखरावर खूप आधीच चढाई केली गेली होती, इथपर्यंत की सर्वांत दुर्गम शिखरे आणि

खडकही गिर्यारोहकांच्या अविश्वसनीय कौशल्य आणि धैर्यापुढे नतमस्तक झाले होते. पण थांबा! अजूनही एक अजिंक्य दरी (कडा) बाकी होती.

६,७०० फूट उंचीच्या या पर्वताला आजवर कोणीही सर करू शकलं नव्हतं. सर्व प्रयत्न अपयशी ठरले होते आणि याला जिंकण्याच्या प्रयत्नात अनेकांनी आपले प्राण गमावले होते. पुढे जाऊन या धोकादायक आणि महाकाय पर्वताबद्दल अनेक आख्यायिका जोडल्या गेल्या आणि अखेरीस स्विस सरकारने यावर चढाई करण्यास बंदी घातली.

निःसंशयपणे, मी अशाच एखाद्या थराराच्या शोधात होतो. जर मी आल्प्स पर्वतरांगांच्या अस्पर्शित, अजिंक्य 'नॉर्थ फेस'वर (उत्तरी कड्यावर) चढाई करण्यात यशस्वी झालो, तर मी हिमालयीन मोहिमेसाठी निवडला जाण्यास पात्र ठरेन. या जवळपास अशक्य वाटणाऱ्या कामगिरीला साध्य करण्याच्या विचारावर मी दीर्घकाळ मंथन करत राहिलो. १९३८ मध्ये मी माझे मित्र फ्रिट्झ कास्परेक, अँडरल हेकमेयर आणि विगर्ल वोर्ग यांच्यासोबत ही धोकादायक चढाई पूर्ण करण्यात कसा यशस्वी झालो, याबद्दल अनेक पुस्तकांमध्ये लिहिलं गेलं आहे.

या साहसी मोहिमेनंतर मी शरद ऋतूत माझं प्रशिक्षण सुरूच ठेवलं आणि आशा बाळगून होतो की १९३९ च्या उन्हाळ्यात नियोजित असलेल्या नंगा पर्वत मोहिमेत सामील होण्याचं मला आमंत्रण मिळेल. असंही वाटत होतं की माझ्या आशांवर पाणी तर फिरणार नाही ना, कारण हिवाळा आला आणि काहीच घडलं नाही. काश्मीरच्या त्या भाग्यवान पर्वताच्या मोहिमेसाठी अनेक लोकांची निवड झाली होती. आणि म्हणूनच, जड अंतःकरणाने एका 'स्की-फिल्म'मध्ये काम करण्याच्या करारावर स्वाक्षरी करण्याशिवाय माझ्याकडे दुसरा कोणताही पर्याय उरला नव्हता.

तालिम बऱ्यापैकी पुढे गेली होती. तेव्हाच मला अचानक फोन आला. हे हिमालयीन मोहिमेत सहभागी होण्याचं आमंत्रण होतं, ज्याची मी आतुरतेने वाट पाहत होतो. मोहीम चार दिवसांत सुरू होणार होती. मला विचार करण्याची काही गरजच नव्हती. मी कसलाही संकोच न करता माझा करार मोडला. ग्राझ येथील माझ्या घराकडे रवाना झालो. एक दिवस सामान

बांधण्यात गेला. आणि दुसऱ्याच दिवशी जर्मन नंगा पर्वत मोहिमेचे नेते पीटर औफशनाइटर यांच्यासोबत अँटवर्पला जाण्यासाठी निघालो. गटातील इतर सहकारी होते लुट्झ चिकन आणि हॅन्स लोबेनहोफर.

त्या वेळेपर्यंत या २५,००० फूट उंच पर्वतावर चढाई करण्याचे चार प्रयत्न झाले होते. सर्व अपयशी ठरले होते. यामध्ये अनेकांनी प्राण गमावले होते आणि म्हणूनच वर जाण्यासाठी नवा मार्ग शोधण्याचा निर्णय घेण्यात आला होता. हेच आमचं काम होतं आणि पुढच्या वर्षी शिखरावर चाल करण्याची योजना आखली गेली होती.

नंगा पर्वताच्या या मोहिमेदरम्यान मी हिमालयाने भारावून गेलो होतो. या महाकाय पर्वतरांगांचं अद्भुत सौंदर्य, ज्या भूमीवर ते निर्भयपणे उभे आहेत तिची विशालता, भारतातील लोकांचं वेगळेपण - या सर्वांनी माझ्या मनावर जादूच केली होती.

तेव्हापासून अनेक वर्षे उलटून गेली आहेत, पण मी स्वतःला आशियापासून कधीही वेगळं करू शकलो नाही. हे सगळं कसं घडलं आणि त्याचा काय परिणाम झाला, हे मी या पुस्तकातून सांगण्याचा प्रयत्न करेन. आणि एक लेखक म्हणून माझ्याकडे कोणताही अनुभव नसल्यामुळे, मी अगदी सोप्या आणि सरळ भाषेत वस्तुस्थिती मांडणार आहे.

—हायनरिक हॅरर

१

कैद

युद्धाचा भडका आणि आमची कैद - डेहराडून - मी मार्कीझी (एक इटालियन उमराव) सोबत गेलो - पळून गेलो - मार्कीझीने मला मिठी मारली - आम्ही रात्री पायी चालतो आणि दिवसा वाहनाने प्रवास करतो - ट्राउट (मासा) आणि सिगारेट - गंगा आणि यात्रेकरूंच्या मार्गावर पकडलं गेलो - मी पुन्हा एकदा पळून गेलो, यावेळी एकटा - आणि, पुन्हा पकडला गेलो.

ऑगस्ट १९३९ च्या अखेरीपर्यंत आम्ही आमची टेहळणी (रेकी) पूर्ण केली होती. आम्ही खऱ्या अर्थाने पर्वतावर चढाई करण्यासाठी एक नवीन मार्ग शोधून काढला होता आणि आता कराचीमध्ये त्या मालवाहू जहाजाची वाट पाहत होतो, जे आम्हाला युरोपला परत नेणार होतं. आमचं जहाज आधीच खूप लांब निघून गेलं होतं आणि युद्धाचे ढग सतत गडद होत होते. गुप्त पोलिसांनी आमच्यासाठी आधीच जाळे विणायला सुरुवात केली होती आणि चिकन, लोबेनहोफर आणि मी त्यातून सुटण्याचा निश्चय केला होता. जिथे मार्ग मिळेल, तिथून पळ काढायचा होता. फक्त औफशनाइटर कराचीमध्येच राहण्याच्या बाजूने होते. त्यांनी पहिल्या महायुद्धात सहभाग घेतला होता.

आमच्यापैकी बाकीच्यांनी पर्शियामार्गे घरी पोहोचण्याची योजना आखली. आमचा पाठलाग करणाऱ्या माणसाला चकवा देण्यात आम्हाला कोणतीही अडचण आली नाही. आमच्या जीर्ण झालेल्या कारच्या साहाय्याने काहीशे मैल वाळवंट पार केल्यानंतर आम्ही कराचीच्या वायव्येस असलेल्या

लास बेला या छोट्याशा संस्थानात पोहोचण्यात यशस्वी झालो. पण तिथे नशिबाने आमच्या पाठीत खंजीर खुपसला. अचानक आठ सैनिकांनी आम्हाला गराडा घातला. त्यांचं म्हणणं होतं की आम्हाला वैयक्तिक संरक्षणाची गरज आहे. खरं तर आम्ही अटकेत होतो, जरी जर्मनी आणि ब्रिटिश राष्ट्रकुल अजून युद्धात उतरले नव्हते.

लवकरच आम्ही आमच्या विश्वासू पहारेकऱ्यांसह कराचीला परतलो. इथे आम्हाला पीटर औफशनाइटर भेटले. दोन दिवसांनंतर इंग्लंडने जर्मनीविरुद्ध युद्ध पुकारले. त्यानंतर सर्व काही सुरळीत चाललं होतं. युद्ध घोषित झाल्याच्या काही मिनिटांतच, २५ सशस्त्र भारतीय सैनिक आम्हाला घेऊन जाण्यासाठी एका रेस्टॉरंटच्या बागेत आले. आम्ही इथे आधीच बसलो होतो. आम्ही पोलिसांच्या गाडीत बसून काटेरी तारांनी वेढलेल्या छावणीत पोहोचलो. पण ती फक्त एक तात्पुरती छावणी निघाली आणि दोन आठवड्यांनंतर आम्हाला मुंबईजवळील अहमदनगरच्या मोठ्या नजरकैदेच्या छावणीत पाठवण्यात आलं. तिथे आम्ही दाटीवाटीच्या तंबूमध्ये आणि झोपड्यांमध्ये राहायचो. तिथे परस्परविरोधी विचार आणि उत्साही संवादांचा कोलाहल असायचा. मी विचार केला, 'नाही, हे वातावरण हिमालयाच्या उन्हाने न्हालेल्या, एकांत उंचीपेक्षा खूप वेगळं आहे. स्वातंत्र्यप्रिय लोकांसाठी या आयुष्याला काहीच अर्थ नाही.' म्हणून मी पळून जाण्याचे मार्ग आणि साधनं शोधण्यात मग्न झालो.

अर्थात, पळून जाण्याची योजना आखणारा मी एकटाच नव्हतो. माझ्यासारख्याच विचारांच्या सहकाऱ्यांच्या मदतीने मी होकायंत्र (Compass), पैसे आणि नकाशे गोळा केले. हे सर्व लपवून आणलं गेलं होतं. आम्ही चामड्याचे हातमोजे आणि काटेरी तार कापण्याचं मशीन मिळवण्यातही यशस्वी झालो होतो. ते हरवल्याने कडक पण निष्फळ चौकशी सुरू झाली होती.

आम्हा सर्वांना वाटलं की युद्ध लवकरच संपेल, म्हणून आम्ही आमच्या पळून जाण्याच्या योजना पुढे ढकलत राहिलो. पण एके दिवशी अचानक आम्हाला दुसऱ्या छावणीत नेण्यात आलं. देवळालीला जाणाऱ्या ट्रक्सच्या ताफ्यात आम्हाला कोंबण्यात आलं. प्रत्येक ट्रकमध्ये आम्ही अठरा

कैदी बसलो होतो आणि आमच्या सुरक्षेसाठी एक भारतीय सैनिक होता. पहारेकऱ्याची रायफल एका साखळीने त्याच्या पट्ट्याला बांधलेली होती, जेणेकरून ती कोणी हिसकावून घेऊ शकणार नाही. ताफ्याच्या पुढे आणि मागे सैनिकांनी भरलेला एक-एक ट्रक होता.

जेव्हा आम्ही अहमदनगरच्या छावणीत होतो, तेव्हाच लोबेनहॉफर आणि मी नवीन छावणीत हलवण्यापूर्वीच पळून जाण्याचा निर्णय घेतला. नवीन छावणीत आमच्या पळून जाण्याच्या शक्यता नवीन धोक्यात येऊ शकल्या असत्या. म्हणून आता आम्ही ट्रकच्या मागच्या भागात बसलो. आमच्या नशिबाने रस्त्यावर अनेक वळणे होती आणि आम्ही अनेकदा धुळीच्या दाट ढगांनी वेढलेले असायचो. आम्ही विचार केला की उडी मारून जंगलात गायब होण्याची ही एक उत्तम संधी आहे. कोणी आम्हाला पाहूही शकणार नाही. ट्रकमध्ये बसलेला रक्षक आम्हाला पाहील अशी आम्हाला अपेक्षा नव्हती, कारण आम्हाला वाटलं की तो समोरच्या ट्रकवर लक्ष ठेवून आहे. तो क्वचितच आमच्याकडे पाहायचा. आम्हाला कोणत्याही प्रकारे असं वाटलं नाही की पळून जाणं खूप कठीण असेल आणि आम्ही आमचा प्रयत्न शेवटच्या शक्य क्षणापर्यंत पुढे ढकलला. आमच्या मार्गात येणाऱ्या एका तटस्थ पोर्तुगीज प्रदेशात पोहोचण्याचा आमचा उद्देश होता.

अखेर तो क्षण आलाच. आम्ही उडी मारली आणि मी रस्त्यापासून वीस यार्ड दूर पळत गेलो आणि एका झुडपामागे एका छोट्याशा खड्ड्यात स्वतःला झोकून दिलं. आणि, मी घाबरलो कारण ताफा थांबला होता. मी शिट्ट्या आणि गोळीबाराचा आवाज ऐकला आणि मग, रक्षकाला रस्त्याच्या कडेला पळताना पाहून, मला काय झालं असेल याबद्दल काही शंकाच उरली नाही. लोबेनहॉफरला नक्कीच शोधून काढलं असेल आणि त्याच्याकडे आमची बॅग आणि सर्व सामान असल्याने, पळून जाण्याची आशा सोडण्याशिवाय माझ्याकडे दुसरा कोणताही मार्ग उरला नव्हता. सुदैवाने या गोंधळात कोणत्याही सैनिकाची नजर माझ्यावर पडली नाही आणि मी माझ्या जागी परत आलो. माझ्या पळून जाण्याची माहिती केवळ माझ्या सहकाऱ्यांना होती, त्यामुळे साहजिकच त्यांनी तोंड बंद ठेवलं.

मग मी लोबेनहॉफरला पाहिलं. बंदुकीच्या संगिनींच्या रांगेचा सामना करत तो हात वर करून उभा होता. माझ्या अपयशामुळे मी खूप निराश झालो होतो. पण खरं तर याबद्दल माझ्या मित्राला दोष देता येणार नाही. जेव्हा त्याने उडी मारली तेव्हा त्याच्या हातात आमची जड बॅग होती. असं वाटतंय की सामानासह पळताना काहीतरी आवाज झाला असेल जो रक्षकाने ऐकला असेल. म्हणूनच जंगलात पोहोचण्यापूर्वीच तो पकडला गेला. या साहसातून आम्ही एक कटू पण उपयुक्त धडा घेतला, तो म्हणजे पळून जाण्याच्या कोणत्याही संयुक्त योजनेत प्रत्येक पळपुट्याने आपलं सर्व आवश्यक सामान स्वतःसोबत घेऊनच पळ काढला पाहिजे.

त्याच वर्षी आम्हाला पुन्हा एकदा दुसऱ्या छावणीत नेण्यात आलं. यावेळी आम्हाला ट्रेनने भारतातील सर्वांत मोठ्या युद्धकैद्यांच्या छावणीत नेण्यात आलं. हे डेहराडून शहरापासून काही मैल दूर होतं. डेहराडूनच्या वर मसुरी हे हिल स्टेशन होतं. मसुरी हे ब्रिटिश आणि श्रीमंत भारतीयांचे उन्हाळी निवासस्थान होते. आमची छावणी सात मोठ्या भागांत विभागली होती, त्यापैकी प्रत्येक भाग काटेरी तारांच्या दुहेरी कुंपणाने वेढलेला होता. संपूर्ण छावणी तारांच्या आणखी दोन रांगांनी वेढलेली होती, ज्यांच्या दरम्यान गस्ती पथके सतत फिरत असत.

आमच्या नवीन छावणीतील परिस्थितीमुळे आमची स्थिती पूर्णपणे बदलून गेली. जोपर्यंत आम्ही मैदानी प्रदेशात होतो, तोपर्यंत आमचं नेहमीच पळून जाऊन एखाद्या तटस्थ पोर्तुगीज प्रदेशात पोहोचण्याचं ध्येय होतं. इथे डोंगराळ प्रदेशात आमच्यासमोर उत्तुंग हिमालय उभा होता. एका पर्वतरोहकासाठी खिंडी ओलांडून तिबेटपर्यंत पोहोचण्याची कल्पना अत्यंत आकर्षक होती.

या परिस्थितीत आणि या उद्देशांनी पळून जाण्याची योजना अत्यंत काळजीपूर्वक आखायची होती. आतापर्यंत आम्ही युद्ध लवकर संपेल ही आशा सोडली होती आणि म्हणूनच, जर आम्हाला पळून जायचं असेल तर आमच्याकडे पद्धतशीरपणे संघटित होण्याशिवाय दुसरा कोणताही मार्ग उरला नव्हता. भारतातील दाट लोकवस्तीच्या भागातून निसटून जाणं शक्य

नव्हतं. यासाठी भरपूर पैसे आणि इंग्रजी भाषेचं उत्तम ज्ञान असणं गरजेचं होतं. आणि माझ्याकडे यापैकी काहीच नव्हतं. त्यामुळे तुम्ही सहज कल्पना करू शकता की माझं प्राधान्य तिबेटच्या निर्जन भागाला होतं. मी हिमालयात जाण्याचा विचार केला आणि मला वाटलं की जरी माझी योजना फोल ठरली, तरीही उंच पर्वतांमध्ये स्वातंत्र्याचा एक क्षण घालवणं सार्थकी लागेल.

आता मी थोडीफार हिंदुस्थानी, तिबेटी आणि जपानी भाषा शिकायला सुरुवात केली. आशियाच्या प्रवासवर्णनांवर लिहिलेली सर्व प्रकारची पुस्तके मी वाचली. ती मला वाचनालयात मिळाली. मी विशेषतः ती पुस्तके वाचली जी माझ्या संभाव्य मार्गावरील जिल्ह्यांची माहिती देत होती. मी या पुस्तकांमधून महत्त्वाचे उतारे काढले आणि आवश्यक नकाशांच्या प्रती बनवल्या. पीटर औफशनाइटर यांच्याकडे आशियातील मोहिमांशी संबंधित अनेक पुस्तके आणि नकाशे होते. पीटरलाही डेहराडूनमध्ये आमच्यासोबतच ठेवलं होतं. त्यांनी अतिशय मेहनतीने ही माहिती व्यवस्थित केली आणि त्यांच्या सर्व नोंदी आणि रेखाचित्रे माझ्याकडे सोपवली. मी या सर्वांच्या दोन प्रती बनवल्या, एक प्रत पळून जाताना सोबत नेण्यासाठी आणि दुसरी प्रत मूळ प्रती हरवल्यास वापरण्यासाठी ठेवून दिली.

मी ज्या मार्गाने पळून जाणार होतो, तो पाहता स्वतःला शारीरिकदृष्ट्या शक्य तितकं तंदुरुस्त ठेवणंही माझ्यासाठी खूप गरजेचं होतं. त्यामुळे हवामान चांगलं असो वा वाईट, मी दररोज अनेक तास मोकळ्या हवेत व्यायाम करायचो. त्याच वेळी, रात्री मी बाहेर पडून पहारेकऱ्यांच्या सवयींचे बारकाईने निरीक्षण करत असे.

माझी सर्वांत मोठी चिंता ही होती की माझ्याकडे खूप कमी पैसे होते. जरी मी त्या सर्व वस्तू विकल्या होत्या ज्यांच्याशिवाय मी राहू शकलो असतो, तरीही माझ्याकडे जी बचत होती, ती तिबेटमध्ये जगण्याच्या गरजा पूर्ण करण्यासाठी खूपच कमी होती, आशियामध्ये जीवन जगण्यासाठी सामान्य असलेल्या लाच आणि भेटवस्तूंची तर गोष्टच सोडून द्या. तरीही मी माझ्या योजनेवर पद्धतशीरपणे काम करत राहिलो आणि मला अशा काही मित्रांची मदत मिळाली, ज्यांचा स्वतः पळून जाण्याचा कोणताही विचार नव्हता.

माझा बेत एकट्यानेच पळून जाण्याचा होता जेणेकरून एखाद्या साथीदारामुळे माझ्या योजनेत कोणताही अडथळा येऊ नये. यामुळे माझ्या संधी हुकल्या असत्या. पण एके दिवशी माझा मित्र रॉल्फ मॅग्नरने मला सांगितलं की माझ्यासारखाच एक इटालियन जनरलही पळून जाण्याच्या विचारात आहे. मी या माणसाविषयी ऐकले होते, आणि म्हणूनच एके रात्री मॅग्नर आणि मी तारांचे कुंपण ओलांडून शेजारच्या विंगमध्ये पोहोचलो. यामध्ये चाळीस इटालियन जनरल्सना ठेवण्यात आले होते. माझ्या भावी साथीदाराचे नाव मार्कीझी होते आणि तो ठराविक इटालियनसारखा दिसत होता. त्याचे वय चाळीस वर्षांहून थोडे जास्त होते. तो सडपातळ, मनमिळाऊ आणि स्वच्छ पेहरावात होता. त्याच्या बांधेसूद शरीरयष्टीमुळे मी विशेष प्रभावित झालो होतो. सुरुवातीला आम्हाला एकमेकांना समजून घेण्यास अडचण आली. त्याला जर्मन बोलता येत नव्हते आणि मला इटालियन येत नव्हते. आम्हा दोघांनाही केवळ मोडकेतोडके इंग्रजी येत होते, म्हणून आम्ही एका मित्राच्या मदतीने, फ्रेंचमध्ये संवाद साधला. मार्कीझीने मला ॲबिसिनियामधील युद्धाची माहिती दिली आणि युद्धकैद्यांच्या छावणीतून पळून जाण्याच्या त्याच्या पूर्वीच्या प्रयत्नाविषयीही सांगितले.

चांगली गोष्ट ही होती की त्याला ब्रिटिश जनरलच्या बरोबरीचे वेतन मिळायचे आणि पैशाची कोणतीही अडचण नव्हती. तो आमच्या पळून जाण्यासाठी अशा वस्तू खरेदी करू शकत होता ज्या खरेदी करणे माझ्या आवाक्याबाहेर होते. त्याला अशा साथीदाराची गरज होती जो हिमालयाशी परिचित असेल. त्यामुळे आमच्यात लवकरच यावर एकमत झाले की योजना बनवण्याची आणि ती अंमलात आणण्याची जबाबदारी माझ्यावर असेल आणि पैसे व साधनांची व्यवस्था तो करेल.

दर आठवड्याला मी पुन्हा पुन्हा मार्कीझीसोबत सविस्तर चर्चा करण्यासाठी माझ्या तंबूतून रांगत त्या बाजूला जात असे. आता मी काटेरी तारा ओलांडण्यात तरबेज झालो होतो. अर्थातच पळून जाण्याचे अनेक मार्ग होते, पण जो मला सर्वांत जास्त आशादायक वाटला तो या महत्त्वाच्या वस्तुस्थितीवर आधारित होता की संपूर्ण कॅम्पला घेरून बंद करणाऱ्या

'चिकन-रन'च्या बाजूने प्रत्येक ऐंशी यार्डांच्या अंतरावर पेंढ्याचे उतरते छप्पर बांधलेले होते. कडक उन्हाळ्यात पहारेकऱ्यांचे सूर्याच्या उष्णतेपासून संरक्षण करण्यासाठी ते बांधण्यात आले होते. जर आम्ही यापैकी एका छपरावर चढू शकलो तर आम्ही एकाच उडीत काटेरी तारांच्या दोन रांगा ओलांडू शकत होतो. मे १९४३ मध्ये आम्ही आमची सर्व तयारी पूर्ण केली होती. पैसे, खाण्यापिण्याच्या वस्तू, होकायंत्र, घड्याळे, बूट आणि एक छोटा गिर्यारोहक तंबू - म्हणजेच सर्व काही तयार होते.

एके रात्री आम्ही प्रयत्न करण्याचे ठरवले. मी नेहमीप्रमाणे कुंपणातून जाऊन मार्कीझीच्या विंगमध्ये शिरलो. तिथे माझ्यासाठी एक शिडी तयार होती. कॅम्पला आग लागली असताना आम्ही ही शिडी लपवून ठेवली होती. आम्ही ती एका झोपडीच्या भिंतीला टेकवली आणि लपून वाट पाहू लागलो. मध्यरात्र होणार होती आणि दहा मिनिटांत पहारेकरी बदलणार होते. ड्युटी संपण्याची वाट पाहणारे पहारेकरी आरामात गस्त घालत होते. काही मिनिटांनंतर ते त्याच ठिकाणी पोहोचले जिथे आम्हाला ते हवे होते. तेवढ्यात चहाच्या मळ्यांच्या शिखरांवरून चंद्र उगवला.

आणि काम झाले. आता नाही, तर कधीच नाही!

दोन्ही पहारेकरी आमच्यापासून दूर गेले होते. मी वाकून बसलो होतो, आता उठून उभा राहिलो आणि शिडी घेऊन कुंपणाकडे धावलो. मी ती कुंपणाला लावली, वर चढलो आणि छपरापर्यंत पोहोचण्यापासून रोखण्यासाठी ठेवलेल्या तारा कापल्या. मार्कीझीने एका लांब काटेरी काठीने तारांचा गुच्छ एका बाजूला ढकलला, ज्यामुळे मी छपरावर पोहोचू शकलो. असे ठरले होते की इटालियन लगेच माझ्या मागे-मागे येईल. मी त्याच्यासाठी माझ्या हातांनी तार बाजूला करून ठेवतो, पण तो आला नाही. खूप उशीर झाला आहे आणि पहारेकरी परतणार आहेत असा विचार करून त्याने बोटांनी इशारा करून वर येण्यास नकार दिला. आणि, खरोखरच, मलाही त्यांच्या पावलांचा आवाज ऐकू आला, पण मी त्याला आणखी विचार करण्याची संधी न देता, त्याला माझ्या बाहूंनी घट्ट धरून छपरावर खेचले. तो रांगत पुढे गेला आणि धाडकन पडून मोकळा झाला.

पण हे सर्व काही शांततेत झाले नव्हते. पहारेकऱ्यांनी अलार्म वाजवला आणि त्यांनी गोळ्या झाडण्यास सुरुवात केली, पण जशी त्यांच्या गोळ्यांनी रात्रीची शांतता भंग केली, आम्ही जंगलात नाहीसे झालो.

सर्वांत आधी मार्कीझीने त्याच्या स्वभावाप्रमाणे मला मिठी मारली आणि चुंबन घेतले. तसे, ही आनंदाने नाचण्याची वेळ नव्हती. पहारेकरी सक्रिय झाले होते आणि त्यांच्या शिट्ट्या आम्हाला स्पष्टपणे ऐकू येऊ लागल्या, ज्यावरून आम्हाला समजले की पहारेकरी आमच्या मागावरच आहेत. आम्ही जीव मुठीत धरून खूप वेगाने धावलो, आम्ही त्या छोट्या रस्त्यांचा वापर केला, जे कॅम्पमधून बाहेर पडताना मी नीट पाहून आणि समजून घेतले होते. आम्ही मुख्य रस्त्यांवरून गेलो नाही. चालता चालता काही गावे ओलांडली. सुरुवातीला आमच्या बॅगांकडे आमचे लक्ष नव्हते, पण नंतर त्या जड वाटू लागल्या.

एका गावात स्थानिक लोकांनी ढोल वाजवण्यास सुरुवात केली आणि क्षणभर आम्हाला वाटले की ते धोक्याची घंटा वाजवत आहेत. ही एक अशी अडचण होती ज्याची कल्पना गोऱ्या लोकांमध्ये वाढलेला कोणीही क्वचितच करू शकेल. आशियामध्ये 'साहेब' नेहमी नोकरांसोबत प्रवास करतात आणि स्वतःचे सामान कधीही स्वतः उचलत नाहीत. त्यामुळे जेव्हा स्थानिक लोकांनी दोन युरोपियन लोकांना अवजड सामान पाठीवर लादून ग्रामीण भागात पायी चालताना पाहिले असेल, तेव्हा त्यांनी काय विचार केला असेल!

आम्ही रात्री चालण्याचा निर्णय घेतला, कारण आम्हाला माहित होते की भारतीय लोक जंगली प्राण्यांच्या भीतीने अंधारात जंगलातून जाण्यास घाबरतात. तसे तर आम्हालाही हा विचार फारसा पसंत नव्हता, कारण आम्ही कॅम्पमध्ये उपलब्ध असलेल्या वृत्तपत्रांमध्ये बऱ्याचदा नरभक्षक वाघ आणि बिबट्यांच्या कथा वाचल्या होत्या.

जेव्हा दिवस उजाडला तेव्हा आम्ही थकलो होतो आणि एका ओढ्याजवळ लपलो. आम्ही पूर्ण दिवस तिथेच घालवला. रखरखत्या उन्हात झोपत आणि खात राहिलो. त्या वाटेवर आम्हाला दिवसभरात फक्त एकच

माणूस दिसला. तो एक गुराखी होता, सुदैवाने त्याने आम्हाला पाहिले नाही. सर्वांत वाईट गोष्ट म्हणजे आम्हा प्रत्येकाकडे पाण्याची फक्त एकच बाटली होती. यावरच संपूर्ण दिवस काढावा लागायचा. जेव्हा संध्याकाळ झाली, तेव्हा शांत पडून राहून दिवस काढल्यानंतर आम्ही कसेबसे आमच्या अस्वस्थतेवर नियंत्रण ठेवत होतो. आम्हाला शक्य तितक्या लवकर पुढे जायचे होते, आणि आम्हाला रात्री लहान वाटत होत्या, कारण आम्ही रात्रीच चालत होतो. आम्हाला हिमालयातून तिबेटपर्यंतचा सर्वांत जवळचा मार्ग शोधायचा होता. आणि याचा अर्थ असा होता की आम्हाला कित्येक आठवडे कठीण पायी प्रवास करावा लागेल, तेव्हाच आम्ही स्वतःला सुरक्षित ठेवू शकू.

सुटून गेल्यानंतर संध्याकाळी आम्ही पहिली टेकडी ओलांडली. शिखरावर आम्ही काही काळ विश्रांती घेतली आणि तिथून ३,००० फूट खाली नजरकैदेच्या छावणीत लुकलुकणारे असंख्य दिवे पाहिले. रात्री १०:१५ वाजता सर्व दिवे एकाच वेळी विझले आणि छावणीभोवती फिरणाऱ्या सर्चलाइट्सवरूनच तिच्या विशालतेचा अंदाज लावता येत होता.

आयुष्यात पहिल्यांदाच मला स्वातंत्र्याचा खरा अर्थ समजला. आम्ही या अद्भुत भावनेचा आनंद लुटला आणि त्या दोन हजार युद्धकैद्यांचाही सहानुभूतीपूर्वक विचार केला, जे काटेरी तारांच्या कुंपणामागे राहण्यास भाग पडले होते.

पण आमच्याकडे विचार करायला जास्त वेळ नव्हता. आम्हाला यमुनेच्या खोऱ्यात उतरायचे होते. याची आम्हाला काहीच माहिती नव्हती. अनेक छोट्या-छोट्या खोऱ्यांपैकी एका अशा अरुंद दरीत आम्ही उतरलो, जिथून पुढे जाणे शक्य नव्हते आणि आम्हाला सकाळपर्यंत वाट पाहावी लागली. ही जागा इतकी निर्जन आणि सुरक्षित होती की मी न घाबरता माझे केस सोनेरी आणि दाढी काळी रंगाने रंगवण्यास सुरुवात केली. मी माझा चेहरा आणि हात परमँगनेट, तपकिरी रंग आणि ग्रीसने तयार केलेल्या गडद रंगाच्या मिश्रणाने रंगवून घेतले. अशा प्रकारे मी एका भारतीयासारखा दिसू लागलो. हे आवश्यक होते, कारण आम्ही ठरवले होते की जर आम्हाला थांबवून चौकशी केली गेली, तर आम्ही सांगू की आम्ही पवित्र गंगेच्या

यात्रेसाठी निघालो आहोत. माझ्या साथीदाराचा प्रश्न आहे, तो इतका काळा होता की दुरून तो दिसतच नव्हता. उघड आहे की आमचा हेतू त्याला जवळून पाहण्याचा नव्हता.

या संध्याकाळी आम्ही अंधार पडण्याआधीच निघालो. पण लवकरच आम्हाला आमच्या घाईचा पश्चात्ताप झाला, कारण एक उतार ओलांडताना आमचा सामना भात लावणी करणाऱ्या शेतकऱ्यांशी झाला. ते चिखलाने भरलेल्या शेतात अर्धनग्न होऊन काम करत होते आणि पाठीवर ओझे लादलेल्या दोन माणसांना तिथून जाताना पाहून त्यांना आश्चर्य वाटले. त्यांनी वर एका उताराकडे बोट दाखवले, ज्यावर एक गाव दिसत होते. याचा अर्थ असा होता की दरीतून बाहेर पडण्याचा हाच एकमेव मार्ग होता. त्यांच्या प्रश्नांपासून वाचण्यासाठी आम्ही शक्य तितक्या लवकर, त्यांनी सांगितलेल्या दिशेने चालू लागलो. तासनतास चढ-उतार केल्यानंतर अखेर आम्ही यमुना नदीजवळ पोहोचलो.

यादरम्यान रात्र झाली होती. आमची योजना यमुनेच्या वाटेवरून चालत तिची एक उपनदी, अगलरपर्यंत पोहोचण्याची होती. आणि मग तिच्या प्रवाहाच्या दिशेने जात पाणलोट क्षेत्रापर्यंत (Catchment Area) पोहोचण्याची आमची इच्छा होती. तिथून गंगा नदी फार दूर नव्हती, जी आम्हाला उत्तुंग हिमालय पर्वतरांगांपर्यंत घेऊन गेली असती. इथपर्यंत आमचा बहुतांश मार्ग देशाच्या आतल्या-आतच होता, आणि केवळ तिथे-तिथे जलमार्गांच्या कडेला आम्हाला मच्छिमारांनी वापरलेले मार्ग सापडले होते. या सकाळी मार्कीझी खूप थकला होता. मी त्याच्यासाठी साखर आणि पाणी मिसळून कॉर्नफ्लेक्स तयार केले. माझ्या आग्रहाखातर त्याने थोडे खाल्ले. दुर्दैवाने ज्या ठिकाणी आम्ही पोहोचलो, ते छावणी (कॅम्प) उभारण्यासाठी पूर्णपणे अयोग्य होते. तिथे चावणाऱ्या मोठ्या-मोठ्या मुंग्या होत्या. त्यांच्यामुळे झोपणे कठीण होते. दिवस न संपणारा वाटत होता.

संध्याकाळच्या वेळी माझ्या साथीदाराची अस्वस्थता वाढली आणि मी लवकरच त्याच्या तब्येतीत सुधारणा होईल अशी आशा करू लागलो. त्यालाही पूर्ण विश्वास होता की रात्रीचा थकवा निघून जाईल. मध्यरात्रीनंतर

तो बरा झाला. फक्त जास्त कष्ट करण्याच्या स्थितीत नव्हता. माझे कठोर प्रशिक्षण आणि शारीरिक स्थिती आम्हा दोघांसाठीही वरदान ठरली. मी अनेकदा माझ्या बॅगसोबत त्याची बॅगही घेऊन चालत असे. मी इथे सांगू इच्छितो की आमच्याबद्दल कोणताही संशय निर्माण होऊ नये म्हणून आम्ही आमच्या बॅगा तागाच्या पोत्याने (Jute Sack) झाकून ठेवल्या होत्या.

पुढील दोन रात्री आम्ही प्रवाहाच्या विरुद्ध दिशेने चालत राहिलो. जेव्हा जंगल किंवा खडकांमुळे आमचा रस्ता अडवला जायचा, तेव्हा आम्हाला अनेकदा अगलर नदीतून जावे लागायचे. एकदा जेव्हा आम्ही दोन खडकांच्या मध्ये पाण्याच्या प्रवाहात विश्रांती घेत होतो, तेव्हा काही मच्छिमार आम्हाला न पाहताच तिथून निघून गेले. आणखी एका वेळी जेव्हा काही मच्छिमारांना टाळणे शक्य नव्हते, तेव्हा आम्ही आमच्या मोडक्यातोडक्या हिंदीत त्यांच्याकडे मासे मागितले. आमच्या वेशभूषेवर त्यांना कोणताही संशय आला नाही आणि त्या लोकांनी आम्हाला अगदी सहजपणे मासे दिले. उलट आम्हाला शिजवून दिले. यादरम्यान ते सिगारेट ओढत आमच्याशी गप्पाही मारत होते. ते जी सिगारेट ओढत होते, ती युरोपियन लोकांना अजिबात आवडत नाही. मार्कीझीला त्या लोकांकडे सिगारेट मागण्याचा मोह आवरता आला नाही. (कॅम्पमधून पळून जाण्यापूर्वी तो खूप सिगारेट ओढायचा.) पण त्याने जेमतेम दोन झुरकेच (Puffs) घेतले असतील की तो बेशुद्ध झाला. जणू कोणीतरी त्याच्यावर हल्ला केला असावा ! सुदैवाने तो लवकरच शुद्धीवर आला आणि आम्ही आमच्या प्रवासाला निघू शकलो.

नंतर आम्हाला काही शेतकरी भेटले जे लोणी (बटर) घेऊन शहरात जात होते. दरम्यान आम्ही आणखी आश्वस्त झालो आणि त्यांच्याकडून लोणी खरेदी करण्यास तयार झालो. त्यापैकी एक तयार झाला, पण जेव्हा त्याने आपल्या काळ्या, घाणेरड्या हातांनी जवळजवळ वितळलेले लोणी आपल्या भांड्यातून आमच्या भांड्यात टाकले, तेव्हा आम्हा दोघांनाही किळस येऊन उलट्या होऊ लागल्या.

अखेरीस दरी रुंद झाली आणि आमचा रस्ता भात आणि मक्याच्या शेतातून जाऊ लागला. आता आमच्यासाठी दिवसा लपण्यासाठी चांगली

जागा शोधणे कठीण होत चालले होते. एकदा जेव्हा सकाळच्या वेळी आम्हाला काही शेतकऱ्यांनी पाहिले आणि आम्हाला निरनिराळे वेडेवाकडे प्रश्न विचारू लागले, तेव्हा आम्ही आमचे सामान आवरले आणि पटकन पुढे निघालो. आम्हाला अजून लपण्याची नवीन जागा मिळालीही नव्हती की अचानक आम्हाला आठ माणसे भेटली ज्यांनी आम्हाला आवाज देऊन थांबवले. असे वाटले की आमच्या नशिबाने आमचा विश्वासघात केला. त्यांनी आम्हाला न जाणो किती प्रश्न विचारले आणि मी एकच उत्तर देत राहिलो, म्हणजेच की आम्ही दूरच्या प्रांतातून आलेले यात्रेकरू आहोत. आम्हाला खूप आश्चर्य वाटले की आम्ही त्यांच्या परीक्षेत यशस्वी ठरलो. थोड्या वेळानंतर त्यांनी आम्हाला जाऊ दिले. आमची त्यांच्यापासून सुटका झाली यावर आमचा विश्वासच बसत नव्हता. आणि जेव्हा आम्ही बरेच पुढे गेलो तेव्हा आम्हाला वाटले की कोणीतरी आमचा पाठलाग करत आहे.

त्या दिवशी असे वाटत होते की आम्ही कोणाच्या तरी अधीन होऊन सतत त्रस्त होत आहोत. अखेर आम्ही या निराशाजनक निष्कर्षाप्रत पोहोचलो की आम्ही एक महत्त्वाचे पाणलोट क्षेत्र ओलांडले होते, पण अजूनही यमुनेच्या खोऱ्यातच होतो. याचा अर्थ असा होता की आम्ही आमच्या वेळापत्रकापेक्षा किमान दोन दिवस मागे चाललो होतो.

म्हणून आम्हाला पुन्हा चढाई सुरू करावी लागली आणि लवकरच आम्ही बुरांश (ऱ्होडोडेंड्रॉन) च्या दाट जंगलात पोहोचलो. हे जंगल पूर्णपणे निर्मनुष्य वाटत होते आणि आम्ही आशा करू शकत होतो की आमचा दिवस शांततेत जाईल आणि आम्ही एक मोठी झोप घेऊ शकू. पण तेव्हाच आम्हाला गाईंचे कळप दिसले आणि आम्हाला तिथून आमचा मुक्काम हलवावा लागला. आणि त्या दिवशी चांगल्या झोपेच्या शक्यतेलाही निरोप द्यावा लागला.

पुढील काही रात्री आम्ही तुलनेने कमी लोकवस्तीच्या भागातून गेलो. आम्हाला लवकरच समजले की इथे मानवी वस्ती का नाही. खरं तर, तिथे पाणी अजिबात नव्हते. आम्ही तहानेने खूप व्याकुळ झालो. या नादात मी एक अशी मोठी चूक केली जिचा परिणाम भयंकर होऊ शकला असता. झाले असे की एक छोटेसे तळे पाहताच मी स्वतःला त्यात झोकून दिले आणि

काहीही विचार न करता पाणी पिण्यास सुरुवात केली. परिणाम भयंकर होते. असे समजले की या तळ्यात रानगवे (Wild Buffaloes) लोळतात आणि यात पाण्यापेक्षा जास्त चिखल होता. मला खोकल्याची तीव्र उबळ आली आणि मग उलटी झाली आणि मला या समस्येतून बाहेर पडण्यासाठी बराच वेळ लागला.

या घटनेनंतर लगेचच आम्हाला इतकी तहान लागली की आम्ही पुढे जाऊच शकलो नाही आणि आम्हाला झोपावे लागले. पहाट होण्यास खूप वेळ शिल्लक होता. जेव्हा सकाळ झाली तेव्हा मी पाण्याच्या शोधात एकटाच उतारावरून खाली उतरलो. आणि पाणी मिळाले. आमचे पुढचे तीन दिवस आणि रात्री थोडे बरे गेले. आमचा रस्ता देवदाराच्या कोरड्या जंगलातून जात होता जी इतकी निर्मनुष्य होती की तिथे क्वचितच कोणत्याही भारतीयाशी आमची गाठ पडली. यात पकडले जाण्याचा धोका खूप कमी होता.

आमच्या प्रवासाच्या बाराव्या दिवशी आमच्यासमोर एक महान क्षण आला. आम्ही गंगेच्या तीरावर पोहोचलो. या पवित्र प्रवाहाला पाहून आम्ही जेवढे भारावून गेलो, मोठा धर्मनिष्ठ हिंदूही कदाचित तितका भारावून गेला नसता. आम्ही कल्पना केली की आता आम्ही यात्रेकरूंच्या मार्गावरून गंगेच्या उगमापर्यंत पोहोचू शकतो. यामुळे आमच्या प्रवासाचा थकवा खूप कमी होईल. आमच्या रात्रीच्या प्रवासाच्या पद्धतीच्या आधारावर आम्ही इतक्या दूर आणि इतक्या सुरक्षितपणे प्रवास केल्यानंतर आम्ही ठरवले की आम्ही यात बदल करण्याचा धोका पत्करणार नाही. म्हणून आम्ही दिवसा झोपून राहिलो आणि फक्त रात्रीच पुढे जात राहिलो.

यादरम्यान आम्हाला अन्नधान्य (Rations) खूप कमी मिळत होते. आमचे जेवण जवळपास संपले होते, पण बिचारा मार्कीझी हाडांचा सांगाडा बनला होता, तरीही त्याने हार मानली नाही. सुदैवाने मी अजूनही तुलनेने ताजेतवाने वाटत होतो आणि माझी ताकद टिकून होती.

आमच्या सर्व आशा त्या चहा आणि किराणा दुकानांवर अवलंबून होत्या, ज्या यात्रेकरूंना जागोजागी मिळायच्या. त्यापैकी काही उशिरा रात्रीपर्यंत उघड्या असायच्या. तिथे जळत असलेल्या अंधुक प्रकाशाच्या

तेलाच्या दिव्यांमुळे त्यांना ओळखणे कठीण नव्हते. माझा मेकअप केल्यानंतर आमच्या वाटेत लागणाऱ्या पहिल्या दुकानात मी पोहोचलो. इथून मला शिवीगाळ करत बाहेर काढण्यात आले. त्यांनी मला चोर-भुरटा समजले. हा अनुभव जरी अप्रिय असला, तरी यातून हे तर समजले की माझ्या वेशभूषेवर लोक विश्वास ठेवत होते. हे आमच्यासाठी फायद्याचे होते.

पुढच्या दुकानात पोहोचल्यावर मी माझे पैसे हातात अशा प्रकारे ठेवले की दुकानदाराला ते स्पष्टपणे दिसतील. याचा दुकानदारावर चांगला प्रभाव पडला. मग मी दुकानदाराला सांगितले की मला दहा लोकांसाठी सामान खरेदी करायचे आहे, जेणेकरून वीस किलो रेशन, साखर आणि कांदे खरेदी करणे सोपे होईल.

दुकानदाराने माझ्यापेक्षा माझ्या कागदी नोटा तपासण्यात जास्त स्वारस्य दाखवले, आणि म्हणूनच काही काळानंतर मी खाण्यापिण्याच्या खूप साऱ्या सामानासह दुकानातून बाहेर आलो. पुढचा दिवस आनंदाचा होता. अखेरीस आमच्याकडे खाण्यासाठी पुरेसे सामान होते आणि देशभरच्या लांब पायी प्रवासानंतर, यात्रेकरूंचा रस्ता आम्हाला केवळ फेरफटका मारण्याच्या जागेसारखा वाटत होता.

पण आमचा आनंद जास्त काळ टिकला नाही. आमच्या पुढच्या मुक्कामावर, जळण (सरपण) शोधण्यासाठी निघालेल्या लोकांनी आम्हाला त्रास दिला. त्यांनी मार्कीझीला अर्धनग्न अवस्थेत पाहिले, खरे तर कडक उन्हामुळे तो या अवस्थेत पडून होता. तो इतका बारीक झाला होता की कोणीही त्याच्या बरगड्या मोजू शकले असते, आणि तो खरोखरच खूप आजारी दिसत होता. निश्चितच आमच्यावर संशय घेतला जाऊ शकत होता, कारण आम्ही सामान्य यात्रेकरूंप्रमाणे धर्मशाळेत राहात नव्हतो. त्या लोकांनी आम्हाला त्यांच्या घरात राहण्यासाठीही आमंत्रित केले, पण आम्हाला त्यांच्यासोबत राहायचे नव्हते, आणि म्हणूनच मार्कीझीच्या आजारपणाचे कारण सांगून आम्ही त्यांच्यासोबत गेलो नाही. ते तेव्हा तर निघून गेले, पण लवकरच परत आले. आणि आता हे स्पष्ट झाले होते की त्यांनी आम्हाला पळून आलेले कैदी समजले होते. त्यांनी आम्हाला ब्लॅकमेल करण्याचा प्रयत्न केला हे सांगून की शेजारी आठ सैनिकांसह एक इंग्रज राहत आहे,

जो काही पळून गेलेल्या कैद्यांचा शोध घेत आहे. त्याने त्यांना कोणत्याही प्रकारची माहिती देण्यासाठी बक्षीस देण्याचे आश्वासन दिले आहे. पण त्या गावकऱ्यांनी आम्हाला आश्वासन दिले की जर आम्ही त्यांना पैसे दिले तर ते आमच्याबद्दल त्याला काहीही सांगणार नाहीत. मी ठाम राहिलो. मी जोर देऊन सांगितले की मी काश्मीरचा डॉक्टर आहे. पुरावा म्हणून मी त्यांना माझी औषधाची पेटी दाखवली.

हे मार्कीझीच्या खऱ्या त्रासामुळे झाले असेल किंवा माझ्या नाटकामुळे, ते लोक पुन्हा गायब झाले. आम्ही पुढची रात्र ते परत येण्याच्या भीतीत काढली. आम्हाला वाटत होते की ते एखाद्या अधिकाऱ्याला सोबत घेऊन येतील. तथापि, आम्हाला कोणताही त्रास झाला नाही.

परिस्थिती अशी होती की दिवसा आमची ताकद पूर्ववत होत नव्हती. खऱ्या अर्थाने रात्रीच्या तुलनेत दिवसाच आमच्यावर जास्त ताण पडायचा. अर्थात, स्नायूंना त्रास नव्हता, पण नसांमध्ये ताण होता, कारण आम्ही सतत तणावाखाली होतो. दुपारपर्यंत पाण्याच्या बाटल्या सामान्यतः रिकाम्या व्हायच्या आणि बाकीचा दिवस मोठ्या मुश्किलीने जायचा. रोज संध्याकाळी मार्कीझी मोठ्या धैर्याने चालायला सुरुवात करायचा आणि वजन कमी झाल्यामुळे थकवा असूनही तो मध्यरात्रीपर्यंत चालू शकायचा. त्यानंतर त्याला एक एक पाऊल पुढे टाकणे कठीण व्हायचे. मग त्याला आणखी काही चालण्यासाठी दोन तासांची झोप घ्यावी लागायची. सकाळ होईपर्यंत आम्ही कुठे ना कुठे तळ ठोकायचो. आम्ही जिथे थांबायचो, तिथून यात्रेकरूंच्या विशाल जथ्यांना येताना-जाताना पाहू शकायचो. ते अनेकदा विचित्र वेशभूषेत असायचे, त्यामुळे आम्हाला त्यांचा हेवा वाटायचा. ते किती नशीबवान होते! त्यांना कोणापासूनही लपण्याची गरज नव्हती. आम्ही छावणीत ऐकले होते की उन्हाळ्याच्या महिन्यांत जवळपास ६०,००० यात्रेकरू या मार्गावरून जातात आणि आम्ही हे सहजतेने मान्य केले.

आमची कूच थोडी लांब होती, पण मध्यरात्रीच्या सुमारास आम्ही मंदिरांचे शहर उत्तर काशीला पोहोचलो. अरुंद गल्ल्यांमधून चालता चालता आम्ही आमचा रस्ता विसरलो, त्यामुळे मार्कीझी थकून एका अंधाऱ्या कोपऱ्यात

बसला आणि मी एकटाच रस्ता शोधण्यासाठी निघालो. मंदिरांच्या उघड्या दरवाजांतून मूर्तींसमोर जळणाऱ्या दिव्यांचा प्रकाश दिसत होता आणि मला अनेकदा इकडून तिकडे येणाऱ्या-जाणाऱ्या भिक्षूंच्या नजरेतून वाचण्यासाठी लपत-छपत पुढे जावे लागत होते. एका तासाहून अधिक काळ भटकल्यानंतर अखेर मला यात्रेकरूंचा मार्ग पुन्हा सापडला. हा शहराच्या दुसऱ्या बाजूला होता. मी बरीच प्रवासवर्णने वाचली होती, त्यामुळे मला माहित होते की आता आम्हाला तथाकथित 'इनर लाईन' (Inner Line) ओलांडावी लागेल. ही लाईन ६० ते १२० मैलांच्या दरम्यान प्रत्यक्ष सीमेला समांतर धावते. या क्षेत्रातून जाणाऱ्या सामान्य रहिवाशांना सोडून, बाकी प्रवाशांकडे पास असणे आवश्यक आहे. आमच्याकडे कोणत्याही प्रकारचा पास नसल्यामुळे, आम्हाला पोलीस चौक्या आणि गस्ती पथकापासून वाचण्यासाठी विशेष काळजी घ्यावी लागली.

आम्ही ज्या खोऱ्याकडे पुढे गेलो, तिथे हळूहळू लोकवस्ती कमी होत गेली. दिवसा थांबण्यासाठी सुरक्षित जागा शोधण्यात आम्हाला कोणतीही अडचण आली नाही. मी अनेकदा माझी लपण्याची जागा पाहिल्यानंतर पाण्याच्या शोधात निघून जात असे. एकदा मी आग पेटवून दलियाही शिजवला. पंधरवड्याभरात हे आमचे पहिले गरम जेवण होते.

आम्ही आधीच जवळपास ७,००० फूट उंचीवर पोहोचलो होतो आणि रात्रीच्या वेळी आम्ही अनेकदा भुतिया लोकांच्या छावण्यांमधून जायचो. हे तिबेटी व्यापारी उन्हाळ्यात दक्षिण तिबेटमध्ये आपला व्यापार करतात आणि हिवाळ्यात भारतात येतात. त्यापैकी अनेक जण उन्हाळ्यात १,००० फूट उंचीवर असलेल्या छोट्या-छोट्या गावांमध्ये राहतात. तिथे ते जव (Barley) पिकवतात. या छावण्यांमध्ये अतिशय ताकदवान आणि क्रूर तिबेटी कुत्रे राहायचे. आमचा इथे एका मध्यम आकाराच्या केसाळ कुत्र्याशी पहिल्यांदा सामना झाला.

एके रात्री आम्ही अशाच एका भुतिया गावात पोहोचलो, जिथे फक्त उन्हाळ्यातच लोक राहतात. त्याच्या भिंती आणि छप्पर दगडांनी बनवलेले होते आणि दिसायला सामान्य घरासारखेच होते. पण याच्या मागे एक अप्रिय

आश्चर्य आमची वाट पाहत होते. इथे आम्हाला नदीचा एक वेगवान प्रवाह दिसला ज्याने आपले किनारे उद्ध्वस्त केले होते आणि आजूबाजूच्या जागेला दलदलीत बदलून टाकले होते. हे पार करणे पूर्णपणे अशक्य होते. अखेर आम्ही रस्ता शोधण्याचा प्रयत्न सोडून दिला आणि सकाळ होईपर्यंत वाट पाहण्याचा निर्णय घेतला. आम्हाला रात्र काढण्यासाठी एक जागाही शोधायची होती. आमचा विश्वासच बसत नव्हता की यात्रेकरूंचा रस्ता अखेर इथे कसा थांबला. दुसऱ्या दिवशी सकाळी जेव्हा आम्ही पाहिले की यात्रेकरूंचा जत्था आपल्या वाटेवरून पुढे जात होता आणि नेमक्या त्याच ठिकाणाहून पाणी पार करत होता, जिथून बाहेर पडण्याच्या प्रयत्नात आम्ही रात्री आमचे कित्येक तास वाया घालवले होते. आमच्या आश्चर्याला पारावार राहिला नाही. दुर्दैवाने आम्ही ते कसे पार केले हे पाहू शकलो नाही. कारण झाडांच्या राईमुळे आम्ही प्रत्यक्ष ठिकाण पाहू शकत नव्हतो. पण याचबरोबर आणखी काही घडले जे तितकेच रहस्यमय होते. आम्ही पाहिले की सकाळच्या वेळी यात्रेकरूंचा जत्था थांबला होता. दुसऱ्या दिवशी संध्याकाळी आम्ही पुन्हा त्याच ठिकाणी पार करण्याचा प्रयत्न केला आणि आमच्यासाठी ते शक्य होत नव्हते. शेवटी मला समजले की आमच्यासमोर एक पाण्याचे कुंड आहे, जे वितळलेला बर्फ आणि हिमखंडांनी भरलेले आहे. यात दुपारपासून ते उशिरा रात्रीपर्यंत पाण्याची पातळी सर्वोच्च असते. अगदी सकाळी पाण्याची पातळी खूप कमी होते.

जसा मी अंदाज लावला होता, तसाच झाला. धूसर पहाटे जेव्हा आम्ही नदीच्या काठावर उभे होतो, तेव्हा आम्हाला अर्ध्या बुडलेल्या झाडांच्या खोडांपासून बनलेला एक जुना पूल दिसला. काळजीपूर्वक तोल सावरत आम्ही दुसरीकडे पोहोचलो. दुर्दैवाने तिथे इतरही प्रवाह होते जे आम्हाला त्याच प्रकारे पार करायचे होते. मी त्यापैकी शेवटचा प्रवाह पार केलाच होता की मार्कीझी घसरून पाण्यात पडला. सुदैवानें तो झाडांच्या खोडांच्या वर होता, नाहीतर तो वेगवान प्रवाहात वाहून गेला असता. तो पूर्णपणे भिजला होता आणि भयंकर थकलाही होता. यामुळे मी त्याला पुढे जाण्यासाठी तयार करू शकलो नाही. मी त्याला विनंती केली की त्याने किमान लपून तरी राहावे, पण त्याने आपले ओले कपडे सुकवण्यासाठी पसरवले आणि आग पेटवू लागला. तेव्हा पहिल्यांदाच मला या गोष्टीचा पश्चात्ताप झाला की मी त्याची

विनंती का मानली नाही. खरं तर, तो मला वारंवार सांगत होता की मी त्याला सोडून एकट्यानेच पुढे जावे. मी नेहमी या गोष्टीवर जोर दिला होता की आम्ही प्रवासाची सुरुवात एकत्र केली असल्याने, आपण एकत्रच पुढे गेले पाहिजे.

आम्ही वाद घालतच होतो, की यादरम्यान एक भारतीय आमच्यासमोर येऊन उभा राहिला. त्याने जमिनीवर विखुरलेल्या युरोपियन मूळच्या विविध वस्तूंवर नजर टाकल्यानंतर आम्हाला प्रश्न विचारण्यास सुरुवात केली. तेव्हाच मार्कीझीला जाणीव झाली की आपल्यासमोर किती मोठा धोका आहे. त्याने पटकन आपले सामान आवरले, आणि आम्ही पुढे चालू लागलो. पण आम्ही जेमतेम दोन-चार पाऊलेच चाललो असू की आम्हाला आणखी एका भारतीयाने अडवले. तो दहा धिप्पाड सैनिकांच्या तुकडीचे नेतृत्व करत होता. त्याने शुद्ध इंग्रजीत पास दाखवण्यास सांगितले. आम्ही त्याचे बोलणे न समजल्याचे नाटक केले आणि म्हटले की आम्ही काश्मीरहून आलेले यात्रेकरू आहोत. त्याने यावर एक क्षण विचार केला आणि मग जो उपाय काढला त्यामुळे आमच्या पळून जाण्याच्या आशा संपुष्टात आल्या. तो म्हणाला, याच भागात दोन काश्मिरी राहतात. जर आपण त्यांना आपले म्हणणे समजावून सांगू शकलो, तर आपण पुढे जाऊ शकतो. आमच्या दुर्दैवानेच दोन काश्मिरींना त्या भागात आणून सोडले होते. या भागात काश्मिरी मिळणे अत्यंत अशक्य गोष्ट होती, म्हणूनच मी हा 'बहाणा' वापरला होता.

ज्या दोन लोकांबद्दल त्याने सांगितले, ते पूर-नुकसान तज्ज्ञ (Flood-damage Experts) होते. त्यांना काश्मीरहून बोलावण्यात आले होते. जसे आम्ही त्यांच्यासमोर उभे राहिलो, आम्हाला समजले की आता आमच्या खोट्यावरून पडदा उठण्याची वेळ आली आहे. अशा प्रकरणांमध्ये जसे आम्ही करण्याचे ठरवले होते, मी मार्कीझीशी फ्रेंचमध्ये बोलण्यास सुरुवात केली. लगेचच त्यापैकी एका भारतीयाने मध्येच येऊन फ्रेंचमध्ये बोलण्यास सुरुवात केली आणि आम्हाला आमच्या बॅगा उघडण्यास सांगितले. जेव्हा त्याने माझे इंग्रजी-तिबेटी व्याकरणाचे पुस्तक पाहिले, तेव्हा त्याने सांगितले की आपण कोण आहोत हे आपण सांगून दिले पाहिजे. मग आम्ही कबूल केले की आम्ही पळून आलेले कैदी आहोत, पण आम्ही आमचे राष्ट्रीयत्व सांगितले नाही.

थोड्या वेळानंतर आम्ही एका आरामदायक खोलीत बसून चहा पीत होतो, पण तरीही मला खूप निराशा वाटली. हा आमच्या प्रवासाचा अठरावा दिवस होता आणि आम्ही जेवढ्या अडचणी सहन केल्या होत्या आणि जेवढे प्रयत्न केले होते, ते सर्व वाया गेले. ज्या व्यक्तीने आमची चौकशी केली होती, तो टिहरी-गढवाल राज्याच्या वन विभागाचा प्रमुख होता. त्याने इंग्रजी, फ्रेंच आणि जर्मन शाळांमध्ये वनीकरण (Forestry) चा अभ्यास केला होता आणि तीनही भाषा चांगल्या प्रकारे जाणत होता. या भागात गेल्या शंभर वर्षांतील सर्वांत भयंकर पूर आला होता आणि म्हणूनच तो इथली पाहणी करण्यासाठी आला होता. त्याने हसून आपल्या चौकशीबद्दल खेद व्यक्त केला आणि म्हणाला की त्याला आमच्याबद्दलची माहिती दिली गेली असल्याने, त्याला आपले कर्तव्य बजावावे लागले.

ज्या परिस्थितीमुळे आम्ही पकडले गेलो त्याबद्दल आज जेव्हा मी विचार करतो, तेव्हा वाटते की आम्ही केवळ दुर्दैवाचे नाही तर त्याहूनही वाईट अशा एखाद्या गोष्टीचे बळी ठरलो होतो आणि आम्ही आमची नियती टाळू शकत नव्हतो. तरीही मला क्षणभरही शंका आली नाही की मी पुन्हा पळून जाऊ शकेन. पण, मार्कीझी इतका वाईट रीतीने खचला होता की त्याने पुढे पळून जाण्याचा विचारच सोडून दिला होता. त्याने अतिशय उदार मनाने आपल्या पैशांचा एक मोठा भाग मला दिला, तो जाणत होता की माझ्याकडे पैसे नाहीत. आम्ही या रिकाम्या वेळेचा फायदा घेत पोटभर जेवण केले, कारण आम्ही गेल्या काही दिवसांत क्वचितच नीट काही खाल्ले-प्यायले असेल. वन अधिकाऱ्याचा स्वयंपाकी आम्हाला सतत जेवण वाढत होता. जेवणाचा अर्धा भाग मी माझ्या पिशवीत ठेवून घेतला. संध्याकाळी लवकरच आम्ही म्हटले की आम्ही थकलो आहोत आणि झोपू इच्छितो. आमच्या बेडरूमचा दरवाजा बाहेरून बंद करण्यात आला होता आणि वन अधिकाऱ्याने आपला पलंग आमच्या खिडकीसमोर ओसरीत लावला होता, जेणेकरून त्या दिशेने पळून जाण्याचा कोणताही प्रयत्न होऊ नये. तथापि, तो काही काळासाठी बाहेर पडला होता आणि मार्कीझी आणि मी या संधीचा फायदा घेत खोटे भांडण सुरू केले.

मार्कीझीने माझीही भूमिका बजावली. असे समजा की तो एकदा मोठ्या आवाजात शिव्या देत होता, तर दुसऱ्यांदा हळू आवाजात. यादरम्यान मी माझ्या सामानासह खिडकीतून बाहेर उडी मारून वन-अधिकाऱ्याच्या पलंगावर पोहोचलो आणि मग ओसरीमधून पळू लागलो. अंधार पडला होता. काही सेकंद घराच्या पहारेकऱ्याच्या दुसऱ्या कोपऱ्यात जाण्याची वाट पाहिल्यानंतर मी बारा फूट खाली जमिनीवर उडी मारली. ज्या मातीत मी पडलो ती कडक नव्हती, त्यामुळे माझ्या पडण्याचा आवाजही कमी झाला. क्षणात मी बागेच्या भिंतीवर होतो आणि मग घनदाट अंधाऱ्या जंगलात गायब झालो.

मी स्वतंत्र होतो!

सर्व काही शांततेत चालले होते. मी खूप उत्तेजित होतो, तरीही हे विचार करून माझे हसू थांबत नव्हते की मार्कीझी आमच्या योजनेनुसार अजूनही मला शिव्या देत होता, आणि तो वन-अधिकारी आमच्या खिडकीसमोर आपल्या पलंगावरून आमच्यावर लक्ष ठेवून होता.

काहीही असो, मला पुढे जायचे होते आणि घाईघाईत मी मेंढ्यांच्या कळपात जाऊन घुसलो. मी स्वतःला सावरण्यापूर्वीच, मेंढ्यांचे रक्षण करणाऱ्या एका कुत्र्याने माझ्या पॅन्टचा मागचा भाग पकडला आणि जोपर्यंत त्याने एक तुकडा चावून काढला नाही तोपर्यंत सोडला नाही. मी जीव मुठीत धरून पळालो, पण मी पाहिले की मी जो रस्ता निवडला होता, तो खूप उभ्या चढाईचा होता आणि त्यामुळे मला मागे वळून मेंढ्यांच्या आजूबाजूने रांगत पुढे जावे लागले. जोपर्यंत मला दुसरा रस्ता मिळत नाही तोपर्यंत. मध्यरात्रीनंतर लगेच मला समजले की मी चुकीच्या रस्त्यावरून जात होतो. त्यामुळे पुन्हा एकदा मला धापा टाकत काही मैल मागे परतावे लागले. माझ्या दिशाहीन भटकंतीमुळे माझे चार तास वाया गेले होते. आणि दिवस मावळू लागला होता. एका वळणावर वळताच माझी नजर जवळपास वीस यार्डांच्या अंतरावर एका अस्वलावर पडली. सुदैवाने तो माझ्याकडे न पाहताच पुढे गेला.

उजाडताच मी पुन्हा लपून बसलो, जरी त्या जागी मानवी वस्तीचा कोणताही मागमूस नव्हता. मला माहित होते की तिबेटी सीमेवर पोहोचण्यापूर्वी मला एका गावात पोहोचावे लागेल ज्याच्या दुसऱ्या बाजूला

माझे स्वातंत्र्य होते. मी पुढची पूर्ण रात्र चालत राहिलो आणि मला आश्चर्य वाटत होते की आतापर्यंत मी त्या भाग्यवान गावापर्यंत का पोहोचू शकलो नाही. माझ्या माहितीनुसार हे गाव नदीच्या दुसऱ्या किनाऱ्यावर होते आणि या किनाऱ्यावरून त्या किनाऱ्याला जोडणारा एक पूल होता. मला नवल वाटत होते की मी गावाला मागे तर सोडले नाही ना, पण मी स्वतःला हे विचार करून सांत्वन दिले की कोणतेही गाव इतक्या सहजासहजी कसे नजरेआड होऊ शकते. त्यामुळे मी निर्धास्तपणे पुढे जात राहिलो, दिवसाच्या उजेडातही.

ही माझ्या नाशाची वेळ होती. जेव्हा मी खडकांच्या ढिगाऱ्याजवळ पोहोचलो, तेव्हा मी स्वतःला एका गावात बनलेल्या काही घरांच्या अगदी समोर पाहिले. इथे लोकांचा घोळका उभा होता. माझ्या नकाशामध्ये जागा चुकीची दाखवली होती आणि मी रात्री दोनदा रस्ता चुकलो असल्यामुळे, माझा पाठलाग करणाऱ्यांना माझ्यापर्यंत पोहोचण्यासाठी वेळ मिळाला होता. मला लगेच घेरण्यात आले आणि आत्मसमर्पण करण्यास सांगण्यात आले. त्यानंतर मला एका घरात नेण्यात आले आणि अल्पोपाहार देण्यात आला.

येथे माझी पहिल्यांदा खऱ्या तिबेटी भटक्या लोकांशी (Nomads) भेट झाली. हे लोक आपल्या मेंढ्यांच्या कळपासह आणि मीठ घेऊन भारतात फिरतात आणि जव (Barley) घेऊन परततात. मला तिबेटी लोणी घातलेल्या चहासोबत त्सम्पा (Tsampa) वाढण्यात आला. हे या लोकांचे मुख्य अन्न आहे. आणि, नंतर मी अनेक वर्षे याच अन्नावर माझा उदरनिर्वाह केला. मी पहिल्यांदाच हे अन्न खाल्ले होते आणि याने माझे पोट वाईट रीतीने बिघडवले.

मी नेलांग नावाच्या या गावात काही रात्री घालवल्या आणि पुन्हा एकदा, इथून कसे पळून जावे याचा विचार करू लागलो. पण मी शारीरिकदृष्ट्या खूप थकलो होतो आणि मानसिकदृष्ट्या इतका निराश झालो होतो की मी माझ्या विचारांना कृतीत उतरवू शकत नव्हतो.

माझ्या मागील कष्टांच्या तुलनेत परतीचा हा प्रवास आनंददायी वाटत होता. मला कोणतेही ओझे उचलावे लागले नाही आणि माझी खूप चांगली काळजी घेण्यात आली. वाटेत माझी भेट मार्कीझीशी झाली जो वन-अधिकाऱ्यासोबत त्यांच्या खाजगी बंगल्यात पाहुणा म्हणून राहात होता.

मला त्यांच्यासोबत सामील होण्यासाठी आमंत्रित करण्यात आले. आणि मला त्यावेळी खूप आश्चर्य वाटले, जेव्हा काही दिवसांनंतर युद्धबंदी छावणीत आमच्या गटातील आणखी दोन पळून गेलेल्या सदस्यांना आणले गेले - पीटर औफशनाइटर, जो नंगा पर्वत मोहिमेत माझा साथीदार होता, आणि एक फादर कॅलेनबर्ग.

दरम्यान, मी पुन्हा एकदा पळून जाण्याची योजना आखण्यात मग्न झालो होतो. मी एका भारतीय पहारेकऱ्याशी मैत्री केली जो आमच्यासाठी जेवण बनवत असे आणि आमचा आत्मविश्वास टिकवून ठेवत असे. मी त्याला माझे नकाशे, माझे होकायंत्र आणि माझे पैसे सोपवले, कारण मला माहित होते की छावणीत परतण्यापूर्वी आमची झडती घेतली जाईल आणि या वस्तू आमच्यासोबत नेणे अशक्य होईल. म्हणून मी त्या भारतीयाला सांगितले की मी पुढच्या वसंत ऋतूत (Spring) पुन्हा येईन आणि त्याच्याकडून माझे सामान घेईन. त्याला मे महिन्यात सुट्टी मागायची होती आणि माझी वाट पाहायची होती. त्याने अतिशय गंभीरपणे मला वचन दिले. त्यामुळे आता आम्हाला छावणीत परत जावे लागणार होते आणि पुन्हा एकदा स्वतंत्र होण्याच्या माझ्या निश्चयानेच मला माझी निराशा सहन करण्यास मदत केली.

मार्कीझी अजूनही आजारी होता. तो चालू शकत नव्हता, म्हणून त्याला स्वारीसाठी एक घोडा देण्यात आला. आम्हाला आणखी एक सुखद अनुभव मिळाला, वाटेत टिहरी-गढवालच्या महाराजांनी आमचा पाहुणचार केला. मग आम्ही आमच्या काटेरी तारांच्या कुंपणात परतलो.

माझ्या पळून जाण्याच्या घटनेने माझ्या शरीरावर एक स्पष्ट खूण सोडली होती. ही मला तेव्हा दिसली जेव्हा मी परतत असताना गरम पाण्याच्या एका झऱ्यात अंघोळ करत होतो. तिथे मी पाहिले की माझे केस मुठी-मुठीभर गळत होते. असे दिसते की मी भारतीय वेश करण्यासाठी जो रंग वापरला होता, तो हानिकारक होता.

मला अनिच्छेने केस कापावे लागले. या कारणामुळे आणि प्रवासाच्या दमवणाऱ्या अनुभवांमुळेही, जेव्हा मी छावणीत परत पोहोचलो तेव्हा माझे सहकारी मला ओळखू शकत नव्हते.

२

पलायन

एक धोकादायक वेशांतर - मी त्याच मार्गावर पुढे जातो - तिबेटला अनोळखी लोक आवडत नाहीत - आम्ही आमची पावले मागे घेतो - पुन्हा भारताकडे.

छावणीत (Camp) परतल्यावर इंग्रज कर्नल म्हणाला, 'तू पळून जाण्याचे धाडस केलेस. मला खेद आहे, मला तुला अठ्ठावीस दिवसांची शिक्षा द्यावी लागेल'. मी अडतीस दिवस स्वातंत्र्याचा आनंद लुटला होता आणि आता अठ्ठावीस दिवस एकांतवासात (Solitary Confinement) काढायचे होते. छावणीतून पळून जाण्याची ही सर्वसाधारण शिक्षा होती. पण, इंग्रजांनी आमच्या या धाडसाला फारसे गांभीर्याने न घेतल्यामुळे, मला थोडी सौम्य वागणूक दिली गेली.

जेव्हा माझी शिक्षा पूर्ण झाली तेव्हा मला समजले की छावणीच्या दुसऱ्या भागात मार्कीझीलाही माझ्यासारखीच शिक्षा भोगावी लागली होती. नंतर, आम्हाला एकमेकांशी बोलण्याची आणि आमचे अनुभव शेअर करण्याची संधी मिळाली. मार्कीझीने मला वचन दिले की तो मला इथून पुन्हा पळून जाण्यासाठी मदत नक्की करेल, पण यावेळी तो माझ्यासोबत येणार नाही. वेळ न घालवता मी लगेच नवीन नकाशे बनवण्यास सुरुवात केली आणि पळून जाण्याच्या मागील अनुभवाचे विश्लेषण करू लागलो. मला पूर्ण विश्वास होता की माझा पुढचा प्रयत्न यशस्वी होईल आणि यावेळी मला एकट्यानेच जायचे होते.

इथे, मी माझ्या तयारीत मग्न होतो, आणि तिकडे हिवाळाही वेगाने सरत होता. जेव्हा पुढचा 'एस्केप सीझन' (पळून जाण्याचा हंगाम) आला, तोपर्यंत मी पूर्णपणे तयार झालो होतो. यावेळी मला थोडी लवकर सुरुवात करायची होती, जेणेकरून नेलांग गावातून जाता येईल. हे गाव अजूनही निर्मनुष्य (Desolate) होते. निघताना भारतीयाकडे माझे जे सामान सोडून आलो होतो, ते मला परत मिळेल अशी मला अपेक्षा नव्हती, त्यामुळे मला ज्याची सर्वांत जास्त गरज भासणार होती, ते सर्व सामान मी पुन्हा गोळा केले. माझ्या त्या सहकाऱ्यांची उदारता हा मैत्रीचा एक हृदयस्पर्शी पुरावा होता, ज्यांनी मला साधनसामग्री गोळा करण्यासाठी भरभरून आर्थिक मदत केली. जेव्हा की त्यांच्यापैकी अनेक जण स्वतः अडचणीत होते.

पळून जाण्याची इच्छा असणारा मी एकटाच युद्धकैदी नव्हतो. माझे दोन अतिशय चांगले मित्र, रॉल्फ मॅग्नर आणि हॅन्स वॉन हॅव हे देखील पळून जाण्याच्या तयारीत होते. दोघेही अस्खलित इंग्रजी बोलायचे आणि त्यांचे ध्येय भारतातून बर्माच्या (Burma) सीमेपर्यंत पोहोचण्याचे होते. वॉन हॅव दोन वर्षांपूर्वीच एका साथीदारासह पळून गेला होता आणि जवळजवळ बर्माला पोहोचलाच होता, पण सीमेच्या अगदी आधीच पकडला गेला. दुसऱ्या प्रयत्नादरम्यान त्याच्या मित्राचा एक प्राणघातक अपघात झाला. मी ऐकले की इतर तीन-चार कैद्यांनीही पळून जाण्याची योजना आखली होती. शेवटी आम्ही सात जणांनी एकत्र पळून जाण्याचा निर्णय घेतला, कारण आमच्या एकामागून एक, सततच्या प्रयत्नांमुळे रक्षक अधिक सतर्क झाले असते आणि पुढे जाऊन पळून जाणे आणखी कठीण झाले असते. जर आमचा सामूहिक पळून जाण्याचा प्रयत्न यशस्वी झाला असता, तर आम्ही प्रत्येक जण छावणीतून बाहेर पडल्यानंतर आपापला मार्ग धरू शकलो असतो. यावेळी पीटर औफश्नाइटर यांच्यासोबत तीन साथीदार होते. साल्झबर्गचे ब्रुनो ट्रेपेल आणि बर्लिनचे हॅन्स कोप आणि सॅटलर. हे सर्वजण माझ्यासारखेच पळून तिबेटला जाऊ इच्छित होते.

आमची योजना अंमलात आणण्याची वेळ आम्ही २९ एप्रिल १९४४ रोजी दुपारी २ वाजता निश्चित केली. आमची योजना अशी होती की आम्ही काटेरी तारांची दुरुस्ती करणाऱ्या पथकात सामील होऊन स्वतःला लपवू.

हे काम सतत चालू असायचे. याचे कारण असे होते की वाळवी (White Ants) या तारांना आधार देणाऱ्या खांबांना कुरतडत असायची. त्यामुळे हे खांब सतत बदलावे लागायचे. काम करणाऱ्या पथकांमध्ये एका इंग्रज ओव्हरसीयरसोबत (Overseer) भारतीय कामगारांचा समावेश असायचा.

ठरलेल्या वेळी आम्ही एका छोट्याशा झोपडीत भेटलो. यावर सर्वांत कमी लक्ष ठेवले जात असे. इथे छावणीतील मेकअप तज्ज्ञांनी आम्हाला काही वेळातच भारतीय बनवले. हॅव आणि मॅग्नर यांनी इंग्रज अधिकाऱ्यांचा गणवेश घातला. आम्ही 'भारतीयांनी' आमचे डोके मुंडले आणि पगडी घातली. इतक्या गंभीर परिस्थितीतही आम्ही एकमेकांना पाहून हसल्याशिवाय राहू शकलो नाही. आम्ही एखाद्या कार्निव्हलमध्ये (Carnival) सहभागी झालेल्या मुखवटे घातलेल्या लोकांसारखे दिसत होतो. आमच्यापैकी दोन जण एक शिडी घेऊन चालत होते. ती काल रात्री तारांच्या कुंपणात अशा ठिकाणी ठेवली होती, जिथे कोणाची नजर पडणार नाही. आम्ही काटेरी तारेचा एक मोठा रोलही बनवला होता आणि तो एका खांबावर लटकवला होता. आम्ही आमचे सामान पांढऱ्या झग्याखाली (Cloaks) लपवून ठेवले होते. हे दिसायला विचित्र वाटत नव्हते, कारण भारतीय लोक नेहमीच आपल्यासोबत सामान घेऊन चालतात. आमचे दोन 'ब्रिटिश अधिकारी' अतिशय नैसर्गिकपणे वागत होते. त्यांनी आपल्या काखेत ब्ल्यू-प्रिंटचे रोल्स दाबून धरले होते आणि हातातली छडी फिरवत चालत होते. आम्ही आधीच कुंपणाला एक छिद्र पाडले होते, ज्यातून आम्ही एक-एक करून बाहेर पडू लागलो. इथे पहारा नव्हता. हा भाग छावणीला वेगवेगळ्या भागांत विभागणारा होता. इथून मुख्य प्रवेशद्वारापर्यंतचे अंतर सुमारे ३०० यार्ड होते. आम्ही गुपचूप पुढे जात राहिलो आणि फक्त एकदाच थांबलो, जेव्हा सार्जंट-मेजर आपल्या सायकलवरून मुख्य प्रवेशद्वाराजवळून गेले. यावेळी आमचे 'अधिकारी' तारांची बारकाईने पाहणी करू लागले. त्यानंतर आम्ही डोळे मिटून उघडतो तोच गेटच्या बाहेर होतो. त्यांना कोणताही संशय न घेता चपळाईने सॅल्युट ठोकताना पाहून आम्हाला खूप दिलासा मिळाला. आमचा सातवा माणूस, सॅटलर, जो आपल्या झोपडीतून बराच उशिरा बाहेर पडला होता, तो आमच्या नंतर पोहोचला. त्याचा चेहरा काळा-काळा झाला होता

आणि तो डांबराची (Tar) बादली वेगाने हलवत चालला होता. पहारेकऱ्यांनी त्याला जाऊ दिले आणि तो गेटच्या बाहेर येऊन आम्हाला मिळाला.

जसे आम्ही पहारेकऱ्यांच्या नजरेआड झालो, तसे आम्ही झुडपांमध्ये लपलो आणि आमचा वेश बदलला. भारतीय कपड्यांखाली आम्ही खाकी कपडे घातले होते. हा आमचा प्रवासाचा पेहराव (Walking Dress) होता. अगदी थोड्या शब्दांत आम्ही एकमेकांचा निरोप घेतला. हॅव, मॅग्नर आणि मी काही मैल एकत्र धावलो आणि मग आमचे रस्ते वेगळे झाले. मी मागच्या वेळेसारखाच रस्ता निवडला आणि दुसऱ्या दिवशी सकाळपर्यंत माझ्या छावणीपासून जितके दूर जाता येईल तितके दूर गेलो. यावेळी मी ठरवले होते की फक्त रात्रीच प्रवास करेन आणि दिवसा आराम करेन. माझ्या या निश्चयापासून विचलित न होण्याचा पक्का निर्णय मी घेतला होता. नाही! यावेळी मी कोणताही धोका पत्करणार नव्हतो. तिबेटला जाणारे माझे चार साथीदार एकत्र निघाले. त्यांनी मुख्य रस्त्यावरून चालण्याचे धाडस दाखवले. हा रस्ता अलुसुरीमार्गे गंगेच्या खोऱ्यापर्यंत पोहोचायचा. मला हा रस्ता खूप जोखमीचा वाटला आणि मी यमुना आणि अगलर खोऱ्यांच्या दरम्यान माझ्या आधीच्याच मार्गावरून जाणे योग्य समजले. पहिल्या रात्री मी चाळीस वेळा अगलर नदी ओलांडली. तरीही, जेव्हा सकाळ झाली तेव्हा मी स्वतःला अगदी त्याच ठिकाणी पाहिले, जिथे पोहोचायला मला गेल्या वर्षी चार दिवस लागले होते. मी स्वतंत्र झाल्यामुळे खूप आनंदी होतो आणि माझ्या प्रगतीवर समाधानीही होतो. तरीही मला जागोजागी ओरखडे आले होते, जखमा झाल्या होत्या. माझ्या भारी ओझ्यामुळे एकाच रात्रीत माझ्या नवीन टेनिस शूजचे तळवे (Soles) उखडले गेले होते.

मी नदीच्या काठावर, दोन खडकांच्या मध्ये माझा पहिला डे-कॅम्प (Day-camp) बनवण्याचा विचार करू लागलो. पण मी माझे सामान उघडलेच होते की मला माकडांचा एक कळप दिसला. त्यांनी मला पाहिले आणि माझ्यावर ढेकळे (Stones) फेकू लागले. त्यांच्या गोंगाटामुळे विचलित झाल्यामुळे मी नदीच्या कडेने धावत येणाऱ्या तीस भारतीयांच्या गटाकडे लक्ष देऊ शकलो नाही. माझी नजर त्यांच्यावर तेव्हा पडली, जेव्हा ते माझ्या लपण्याच्या ठिकाणाजवळ पोहोचले. मी समजू शकत नव्हतो

की ते मच्छिमार होते की आमच्यासारख्या पळून गेलेल्या कैद्यांच्या शोधात निघालेले लोक. काहीही असले तरी, त्यांनी मला पाहिले नाही यावर माझा विश्वास बसत नव्हता, कारण पळताना माझ्या आणि त्यांच्यामध्ये फक्त काही यार्डांचेच अंतर उरले होते. ते जाताच मी सुटकेचा निःश्वास सोडला, पण मी याला एक चेतावणी मानले आणि संध्याकाळपर्यंत माझ्या लपण्याच्या जागेतच थांबलो. अंधार पडेपर्यंत तिथून हललो नाही. मी रात्रभर अगलर नदीच्या प्रवाहाबरोबर चालत राहिलो आणि बरेच अंतर पार केले. माझ्या पुढच्या कॅम्पमध्ये कोणतीही गडबड झाली नाही आणि मी खूप छान झोपलो आणि जेव्हा उठलो तेव्हा ताजेतवाने वाटत होते. संध्याकाळ होता-होता मी अधीर झालो आणि मी खूप लवकर माझा कॅम्प गुंडाळला. मी अवघे काहीशे यार्डच चाललो असेन की एका पाण्याच्या स्रोताजवळ एका भारतीय महिलेशी माझी गाठ पडली. मला पाहून ती भीतीने ओरडली, तिने पाण्याची घागर खाली टाकली आणि जवळच्या घरांकडे धावली. मीही तिच्याइतकाच घाबरलो होतो. भीतीने मी रस्त्यावरून उतरून खड्ड्यात (Ravine) पडलो. इथून मला उभी चढाई करायची होती. जरी मला माहित होते की मी योग्य दिशेने जात आहे, तरीही माझे हे वळण एक त्रासदायक वळसा होता ज्यामुळे मी कित्येक तास मागे पडलो. मला नाग टिब्बाची चढाई करायची होती, जी १०,००० फुटांहून अधिक उंच आहे. तिचे शिखर पूर्णपणे निर्जन आणि घनदाट जंगलांनी झाकलेले आहे.

पहाटेच्या अंधुक प्रकाशात (Twilight) मी पुढे जात होतो, तेव्हाच माझा सामना एका बिबट्याशी झाला. या प्रवासातील हा पहिलाच भयानक प्राणी होता. माझ्या हृदयाचे ठोके जणू थांबलेच, कारण माझ्याकडे स्वतःच्या संरक्षणासाठी कोणतेही साधन नव्हते. माझ्याकडे असलेले एकमेव शस्त्र म्हणजे एक लांब चाकू, जो छावणीतल्या लोहाराने माझ्यासाठी खास बनवला होता. मी तो एका काठीला बांधून ठेवला होता. बिबट्या जमिनीपासून पंधरा फूट किंवा त्याहून अधिक उंचीवर एका जाड फांदीवर बसला होता. मला वाटले की तो आत्ताच झेप घेईल. मी अतिशय वेगाने विचार केला की काय करता येईल. मग मी शांतपणे हळूहळू चालत राहिलो. कोणतीही गडबड झाली नाही, पण बऱ्याच काळासाठी मला अंगावर काटा (Shiver) आल्यासारखे वाटत राहिले.

आतापर्यंत मी नाग टिब्बाच्या शिखरावरच चालत होतो आणि आता शेवटी मी पुन्हा रस्त्यावर आलो होतो. मी थोडे दूर गेलो असेन की माझ्या आश्चर्याला पारावार राहिला नाही. काही लोक रस्त्यात झोपून घोरत होते! हे लोक पीटर औफशनाइटर आणि त्यांचे तीन साथीदार होते. मी त्यांना हलवून उठवले आणि मग आम्ही सर्वांनी एका सुरक्षित ठिकाणी आश्रय घेतला. इथे बसून आम्ही आतापर्यंतच्या आमच्या प्रवासाचे अनुभव शेअर केले. आम्ही सर्वजण निरोगी होतो आणि आम्हाला पूर्ण खात्री होती की आम्ही तिबेटला नक्कीच पोहोचू. माझ्या मित्रांसोबत दिवस घालवल्यानंतर संध्याकाळी एकट्याने पुढे जाणे माझ्यासाठी कठीण झाले, पण मी माझ्या निश्चयावर ठाम राहिलो. त्याच रात्री मी गंगेच्या तीरावर पोहोचलो. मी सलग पाच दिवस पळतच होतो.

मी मंदिरांचे शहर उत्तर काशीला पोहोचलो होतो. या ठिकाणाचा उल्लेख मी माझ्या पहिल्या पळून जाण्याच्या वेळीही केला होता. इथे पोहोचल्यावर मला माझा जीव वाचवण्यासाठी पळावे लागले होते. मी एका घराजवळून गेलोच होतो की दोन माणसे बाहेर आली आणि माझ्या मागे धावू लागली. मी शेतातून आणि झुडपांमधून गंगेच्या तीराकडे धावलो. तिथे दोन मोठ्या खडकांच्या मध्ये लपलो. सर्व काही शांत झाले आणि मला खात्री पटली की माझा पाठलाग करणारे माझ्या आसपास नाहीत. पण तरीही, बऱ्याच वेळानंतरच मी बाहेर येण्याचे धाडस करू शकलो. यावेळी माझ्यासाठी एका ओळखीच्या रस्त्यावरून जाणे ही खूप आनंदाची गोष्ट होती. वेगाने पुढे जाण्याचा आनंद इतका होता की मी जे ओझे वाहून नेत होतो, तेही मी विसरून गेलो होतो. हे खरे आहे की माझ्या पायात खूप वेदना होत होत्या, पण दिवसा आराम केल्यामुळे वेदना कमी व्हायच्या. मी अनेकदा सलग दहा तास झोपायचो.

अखेर, मी माझ्या त्या भारतीय मित्राच्या फार्महाऊसवर पोहोचलो, ज्याच्याकडे मी गेल्या वर्षी माझे पैसे आणि सामान सोपवले होते. आता मे महिना चालू होता आणि आम्ही यावर सहमत झालो होतो की तो या महिन्यातील कोणत्याही दिवशी मध्यरात्री माझी वाट पाहील. मी जाणीवपूर्वक थेट घरात

प्रवेश केला नाही. सर्वांत आधी मी माझी बॅग लपवली. मी विश्वासघाताच्या भीतीतून मुक्त झालो नव्हतो.

त्याच्या घरावर चंद्रप्रकाश चमकत होता, म्हणून मी गोठ्याच्या (Stable) अंधारात लपलो. दोनदा हळू आवाजात माझ्या मित्राचे नाव पुकारले. दरवाजा उघडला आणि माझा मित्र धावत बाहेर आला. जमिनीवर पडला आणि माझ्या पायांचे चुंबन घेऊ लागला. त्याच्या गालावरून आनंदाश्रू ओघळत होते. तो मला एका वेगळ्या खोलीत घेऊन गेला, ज्याच्या दरवाजावर एक खूप मोठे कुलूप लटकलेले होते. तिथे त्याने पाईन (Pine) लाकडाची मशाल पेटवली आणि एक लाकडी पेटी उघडली. आतल्या बाजूला माझ्या सर्व वस्तू सुती पिशव्यांमध्ये काळजीपूर्वक ठेवल्या होत्या. पिशव्या शिवलेल्या होत्या. मी सर्व सामान उघडून पाहिले आणि त्याच्या प्रामाणिकपणावर खूश होऊन मी त्याला बक्षीस दिले. तुम्ही कल्पना करू शकता की त्याने मला जे जेवण वाढले, त्याचा मी किती आनंद लुटला असेल. मी त्याला सांगितले की त्याने दुसऱ्या रात्रीच्या आधी माझ्यासाठी खाण्यापिण्याच्या काही गोष्टी आणि एक लोकरीचे घोंगडे (Woollen Blanket) आणावे. त्याने वचन दिले आणि याव्यतिरिक्त त्याने मला हाताने विणलेली एक जोडी लोकरीची चड्डी (Underpants) आणि एक शाल भेट दिली.

दुसऱ्या दिवशी मी जवळच्या जंगलात जाऊन झोपलो आणि संध्याकाळी माझे सामान घेण्यासाठी आलो. माझ्या मित्राने मला पोटभर जेवण खाऊ घातले आणि काही अंतर माझ्यासोबत आला. तो माझे सामान उचलण्याचा आग्रह करत होता. त्याचे शरीर कमकुवत होते आणि तो माझ्यासोबत खूप कष्टाने चालत होता. मी लवकरच त्याला परत पाठवले आणि अशा मैत्रीपूर्ण निरोपानंतर मी पुन्हा एकदा एकटा पडलो.

कदाचित मध्यरात्रीपेक्षा थोडा जास्त वेळ झाला असेल. माझ्या रस्त्याच्या मधोमध एक अस्वल त्याच्या मागच्या पायांवर उभे होते. ते माझ्यावर गुरगुरत होते. या वेळी गंगेच्या प्रवाहाचा आवाज इतका मोठा होता की आम्हा दोघांनाही एकमेकांची चाहूल ऐकू आली नाही. मी माझा भाला त्याच्या छातीवर रोखून हळूहळू मागे सरकत गेलो. माझी नजर त्याच्यावरच

खिळलेली होती. पाऊलवाटेच्या पहिल्या वळणावर मी घाईघाईने आग पेटवली आणि एक जळते लाकूड फिरवत माझ्या शत्रूचा सामना करण्यासाठी पुढे गेलो. पण वळणावर आल्यावर मला दिसले की अस्वल निघून गेले होते, रस्ता मोकळा होता. नंतर तिबेटी शेतकऱ्यांनी मला सांगितले की अस्वले फक्त दिवसाच आक्रमक असतात. रात्री ते हल्ला करायला घाबरतात.

मला चालत दहा दिवस झाले होते आणि आता मी नेलांग गावी पोहोचलो होतो. याच गावात गेल्या वर्षी नियतीने माझ्या आशांवर पाणी फेरले होते. यावेळी मी एक महिना आधी पोहोचलो होतो आणि गाव अजूनही निर्मनुष्य होते. पण इथे माझ्या छावणीतील चार मित्रांना पाहून माझ्या आनंदाला पारावार उरला नाही! ज्या वेळी मी माझ्या भारतीय मित्राकडे थांबलो होतो, त्या वेळी ते माझ्या पुढे निघून गेले होते. आम्ही एका मोकळ्या घरात मुक्काम ठोकला आणि रात्रभर झोपलो. दुर्दैवाने सॅटलरला 'माउंटन सिकनेस'चा (उंचीवरील आजार) त्रास सुरू झाला, त्याला खूप वेदना होत होत्या आणि त्याने सांगितले की तो आता पुढे जाऊ शकत नाही. त्याने परत जाण्याचा निर्णय घेतला, पण आमचा पुढचा प्रवास धोक्यात येऊ नये म्हणून त्याने दोन दिवस आत्मसमर्पण न करण्याचे वचन दिले. कोप, ज्याने गेल्या वर्षी पैलवान क्रेमरसोबत याच मार्गाने तिबेटमध्ये प्रवेश केला होता, तो आता माझा साथीदार बनला होता.

सात दिवसांच्या लांब पायी प्रवासानंतर आम्ही अखेर त्या खिंडीपर्यंत पोहोचलो जी भारत आणि तिबेटमधील सीमा निश्चित करते. एका चुकीच्या अंदाजामुळे आम्हाला उशीर झाला. एका प्रसिद्ध 'कारवान' (Caravan - काफिला) तिरपनी छावणीतून निघाल्यानंतर, आम्ही तीन खोऱ्यांपैकी सर्वांत पूर्वेकडील एका खोऱ्याकडे निघालो. पण शेवटी आम्हाला समजले की आम्ही रस्ता चुकलो होतो. आमची दिशा शोधण्यासाठी औफशनाइटर आणि मी एका पर्वताच्या शिखरावर चढलो, आम्हाला आशा होती की तिथून आम्हाला दुसऱ्या बाजूच्या प्रदेशाचे चांगले दृश्य दिसेल. इथून आम्ही पहिल्यांदाच तिबेट पाहिले, पण आम्ही खूप थकलो होतो आणि या दृश्याचा आनंद घेऊ शकत नव्हतो. साधारण १८,००० फूट उंचीवर आम्हाला ऑक्सिजनची

कमतरता भासू लागली होती. आम्हाला खूप निराशा वाटली आणि आम्ही तिरपनीला परत जाण्याचे ठरवले. तिथे पोहोचल्यावर आम्हाला समजले की ज्या खिंडीवर आम्ही जाणार होतो, ती आमच्या अगदी जवळ होती. आमच्या चुकीमुळे आम्हाला तीन दिवसांचे नुकसान सहन करावे लागले. आम्हाला आमच्या रेशनमध्ये (शिध्यामध्ये) कपात करावी लागली आणि आम्हाला ही चिंता सतावत होती की पुढच्या वस्तीच्या जवळ पोहोचेपर्यंत आमच्याकडे पुरेसे रेशन उरेल की नाही.

तिरपनीपासून आमचा रस्ता हळूहळू वरच्या दिशेने हिरव्यागार कुरणांमधून (Pastures) जात होता. इथून गंगेची एक पातळ धार वाहत होती. याच धबधब्याला आम्ही एक आठवड्यापूर्वी खोऱ्याच्या खाली एक रौद्र, कर्कश प्रवाहाच्या रूपात पाहिले होते. आता हाच प्रवाह गवताळ प्रदेशाच्या मधून संथ गतीने वाहत होता. काही आठवड्यांतच संपूर्ण प्रदेश हिरवागार होईल आणि उन्हाच्या उष्णतेने काळ्या पडलेल्या दगडांनी ओळखले जाणारे अनेक निवारे (Shelters) आम्हाला त्या काफिल्यांची कल्पना करण्यास भाग पाडतील जे उन्हाळ्याच्या हंगामात भारतातून तिबेटकडे जातात. डोंगराळ मेंढ्यांचा एक कळप आमच्या समोरून हलक्या पावलांनी जात आमच्या नजरेआड झाला. आमच्याकडे दुर्लक्ष करत. अरेरे! आमच्या पोटाला मात्र त्यांचा पश्चात्ताप होत होता.

खिंडीच्या पायथ्याशी आम्ही भारतात शेवटचा मुक्काम ठोकला. आम्ही मांस शिजवून चविष्ट जेवण खाण्याचे स्वप्न पाहत होतो, पण आम्ही उरलेल्या पिठात पाणी मिसळून छोटे-छोटे गोळे (बाटी) बनवले आणि ते गरम दगडांवर ठेवले. हवामान खूप थंड होते आणि खोऱ्यात वाहणाऱ्या बर्फाळ डोंगराळ वाऱ्यापासून आमचा बचाव केवळ दगडाची एक भिंतच करत होती.

अखेर १७ मे १९४४ रोजी आम्ही सांगचोकला खिंडीच्या शिखरावर पोहोचलो. आमचे नकाशे दाखवत होते की आम्ही १७,२०० फूट उंचीवर होतो. तर आता आम्ही भारत आणि तिबेटच्या सीमेवर होतो, जे इतक्या दिवसांपासून आमचे स्वप्न होते. इथे पोहोचल्यावर आम्हाला पहिल्यांदाच सुरक्षित वाटले. या भावनेनेच आम्ही आनंदित झालो होतो, कारण आम्हाला

माहित होते की इथे आम्हाला कोणताही इंग्रज अटक करू शकत नाही. आम्हाला माहित नव्हते की तिबेटी लोक आमच्याशी कसे वागतील, पण आमच्या देशाचे तिबेटशी कोणतेही भांडण नसल्यामुळे, आम्हाला विश्वास होता की आमचे प्रेमाने स्वागत-पाहुणचार होईल.

खिंडीच्या शिखरावर दगडा-खडकांचे ढिगारे आणि प्रार्थनेच्या पताका (Prayer Flags) फडकत होत्या. या पताका धर्मनिष्ठ बौद्धांनी त्यांच्या देवतांना समर्पित केल्या होत्या. कडाक्याची थंडी होती, पण आम्ही बराच वेळ विश्रांती घेतली आणि आमच्या सद्यस्थितीवर विचारविनिमय केला. आम्हाला इथल्या भाषेचे नगण्य ज्ञान होते आणि आमच्याकडे पैसेही उरले नव्हते. सर्वांत मोठी गोष्ट म्हणजे आता आमच्यावर उपासमारीची वेळ आली होती. आम्हाला शक्य तितक्या लवकर मानवी वस्तीचा शोध घ्यायचा होता. पण आम्ही ज्या ठिकाणी होतो, तिथून दूरदूरपर्यंत फक्त पर्वतांची शिखरे आणि निर्मनुष्य खोरीच दिसत होती. आमचे नकाशे या भागात गावे किंवा वस्त्या दाखवत नव्हते. आमचे अंतिम ध्येय, जसे मी आधीच नमूद केले आहे, जपानच्या सीमा होत्या - हजारो मैल दूर. ज्या मार्गावरून आम्ही जाण्याची योजना आखत होतो, तो आधी पवित्र कैलास पर्वतापर्यंत घेऊन जात असे आणि नंतर ब्रह्मपुत्रेच्या मार्गाने जाऊन शेवटी आम्हाला पूर्व तिबेटपर्यंत पोहोचवत असे. कोपचे असे मानणे होते की आमच्या नकाशांवर दिलेले संकेत (Indications) बरेच अचूक होते. कोप गेल्या वर्षी तिबेटमध्ये होता आणि त्याला त्या देशातून हाकलून देण्यात आले होते.

एक उभी चढाई केल्यानंतर आम्ही ऑप्टचूच्या (Optchu) रस्त्यावर पोहोचलो आणि दुपारी तिथे विश्रांती घेतली. खोऱ्याच्या दोन्ही बाजूंना लटकणाऱ्या खडकाळ भिंती एका दरीसारख्या होत्या. खोरे पूर्णपणे निर्मनुष्य होते आणि केवळ एका लाकडी खांबावरून असे वाटत होते की कधीकधी लोक तिथे येत असत. खोऱ्याच्या दुसऱ्या बाजूला शेलच्या (गाळाचा खडक - Sedimentary Rock) उंच-सखल पृष्ठभूमी होत्या, ज्यावर आम्हाला चढायचे होते. पठारावर पोहोचण्यापूर्वीच संध्याकाळ झाली आणि आम्ही बर्फाळ थंडीत मुक्काम ठोकला. गेल्या काही दिवसांपासून आमचे इंधन फक्त

काटेरी झुडपेच (Thorny bushes) होते, हे आम्हाला उतारांवर मिळायचे. इथे गवत उगवत नव्हते, त्यामुळे आम्हाला वाळलेल्या शेणाचा वापर करावा लागला. हे गोळा करण्यासाठी आम्हाला खूप मेहनत करावी लागली होती.

दुसऱ्या दिवशी दुपारच्या आधी आम्ही आमच्या पहिल्या तिबेटी गावात, कासापुलिंगमध्ये पोहोचलो. इथे सहा घरे होती. ही जागा पूर्णपणे निर्मनुष्य वाटत होती आणि जेव्हा आम्ही दरवाजे ठोठावले, तेव्हा कोणतीही हालचाल झाली नाही. काही काळानंतर आम्हाला समजले की सर्व गावकरी आजूबाजूच्या शेतात जव (Barley) पेरण्यात व्यस्त होते. ते वाकून एखाद्या यंत्रासारखे सतत गतीने बियाण्याचा एक-एक दाणा जमिनीत पेरत होते. आम्ही त्यांच्याकडे जवळजवळ त्याच भावनेने पाहिले ज्या भावनेने कोलंबस पहिल्यांदा भारतीयांना भेटला होता. ते आम्हाला मित्र म्हणून स्वीकारतील की शत्रू मानतील? काही काळ तर त्यांनी आमच्याकडे लक्षच दिले नाही. फक्त चेटकिणीसारखी दिसणाऱ्या एका म्हातारीचे ओरडणेच आम्ही ऐकू शकलो. ओरडणे आमच्याकडे नव्हे, तर रानटी कबुतरांच्या कळपाच्या दिशेने होते. खरं तर, ती कबुतरे नुकत्याच पेरलेल्या धान्याच्या दाण्यांवर झडप घालत होती. संध्याकाळपर्यंत गावकऱ्यांनी कदाचितच आमच्या उपस्थितीची दखल घेतली असेल. त्यामुळे आम्ही चौघांनी एका घराजवळ आपला मुक्काम ठोकला. आणि जेव्हा रात्री ते लोक शेतातून घरी परतले तेव्हा आम्ही त्यांच्याशी व्यापार करण्याचा प्रयत्न केला. आम्ही त्यांना त्यांच्या मेंढी किंवा शेळीच्या बदल्यात पैसे देण्याची ऑफर दिली. पण त्यांना यात स्वारस्य नव्हते. तिबेटमध्ये कोणतीही सीमा चौकी नसल्यामुळे, संपूर्ण लोकसंख्येला परदेशी लोकांशी शत्रुत्वाची भावना ठेवण्यास शिकवले जाते आणि जर कोणत्याही तिबेटी माणसाने परदेशी व्यक्तीला काहीही विकले, तर त्याच्यासाठी कठोर शिक्षेची तरतूद आहे. आम्ही भुकेने मरत होतो आणि आता आमच्याकडे त्यांना घाबरवण्या-धमकावण्याशिवाय कोणताही पर्याय उरला नव्हता. आम्ही धमकी दिली की जर त्यांनी आम्हाला एक प्राणी विकला नाही तर आम्ही त्यांचा एक प्राणी बळजबरीने घेऊन जाऊ आणि आमच्या चौघांपैकी कोणीही कमकुवत दिसत नसल्यामुळे, आमचा हा उपाय यशस्वी ठरला. रात्र

होण्यापूर्वीच त्यांनी मोठ्या निर्लज्जपणे एक म्हातारी शेळी आमच्या ताब्यात दिली आणि त्या बदल्यात आमच्याकडून मोठी रक्कम उकळली. आम्हाला माहित होते की आम्हाला ब्लॅकमेल केले जात आहे, पण आम्ही ते सहन केले. कारण आम्हाला या देशात आदर-आतिथ्य मिळवायचे होते.

आम्ही शेळीला गोठ्यात कापले आणि मध्यरात्रीपर्यंतही आम्ही तिचे मांस नीट शिजवू शकलो नाही.

आम्ही पुढचा दिवस आराम केला आणि आजूबाजूच्या घरांचे बारकाईने निरीक्षण केले. ही दगडांनी बनलेली होती आणि त्यांची छप्परे सपाट होती ज्यावर इंधन वाळवण्यासाठी ठेवले जायचे. इथे राहणाऱ्या तिबेटी लोकांची तुलना अशा लोकांशी केली जाऊ शकत नाही जे आतल्या (Inner) भागात राहतात. यांच्याबद्दल आम्हाला नंतर समजले. उन्हाळ्यात भारताच्या काफिल्यांच्या येण्या-जाण्याने त्यांना बिघडवले आहे. आम्हाला आढळले की ते स्वच्छतेने राहत नव्हते. त्यांच्यात बेईमानी भिनली होती. त्यांच्यात तो उत्साह दिसत नव्हता, ज्यासाठी त्यांची जात प्रसिद्ध आहे. ते उदास दिसत होते. निराश आणि हताश होऊन ते त्यांच्या रोजच्या कामावर जायचे आणि असे वाटत होते की ते या नापीक देशात (Barren land) फक्त यासाठीच स्थायिक झाले आहेत जेणेकरून त्यांच्या जमिनीच्या उत्पादनासाठी काफिल्यांकडून चांगले पैसे कमवू शकतील. सीमेवर वसलेले सहा घरांचे हे गाव एकमेव असे गाव होते, जिथे कोणताही मठ (Monastery) नव्हता. या गोष्टीची नंतर पुष्टी झाली.

दुसऱ्या दिवशी सकाळी आम्ही कोणत्याही अडचणीशिवाय या दुर्गम ठिकाणाहून निघालो. आतापर्यंत आम्ही पुरेशी विश्रांती घेतली होती आणि कोपच्या ज्या विनोदबुद्धीला गेल्या काही दिवसांपासून ग्रहण लागले होते, तिने आम्हाला पुन्हा हसवले. आम्ही शेते पार करून एका छोट्याशा खोऱ्यात खाली उतरलो. पुढच्या पठारावर (Plateau) विरुद्ध उतारावर चढताना आम्हाला आमच्या बॅगचे वजन पूर्वीपेक्षा जास्त जाणवू लागले. हा शारीरिक थकवा आमच्या निराशेमुळे होता. निराशा या कारणाने होती, कारण आमच्या स्वप्नांचा देश आम्हाला दिसत नव्हता. आम्हाला आमची रात्र

एका दुर्गम खड्ड्यात जमिनीवर झोपून काढावी लागली. इथे आम्ही वाऱ्याच्या झपाटांपासून वाचू शकलो नव्हतो.

आमच्या प्रवासाच्या सुरुवातीलाच आम्ही आमच्या गटातील प्रत्येक सदस्याला वेगवेगळी कामे वाटून दिली होती. पाणी आणणे, आग पेटवणे आणि चहा बनवणे हे खूप कठीण काम होते. रोज संध्याकाळी आम्ही आमच्या बॅगा रिकाम्या करायचो जेणेकरून थंडीपासून वाचण्यासाठी त्यांचा फूटबॅग (Footbag) म्हणून वापर करता येईल. त्या संध्याकाळी जेव्हा मी माझी बॅग हलवली तेव्हा एक छोटासा स्फोट झाला. घर्षणामुळे माझ्या काडीपेटीने पेट घेतला होता. जो उंच तिबेटी पठाराच्या हवेच्या कोरडेपणाचा पुरावा होता.

ज्या ठिकाणी आम्ही तळ ठोकला होता, त्याची पहाटेच्या पहिल्या किरणासोबतच पाहणी केली. आम्ही पाहिले की ज्या खड्ड्यात आम्ही रात्र काढली होती, तो कदाचित एखाद्या माणसानेच बनवला असावा, कारण तो पूर्णपणे गोलाकार होता आणि त्याच्या भिंती सरळ उभ्या होत्या. कदाचित तो जंगली प्राण्यांना अडकवण्यासाठी बनवला असावा. आमच्या मागे हिमालय होता, ज्यामध्ये कामेत (Kamet) पर्वताचा एकदम अचूक बर्फाचा पिरॅमिड होता. समोर एक दुर्गम डोंगराळ भाग होता. आम्ही एका प्रकारच्या लोएस (Loess - वाऱ्याने वाहून आणलेली गाळाची माती) रचनेवरून खाली उतरलो आणि दुपारच्या वेळी दुशांग (Dushang) गावात पोहोचलो. पुन्हा एकदा, आम्हाला खूप कमी घरे मिळाली आणि गावकऱ्यांचे वर्तन कासापुलिंग गावासारखेच अमानवीय होते. पीटर औफशनाइटर यांनी वर्षानुवर्षे केलेल्या भाषेच्या अभ्यासातून मिळवलेल्या ज्ञानाचे व्यर्थ प्रदर्शन केले. आमचे हावभावही (Gestures) काही कामाचे नव्हते.

तरीही, आम्ही इथे पहिल्यांदाच एक वास्तविक तिबेटी मठ (Monastery) पाहिला. मातीच्या भिंतींमध्ये काळे छिद्र होते आणि एका टेकडीवर आम्ही विशाल इमारतींचे अवशेष पाहिले. इथे कधीकाळी शेकडो भिक्षू राहत असावेत. आता इथे फक्त मोजकेच भिक्षू होते जे एका आधुनिक घरात राहत होते. पण ते कधीच आमच्यासमोर आले नाहीत. मठाच्या समोर एका छतावर लाल रंगाने रंगवलेल्या थडग्यांच्या (Graves) रांगा होत्या.

आम्ही थोडे उदास आणि निराश होऊन आमच्या तंबूत परतलो. हे आमच्यासाठी एका मनोरंजक पण विचित्रपणे प्रतिकूल जगाच्या मध्यभागी असलेले एक छोटेसे घर होते.

जेव्हा आम्ही दुशांगला पोहोचलो तेव्हा तिथेही कोणताही अधिकारी नव्हता, ज्याच्याकडे आम्ही राहण्याची किंवा प्रवास करण्याची परवानगी मागू शकू. पण ही चूक लवकरच सुधारली गेली, कारण अधिकारी आम्हाला शोधण्यासाठी आधीच बाहेर पडले होते. दुसऱ्या दिवशी आम्ही आमची पायी यात्रा पुन्हा सुरू केली. कोप आणि मी पुढे होतो औफशनाइटर आणि ट्रीपेल आमच्या मागे थोड्या अंतरावर होते. अचानक आम्हाला घंटांचा आवाज ऐकू आला आणि खेचरांवर (Ponies) स्वार झालेले दोन माणसे आमच्या समोर उभी राहिली. स्थानिक बोलीत त्यांनी आम्हाला उलट्या पावली भारतात परत जाण्यास सांगितले. आम्हाला माहित होते की संवाद साधून आम्हाला काहीही फायदा होणार नव्हता आणि म्हणून आम्ही पुढे जाण्याचा प्रयत्न केला. सुदैवाने त्यांनी त्यांची शस्त्रे वापरली नाहीत, कारण त्यांना वाटले की आम्हीही सशस्त्र आहोत. आम्हाला थांबवण्याचे काही कमकुवत प्रयत्न केल्यानंतर ते निघून गेले आणि आम्ही कोणत्याही अडथळ्याशिवाय पुढच्या वस्तीत पोहोचलो. याबद्दल आम्हाला माहित होते की हे एका स्थानिक गव्हर्नरचे (Governor) निवासस्थान आहे.

ज्या देशातून आम्ही या दिवशी जात होतो, तो निर्जन होता आणि तिथे पाणीही नव्हते. कुठेही जीवनाचा मागमूस नव्हता. याच्या मध्यभागी एक छोटेसे शहर होते त्सापारंग (Tsaparang). हे फक्त हिवाळ्याच्या महिन्यांतच गजबजलेले असायचे आणि जेव्हा आम्ही गव्हर्नरच्या शोधात निघालो तेव्हा आम्हाला समजले की तो त्याच्या उन्हाळी निवासस्थानी शांगत्से (Shangtse) ला जाण्यासाठी त्याचे सामान बांधत (पॅक करत) होता. आम्हाला हे जाणून खूप आश्चर्य वाटले की तो आम्हाला वाटेत भेटलेल्या दोन सशस्त्र माणसांपैकीच एक होता. त्याचे वर्तन अत्यंत रुक्ष होते, स्वागताचा भाव नव्हता. आम्ही त्याला औषधाच्या बदल्यात थोडे पीठ देण्यास मोठ्या मुश्किलीने मनवू शकलो. माझ्या बॅगेत ठेवलेली औषधाची छोटीशी पेटी

त्यावेळी आमच्या सुटकेचे साधन बनली. आणि, पुढेही ती आमच्या खूप कामी येणार होती.

अखेर गव्हर्नरने आम्हाला एक गुहा दाखवली, जिथे आम्ही रात्र काढू शकत होतो, आणि त्याने आम्हाला पुन्हा एकदा चेतावणी दिली की आम्हाला तिबेट सोडावे लागेल, आणि ज्या रस्त्याने आम्ही आलो होतो त्याच रस्त्याने परतावे लागेल. आम्ही त्याच्या आदेशाचे पालन करण्यास नकार दिला आणि त्याला पटवून देण्याचा प्रयत्न केला की तिबेट एक तटस्थ (Neutral) राज्य आहे आणि त्याने आम्हाला आश्रय दिला पाहिजे. पण त्याला हा विचार समजला नाही आणि जरी त्याला समजले असते, तरी तो निर्णय घेण्यास सक्षम नव्हता. म्हणून आम्ही त्याला प्रस्ताव दिला की आपण हा निर्णय एका उच्च पदस्थ अधिकाऱ्यावर सोपवला पाहिजे ज्याचे अधिकृत निवासस्थान थुलिंग (Thuling) मध्ये होते, जे फक्त पाच मैल दूर होते. तो अधिकारी एक भिक्षू होता.

त्सापारंग खरोखरच कुतूहल जागे करत असे. मी छावणीत वाचलेल्या पुस्तकांमधून जाणले होते की तिबेटमधील पहिले कॅथोलिक मिशन स्टेशन (Catholic Mission Station) १६२४ मध्ये इथे स्थापन करण्यात आले होते. पोर्तुगीज जेसुइट (Jesuit) अँटोनियो डी अँड्रेड (Antonio de Andrade) यांनी एका कॅथोलिक समुदायाची स्थापना केली होती आणि असे म्हटले जाते की त्यांनी एक चर्च बांधले होते. आम्ही त्याचे अवशेष शोधण्याचा प्रयत्न केला, पण आम्हाला कोणत्याही ख्रिश्चन इमारतीचे अवशेष सापडले नाहीत. आमच्या स्वतःच्या अनुभवावरून आम्हाला समजले की फादर अँटोनियो यांना इथे आपले मिशन स्थापन करणे किती कठीण गेले असेल.

दुसऱ्या दिवशी आम्ही थुलिंगला पोहोचलो आणि भिक्षूसमोर आमची बाजू मांडली. तिथे आम्हाला औफशनाइटर आणि ट्रीपेल भेटले. त्यांनी एक वेगळा रस्ता पकडला होता. आम्ही सर्वजण मठाधिपतीकडे (Abbot) गेलो. योगायोगाने हा तोच अधिकारी होता ज्याच्याशी आम्हाला काम होते. पण पूर्वेकडे जाण्याची परवानगी देण्याच्या आमच्या विनंतीकडे त्याने दुर्लक्ष केले.

त्याने आम्हाला खाण्यापिण्याचे सामान विकण्यास तेव्हाच होकार दिला, जेव्हा आम्ही शांगत्सेला परत जाण्याचे वचन दिले. हे ठिकाण भारताकडे जाणाऱ्या मार्गावर होते. आमच्याकडे सहमत होण्याशिवाय कोणताही पर्याय नव्हता, कारण आमच्याकडे अन्न नव्हते.

थुलिंगमध्ये एक धर्मनिरपेक्ष (Secular) अधिकारीही होता. पण तो आम्हाला आणखी कमी मनमिळावू वाटला. तो इतका रागात होता की त्याने आम्हाला भेटण्यासही नकार दिला आणि तो इतक्या थराला गेला की त्याने बाकीच्या लोकांना आमच्याविरुद्ध भडकावले. आम्हाला शिळे लोणी आणि कुजलेल्या मांसासाठी खूप जास्त किंमत मोजावी लागली. एक रुपया देऊन थोडेसे लाकूड मिळाले. थुलिंगमधून आम्ही जी एकमेव सुखद आठवण स्वतःसोबत घेऊन गेलो, ती होती पायऱ्या-पायऱ्यांच्या मठाची (Terraced Monastery) प्रतिमा. त्याचे सोन्याने मढवलेले टोकदार छप्पर सूर्याच्या प्रकाशात चमकत होते आणि खाली सतलज नदीचे पाणी वाहत होते. हा पश्चिम तिबेटमधील सर्वांत मोठा मठ आहे, पण तो खूप निर्मनुष्य (Desolate) आहे आणि आम्ही ऐकले की दोनशे साठ भिक्षूंपैकी केवळ वीसच तिथे प्रत्यक्षात राहत होते.

अखेर जेव्हा आम्ही शांगत्सेला परत जाण्याचे वचन दिले, तेव्हा त्यांनी आम्हाला आमचे सामान वाहून नेण्यासाठी चार गाढवे दिली. सुरुवातीला आम्हाला आश्चर्य वाटले की त्यांनी आम्हाला कोणत्याही सुरक्षा रक्षकाशिवाय (Guards) फक्त गाढववाल्यासोबत जाऊ दिले. पण लवकरच आम्हाला समजले की तिबेटमध्ये पाळत ठेवण्याचा सर्वांत सोपा मार्ग म्हणजे परवानगीशिवाय अनोळखी लोकांना खाद्यपदार्थ विकण्यास बंदी घालणे.

आम्ही तिथेच रात्र काढली. शांगत्से एका संपूर्ण दिवसाच्या पायी प्रवासाच्या अंतरावर होते. दुसऱ्या दिवशी तिथे जाताना आम्हाला हिमालयाचे विहंगम दृश्य (Spectacular Views) पाहायला मिळाले. ही दृश्ये त्या नापीक (Barren) प्रदेशाची काही अंशी भरपाई करत होती, जिथून आम्ही आमच्या गाढवांना घेऊन जात होतो. या मार्गावर आम्ही सर्वांत आधी क्यांग (Kyang) ला भेटलो. हा एक प्रकारचा जंगली गाढव आहे,

जो मध्य आशियात आढळतो आणि आपल्या आकर्षक चालीने प्रवाशांना मंत्रमुग्ध करतो. हा प्राणी खेचराच्या (Mule) आकाराचा असतो. तो अनेकदा उत्सुकतेने वाटसरूंना पाहण्यासाठी वर येतो आणि मग वळून अतिशय आकर्षक पद्धतीने पळूनही जातो. क्यांग गवत खातो आणि स्थानिक रहिवासी त्याला त्रास देत नाहीत. त्याचा एकमेव शत्रू लांडगा (Wolf) आहे. जेव्हापासून मी या प्राण्याला पाहिले, हा अतिशय सुंदर प्राणी स्वातंत्र्याचे प्रतीक वाटतो.

शांगत्से गावातही फक्त अर्धा डझन घरे होती. ही घरे उन्हाच्या उष्णतेमुळे वाळलेल्या मातीच्या विटा आणि गवताने बनलेली होती. हे गावही बाकीच्या गावांसारखेच पाहुणचार करणारे नव्हते. इथे आमची भेट त्सापारंगच्या एका रुक्ष अधिकाऱ्याशी झाली. तो त्याच्या उन्हाळी निवासस्थानात राहण्यासाठी गेला होता. तो कोणत्याही किंमतीवर आम्हाला तिबेटकडे पुढे जाण्याची परवानगी देण्यास तयार नव्हता. त्याने आम्हाला त्सापारंगमार्गे किंवा शिपकी (Shipki) खिंडीतून भारतात जाण्याचा पर्याय दिला. जर आम्ही यापैकी एका मार्गावर जाण्यास तयार झालो असतो तरच तो आम्हाला खाण्यापिण्याच्या वस्तू विकण्यास राजी झाला असता.

आम्ही शिपकी मार्ग निवडला. पहिले तर यासाठी की हा आमच्यासाठी नवीन प्रदेश होता आणि दुसरे यासाठी की आम्हाला आशा होती की आम्ही तिथून सुटण्याचा कोणताही मार्ग शोधून काढू. तूर्तास आम्ही हवे तितके लोणी, मांस आणि पीठ खरेदी करू शकत होतो. आम्ही पुन्हा एकदा काटेरी तारांच्या कुंपणामागे जाण्याच्या भीतीने निराश झालो होतो. ट्रीपेलला तिबेटमध्ये काहीच चांगले वाटले नव्हते आणि म्हणून आता त्याला हा प्रवास थांबवायचा होता. या नापीक भूमीत टिकून राहण्यासाठी तो कोणताही प्रयत्न करण्यास इच्छुक नव्हता.

पुढचा दिवस आम्ही मनसोक्त खाण्यापिण्यात घालवला. मी माझी डायरीही अद्ययावत (Update) केली होती आणि सुजलेल्या नसांवर उपचार केले. ही सूज नाइलाजाने रात्रभर पायी चालल्यामुळे आली होती. मला पुन्हा कैदेत जायचे नव्हते आणि यासाठी मी कोणताही धोका पत्करण्यास तयार

होतो, आणि औफशनाइटरही माझ्यासारखाच विचार करत होता. दुसऱ्या दिवशी सकाळी आम्हाला स्थानिक गव्हर्नरचे खरे रूप समजले. आम्ही तांब्याच्या भांड्यात मांस शिजवले होते, आणि औफशनाइटरला कदाचित फूड पॉयझनिंग झाले होते, कारण त्याला खूप अस्वस्थ वाटत होते. जेव्हा मी गव्हर्नरकडे आम्हाला थोडा वेळ आणखी थांबण्याची परवानगी मागितली, तेव्हा त्याने पूर्वीपेक्षाही जास्त उद्धटपणा (Insolence) केला. मी त्याच्याशी खूप भांडलो आणि याचा काही अंशी परिणामही झाला, कारण तो औफशनाइटरला स्वारी करण्यासाठी एक घोडा देण्यासोबतच आमचे सामान वाहून नेण्यासाठी दोन याक (Yak) देण्यास तयार झाला.

याक प्रत्यक्षपणे मी पहिल्यांदाच पाहिला होता. हा प्राणी तिबेटमध्ये सामान्यतः आढळतो आणि केवळ उंचीवरच राहू शकतो. हा लांब केसांचा प्राणी बैल प्रजातीचा आहे आणि त्याचा वापर करण्यासाठी मोठ्या प्रशिक्षणाची आवश्यकता असते. हा गाई-बैलांच्या तुलनेत बऱ्यापैकी लहान प्राणी आहे आणि चांगल्या प्रमाणात दूध देतो.

शांगत्सेहून आमच्यासोबत आलेले सैनिक स्वतःसोबत एक पत्र घेऊन चालत होते. ज्यानुसार आम्हाला आमच्या गरजेच्या वस्तू खरेदी करण्याचा अधिकार होता. याव्यतिरिक्त, आम्हाला प्रत्येक मुक्कामावर पैसे न देता आमचे याक बदलण्याचाही अधिकार होता.

दिवसा हवामान आल्हाददायक आणि तुलनेने गरम असायचे, पण रात्री खूप थंड असायच्या. आम्ही अनेक गावे आणि वस्ती असलेल्या गुहांमधून गेलो, पण लोकांनी आमच्याकडे फारसे लक्ष दिले नाही. आमचे गाढव हाकणारा (Donkey-driver) ल्हासाचा रहिवासी होता. तो आमच्याशी चांगला आणि मैत्रीपूर्ण व्यवहार करत असे. गावांमध्ये इकडे-तिकडे भटकणे त्याला आवडायचे. लोक आमच्यावर विश्वास ठेवत होते. अर्थात याचे एक कारण आमची चांगली वर्तणूक हेही होते. जेव्हा आम्ही रोंगचुंग (Rongchung) जिल्ह्यातून जात होतो, तेव्हा आम्हाला आढळले की आम्ही काही दिवसांसाठी स्वेन हेडीन (Sven Hedin) यांच्या मार्गाचा अवलंब करत होतो. मी या शोधकाचा (Explorer) खूप मोठा चाहता होतो,

त्यामुळे यादरम्यान त्यांच्या वर्णनाच्या जिवंत आठवणी ताज्या झाल्या. आम्ही ज्या प्रदेशातून जात होतो, तो अगदी तसाच होता, जसा त्यांनी लिहिला होता. आम्ही पठारे (Plateaus) ओलांडत राहिलो, खोल दऱ्यांमध्ये उतरत राहिलो आणि दुसऱ्या बाजूला कष्टदायक चढाई करत राहिलो. अनेकदा हे खड्डे इतके अरुंद असायचे की ते ओलांडता तर येत असत, पण त्यात तासनतास लागायचे. सतत इतके चढ-उतार आले की आमच्या प्रवासाची लांबी दुप्पट झाली होती, हे विचार आम्हाला खूप त्रास देत होते आणि आम्ही शांतपणे चिंतन करत पुढे जात होतो. तरीही आम्ही पुढे जात राहिलो. आम्हाला आमच्या जेवणाची चिंता करावी लागत नव्हती. एकदा जेव्हा आम्ही काहीतरी नवीन खाण्याचा विचार केला, तेव्हा आम्ही मासेमारी करण्याचा प्रयत्न केला. गळ (Hook) टाकून जेव्हा मासे मिळाले नाहीत तेव्हा आम्ही कपडे काढले आणि हातात मासे पकडण्याचा प्रयत्न केला. पण असे वाटत होते की माशांकडे आमच्या जेवण बनवण्याच्या भांड्यात येण्यापेक्षा करण्यासारखी आणखीही उत्तम कामे होती.

अशा प्रकारे आम्ही हळूहळू हिमालय पर्वतरांगांच्या आणि दुःखाची गोष्ट म्हणजे भारतीय सीमेच्या जवळ पोहोचलो. आता आम्ही अधिक उंचीवर नव्हतो, त्यामुळे तापमान गरम झाले होते. इथेच सतलज नदी हिमालयातून वाहते. या भागातील गावे छोट्या-छोट्या ओएसिससारखी (Oases - वाळवंटातील हिरवळीचा भाग) दिसत होती आणि घरांच्या आसपास जर्दाळूच्या (Apricot) बागा आणि भाज्या लावल्या होत्या.

शांगत्सेहून अकरा दिवसांनंतर आम्ही शिपकीच्या सीमावर्ती गावात पोहोचलो. तारीख ९ जून होती - आम्ही तीन आठवड्यांहून अधिक काळ तिबेटमध्येच फिरत होतो. आम्ही खूप काही पाहिले होते आणि आम्ही कटू अनुभवातून शिकलो होतो की निवास परवान्याशिवाय (Residence Permit) तिबेटमध्ये जीवन शक्य नव्हते.

आम्ही तिबेटमध्ये आणखी एक रात्र काढली. जर्दाळूच्या झाडांखाली मुक्काम ठोकला. दुर्दैवाने फळे अजून पिकली नव्हती. इथे मी ८० रुपयांना एक गाढव खरेदी करण्यात यशस्वी झालो. मी बहाणा केला की मला भारतात

माझे सामान वाहून नेण्यासाठी एका प्राण्याची गरज भासेल. तिबेटच्या आतील भागांमध्ये (Inner Tibet) मी असे कधीच करू शकलो नसतो. मला वाटले की माझ्या योजना यशस्वी करण्यासाठी सामान वाहून नेणारा एक प्राणी खूप महत्त्वाचा होता.

आमच्या गाढव हाकणाऱ्याने आम्हाला इथेच सोडले आणि आपले प्राणी स्वतःसोबत घेऊन गेला. तो हसत म्हणाला. 'कदाचित आपण ल्हासामध्ये पुन्हा भेटू.' त्याने राजधानीत मिळणाऱ्या सुंदर मुली आणि उत्तम बिअरबद्दल (Beer) आमच्याशी मोठ्या उत्साहाने गप्पा मारल्या. आमचा रस्ता खिंडीच्या माथ्यापर्यंत पोहोचला. आम्ही सीमेवर होतो, पण तिथे सीमा चौक्या (Frontier Posts) नव्हत्या. ना तिबेटी ना भारतीय. दगडांच्या आणि प्रार्थनेच्या पताकांच्या ढिगाऱ्याशिवाय काहीही नव्हते. आणि सभ्यतेची पहिली खूण एका मैलाच्या दगडाच्या (Milestone) रूपात होती ज्यावर लिहिले होते -

शिमला २०० मैल.

आम्ही पुन्हा एकदा भारतात होतो. पण आमच्यापैकी कोणाचाही अशा भूमीवर जास्त काळ राहण्याचा विचार नव्हता, जिथे काटेरी तारांच्या कुंपणाने वेढलेली छावणी आमचे स्वागत करण्यासाठी वाट पाहत होती.

३

तिबेटमध्ये

पुन्हा एकदा सीमा पार - चांगले स्वागत, गरतोक, व्हाईसरॉयचे निवासस्थान - आणखी एक कठीण प्रवास - सोनेरी छप्पर असलेला लाल मठ, ट्रेडीन आणि कोप नेपाळला रवाना.

माझी योजना अशी होती की तिबेटमध्ये पुन्हा सीमा पार करण्याची संधी शोधली जावी. आम्हाला सर्वांना खात्री होती की आतापर्यंत ज्या दुय्यम अधिकाऱ्यांशी आमचा सामना झाला होता, ते आमच्या प्रकरणात निर्णय घेण्यास सक्षम नव्हते. यावेळी आम्हाला कोण्या उच्च अधिकाऱ्याशी संपर्क साधायचा होता. आम्हाला जे हवे होते ते मिळवण्यासाठी आम्हाला पश्चिम तिबेटची राजधानी गरतोकला जायचे होते. इथे त्या भागाच्या राज्यपालाचे निवासस्थान होते.

म्हणून आम्ही सुरुवातीचे काही मैल मोठ्या प्रमाणावर वापरल्या जाणाऱ्या व्यापारी मार्गावरून चालत पहिल्या भारतीय गावात पोहोचलो. हे नामग्या होते. इथे आम्ही निर्धास्त राहू शकत होतो, कारण आम्ही तिबेटमधून आलो होतो, भारतातून नाही. आम्ही स्वतःला अमेरिकन सैनिक म्हणून सादर केले, आमच्यासाठी खाण्यापिण्याचे सामान खरेदी केले आणि सार्वजनिक विश्रामगृहात झोपलो. मग आमचे रस्ते वेगळे झाले. औफशनाइटर आणि ट्रीपेल व्यापारी मार्गावरून खाली उतरले. हा रस्ता सतलजच्या किनाऱ्याने जायचा. कोप आणि मी आमच्या गाढवासोबत दुसऱ्या दिशेने एका दरीकडे

निघालो. ही दरी तिबेटकडे नेणाऱ्या एका खिंडीकडे घेऊन जायची. आमच्या नकाशानुसार आम्हाला आधी स्पिती खोऱ्यातून जावे लागणार होते. इथे मानवी वस्ती होती. मला खूप आनंद झाला की कोपने माझ्यासोबत येण्याचा विचार केला, कारण तो एक हुशार, व्यावहारिक आणि हसतमुख साथीदार होता. त्याची विनोदबुद्धी कोणत्याही परिस्थितीत कायम राहायची.

दोन दिवस आम्ही स्पिती नदीच्या किनाऱ्याने चालत राहिलो. मग आम्ही जवळच्या एका दरीकडे वळलो जी आम्हाला हिमालयाच्या पलीकडे घेऊन जाणार होती. आमच्या नकाशात या भागाचे अचूक चिन्हांकन केलेले नव्हते. स्थानिक लोकांकडून आम्हाला समजले की संगसम नावाचा पूल ओलांडताच आम्ही सीमा पार केली होती. आमच्या प्रवासाच्या या संपूर्ण टप्प्यात आमच्या उजव्या बाजूला रिओ पुर्ग्यिल होता, हे हिमालय पर्वतरांगेतील बावीस हजार फुटांहूनही उंच असलेले एक सुंदर पर्वत शिखर होते. आम्ही तिबेटच्या अशा काही ठिकाणांहून जात होतो, जिथे तिबेटी प्रदेश हिमालय पर्वतरांगांपर्यंत पसरलेला होता. आता अर्थातच आम्हाला काळजी वाटू लागली होती आणि आम्ही विचार करत होतो की यावेळी आम्ही किती दूरपर्यंत पोहोचू शकू. सुदैवाने इथे आम्हाला कोणीही ओळखत नव्हते आणि कोणत्याही क्रूर अधिकाऱ्याने लोकांना आमच्याविरुद्ध चेतावणी दिलेली नव्हती. जेव्हा आम्हाला विचारण्यात आले तेव्हा आम्ही सांगितले की आम्ही यात्रेकरू आहोत आणि पवित्र कैलास पर्वताच्या दर्शनासाठी निघालो आहोत.

आम्ही ज्या पहिल्या तिबेटी गावात पोहोचलो, त्याचे नाव क्युरिक होते. यात दोन घरे होती. पुढचे गाव डोट्सो बऱ्यापैकी मोठे होते. इथे आम्ही अनेक भिक्षूंना भेटलो. यापैकी शंभरहून अधिक भिक्षू चिनार वृक्षांच्या शोधात होते. यांचे लाकूड ते खिंडीतून त्राशीगांगला नेणार होते. तिथे मठाच्या इमारतीत त्याचा वापर केला जाणार होता. हा मठ त्सुबिन प्रांतातील सर्वांत मोठा मठ होता आणि इथला मठाधीश हाच सर्वोच्च धर्मनिरपेक्ष अधिकारीही होता. जेव्हा आम्ही या मान्यवराला भेटलो, तेव्हा आम्हाला भीती वाटू लागली की आमचा प्रवास वेळेआधीच संपू नये. मात्र, जेव्हा आम्ही त्यांना सांगितले की आम्ही एका मोठ्या युरोपियन सैन्याच्या आघाडीच्या तुकडीचे सदस्य आहोत.

आमच्या सैन्याच्या सदस्यांनी केंद्र सरकारकडून तिबेटमध्ये प्रवेश करण्याची अधिकृत परवानगी मिळवली आहे. असे वाटले की त्यांनी आमच्यावर विश्वास ठेवला. आम्हाला खूप दिलासा मिळाला आणि आम्ही आमचा प्रवास चालू ठेवला. आम्हाला एका खिंडीची कठीण चढाई करावी लागली. तिबेटी लोक याला बिद-बिद ला म्हणायचे. ही खिंड अठरा हजार फुटांहून अधिक उंच असावी. वर हवेची कमतरता होती आणि आमच्या रस्त्याखाली जवळच्या हिमनदीचे बर्फाळ थर चमकत होते.

वाटेत आम्हाला काही भुतिया लोक भेटले. त्यांना आतील भागात जायचे होते. ते मनमिळावू होते आणि त्यांनी त्यांची आग शेअर केली आणि शिळे लोणी घातलेला चहा पिण्यासाठी आमंत्रित केले. आम्ही त्यांच्याजवळच आमचा तंबू ठोकला असल्यामुळे, त्यांनी संध्याकाळी आमच्यासाठी चविष्ट डोंगराळ भाजी शिजवून आणली.

ज्या भागातून आम्ही पुढे जात होतो, तो पूर्णपणे निर्मनुष्य होता. आमच्या प्रवासाच्या पुढच्या आठ दिवसांत आम्हाला केवळ एक छोटासा काफिलाच मिळाला. या वाटेवर भेटलेला एक माणूस मला खूप चांगला आठवतो. तो एक तरुण भटका होता. त्याने मेंढीच्या कातड्यापासून बनलेला लांब कोट घातला होता आणि त्याने एक वेणी घातली होती, जशी भिक्षू नसलेले सर्व तिबेटी पुरुष घालतात. तो आम्हाला याकच्या केसांपासून बनलेल्या त्याच्या काळ्या तंबूत घेऊन गेला. इथे त्याची पत्नी त्याची वाट पाहत होती. ती खूप आनंदी स्त्री होती, नेहमी हसत असायची. तंबूच्या आत आम्हाला असा एक खजिना मिळाला, ज्याला पाहून आमच्या तोंडाला पाणी सुटले. ते हरणाचे मांस होते. आमच्या यजमानाने आम्हाला अतिशय कमी किमतीत आनंदाने थोडेसे मांस दिले. त्याने आम्हाला विनंती केली की आम्ही त्याच्या शिकारीबद्दल कुठेही काही सांगू नये, नाहीतर तो अडचणीत येईल. मग तो मानव असो वा प्राणी, कोणाचीही शिकार करणे बौद्ध धर्माच्या तत्त्वांच्या विरुद्ध आहे आणि म्हणूनच तिथे शिकार करण्यास मनाई होती. तिबेटमध्ये सरंजामशाही अंतर्गत राज्य कारभार चालायचा. त्यानुसार मनुष्य, प्राणी आणि जमीन दलाई लामांच्या अधीन होती आणि त्यांचा आदेश कायद्यासारखा काम करत असे.

मी या हसतमुख साथीदारांना माझे म्हणणे समजावून सांगू शकत होतो. आणि मला या गोष्टीचा खूप आनंद होत होता की माझे भाषेचे ज्ञान वाढत होते. आम्ही दुसऱ्या दिवशी एकत्र शिकारीला जाण्याची योजना आखली, आणि यादरम्यान या तरुण जोडप्याच्या तंबूत आम्हाला घरासारखी अनुभूती मिळाली. तो तरुण भटका आणि त्याची जोडीदार हे आम्हाला भेटलेले पहिले हसतमुख आणि मनमिळावू तिबेटी लोक होते. मी त्यांना कधीही विसरणार नाही. आमच्या यजमानाच्या पाहुणचाराची सर्वांत खास गोष्ट म्हणजे लाकडी बाटलीतून जवाची बिअर देऊ करणे. हा एक दुधाळ द्रव होता आणि आमच्या बिअरशी त्याचे कोणतेही साधर्म्य नव्हते, पण त्याचा परिणाम अगदी तसाच होता.

दुसऱ्या दिवशी सकाळी आम्ही तिघे शिकारीला गेलो. त्या तरुणाकडे एक जुनी ठासणीची बंदूक होती. आणि त्याने कोटाच्या खिशात शिशाच्या गोळ्या, दारूगोळा आणि एक काडीपेटी ठेवली होती. जेव्हा आम्ही रानटी मेंढ्यांचा पहिला कळप पाहिला तेव्हा तो मोठ्या मुश्किलीने चकमक दगडाने काडी पेटवण्यात यशस्वी झाला. ही प्राचीन बंदूक कशी काम करेल हे पाहण्यासाठी आम्ही उत्सुक होतो. तेव्हाच गर्जनेसारखा आवाज आला आणि जोपर्यंत मी धुराच्या बाहेर पडतो, तोपर्यंत मेंढ्यांचा मागमूसही नव्हता. आम्ही कळपाला दूर वेगाने पळताना पाहिले. ते खडकांच्या मागे लपण्यापूर्वीच, त्यांच्यापैकी काही मेंढ्यांनी मागे वळून पाहिले, जणू काही आमची चेष्टाच करत होत्या. आम्ही आमच्या पराभवावर फक्त हसूच शकत होतो. पण आम्हाला रिकाम्या हाताने परतायचे नव्हते म्हणून आम्ही काही रानटी कांदे तोडले. हे टेकड्यांवर जागोजागी उगवतात. हरणाच्या मांसासोबत हे खूप चांगले लागतात.

आमच्या मित्राच्या पत्नीला शिकारीच्या मैदानावरील तिच्या पतीच्या दुर्दैवाची सवय झाली होती. जेव्हा तिने आम्हाला शिकारीशिवाय परतताना पाहिले तेव्हा ती जोरजोरात हसू लागली आणि हसता-हसता तिचे डोळेच बंद झाले. तिच्या पतीने काही दिवसांपूर्वी जी शिकार आणली होती, तीच तिने मोठ्या उत्साहाने शिजवायला सुरुवात केली. आम्ही तिला स्वयंपाक करताना पाहत होतो आणि जेव्हा तिने कातड्यापासून बनवलेला जॅकेटसारखा आपला वरचा पोषाख न संकोचता काढून टाकला तेव्हा आम्हाला खूप आश्चर्य वाटले. तिने तिच्या कमरेभोवती एक चमकदार पट्टा बांधला होता. खरं तर, तो

कातड्याचा पोषाख तिच्या कामात अडथळा आणत होता, म्हणून तिने तो काढून ठेवला आणि पुन्हा आनंदाने स्वयंपाक करण्यात मग्न झाली. पुढेही आम्हाला त्यांच्या नैसर्गिक साधेपणाची अशी अनेक उदाहरणे पाहायला मिळाली. आम्हाला या हसतमुख आणि उत्साही जोडप्यापासून वेगळे होण्याचे खूप वाईट वाटले. जेव्हा आम्ही भरपूर विश्रांती घेतली आणि पोटभर जेवण केले तेव्हा पुन्हा एकदा आमच्या पुढच्या प्रवासाला निघालो. प्रवासादरम्यान आम्ही अनेकदा दूरच्या पर्वतांच्या उतारावर रानटी काळ्या याकच्या कळपाला चरताना पाहिले. त्यांना पाहून आमचे गाढवही मुक्त होऊन नाचू लागले. संधी मिळताच ते एका रुंद पाण्याच्या प्रवाहाकडे पळाले आणि आम्ही त्याच्यापर्यंत पोहोचण्यापूर्वीच त्याने त्याच्या पाठीवर लादलेले सामान फेकून दिले. आम्ही त्याला शिव्या देत आणि ओरडत त्याच्यामागे धावलो आणि शेवटी त्याला पकडलेच. मग, जेव्हा आम्ही पाण्याच्या कडेला आमचे सामान वाळवण्यात व्यस्त होतो, तेव्हा अचानक दोन आकृत्या दिसल्या. आम्ही पहिली आकृती तिच्या ओळखीच्या गिर्यारोहक पावलांच्या आवाजावरून लगेच ओळखली - हा पीटर औफशनाइटर होता. तो भाड्याच्या प्राण्यासोबत चालत होता. अशा ठिकाणी अशा भेटी विचित्र वाटू शकतात. पण काही खोऱ्यांमधून आणि खिंडींमधून जातानाच पर्वतरांगांपर्यंत पोहोचता येते आणि आम्ही आणि पीटरने तोच रस्ता निवडला होता जो सर्वांत जास्त प्रचलित होता. प्रेमाने अभिवादन केल्यानंतर ऑफशनेटरने आम्हाला सांगायला सुरुवात केली की यादरम्यान त्याच्यासोबत काय काय घडले होते. सतरा जून रोजी तो ट्रीपेलपासून वेगळा झाला होता. त्याने त्याला भारतात सोडले, जेणेकरून तो स्वतःला इंग्रज सिद्ध करू शकेल. त्याने त्याच्या उरलेल्या पैशातून घोडा विकत घेतला. ऑफशनेटर आजारी पडला होता, पण जेव्हा तो बरा झाला तेव्हा तो आमच्या मागे आला. वाटेत त्याने युद्धाच्या काही ताज्या बातम्या ऐकल्या होत्या, ज्या आम्ही दुसऱ्या जगात राहत असूनही मोठ्या आवडीने ऐकत होतो.

सुरुवातीला औफशनाइटरला आमच्यासोबत गरतोकला यायचे नव्हते, कारण त्याला वाटत होते की आम्हाला पुन्हा देशातून बाहेर काढले जाईल. तिबेटमध्ये जाण्यासाठी थेट मध्य तिबेटमध्ये जाणे आणि तिथल्या भटक्या

लोकांमध्ये मिसळून जाणे हे अधिक शहाणपणाचे ठरेल. शेवटी आम्ही एकत्र चालू लागलो आणि औफशनाइटर आणि मी अनेक वर्षे एकत्र राहणार नव्हतो. आम्हाला माहित होते की जर सर्व काही ठीक राहिले तर आम्हाला गरतोकला पोहोचायला सुमारे पाच दिवस लागतील. आम्हाला बोंगरी ला नावाची आणखी एक उंच खिंड पार करायची होती. या दिवसांत मुक्काम करणे सुखद नव्हते. सतरा हजार फूट उंचीवर रात्री खूप थंडी असायची!

छोट्या-छोट्या घटनांमुळे आमच्या प्रवासात विविधता येत होती. एकदा आम्ही रानटी गाढवांच्या मधील लढाईचा तमाशा पाहिला. लढणारे दोन घोडे होते, जे कदाचित कळपातील गाढवींवर वर्चस्व प्रस्थापित करण्यासाठी लढत होते. गवताच्या काड्या हवेत उडत होत्या आणि त्यांच्या खुरांनी जमीन हादरत होती. द्वंद्व करणारे त्यांच्या संघर्षात इतके मग्न होते की प्रेक्षकांकडे त्यांचे लक्ष नव्हते. दरम्यान, या थराराने भारावलेल्या गाढवी इकडे-तिकडे नाचत राहिल्या आणि आखाडा मधेमधे धुळीच्या दाट ढगात लपून जायचा.

दोन खिंडी ओलांडल्यानंतर आम्ही पुन्हा एकदा हिमालयाला मागे टाकले होते आणि मी त्या पर्वतरांगांपासून दूर जात असल्याचा आनंद मानत होतो, कारण आम्ही शेवटी उबदार प्रदेशात पोहोचत होतो. सिंधू नदीच्या खोऱ्यात उतरताना आम्हाला लोकर घेऊन भारतात जाणारा याकचा एक समूह मिळाला. आम्ही या प्राण्यांचा आकार आणि ताकद पाहून चकित झालो. त्यांना हाकणारे तरुणही धिप्पाड होते, जे भयंकर थंडीतही अर्धनग्न होते. पुरुष आणि स्त्रियांनी त्यांचे फर-कोट उलट्या बाजूने घातले होते, ज्यामुळे कोटाची फर त्यांच्या उघड्या अंगाला स्पर्श करत होती. त्यांनी त्यांचे हात कोटाच्या बाह्यांमधून बाहेर ठेवले होते, जेणेकरून त्यांच्या हालचालीत अडथळा येऊ नये. हाकणारे लोक याकवर दगड फेकून त्यांना पुढे ढकलत होते आणि अशाच प्रकारे त्यांना रस्त्यावर ठेवत होते. असे वाटत होते की त्यांना आम्हा परदेशी लोकांमध्ये काहीच रस नव्हता आणि आम्ही कोणत्याही अडथळ्याशिवाय आमच्या मार्गावर चालत राहिलो.

आम्ही सलग पाच दिवस सिंधू नदीच्या वरच्या जलक्षेत्रात पुढे जात राहिलो आणि मग गरतोकला पोहोचलो. आजूबाजूचे दृश्य अविस्मरणीय होते. निसर्गाचे रंग आम्हाला भुरळ घालत होते. मी कधीही कोणत्याही

चित्रकाराला त्याच्या कलेत सर्व रंग इतक्या सुसंवादीपणे उतरवताना पाहिले नव्हते. सिंधू नदीच्या स्वच्छ पाण्याजवळ मोहरीची पिवळी शेते होती, ज्यामध्ये कोंब उगवत होते (कारण या प्रदेशात वसंत ऋतू जूनपर्यंत येत नाही). मागे चमकणारी बर्फाची शिखरे होती.

हिमालयाच्या अतिशय दूरच्या टोकावरील पहिले गाव ताशीगंग आहे, ज्यामध्ये मोजकीच घरे होती. ही एका किल्ल्यासारख्या मठाच्या सभोवताली बांधलेली होती आणि मठ एका खंदकाने वेढलेला होता. इथेही आम्हाला काही तापट लोक भेटले, पण त्यांना आम्हाला पाहून आश्चर्य वाटले नाही आणि त्यांनी आम्हाला कोणताही विशेष त्रास दिला नाही. यावेळी आम्ही अगदी त्याच हंगामात पोहोचलो होतो, जेव्हा भारतीय व्यापारी लोकर खरेदी करण्यासाठी इथे येतात. आम्हाला या लोकांकडून खाण्यापिण्याचे सामान मिळवण्यात कोणतीही अडचण आली नाही. औफशनाइटरने त्याचे सोन्याचे ब्रेसलेट विकून पैसे मिळवण्याचा प्रयत्न केला, पण गोष्ट जमली नाही. जर त्याला पैसे मिळाले असते तर तो गरतोकला न जाता थेट तिबेटमध्ये प्रवेश करू शकला असता. आम्ही पूर्ण पायी प्रवासात धैर्याने पुढे जात होतो, तरीही आम्हाला सधन दिसणाऱ्या घोडेस्वार तिबेटी लोकांनी वारंवार थांबवले आणि विचारले की आम्ही काय विकत आहोत. कारण आमच्याकडे कोणताही मदतनीस-नोकर नव्हता आणि आम्ही एका गाढवावर आमचे सामान लादून चालत होतो, त्यामुळे आम्ही व्यापाऱ्याव्यतिरिक्त काही असू, याचा ते विचारही करू शकत नव्हते. आमची खात्री पटली की प्रत्येक तिबेटी, मग तो गरीब असो वा श्रीमंत, जन्मजात व्यापारी असतो आणि पैसे व वस्तूंची देवाणघेवाण करणे हा त्याचा छंद असतो.

आम्ही जेवढे काही वाचले होते त्यावरून आम्हाला माहित होते की गरतोक ही पश्चिम तिबेटची राजधानी आहे आणि व्हाईसरॉय इथेच राहतात. आमच्या भूगोलाच्या पुस्तकांनी आम्हाला शिकवले होते की हे जगातील सर्वांत उंचावरील शहर आहे. मात्र, जेव्हा आम्ही या प्रसिद्ध ठिकाणी नजर टाकली तेव्हा आम्हाला हसू आले. सर्वांत आधी आम्ही पाहिले की विशाल मैदानावर भटक्यांचे काही तंबू विखुरलेले होते. मग आम्ही मातीच्या विटांनी

बनलेल्या झोपड्या पाहिल्या. हे गरतोक होते. काही भटके कुत्रे सोडले तर, तिथे जीवनाचा कोणताही मागमूस नव्हता.

आम्ही सिंधू नदीची उपनदी गर्तांग-चू च्या काठावर आमचा छोटासा तंबू ठोकला. आणि मग काही जिज्ञासू लोक आमच्याकडे आले. त्यांच्याकडून समजले की दोन्ही मोठे अधिकारी शहरात नाहीत आणि केवळ दुसऱ्या व्हाईसरॉयचा प्रतिनिधीच आमचे स्वागत करू शकतो. आम्ही लगेच या व्यक्तीसमोर आमची याचिका सादर करण्याचा निर्णय घेतला. त्यांच्या ऑफिसमध्ये आम्हाला वाकून जावे लागले, कारण तिथे कोणताही दरवाजा नव्हता, केवळ एक छिद्र होते. त्याच्या समोर एक मऊ पडदा लटकलेला होता. आम्ही एका अंधुक प्रकाशाच्या खोलीत पोहोचलो, ज्याच्या खिडक्यांवर कागद चिकटवलेला होता. जेव्हा आमच्या डोळ्यांना या अंधुक प्रकाशात पाहण्याची सवय झाली, तेव्हा आम्हाला आमच्यासमोर जमिनीवर बुद्धसारखा बसलेला एक माणूस दिसला. तो हुशार आणि विलक्षण दिसत होता. त्याच्या डाव्या कानात त्याच्या पदाचे लक्षण म्हणून किमान सहा इंच लांब एक कडी लटकत होती. तिथे एक महिलाही उपस्थित होती. समजले की ती अनुपस्थित अधिकाऱ्याची पत्नी होती. आमच्या मागे मुले आणि नोकरांची गर्दी होती ज्यांना या विचित्र परदेशी लोकांना जवळून पाहायचे होते.

नम्रपणे आम्हाला बसण्याची विनंती करण्यात आली आणि लगेच आम्हाला सुकलेले मांस, चीज, लोणी आणि चहा देण्यात आला. वातावरण सौहार्दपूर्ण होते आणि आम्ही खूश झालो. इंग्रजी-तिबेटी शब्दकोश आणि इशाऱ्यांच्या मदतीने संवाद अतिशय सहजतेने झाला. आमच्या आशा पल्लवित झाल्या होत्या, पण आम्ही या पहिल्याच भेटीत आमच्या सर्व योजना उघड करणे टाळले. आम्ही सांगितले की आम्ही पळून आलेले जर्मन आहोत आणि तटस्थ तिबेटचे अतिथी म्हणून राहू इच्छितो.

दुसऱ्या दिवशी मी त्या एजंटला काही औषधे भेट म्हणून दिली. तो खूप खूश झाला आणि त्याने मला ती वापरण्याची पद्धत विचारली. मग मी त्याला सूचना लिहून दिल्या. यावेळी आम्हाला त्याच्याकडून जाणून घ्यायचे होते की तो आम्हाला प्रवास-परवाना देईल की नाही. त्याने थेट नकार तर दिला

नाही, पण आम्हाला त्याच्या मुख्य अधिकाऱ्याच्या येण्याची वाट पाहण्यास सांगितले. अधिकारी कैलास पर्वताच्या यात्रेसाठी गेले होते. पण ते लवकरच परतण्याची अपेक्षा होती.

यादरम्यान आम्ही एजंटशी चांगली मैत्री केली होती. मी त्याला एक भिंग दिले, जे तिबेटमध्ये खूप उपयोगी पडू शकत होते. आम्हाला परंपरेनुसार धन्यवाद भेटवस्तूही लवकरच मिळाली. एका दुपारी काही लोक लोणी, मांस आणि पिठाची भेट घेऊन आमच्या तंबूत आले. आणि काही वेळानंतर एजंट स्वतः आमच्याकडे आला, त्याच्यासोबत नोकरांचा एक गटही होता. जेव्हा त्याने पाहिले की आम्ही किती आदिम शैलीत आमच्या तंबूमध्ये राहत आहोत, तेव्हा युरोपियन लोक इतके साधे जीवन जगतात याचे त्याला आश्चर्य वाटले.

पण, जसजशी त्यांच्या प्रमुखाच्या परतण्याची वेळ जवळ येऊ लागली, तसतसा त्याचा संपर्क कमी होऊ लागला आणि त्याने आमच्यापासून पूर्णपणे अंतर ठेवले. त्याच्यावर जबाबदाऱ्यांचे ओझे वाढत होते. आणि तर आणि, आता त्याने आम्हाला अन्नसामग्री विकण्यासही नकार दिला. सुदैवाने, इथे भारतीय व्यापारी होते, जे पैसे कमवण्यासाठी आम्हाला मदत करण्यास तयार होते.

एके दिवशी सकाळी आम्हाला लांबून घंटांचा आवाज ऐकू आला. एक मोठा काफिला गावाच्या दिशेने येत होता, यात खेचरांचाही समावेश होता. सैनिक पुढे चालत होते, त्यांच्या मागे पुरुष आणि महिला सेवकांचा जमाव आणि त्यांच्या मागे तिबेटी उच्चभ्रू वर्गातील सदस्यांची स्वारी होती. यांना आम्ही पहिल्यांदाच पाहिले होते. दोन व्हाईसरॉयपैकी वरिष्ठ, ज्यांना तिबेटमध्ये गारपोन म्हटले जाते, त्यांची स्वारी येत होती. त्यांनी आणि त्यांच्या पत्नीने सुंदर रेशमी कपडे घातले होते आणि कमरबंदात पिस्तुले ठेवली होती. हे दृश्य पाहण्यासाठी संपूर्ण गाव एकत्र आले होते. गावात पोहोचल्यानंतर लगेचच गारपोन यात्रेवरून सुखरूप परतल्याबद्दल देवतांचे आभार मानण्यासाठी मोठी औपचारिक मिरवणूक घेऊन मठाच्या दिशेने गेले.

औफशनेटरने आमच्या सुनावणीसाठी अधिकाऱ्यांना एक छोटे पत्र लिहिले. जेव्हा कोणतेही उत्तर आले नाही तेव्हा आम्ही दुपारच्या वेळी

गारपोनला भेटण्यासाठी निघालो. गारपोनचे घरही त्याच्या एजंटच्या घरासारखेच होते, पण आतून ते स्वच्छ होते आणि त्यात चांगल्या सुविधा होत्या. उच्च अधिकारी गारपोन त्याच्या मिशनच्या कालावधीसाठी उच्चभ्रूंच्या पदानुक्रमात चौथ्या स्थानावर असतो. तो पाच जिल्ह्यांचा प्रभारी असतो, ज्यांचे प्रशासन पाचव्या, सहाव्या आणि सातव्या रँकच्या उच्चभ्रूंद्वारे केले जाते. आपल्या कार्यकाळात गारपोन त्याच्या गुंफलेल्या केसांमध्ये एक सोनेरी ताईत घालतो, पण तो हा दागिना केवळ गरतोकमध्ये ड्युटीवर असतानाच घालू शकतो. ल्हासामध्ये त्याला पाचव्या रँकवर ठेवले जाते. तिबेटच्या सर्व उच्चभ्रूंना सात श्रेणींमध्ये विभागले गेले होते, ज्यापैकी केवळ दलाई लामाच पहिल्या स्थानावर होते. सर्व धर्मनिरपेक्ष अधिकारी आपले केस बांधून ठेवत असत, भिक्षूंचे मुंडण केलेले असे आणि सामान्य लोक केसांची वेणी घालत असत.

अखेर आम्ही या प्रभावशाली व्यक्तीच्या समोर पोहोचलो. आम्ही त्यांना आमचे प्रकरण सविस्तर सांगितले आणि त्यांनी अत्यंत सहानुभूतीने आणि धैर्याने आमचे म्हणणे ऐकले. अनेकदा ते आमच्या तिबेटी भाषेच्या सदोष उच्चारावर हसत असत, तर त्यांचे सेवक मोठ्याने हसत असत. हसण्या-खिदळण्यामध्ये झालेल्या संवादातून एक मैत्रीपूर्ण वातावरण तयार झाले. गारपोनने आमच्या प्रकरणावर सहानुभूतीपूर्वक विचार करण्याचे आणि त्याच्या सहकाऱ्याच्या प्रतिनिधीसोबत यावर चर्चा करण्याचे वचन दिले. संभाषणाच्या शेवटी आमचा पाहुणचार केला गेला आणि आम्हाला युरोपियन शैलीतील चहा दिला गेला. त्यानंतर गारपोनने आमच्या तंबूत भेटवस्तू पाठवल्या आणि आमच्या मनात एका सुखद परिणामाची आशा निर्माण झाली.

आमची पुढची भेट औपचारिक तर होती, पण तरीही सौहार्दपूर्ण होती. ही एक नियमित अधिकृत भेट होती. गारपोन एका प्रकारच्या सिंहासनावर बसले होते आणि त्यांच्या जवळ एका खालच्या आसनावर त्यांच्या सहकाऱ्याचा प्रतिनिधी बसला होता. एका छोट्याशा टेबलावर तिबेटी कागदावर लिहिलेल्या पत्रांची एक फाईल ठेवलेली होती. गारपोनने आम्हाला सांगितले

की तो आम्हाला फक्त न्गारी प्रांतासाठी पास आणि वाहतुकीची परवानगी देऊ शकतो. आम्हाला कोणत्याही परिस्थितीत तिबेटच्या आतील प्रांतांमध्ये प्रवेश दिला जाणार नाही. आम्ही लगेच आपापसात चर्चा केली आणि त्यांना सुचवले की त्यांनी आम्हाला नेपाळच्या सीमेपर्यंत जाण्याचा परवाना द्यावा. थोड्याशा संकोचानंतर त्यांनी आमची विनंती ल्हासा सरकारला कळवण्याचे वचन दिले. पण त्यांनी आम्हाला हेही सांगितले की कदाचित उत्तर लवकर मिळणार नाही. आम्ही गरतोकमध्ये जास्त काळ थांबण्यास इच्छुक नव्हतो. आम्ही पूर्वेकडे जाण्याचा विचार सोडला नव्हता आणि कोणत्याही परिस्थितीत आमचा प्रवास चालू ठेवण्यास उत्सुक होतो. कारण नेपाळ हा एक तटस्थ देश होता. आणि त्याच दिशेला होता ज्या दिशेला आम्हाला जायचे होते, त्यामुळे आम्हाला वाटले की चर्चेचे परिणाम समाधानकारक राहतील.

त्यानंतर गारपोनने आम्हाला विनंती केली की आम्ही आणखी काही दिवस त्याचे पाहुणे म्हणून राहावे, कारण आम्हाला पुढे जाण्यासाठी सामान वाहून नेणाऱ्या प्राण्यांची आणि मार्गदर्शकाची गरज होती. तीन दिवसांनंतर आम्हाला प्रवासाचा पास मिळाला. यात आमच्या मार्गाचा स्पष्ट उल्लेख केला होता. आम्हाला न्गाख्यु, सेरसोक, मोंटसे, बार्कलिया, टोकचेन, लोलुंग, शामत्संग, टुकसम आणि ग्याबनाकच्या रस्त्यावरूनच जायचे होते. अशीही अट घालण्यात आली होती की आम्हाला फक्त दोन याक मिळू शकतील. याव्यतिरिक्त एक अतिशय महत्त्वाची अट ही होती की रहिवासी आम्हाला स्थानिक किमतीत अन्नसामग्री विकतील आणि आम्हाला संध्याकाळसाठी मोफत इंधन आणि नोकर-चाकर उपलब्ध करून देतील.

इतक्या साऱ्या सुविधा मिळाल्यामुळे आम्ही खूप खूश होतो. गारपोनने आम्हाला निरोप समारंभाच्या भोजनासाठी आमंत्रित केले. यादरम्यान मी त्याला माझे घड्याळ विकण्यात यशस्वी झालो. नंतर त्याने आमच्याकडून हे वचन घेतले की आम्ही त्याच्या प्रदेशातून ल्हासाला जाणार नाही.

अखेर, तेरा जुलै रोजी आम्ही गरतोकचा निरोप घेतला आणि आमच्या प्रवासाला निघालो. आमचा काफिला छोटाच होता पण आता बऱ्यापैकी व्यवस्थित बनला होता. आमच्याकडे दोन याक आणि त्यांना हाकणारे दोन

लोक होते. माझे छोटे गाढव तर होतेच. ते आता चांगल्या स्थितीत होते. आता त्याला फक्त एका किटलीचे ओझे उचलून चालावे लागत होते. आम्हाला नोरबू नावाचा एक तरुण तिबेटी गाईड मिळाला. तो घोड्यावर स्वार होऊन आला होता, तर आम्ही तीन युरोपियन पाईच त्याच्या मागे-मागे चालत होतो.

आता पुन्हा एकदा आम्ही आठवडाभरासाठी रस्ता चुकलो. पुढच्या संपूर्ण महिन्यात आम्ही कोणत्याही मानवी वस्ती असलेल्या लहान-मोठ्या ठिकाणाहून गेलो नाही. केवळ भटक्यांचे तंबू आणि एकाकी असलेले तसम घरे होती. हे काफिल्यांच्या सराय असतात, जिथे याक बदलले जाऊ शकतात आणि प्रवाशांना आश्रयही मिळतो.

यापैकी एका तसममध्ये मी माझ्या गाढवाच्या जागी याक मिळवण्यात यशस्वी झालो. मला या कराराचा खूप अभिमान वाटला, कारण यामुळे माझी संपत्ती खूप वाढली होती. पण माझे समाधान जास्त काळ टिकले नाही. हा प्राणी इतका उर्मट निघाला की मला त्याच्यापासून सुटका मिळवूनच आनंद मिळाला असता. नंतर मला त्याच्या बदल्यात पुन्हा एक लहान आणि कमी वयाचा प्राणी मिळाला. हा प्राणीही कमी उर्मट नव्हता. त्याच्या नाकात वेसण घातल्यानंतरच मी त्याला रस्त्यावर नीट हाकू शकलो. आम्ही त्याचे नाव आर्मिन ठेवले होते.

ज्या देशातून आम्ही अनेक दिवसांपासून प्रवास करत होतो, त्याचे एक वेगळेच सौंदर्य होते. विस्तीर्ण मैदानांमध्ये डोंगराळ भागांसह खालच्या खिंडी देखील होत्या. आम्हाला अनेकदा वेगाने वाहणाऱ्या बर्फाळ नद्यांच्या जवळून जावे लागायचे. गरतोकमध्ये असताना, आम्हाला कधीकधी गारांच्या पावसाचाही सामना करावा लागला होता, पण आता हवामान बहुतांश चांगले आणि उबदार होते. आतापर्यंत आमच्या सर्वांच्या दाढ्या मोठ्या आणि दाट झाल्या होत्या. त्या आम्हाला उन्हापासून वाचवायच्या. आम्हाला हिमनदी पाहून बराच काळ लोटला होता, पण जेव्हा आम्ही बरखा येथील तसमजवळ पोहोचलो, तेव्हा उन्हात चमकणारी हिमनदीची एक रांग दिसली. निसर्गदृश्यावर गुरला मांधाताच्या पंचवीस हजार फूट उंच शिखराचे वर्चस्व होते. कमी आकर्षक, पण जास्त प्रसिद्ध असलेला, पवित्र कैलास पर्वत

आहे, जो तीन हजार फूट खाली स्थित आहे आणि हिमालय पर्वतरांगेपासून वेगळा एकांतात राजेशाही थाटात उभा आहे. जेव्हा आम्ही त्याला पहिल्यांदा पाहिले तेव्हा तिबेटी साथीदारांनी त्याला साष्टांग नमस्कार केला आणि प्रार्थना केली. बौद्ध आणि हिंदू लोकांसाठी हा पर्वत त्यांच्या देवतांचे निवासस्थान आहे आणि सर्व धर्मपरायण लोकांची महत्त्वाकांक्षा असते की एक यात्रेकरू म्हणून किमान एकदा दर्शन घ्यावे. भाविक अनेकदा हजारो मैलांचा प्रवास करून इथे पोहोचतात. त्यांच्या प्रवासादरम्यान ते भिक्षा मागून जगतात आणि आशा करतात की बक्षीस म्हणून ते पुढच्या जन्मी उच्च अवतार घेतील. इथे सर्व दिशांच्या यात्रेकरूंचे मार्ग मिळतात. ज्या ठिकाणांहून या पर्वताची पहिली झलक दिसते, तिथे दगडांचे ढिगारे लागलेले आहेत. शतकानुशतके त्यांची संख्या वाढतच आहे. हे यात्रेकरूंच्या बाल-सुलभ धर्मपरायणतेला व्यक्त करत या ढिगाऱ्यांमध्ये नवीन दगड जोडतात. आम्हालाही बाकी यात्रेकरूंप्रमाणे पर्वताची परिक्रमा करायची होती, पण बरखामधील सरायच्या असंवेदनशील मालकाने आम्हाला ही धमकी देऊन रोखले की जर आम्ही ठरलेल्या रस्त्यावरून चालणे सुरू ठेवले नाही तर आमच्या पुढच्या वाहतूक सुविधा बंद केल्या जातील.

पूर्ण दोन दिवस आम्ही हिमनदीकडे पाहत पुढे जात राहिलो. आम्ही गिर्यारोहक पवित्र पर्वतापेक्षा मानसरोवर सरोवराच्या पाण्यात परावर्तित होणाऱ्या राजेशाही गुरला मांधाताकडे अधिक आकर्षित झालो होतो. आम्ही सरोवराच्या काठावर आमचे तंबू ठोकले आणि या महाकाय पर्वताचे अवर्णनीय सुंदर चित्र पाहण्यासाठी थांबलो. पर्वत असा भासत होता जणू सरोवरातूनच उगवला आहे. हे निश्चितपणे पृथ्वीवरील सर्वांत सुंदर ठिकाणांपैकी एक आहे. सरोवर पवित्र मानले जाते आणि त्याच्या सभोवताली अनेक छोटे-छोटे मठ स्थापित आहेत. यामध्ये यात्रेकरू राहतात आणि त्यांच्या भक्तीत रमलेले असतात. अनेक यात्रेकरू त्यांच्या कोपर आणि गुडघ्यांवर रांगत सरोवरापर्यंत पोहोचतात आणि पवित्र पाण्याने भांडी भरून घरी आणतात. प्रत्येक यात्रेकरू याच्या बर्फाळ पाण्यात स्नान करतो. आम्हीही स्नान केले. मात्र आमच्यासाठी हे धार्मिक आचरण नव्हते. इथे मी संकटात अडकलो होतो. पोहत किनाऱ्यापासून थोडे पुढे गेल्यानंतर मी एका दलदलीच्या ठिकाणी

पोहोचलो होतो. इथून मी खूप प्रयत्नांनंतरच बाहेर पडू शकलो. चिखलातून बाहेर पडण्यासाठी मी केलेली धडपड माझ्या साथीदारांना दिसली नव्हती.

आम्ही ज्या वेळी तिथे पोहोचलो होतो, तो यात्रेच्या थोडा आधीचा काळ होता. त्यामुळे आमची गाठभेट बहुतांश व्यापाऱ्यांशीच झाली. आम्ही अनेक संशयास्पद लोकांनाही पाहिले. हा भाग लुटारूंसाठी कुप्रसिद्ध आहे. हे लुटारू बाजारांमध्ये येणाऱ्या व्यापाऱ्यांवर हल्ला करतात. या क्षेत्रातील सर्वांत मोठा बाजार ज्ञानीमा आहे. इथे शेकडो तंबू एकत्र लागतात. यातून एका छावणीसारखे बनते जी खरेदी-विक्रीसाठी समर्पित असते. भारतीयांचे तंबू स्वस्त सुती कापडाने बनलेले असतात, तर तिबेटी लोकांचे तंबू याकच्या केसांपासून विणलेले असतात. हे इतके जड असतात की त्यांना वाहून नेण्यासाठी एक किंवा कधीकधी दोन याकही लागतात.

आम्ही सरोवराच्या काठाने पूर्व दिशेला काही तास फिरत राहिलो. आम्हाला असे वाटत होते जसे आम्ही समुद्राच्या किनाऱ्यावर फेरफटका मारत आहोत. निसर्गाचे सौंदर्य पाहताना आम्ही खूप आनंदी होतो, पण डास आमच्या आनंदात विघ्न आणत होते. जोपर्यंत आम्ही त्या भागातून बाहेर पडलो नाही, तोपर्यंत आम्ही त्यांच्यापासून सुटका मिळवू शकलो नव्हतो.

टोकचेनच्या दिशेने पुढे जाताना आम्हाला एक असा काफिला दिसला जो खूप महत्त्वाचा वाटत होता. हा त्सापारंगच्या नवीन जिल्हा गव्हर्नरचा होता, जे आपले पद स्वीकारण्यासाठी ल्हासामधून त्सापारंगला जात होते. आम्ही रस्त्याच्या कडेला थांबलो आणि आमच्या गाईडने त्यांना आदराने सलाम केला आणि अभिवादनात आपली जीभ बाहेर काढली. हे आज्ञाधारकपणाचे एक आदर्श दृश्य होते. सांगायचे तर आमच्या गाईडसोबत आमचे खरोखरच मैत्रीपूर्ण संबंध नव्हते. गाईडने त्यांना आमच्या प्रवासाची माहिती दिली. आम्हाला घाबरवण्यासाठी उगारलेली शस्त्रे बाजूला ठेवली गेली आणि आम्हाला फळे आणि सुकामेवा दिला गेला.

आमच्या व्यक्तिमत्त्वात आता युरोपियन श्रेष्ठत्वाची झलक दिसत नव्हती. आम्ही भटक्यांसारखे राहत होतो. गेल्या तीन महिन्यांपासून आम्ही उघड्या आकाशाखाली झोपत होतो. आम्ही स्थानिक लोकांच्या तुलनेत कमी

सुविधांमध्ये राहत होतो. आम्ही उघड्यावर तळ ठोकत असू, आग पेटवत असू आणि जेवण बनवत असू, मग हवामान कसेही असो. बाकीचे भटके लोक तर त्यांच्या भारी तंबूमध्ये राहायचे. आणि त्यांच्याकडे थंडीपासून वाचण्याची सोय असायची. फार कमी युरोपियन लोकांनी या भागांचा प्रवास केला होता आणि आम्हाला माहित होते की आम्ही जे काही पाहिले आहे, त्याचे मूल्यमापन नंतर केले जाईल. आम्ही अजूनही असाच विचार करत होतो की काही काळानंतर आम्ही आपापल्या जगात परत जाऊ. आम्हा सर्वांचे धोके आणि संघर्ष एकसारखेच होते, त्यामुळे आम्ही एकमेकांशी घट्ट मैत्रीच्या बंधनात बांधले गेलो होतो. प्रत्येकाला एकमेकांचे चांगले गुण आणि कमतरता माहित होत्या आणि म्हणूनच आम्ही निराशेच्या काळात एकमेकांना मदत करू शकत होतो.

आम्ही खालच्या खिंडींमधून ब्रह्मपुत्रेच्या उगमस्थानावर पोहोचलो, ज्याला तिबेटी लोक त्सांगपो म्हणतात. हे क्षेत्र केवळ आशियाई यात्रेकरूंसाठी धार्मिक महत्त्वच ठेवत नाही, तर ते भौगोलिकदृष्ट्याही खूप मनोरंजक आहे, कारण यात सिंधू, सतलज, कर्नाळी आणि ब्रह्मपुत्रेचे स्रोत आहेत. तिबेटी लोकांसाठी, ज्यांना सर्व नावांना प्रतिकात्मक धार्मिक अर्थ देण्याची सवय आहे, या नद्यांची नावे सिंह, हत्ती, मोर आणि घोडा यांसारख्या प्राण्यांशी जोडलेली आहेत.

पुढच्या पंधरवड्यापर्यंत आम्ही त्सांगपो नदीच्या किनाऱ्याने चालत राहिलो. हिमालयाजवळून येणाऱ्या अनेक प्रवाहांचे पाणी मिळून ही नदी हळूहळू विस्तृत होत चालली होती. आणि विस्तारासोबतच तिचा प्रवाह शांत होत होता. आता हवामान सतत बदलत होते. काही मिनिटांतच कडक ऊन चमकायला लागायचे तर काही वेळानंतर थंडीने गोठण्याची वेळ यायची. गारांचा पाऊस, पाऊस आणि ऊन एकापाठोपाठ एक आपले रूप दाखवत होते. एके दिवशी सकाळी जेव्हा आम्ही उठलो तेव्हा आम्हाला आमचा तंबू बर्फात दबलेला आढळला. आणि मग काही तासांतच कडक उन्हात सर्व बर्फ वितळूनही गेला. आमचे युरोपियन कपडे तापमानातील या सततच्या बदलांसाठी योग्य नव्हते. आम्हाला तिबेटी लोकांचा हेवा वाटायचा की ते

कातड्याचे झग्ये घालायचे जे कमरेला पट्ट्यासह घट्ट बांधलेले असायचे आणि हातमोज्यांच्या जागी झग्याची लांब रुंद बाही असायची.

या गैरसोयींनंतरही आमचा प्रवास व्यवस्थित चालू होता. जेव्हाही रस्त्याच्या कडेला एखादे घर दिसायचे तेव्हा आम्ही थांबायचो. वेळोवेळी आम्हाला हिमालयाचे दर्शन घडायचे. हिमालयासारखे नैसर्गिक सौंदर्य मी कुठेही पाहिले नाही. आम्हाला वाटेत भटके क्वचितच मिळायचे. ब्रह्मपुत्रेच्या उजव्या तीरावर आम्हाला फक्त हरणे आणि गरुड दिसले. आता आम्ही ग्याबनाकच्या जवळ पोहोचत होतो, जे आमच्या प्रवास परवान्यात नमूद केलेल्या ठिकाणांच्या यादीतील शेवटचे नाव होते. यापुढील क्षेत्रावर आमच्या मित्राचा अधिकार नव्हता. पुढे काय करायचे, याचा निर्णय आम्ही घेऊ शकलो नाही, कारण ग्याबनाक मधील आमच्या मुक्कामाच्या तिसऱ्या दिवशी ट्रेडिनवरून एक दूत पळत-धापा टाकत आला आणि त्याने आम्हाला लगेच दुसऱ्या ठिकाणी जाण्यास सांगितले. दोन उच्च अधिकारी आम्हाला भेटू इच्छित होते. ग्याबनाक सोडण्याचे आम्हाला कोणतेही दुःख नव्हते. ती खूप छोटीशी जागा होती. हे बोंगपा प्रांताच्या एका मठवासी अधिकाऱ्याचे घर होते. सर्वांत जवळचा भटक्यांचा तंबू एका तासाहून अधिक चालण्याच्या अंतरावर होता. आम्ही लगेचच चालायला सुरुवात केली आणि रात्र एका निर्मनुष्य जागी काढली जिथे फक्त रानटी गाढवेच होती.

मी दुसऱ्या दिवसाला माझ्या आयुष्यातील सर्वांत सुंदर अनुभवांपैकी एक म्हणून नेहमी लक्षात ठेवेन. आम्ही पुढे जात राहिलो आणि थोड्याच वेळात दूरवर एका मठाचे चमकणारे सोनेरी घुमट दिसले. त्यांच्यावरून सकाळच्या उन्हात चमकणाऱ्या बर्फाच्या भव्य विशाल भिंती दिसत होत्या. आणि आम्हाला जाणवले की आम्ही धौलागिरी, अन्नपूर्णा आणि मनास्लूच्या विशाल त्रिकुटाला पाहत आहोत. ट्रॅडुन आणि त्याच्या मठाच्या बारीक सुंदर नक्षीकाम केलेल्या भिंती मैदानाच्या दूरच्या टोकावर असल्याने, आमच्याकडे या अवाढव्य पर्वतांच्या दृश्याचा आनंद घेण्यासाठी भरपूर वेळ होता. यादरम्यान आम्हाला त्साचूच्या बर्फाळ पाण्यातून जावे लागले, पण आमचा उत्साह अजिबात मावळला नव्हता.

ट्रेडीनला पोहोचेपर्यंत संध्याकाळ झाली. टेकडीवर मावळत्या सूर्याच्या शेवटच्या किरणांमध्ये सोनेरी छप्पर असलेला लाल मठ एखाद्या परीकथेतील महालासारखा दिसत होता. तिथल्या रहिवाशांची घरे सामान्य, मातीच्या विटांनी बनलेली होती. वाऱ्यापासून बचाव व्हावा म्हणून घरे टेकडीच्या मागे बांधण्यात आली होती. आम्ही पाहिले की संपूर्ण लोकसंख्या गोळा होऊन शांतपणे आमची वाट पाहत होती. आम्हाला त्वरित एका अशा घरात नेण्यात आले जे खास आमच्यासाठीच तयार करण्यात आले होते. आम्ही आमचे सामान ठेवणे नुकतेच सुरू केले होते की अनेक नोकर-चाकर त्यांच्या मालकांचे आमंत्रण घेऊन आमच्याकडे हजर झाले. त्यांनी मोठ्या नम्रतेने आम्हाला सोबत येण्याचा आग्रह केला. आम्ही त्यांच्या पाठोपाठ त्यांच्या दोन मोठ्या अधिकाऱ्यांच्या घरी पोहोचलो. आमच्या मनात मोठ्या आशा होत्या.

आम्ही सेवकांच्या कुजबुजणाऱ्या गर्दीतून एका मोठ्या खोलीत पोहोचलो, जिथे खूप उंचावरील आसनावर एक धिप्पाड भिक्षू बसले होते आणि त्यांच्या बरोबरीनेच त्यांचे धर्मनिरपेक्ष सहकारीही बसले होते. थोडे खाली एक मठाधीश, ग्याबनाकहून आलेले मठाचे अधिकारी आणि नेपाळहून पोहोचलेले एक व्यापारी बसले होते. व्यापाऱ्याने काही शब्द इंग्रजीत बोलले. तो दुभाषियाचे काम करत होता. त्यांनी बाकांवर उश्या ठेवून आमच्यासाठी बसण्याची विशेष व्यवस्था केली होती, जेणेकरून आम्हाला तिबेटी लोकांप्रमाणे जमिनीवर पाय दुमडून बसावे लागू नये. आम्हाला चहा आणि केक दिले गेले आणि नम्रतेने चौकशी पुढे ढकलण्यात आली. शेवटी आम्हाला आमचा प्रवास परवाना दाखविण्यास सांगण्यात आले. तो सर्व उपस्थितांनी लक्षपूर्वक वाचला आणि पास केला. काही काळ चिंताजनक शांतता पसरली. दोन्ही अधिकाऱ्यांनी हळूच त्यांच्या शंका व्यक्त केल्या. आम्ही खरोखरच जर्मन असू शकतो का? आम्ही युद्धातील पळून आलेले कैदी आहोत यावर त्यांचा विश्वास बसत नव्हता. त्यांना वाटत होते की आम्ही ब्रिटिश किंवा रशियन आहोत. त्यांनी आम्हाला आमचे सामान आणण्यास सांगितले. सामान उघडून अंगणात पसरवण्यात आले आणि मग लक्षपूर्वक तपासणी केली गेली. त्यांची मुख्य चिंता ही होती की आमच्याकडे शस्त्रे किंवा ट्रान्समिटिंग सेट असू शकतो. आणि आमच्याकडे यापैकी कोणतेही सामान

न मिळाल्यामुळे त्यांना आश्चर्यही वाटत होते. आमच्याकडे ज्या वस्तू होत्या, त्यापैकी केवळ तिबेटी व्याकरण आणि इतिहासाचे पुस्तकच संशय निर्माण करणारे होते.

आमच्या प्रवास परवान्यात लिहिले होते की आम्हाला नेपाळला जायचे आहे. हा विचार आमच्या चौकशी करणाऱ्यांना पसंत पडला आणि त्यांनी आम्हाला सर्वतोपरी मदत करण्याचे वचन दिले. त्यांनी सांगितले की आम्ही दुसऱ्या दिवशी सकाळी निघू शकतो आणि कोरेला खिंड ओलांडून दोन दिवसांत नेपाळला पोहोचू. त्यांची ही गोष्ट आम्हाला अजिबात आवडली नाही. आम्हाला कोणत्याही परिस्थितीत तिबेटमध्येच राहायचे होते आणि आम्हाला वाटत होते की आम्ही इथे सहजपणे राहू शकू. आम्ही आश्रयाच्या अधिकाराचा हवाला दिला, तिबेटी तटस्थतेवर भर दिला आणि तिबेटच्या परिस्थितीची तुलना स्वित्झर्लंडशी केली. अधिकारी अत्यंत नम्रतेने पण ठामपणे आमच्या प्रवास दस्तऐवजात नमूद केलेल्या अटींवर ठाम राहिले. तथापि, तिबेटमधील आमच्या मुक्कामादरम्यान आम्ही आशियाई लोकांच्या मानसिकतेशी अधिक चांगल्या प्रकारे परिचित झालो होतो आणि आम्हाला माहित होते की घाईघाईने रस्ता देणे नियमांच्या विरुद्ध होते. आमची बाकीची चर्चा अत्यंत शांततेत पार पडली. आम्ही सर्वांनी खूप चहा पिला आणि आमच्या यजमानांनी नम्रपणे आम्हाला सांगितले की ते कर-वसुलीसाठी निघाले आहेत आणि ट्रॅडीनमध्ये जेवढे त्यांचे महत्त्व आहे, तेवढे ल्हासामध्ये नाही. तिथे त्यांच्या वर आणखीही मोठे अधिकारी बसलेले आहेत. ते वीस नोकर-चाकर आणि ओझे वाहणाऱ्या अनेक प्राण्यांसह प्रवास करत होते, ज्यामुळे असे वाटत होते की ते किमान मंत्री तरी होतेच.

निरोप घेण्यापूर्वी आम्ही स्पष्टपणे सांगितले की आम्हाला आणखी काही दिवस इथे राहायचे आहे. दुसऱ्या दिवशी एक सेवक पोनपोच्या वतीने दुपारच्या भोजनाचे निमंत्रण घेऊन आला. तिबेटमध्ये सर्व उच्च पदस्थांना पोनपो म्हटले जाते. आम्ही चायनीज नूडल्ससह एक शानदार जेवण केले. ज्या प्रकारे ते आमच्या ताटांमध्ये ढीगभर जेवण वाढत होते, त्यावरून मला वाटले की ते आम्हाला भुकेले समजत होते. तिबेटी लोक ज्या उत्कृष्ट पद्धतीने

चॉपस्टिकचा वापर करत होते, आम्ही लोक त्यांच्या या कौशल्याने खूप प्रभावित झालो. त्यांना चॉपस्टिकने तांदळाचा एक-एक दाणा उचलताना पाहून आम्हाला खूप आश्चर्य वाटले. एकमेकांच्या आश्चर्यकारक गोष्टींनी एक मैत्रीपूर्ण वातावरण निर्माण होण्यास मदत केली आणि आमच्यात खूप हास्यविनोद झाले. भोजनाच्या शेवटी बिअर दिली गेली. सोहळ्यात आनंदाचे वातावरण होते. मी पाहिले की भिक्षूंनी बिअरला हात लावला नाही.

हळूहळू चर्चा आमच्या समस्यांकडे वळली आणि आम्ही ऐकले की अधिकाऱ्यांनी ल्हासामध्ये केंद्र सरकारला एक पत्र पाठवण्याचा निर्णय घेतला आहे. पत्रात आम्हाला तिबेटमध्ये राहण्याची परवानगी मिळण्याची विनंती करण्यात आली आहे. आम्हाला इंग्रजीत एक अर्ज लिहिण्यास सांगण्यात आले. दोन्ही अधिकाऱ्यांनी त्यांच्या पत्रासोबत हा अर्ज पाठवण्याची गोष्ट केली. आम्ही जागेवरच तो लिहून दिला आणि तो आधीच तयार असलेल्या अधिकृत पत्रासोबत जोडला गेला. तो रीतसर सील करून एका संदेशवाहकाकडे सोपवण्यात आला. हा माणूस लगेच ल्हासाला रवानाही झाला.

आम्हाला समजत नव्हते की आम्ही आमच्या या स्वागताला किती मैत्रीपूर्ण समजावे आणि आम्हाला ल्हासामधून उत्तर येईपर्यंत ट्राडुनमध्ये राहू दिले जाईल की नाही. खरं तर, कनिष्ठ अधिकाऱ्यांसोबत आमचा अनुभव समाधानकारक नव्हता, म्हणून आम्ही मोठ्या अधिकाऱ्यांकडे ट्राडुनमध्ये राहण्यासाठी तोंडी संमतीची लेखी पुष्टी मागितली. आम्हाला लेखी परवानगी मिळाली. अखेर आम्ही आमच्या निवासस्थानी परतलो आणि या गोष्टीने खूप खूश होतो की सर्व काही ठीकठाक पार पडले. आम्ही नुकतेच आमच्या घरात पोहोचलो होतो की दरवाजा उघडला आणि जड ओझ्याने लादलेले नोकरांचे एक पथक आत आले. ते आमच्यासाठी पीठ, तांदूळ आणि त्सम्पाची पोती आणि चार कापलेल्या मेंढ्या घेऊन आले होते. आम्हाला माहित नव्हते की या भेटवस्तू कोणाकडून आल्या आहेत. मग नोकरांसोबत आलेल्या प्रमुखाने आम्हाला सांगितले की त्याच दोन उच्च अधिकाऱ्यांकडून हे सर्व सामान आले आहे. जेव्हा आम्ही त्यांचे आभार मानण्याचा प्रयत्न केला, तेव्हा प्रमुखाने

नम्रपणे याचे श्रेय घेण्यास नकार दिला. आमचा निरोप घेताना त्या सहज आणि शांत स्वभावाच्या तिबेटी माणसाने अशी काही गोष्ट सांगितली जी माझ्या खूप उपयोगी पडणारी होती. त्याच्या मते, तिबेटमध्ये युरोपियन लोकांच्या घाईगडबडीला काहीही स्थान नाही. जर आम्हाला ध्येयापर्यंत पोहोचायचे असेल तर आम्हाला संयम ठेवायला शिकावे लागेल.

जेव्हा आम्ही तिघे आमच्या घरात शांतपणे बसून भेटवस्तूंकडे पाहत होतो, तेव्हा आमचा विश्वासच बसत नव्हता की आमचे नशीब बदलले आहे. तिबेटमध्ये राहण्याची परवानगी मिळण्यासाठी आमचा अर्ज ल्हासाला पाठवला जात होता आणि आता आमच्याकडे खाण्यापिण्याचे इतके सामान होते की आमचा अनेक महिन्यांचा उदरनिर्वाह होऊ शकत होता. डोक्यावर छत म्हणून आमच्याकडे एका पातळ-हलक्या तंबूपेक्षा एक भक्कम छप्पर होते आणि चूल पेटवण्यासाठी आणि पाणी आणण्यासाठी एक मोलकरीणही होती. खेदाची गोष्ट म्हणजे, ती तरुणही नव्हती आणि सुंदरही नव्हती. आम्हाला पश्चात्ताप होत होता की आमच्याकडे अशी कोणतीही मौल्यवान वस्तू नव्हती जी आम्ही त्या अधिकाऱ्यांना आमच्या कृतज्ञतेचे प्रतीक म्हणून भेट देऊ शकलो असतो. आमच्याकडे त्यांना देण्यासाठी थोड्याशा औषधांशिवाय काहीही नव्हते. पण आम्हाला आशा होती की आम्हाला आमची कृतज्ञता व्यक्त करण्याची संधी नक्की मिळेल. गरतोकप्रमाणे, आम्ही इथेही ल्हासाच्या उच्चभ्रूंच्या सौजन्याचा लाभ घेतला होता. या लोकांची स्तुती मी सर चार्ल्स बेल यांच्या पुस्तकांमध्ये खूप वाचली होती.

कारण आम्हाला इथे अनेक महिने राहायचे होते, म्हणून आम्ही वेळ घालवण्याची योजना आखली. आम्हाला नक्कीच अन्नपूर्णा आणि धौलागिरी भागात आणि उत्तरेकडील मैदानी प्रदेशांना भेट द्यायला हवी होती. पण थोड्या वेळानंतर मठाधीश आम्हाला भेटायला आले. त्यांनी आम्हाला सांगितले की ट्राडुनमधील आमचा मुक्काम केवळ या अटीवर मंजूर करण्यात आला आहे की आम्ही शहरापासून एका दिवसाच्या पायी प्रवासापेक्षा जास्त दूर जाणार नाही. आम्ही भ्रमंतीसाठी आम्हाला हवे तिथे जाऊ शकत होतो, अट एवढीच होती की आम्ही रात्रीच्या आधी परत यावे. साहजिकच जर आम्ही त्यांच्या या

सूचनांचे पालन केले नसते तर त्यांना ल्हासामध्ये याचा रिपोर्ट करावा लागला असता आणि यामुळे निःसंशयपणे आमच्या संपूर्ण प्रकरणावर प्रतिकूल परिणाम झाला असता.

गावात सुमारे वीस घरे होती, जी ज्या टेकडीवर मठ स्थापित होता त्याच्या वर स्थित होती. या मठात केवळ सात भिक्षू राहत होते. गावाची घरे अरुंद आणि एकमेकांना लागून होती. तरीही, प्रत्येक घराचे स्वतःचे अंगण होते, ज्यामध्ये सामान ठेवले जायचे. सर्व गावकरी कोणत्या ना कोणत्या प्रकारचा व्यापार करायचे किंवा मग कोणत्याही प्रकारच्या वाहतुकीतून उदरनिर्वाह कमवायचे. खऱ्या अर्थाने भटके लोक मैदानांवर विखुरलेले राहायचे. आम्हाला अनेक धार्मिक उत्सवांमध्ये सहभागी होण्याची संधी मिळाली. यापैकी सर्वांत शानदार होता पिकांचा सण. यामध्ये निसर्गाला त्याच्या आशीर्वादासाठी धन्यवाद दिले जातात. आता स्थानिक रहिवाशांसोबत आमचे मैत्रीपूर्ण संबंध प्रस्थापित झाले होते आणि आम्ही त्यांच्यावर उपचारही करू लागलो होतो. विशेषतः जखमांवर उपचार करण्यात आणि पोटदुखी बरी करण्यात आम्ही यशस्वी होत होतो.

मधेमधे मोठे अधिकारी ट्राडुनला येत राहायचे आणि यामुळे इथल्या जीवनातील एकसुरीपणात बदल होत राहायचा. आणि माझ्या स्मरणात दुसऱ्या गारपोनच्या गरतोकला आगमनाच्या आठवणी अजूनही नोंदवल्या गेलेल्या आहेत.

त्यांचा काफिला पोहोचत आहे, याचे संकेत आम्हाला खूप नंतर मिळाले, त्याआधीच सैनिक त्यांच्या आगमनाची माहिती देण्यासाठी येऊन धडकले. मग त्यांचा आचारी आला, ज्याने लगेचच त्यांचे जेवण बनवायला सुरुवात केली आणि दुसऱ्या दिवशी गारपोन स्वतः त्यांच्या काफिल्यासोबत आणि तीस नोकरांच्या पथकासह पोहोचले. संपूर्ण लोकवस्ती त्यांची स्वारी पाहण्यासाठी लोटली होती, यामध्ये आम्हीही समाविष्ट होतो. हा मोठा माणूस आणि त्याचे कुटुंब शानदार खेचरांवर स्वार होऊन आले. गावातील प्रत्येक वडीलधाऱ्या माणसाने कुटुंबातील एका सदस्याला त्यांच्या प्राण्यांचा लगाम धरण्यासाठी पाठवले. हे सर्व लोक त्यांना, त्यांच्यासाठी तयार केलेल्या निवासस्थानी घेऊन

गेले. आम्ही गारपोनपेक्षा त्यांच्या मुलीने अधिक प्रभावित झालो. एकोणीसशे एकोणचाळीस नंतर पहिल्यांदाच मी इतकी सुंदर आणि सजलेली तरुणी पाहिली होती. तिचे कपडे शुद्ध रेशमाचे बनलेले होते आणि तिने नखांवर लाल रंग लावला होता. कदाचित तिने रूज, पावडर आणि लिपस्टिक थोडे जास्तच लावले होते, पण ती ताजीतवानी दिसत होती आणि तिच्या अंगावरून सुगंध येत होता. आम्ही तिला विचारले की ती ल्हासामधील सर्वांत सुंदर मुलगी आहे का, पण तिने नम्रपणे नकार दिला, आणि म्हणाली की राजधानीत तिच्यापेक्षा कितीतरी अधिक सुंदर मुली आहेत. दुसऱ्या दिवशी जेव्हा त्यांचा काफिला पुढे गेला तेव्हा आम्हाला तिची साथ गमावल्याचे खूप दुःख झाले.

काही काळानंतरच ट्राडुनमध्ये आमच्याकडे एक नवीन पाहुणा आला. हा नेपाळचा एक सरकारी अधिकारी होता जो आम्हाला भेटायला आला होता, पण स्वतःला यात्रेकरू सांगत होता. आम्हाला वाटले की तो आमच्या इच्छेविरुद्ध आम्हाला नेपाळला जाण्यासाठी तयार करू इच्छित होता. तो म्हणाला की राजधानी काठमांडूमध्ये आमचे चांगले स्वागत होईल आणि आम्हाला तिथे नोकरीही मिळेल. आमच्या प्रवासाची व्यवस्था प्रशासनाकडून केली जाईल आणि आमच्या खर्चासाठी तीनशे रुपये आधीच मंजूर करण्यात आले आहेत. त्याचे बोलणे आम्हाला खूप मोहक वाटत होते, कारण आम्हाला माहित होते की आशियामध्ये ब्रिटिशांचा किती जास्त प्रभाव होता. आम्ही त्याचा सल्ला मानला नाही.

तीन महिन्यांनंतर आमचा संयम संपू लागला आणि आम्ही तिघेही साथीदार एकमेकांवर राग काढू लागलो. कोप सतत हेच म्हणत होता की तो नेपाळला जाण्याचे आमंत्रण आनंदाने स्वीकारेल. औफशनाइटर नेहमीप्रमाणेच त्याच्या वाटेवर निघाला. त्याने सामान वाहून नेण्यासाठी चार मेंढ्या खरेदी केल्या. त्याला चांगथांगला जायचे होते. हे खरे आहे की आपला रस्ता पकडून निघून जाणे हे ल्हासामधून पत्राची वाट पाहण्याच्या आमच्या मूळ निर्णयाच्या विरुद्ध होते, पण आम्हाला अनुकूल उत्तर मिळेल याबद्दलही शंका होती.

एके दुपारी औफशनाइटरचा संयम संपला आणि तो त्याच्या मेंढ्यांना घेऊन निघाला. ट्राडुनपासून काही मैल दूर जाऊन त्याने आपला मुक्काम

ठोकला. आम्ही त्याचे सामान तिथे पोहोचवण्यास मदत केली आणि दुसऱ्या दिवशी त्याला भेटण्याचा विचार केला. कोपनेही सामान पॅक करायला सुरुवात केली आणि स्थानिक अधिकाऱ्यांनी त्याला वचन दिले की ते त्याचे सामान वाहून नेण्यासाठी वाहतूक उपलब्ध करून देतील. अधिकारी खूप खूश होते की त्याने नेपाळला जाण्याचा निर्णय घेतला, पण औफशनाइटरचे वागणे त्यांना आवडले नाही. त्या दिवसापासून पहारेकरी आमच्या दरवाजासमोर झोपायचे. पण दुसऱ्या दिवशी आम्हाला आश्चर्य वाटले की औफशनाइटर त्याचे सामान घेऊन आमच्याकडे परत आला होता. त्याच्या मेंढ्यांवर लांडग्यांनी हल्ला केला आणि तो त्याच्या दोन मेंढ्या गमावून बसला होता. या घटनेने त्याला परत येण्यास भाग पाडले आणि म्हणूनच आम्हा तिघांना आणखी एक संध्याकाळ एकत्र घालवण्याची संधी मिळाली.

दुसऱ्या दिवशी सकाळी कोपने आमचा निरोप घेतला. संपूर्ण गाव त्याला निरोप देण्यासाठी एकत्र आले. अशा प्रकारे नजरकैदेच्या छावणीतून पळून आलेल्या सात लोकांपैकी जे पाच जण तिबेटमध्ये आले होते त्यापैकी केवळ औफशनाइटर आणि मीच इथे उरलो होतो. त्या सात लोकांच्या गटामध्ये आम्ही दोघेच गिर्यारोहक होतो आणि म्हणूनच शारीरिक आणि मानसिकदृष्ट्या या निर्मनुष्य भागात एकाकी आणि कठीण जीवनासाठी सर्वांत योग्यही होतो.

आता नोव्हेंबर महिन्याचे शेवटचे दिवस चालले होते आणि रस्त्यांवर काफिल्यांची गर्दी नव्हती. मठाच्या अधिकाऱ्याने आम्हाला काही मेंढ्या आणि इंधनासाठी भरपूर याकचे सुकलेले शेण पाठवले. आम्हाला याची गरज होती, कारण तापमान तर आधीच शून्याखाली बारा अंश गेले होते.

४

आनंदाचे गाव

आम्हाला किरोंग - आनंदाच्या गावात जाण्याचा आदेश दिला जातो - तिबेटमधील आमचे पहिले नवीन वर्ष - कामचलाऊ स्की - युद्ध संपले - भयंकर हिममानव?

कडाक्याची थंडी असूनही आम्ही ट्राङुन सोडण्याचा पक्का विचार केला होता, अधिकाऱ्यांचे पत्र मिळो वा न मिळो. आम्ही शिधापाणी गोळा करायला सुरुवात केली. आणखी एक याक विकत घेतला. आम्ही तयारी करतच होतो की मठाधीश ती बातमी घेऊन आले की ल्हासामधून ते पत्र आले आहे, ज्याची आम्ही डोळ्यांत प्राण आणून वाट पाहत होतो. आमची भीती खरी ठरली. आम्हाला तिबेटच्या आतल्या भागात जाण्यास सक्त मनाई करण्यात आली. ते पत्र आमच्या हाती दिले गेले नाही. आम्हाला केवळ एवढेच सांगण्यात आले की आम्हाला नेपाळच्या सर्वांत जवळच्या मार्गाने जावे लागेल, पण आम्ही तिबेटी हद्दीत किरोंगपर्यंत जाऊ शकतो. तिथून नेपाळी सीमेपर्यंत फक्त आठ मैल आणि राजधानी काठमांडूपर्यंत सात दिवसांची पायी वाटचाल होती. आम्हाला प्रवासासाठी गाड्या-घोडे आणि नोकर दिले जातील. आम्ही ताबडतोब या निर्णयाला होकार दिला, कारण या मार्गावरून जाताना आम्ही तिबेटमध्ये आणखी थोडे पुढे जाऊ शकलो असतो. आणि आपण जेवढा जास्त वेळ कायद्याच्या चौकटीत राहू, तेवढे आपल्याच भल्याचे होते.

ज्या ट्राडुनने आम्हाला चार महिने आसरा दिला होता, तिथून आम्ही सतरा डिसेंबरला निघालो. आम्हाला ल्हासाला जाण्याची परवानगी मिळाली नव्हती, पण यावरून आमच्या मनात तिबेटी लोकांबद्दल कोणताही आकस नव्हता. परदेशी लोकांसाठी कोणत्याही देशात पासपोर्टशिवाय राहणे किती जिकिरीचे असते, हे सर्वांनाच ठाऊक आहे. आम्हाला भेटवस्तू देऊन आणि प्रवासाची सोय करून तिबेटी लोकांनी इतर देशांच्या तुलनेत खूप जास्त आदरातिथ्य दाखवले होते. जरी त्यावेळी मी स्वतःला आजच्या इतके नशिबवान समजत नव्हतो, तरीही मी आणि औफशनाइटर त्या आठ महिन्यांसाठी कृतज्ञ होतो, जे आम्ही काटेरी तारांच्या कुंपणातून मुक्त होऊन बाहेर मोकळ्या आकाशाखाली घालवले होते.

पुन्हा एकदा मार्च महिना उजाडला होता. आमच्या ताफ्यामध्ये औफशनाइटर आणि माझ्यासोबत दोन नोकर होते. यापैकी एकाने सरकारने किरोंगच्या जिल्हा अधिकाऱ्याला लिहिलेले पत्र एखाद्या पवित्र ग्रंथासारखे सुरक्षितपणे गुंडाळून आपल्याकडे ठेवले होते. आम्ही सर्वजण याकवर स्वार होतो आणि आमच्या दोन याकना एक व्यक्ती हाकत होती. लांबूनच कोणालाही समजले असते की आमचा ताफा काही विशेष व्यक्तींचा आहे. काही महिन्यांपूर्वी हिमालयाची सीमा ओलांडून तिबेटमध्ये घुसलेल्या त्या तीन बेघर, दरिद्री भटक्यांपेक्षा आमचे हे रूप अगदीच वेगळे होते.

आमच्या वाटेने आम्हाला पुन्हा हिमालयाच्या पाणलोट क्षेत्रातून आग्नेय दिशेकडे नेले. जेव्हा आम्ही त्सांगपो नदी ओलांडत होतो, तेव्हा ती पूर्णपणे गोठली होती आणि तंबूतील रात्री हाडे गोठवणाऱ्या वाटत होत्या.

एका आठवड्याच्या प्रवासानंतर आम्ही जोंगका येथे पोहोचलो. घरांच्या वरून उठणाऱ्या धुराच्या लोटांमुळे हे ठिकाण खूप दुरूनच नजरेस पडत होते. जोंगकाला खऱ्या अर्थाने एक गाव म्हणता येईल. यामध्ये एका मठाच्या सभोवताली मातीच्या विटांनी बनलेली सुमारे शंभर घरे होती. गावाच्या चहुबाजूला शेते होती. हे गाव कोसी नदीच्या दोन प्रवाहांच्या संगमावर वसलेले होते. हे प्रवाह हिमालयात शिरून नेपाळमध्ये वाहतात. हे ठिकाण तीस फुटांच्या तटबंदीने वेढलेले होते आणि एका भव्य शिखरावर वसलेले

होते. हे सुमारे वीस हजार फूट उंच होते. स्थानिक लोक याला चोगुलहारी म्हणायचे. जेव्हा आम्ही जोंगका येथे पोहोचलो तेव्हा नाताळचा दिवस होता. कैदेतून पळून गेल्यानंतरचा हा आमचा पहिला नाताळ होता. आम्हाला नवल वाटले की आम्हाला अतिशय आरामदायी निवासस्थानात थांबवण्यात आले. वृक्ष-रेषा फक्त दोन दिवसांच्या अंतरावर होती आणि लाकूड आता एक महागडी चैनीची गोष्ट उरली नव्हती. त्याचा वापर बांधकामासाठी आणि सर्व घरगुती गरजांसाठी केला जाऊ शकत होता. पत्र्याचे एक उपकरण चूल म्हणून काम करत असे ज्यामध्ये आम्ही ज्युनिपरचे लाकूड जाळायचो, जे जळताना तडतडायचे. ते पेटताच खोलीत छान उबदारपणा पसरायचा. पोहोचल्यानंतर संध्याकाळी आम्ही काही दिवे लावले. यामध्ये तिबेटी लोणी टाकले होते. आणि हा दिवस साजरा करण्यासाठी आमच्यासाठी मटण शिजवले जाऊ लागले.

तिबेटच्या बाकी ठिकाणांप्रमाणे इथेही कोणतीही सार्वजनिक धर्मशाळा नव्हती. अधिकाऱ्यांकडून प्रवाशांना खाजगी घरांमध्ये थांबण्याची व्यवस्था केली जाते. हे आळीपाळीने केले जाते, जेणेकरून लोकांना खूप जास्त मनस्ताप होऊ नये आणि ही व्यवस्था कर प्रणालीचाच एक भाग बनेल.

आम्हाला जोंगकामध्ये जास्त काळ थांबायचे नव्हते, पण मुसळधार बर्फवृष्टीमुळे आम्ही पूर्ण एक महिना इथेच अडकून पडलो. दिवसभर जाड बर्फ पडत राहायचे आणि दळणवळण ठप्प व्हायचे. आम्ही इथे आरामात होतो आणि खूप आनंदात होतो. आम्ही भिक्षूंच्या काही उपक्रमांमध्ये रस घेण्यास सुरुवात केली आणि प्रेक्षक म्हणून न्येनमच्या नर्तकांच्या एका गटाच्या सादरीकरणाचा आनंदही लुटला.

इथे अनेक उच्चभ्रू अधिकारी राहत होते आणि आम्ही अल्पावधीतच त्यांच्याशी मैत्री केली. आतापर्यंत आम्ही उत्तम तिबेटी भाषा बोलू लागलो होतो आणि लांबलचक गप्पा मारत असू. यामुळे आम्हाला या देशाच्या चालीरीती आणि प्रथांबद्दल खूप काही समजले होते. 'सेंट सिल्वेस्टर ईव्ह'चा वाढदिवस तर साजरा झाला नाही, पण आम्हाला आमच्या घराची खूप आठवण आली. वाट पाहण्याच्या या काळात जेव्हा जेव्हा आम्हाला सवड मिळाली, तेव्हा

आम्ही आजूबाजूच्या भागांना भेट दिली. आम्ही वाळूच्या खडकांच्या गुहा पाहिल्या. एक अशी रंजक गुहा पाहिली ज्यामध्ये लाकडी किंवा मातीच्या मूर्ती आणि तिबेटी पवित्र ग्रंथांची पाने ठेवलेली होती. निःसंशयपणे हे त्या गुहांमध्ये राहणाऱ्या साधू-संतांना प्रसाद म्हणून अर्पण केले गेले होते.

एकोणीस जानेवारी रोजी रस्ते चालण्यायोग्य झाले होते आणि आम्ही एका अवाढव्य याक-काफिल्यासोबत निघालो. आमच्या पुढे याकचा एक कळप चालत होता. त्यांच्यावर कोणतेही ओझे लादले नव्हते. हा कळप फक्त बर्फ हटवणाऱ्या नांगरासारखे काम करत होता आणि असे वाटत होते की प्राण्यांना हे काम खूप आवडत होते. वाटेत दऱ्या आणि खड्डे होते आणि पहिल्या दोन दिवसांत आम्ही कोसीवरील किमान बारा पूल ओलांडले. माझा याक, जो चांगथांगवरून आला होता, तो पूल ओलांडण्यास सरावलेला नव्हता आणि जेव्हा त्याला एखादा पूल ओलांडायचा असायचा तेव्हा तो पाय रोवून बसायचा आणि पुढे जाण्यास ठाम नकार द्यायचा. त्याला मागून रेटत पुढे न्यावे लागायचे, तसेच पुढून ओढावेही लागायचे. आमच्यासोबत चालणाऱ्या साथीदारांनी या कामात आम्हाला मोठ्या उत्साहाने मदत केली. मला आधीच ताकीद देण्यात आली होती की त्याला किरोंगला नेऊ नये, कारण तो उन्हाळ्याचा कडाका सहन करू शकणार नाही. मला त्याला वाऱ्यावर सोडायचे नव्हते, कारण आम्ही पळून जाण्याची योजना आखली होती आणि आम्ही अजूनही आमचा तो बेत रद्द केलेला नव्हता. या संपूर्ण प्रवासादरम्यान माझा थर्मामीटर सतत उणे तीस अंश सेल्सिअस तापमान दाखवत होता.

आम्ही लोंगडा गावाजवळ एका खडकावर बांधलेल्या मठाने खूप प्रभावित झालो. दरीपासून सातशे फूट वर खडकांवर लाल रंगाची मंदिरे आणि पक्ष्यांच्या घरट्यांसारख्या असंख्य खोल्या बांधलेल्या होत्या. हिमस्खलनाचा धोका असूनही औफशनाइटर आणि मी खडकावर चढण्याचा मोह आवरू शकलो नाही आणि अशा प्रकारे आम्हाला हिमालयाचे आणखी एक नयनरम्य दृश्य पाहायला मिळाले. आम्ही काही भिक्षू आणि भिक्षुणींनाही भेटलो आणि त्यांच्याकडून समजले की हा मठ अकराव्या शतकात प्रसिद्ध तिबेटी संत आणि कवी मिलारेपा यांनी स्थापन केला होता. या ठिकाणचा भव्य परिसर आणि

एकांत ध्यानधारणा आणि काव्यरचनेसाठी अत्यंत अनुकूल होता. आम्हाला हे ठिकाण सोडून जाण्याची हुरहूर तर होती, पण आम्ही खूणगाठ बांधली की एक दिवस पुन्हा इथे येऊ.

दिवसेंदिवस बर्फ कमी होत होता आणि वृक्ष-रेषेपर्यंत पोहोचल्यानंतर आम्ही लवकरच खऱ्या अर्थाने उष्णकटिबंधीय भागात पोहोचलो होतो. तिबेटी सरकारने आम्हाला दिलेले हिवाळ्याचे कपडे या वातावरणात अंगाची लाही लाही करत होते. आता आम्ही ड्रोथांग येथे पोहोचलो, जो किरोंगच्या आधीचा मुक्काम होता. मला आठवते की इथल्या सर्व रहिवाशांना गलगंड आजार होता. तिबेटमध्ये हे फार क्वचित पाहायला मिळाले. किरोंगला पोहोचायला आम्हाला एक आठवडा लागला. रस्ता चांगला असेल तर जोंगका फक्त तीन दिवसांच्या पायी प्रवासावर आहे, आणि वाहन वेगाने चालणारे असेल तर एकाच दिवसात पोहोचता येते.

किरोंग या नावाचा अर्थ 'आनंदाचे गाव' असा होतो आणि खरोखर हे गाव या नावाला अगदी साजेसे आहे. असे कधीच होणार नाही की मला या गावाची आठवण येणार नाही आणि जर माझ्या आयुष्याची संध्याकाळ घालवण्यासाठी एखाद्या ठिकाणाचा पर्याय निवडण्याची वेळ आली तर ते ठिकाण किरोंगच असेल. तिथे मी स्वतःसाठी लाल देवदाराच्या लाकडाचे एक घर बनवीन आणि माझ्या बागेतून एक खळाळणारा डोंगराळ झरा वाहीन. बागेत सर्व प्रकारची फळे बहरतील. हे नऊ हजार फुटांपेक्षा जास्त उंचीवर वसलेले आहे. जेव्हा आम्ही जानेवारीत पोहोचलो तेव्हा तापमान शून्याखाली थोडेच होते. तापमान क्वचितच दहा अंश सेल्सिअसच्या खाली जाते. ऋतू आल्प्सच्या हवामानानुसार होते, पण वनस्पती उपोष्णकटिबंधीय. कोणीही वर्षभर स्कीइंग करू शकते, आणि उन्हाळ्यात शिखरावर चढाई करण्यासाठी वीस हजार पायऱ्यांची एक रांग असते.

या गावात सुमारे ऐंशी घरे आहेत, जे दोन जिल्हा राज्यपालांचे मुख्यालय आहे. हे अधिकारी तीस गावांचा कारभार चालवतात. किरोंगला येणारे आम्ही पहिले युरोपियन होतो-असे आम्हाला सांगण्यात आले. गावकरी आमच्याकडे आश्चर्याने पाहत होते. यावेळी आम्हाला एका शेतकऱ्याच्या घरात थांबवण्यात

आले. यामुळे मला आमच्या टायरोलीस घरांची आठवण झाली. खऱ्या अर्थाने संपूर्ण गाव आल्प्समधून उचलून आणल्यासारखे वाटत होते, फक्त एवढेच की घरांच्या छतांवर धुरांड्यांऐवजी प्रार्थनेच्या पताका लावलेल्या होत्या. या पाच रंगांच्या असायच्या, ज्या तिबेटमधील जीवनाच्या विविध पैलूंचे प्रतिनिधित्व करत होत्या.

तळमजल्यावर गाई आणि घोड्यांचे गोठे होते. हे कुटुंबाच्या राहण्याच्या खोल्यांपासून एका जाड छताने वेगळे केले होते. अंगणात बांधलेल्या पायऱ्यांवरून इथे पोहोचता येत असे. जाड गाद्या अंथरलेल्या असायच्या, ज्या बेड आणि आरामखुर्चीसारखे काम करायच्या. त्यांच्याजवळ छोटी, कमी उंचीची टेबले ठेवलेली होती. घरातील सदस्य त्यांचे कपडे चमकदार रंगांच्या कपाटात ठेवायचे आणि कोरीव लाकडी वेदीसमोर लोण्याचे दिवे नेहमी तेवत असायचे. हिवाळ्यात संपूर्ण कुटुंब लाकडांच्या आगीभोवती जमिनीवर बसून चहाचे घोट घेत असे.

औफशनाइटर आणि मला जी खोली देण्यात आली होती, ती खूपच लहान होती, त्यामुळे मी लवकरच शेजारच्या धान्याच्या कोठारात राहायला गेलो. औफशनाइटरला उंदीर आणि किड्यांशी दोन हात करावे लागले, तर मला उंदीर आणि पिसवांचा उपद्रव सहन करावा लागला. मी किड्यांवर तर विजय मिळवू शकलो नाही, पण हिमनद्या आणि बुरांशच्या जंगलांचे दृश्य पाहताना माझा त्रास कुठल्या कुठे पळून जायचा. आम्हाला एक नोकर दिला गेला होता, पण आम्ही आमचे जेवण स्वतः बनवणे पसंत करायचो. आमच्या खोलीत एक शेगडी होती आणि आम्हाला जळणासाठी लाकडे दिली गेली होती. आम्ही खूप कमी पैसे खर्च केले. आमच्या जेवणावर आम्हाला दरमहा दोनशे रुपयांपेक्षा जास्त खर्च करावा लागला नाही. मी एक जोडी पँट शिवून घेतली, आणि शिंप्याने अर्धा क्राउन (सुमारे दीड रुपये) घेतला.

या प्रदेशातील मुख्य अन्न त्सम्पा आहे. यासाठी लोखंडी कढईत वाळू उच्च तापमानावर गरम केली जाते आणि मग त्यावर जवचे दाणे टाकतात. हे दाणे फुटतात. त्यानंतर हे दाणे आणि वाळू एका बारीक चाळणीतून चाळून वाळू वेगळी केली जाते. त्यानंतर हे दाणे बारीक दळले जातात. तयार पिठापासून जेवण बनवले जाते. जेवण बनवण्यासाठी या पिठात लोणी

घातलेला चहा, दूध किंवा बिअर मिसळून लपसीसारखे बनवले जाते आणि मग हे खाण्यासाठी तयार होते. तिबेटी लोक त्सम्पा अनेक प्रकारे बनवतात. आम्हाला लवकरच हे आवडू लागले, पण लोणी घातलेला चहा आम्हाला चांगला वाटत नव्हता. हा सामान्यतः शिळ्या लोण्यापासून बनवला जातो आणि युरोपियन लोकांना अजिबात आवडत नाही. ही गोष्ट वेगळी आहे की जगभरातील तिबेटी लोकांकडून हा आवडीने पिला जातो आणि त्याचे कौतुक केले जाते. हे लोक तर अनेकदा एका दिवसात साठ कपपर्यंत पितात. किरोंगचे तिबेटी लोणी घातलेला चहा आणि त्सम्पा व्यतिरिक्त तांदूळ, बकव्हीट, मका, बटाटे, सलगम, कांदे, बीन्स आणि मुळा खातात. किरोंगमध्ये मांस सहज मिळत नाही, कारण हे एक पवित्र ठिकाण आहे, त्यामुळे इथे कधीही पशुहत्या केली जात नाही. मांस केवळ तेव्हाच ताटात दिसते जेव्हा ते दुसऱ्या जिल्ह्यातून आणले जाते किंवा, जेव्हा अस्वल किंवा बिबट्या त्यांच्या शिकारीचा काही भाग न खाता सोडतात, तेव्हा ते आणून शिजवले जाते. मला कधीच समजले नाही की हा सिद्धांत या वस्तुस्थितीशी कसा जोडला जाऊ शकतो की प्रत्येक शरद ऋतूत सुमारे पंधरा हजार मेंढ्या नेपाळच्या कत्तलखान्यांसाठी किरोंगवरून जातात आणि तिबेटी लोक त्यांच्यावर निर्यात शुल्क लावतात.

आमच्या मुक्कामाच्या सुरुवातीलाच आम्ही जिल्हा अधिकाऱ्यांची भेट घेतली. आमचे प्रवास दस्तऐवज आधीच एका नोकराने पोहोचवले होते आणि पोनपोला वाटले की आम्ही थेट नेपाळला निघून जाऊ. पण आमचा लगेच काढता पाय घेण्याचा विचार नव्हता आणि आम्ही त्यांना सांगितले की आम्हाला काही काळासाठी किरोंगमध्ये थांबायचे आहे. त्यांनी हे खूप सहानुभूतीने घेतले आणि आमच्या विनंतीबद्दल ल्हासाला माहिती देण्याचे वचन दिले. आम्ही नेपाळच्या प्रतिनिधीचीही भेट घेतली. त्यांनी त्यांच्या देशाचे अतिशय शानदार वर्णन केले. दरम्यान आम्हाला समजले की राजधानीत काही दिवस राहिल्यानंतर कोपला भारतातील एका नजरकैदेच्या छावणीत पाठवण्यात आले होते. आम्हाला सांगण्यात आले की काठमांडूमध्ये आम्हाला कार, सायकल आणि सिनेमासारख्या आकर्षक सुविधा मिळू शकतात, पण आम्हाला त्याचा मोह नव्हता.

आम्हाला ल्हासामधून निवास परवाना मिळण्याची आशा नव्हती, आणि जर आम्ही नेपाळला गेलो, तर आम्हाला भारतात पाठवले जाईल. त्यामुळे आम्ही पळून जाण्याची नवीन योजना आखेपर्यंत याच परीकथेतील गावात राहण्याचा निर्णय घेतला. आम्ही इथे राहून आमची चपळाई टिकवून ठेवू इच्छित होतो. आम्हाला हा अंदाज नव्हता की आम्हाला किरोंगमध्ये तब्बल नऊ महिने काढावे लागतील.

इथे राहताना आम्हाला कंटाळा आला नव्हता. आम्ही तिबेटी लोकांच्या चालीरीती आणि प्रथांबद्दल माहिती गोळा केली आणि अनेक नोंदी करून ठेवल्या. अनेकदा दिवसा आम्ही आजूबाजूच्या भागांची पाहणी करण्यासाठी बाहेर पडत असू. म्युनिकमध्ये हिमालय फाऊंडेशनचे सचिव राहिलेले औफश्नाइटर यांनी वेळ मिळताच नकाशे बनवले. आम्ही आमच्यासोबत जे नकाशे आणले होते त्यात फक्त तीन नावे नोंदवलेली होती, पण आता आम्ही त्यात दोनशेहून अधिक ठिकाणांची नावे भरली. खरं तर, आम्ही केवळ आमच्या स्वातंत्र्याचा मनसोक्त आनंदच लुटला नाही, तर त्याचा व्यावहारिक उपयोगही केला.

आमची भटकंती, जी आधी केवळ आजूबाजूच्या भागांपुरतीच मर्यादित होती, ती हळूहळू पुढे सरकत गेली. गावकरी आमच्याशी चांगले परिचयाचे झाले होते आणि कोणीही आमच्या कामात लुडबुड करत नव्हते. अर्थात, डोंगरच आम्हाला सर्वांत जास्त भुरळ घालत असत आणि त्यानंतर किरोंगच्या आसपासचे गरम पाण्याचे झरे. या झऱ्यांची संख्याही खूप होती. यातला सर्वांत गरम पाण्याचा झरा बर्फाळ कोसी नदीच्या काठावर बांबूच्या जंगलात होता. इथले पाणी जमिनीतून जवळजवळ उकळतच बाहेर यायचे आणि एका कृत्रिम जलाशयात जमा व्हायचे. इथेही त्याचे तापमान सुमारे चाळीस अंश सेल्सिअस राहायचे. मी आळीपाळीने गरम पाण्याच्या कुंडात आणि कोसीच्या हिमनद्यांच्या पाण्यात डुबकी मारायचो.

वसंत ऋतूत इथे लोक नियमितपणे अंघोळीसाठी येतात. तिबेटी लोकांचे थवे या ठिकाणी येतात. किरोंगपासून दोन तासांच्या अंतरावर असलेल्या या निर्मनुष्य ठिकाणी या हंगामात सर्वत्र बांबूच्या झोपड्या उगवतात. पुरुष आणि

महिला लोकलाज सोडून विवस्त्र अवस्थेत या जलाशयात डुबक्या मारतात. अनेक कुटुंबे सुट्ट्या घालवण्यासाठीही या झऱ्यावर येतात. ते आपल्यासोबत खाण्यापिण्याच्या वस्तूंनी भरलेली पोती आणि बिअरचे पिंप घेऊन निघतात आणि बांबूच्या झोपड्यांमध्ये एक पंधरवडा आपला मुक्काम ठोकतात. उच्च वर्गातील लोकही झरे पाहण्यासाठी येतात. हे लोक नोकर-चाकरांसह पूर्ण काफिला घेऊन येतात. पण हे सुट्टी आणि मौजमजेचे दिवस थोड्या वेळासाठीच असतात, कारण वितळणाऱ्या बर्फामुळे दुथडी भरून वाहणारी नदी झऱ्यांना आपल्यासोबत वाहून नेते.

किरोंगमध्ये माझी गाठभेट एका अशा भिक्षूशी झाली ज्याने ल्हासाच्या स्कूल ऑफ मेडिसिनमध्ये शिक्षण घेतले होते. त्याची मोठी प्रतिष्ठा होती आणि तो आपल्या सेवांसाठी फी म्हणून मिळणाऱ्या अन्नावर अतिशय शानदार जीवन जगू शकत होता. तो अनेक प्रकारे उपचार करायचा. यापैकीच एक पद्धत होती वेदना असलेल्या ठिकाणी प्रार्थनेचा शिक्का लावणे. हा उपचार मानसिकदृष्ट्या अस्वस्थ रुग्णांसाठी प्रभावी ठरत असे. गंभीर प्रकरणांमध्ये तो रुग्णाला गरम लोखंडाने डाग द्यायचा. मी या गोष्टीचा साक्षीदार आहे की त्याने अशाच प्रकारे एका गंभीर रुग्णाला शुद्धीवर आणले होते. पण या उपचारामुळे त्याच्या अनेक रुग्णांचे नुकसानही झाले. त्याने पाळीव प्राण्यांवरही या कठोर उपचाराचा प्रयोग केला. कारण मलाही अर्धा डॉक्टर मानले जायचे आणि वैद्यकीय शास्त्राशी संबंधित प्रत्येक गोष्टीत मला खूप रस होता, त्यामुळे मी या भिक्षूशी लांबलचक गप्पा मारायचो. त्याने मला सांगितले की त्याला वैद्यकीय शास्त्राचे फारसे ज्ञान नाही, पण तो त्याच्या मर्यादित ज्ञानाबद्दल फारसा काळजीत नसायचा. तो वारंवार आपले निवासस्थान बदलून अप्रिय घटनांपासून वाचण्यात यशस्वी व्हायचा. त्याचा अंतरात्मा या गोष्टीवर समाधानी राहायचा की त्याच्या संशयास्पद उपचाराने काही लोकांचे भले होते आणि त्याचा उदरनिर्वाह चालत राहतो आणि त्याच्या तीर्थयात्रेचा खर्च निघतो.

फेब्रुवारीच्या मध्यभागी आम्ही पहिले तिबेटी नववर्ष साजरे केले. वर्षाची गणना चंद्र दिनदर्शिकेनुसार केली जाते आणि त्याची दोन नावे आहेत, एक

प्राण्याचे आणि दुसरे तत्त्वाचे. इथे बुद्धांचा जन्मोत्सव आणि परिनिर्वाण दिवस याशिवाय नववर्ष हा सर्वांत मोठा सण असतो. आदल्या रात्री आम्ही भिकारी आणि भिक्षूंचे आवाज ऐकले, ते घरोघरी जाऊन दार ठोठावत होते. सकाळी ताजी कापलेली देवदाराची झावळी घरोघरी छतांवर लावण्यात आली आणि त्यांना झेंडे-पताकांनी सजवण्यात आले. धार्मिक ग्रंथांचे मनोभावे वाचन करण्यात आले आणि देवतांना त्सम्पाचा नैवेद्य दाखवण्यात आला. लोकांनी मंदिरांमध्ये लोणी अर्पण केले आणि बघता बघता तांब्याची मोठी भांडी लोण्याने भरली गेली. अशी मान्यता आहे की यामुळे देवता प्रसन्न होतात आणि नवीन वर्षावर आपली कृपा करतात. विशेष सन्मानाचे प्रतीक म्हणून सोन्याचा मुलामा असलेल्या मूर्तींना पांढरे रेशमी कपडे घातले जातात आणि भाविक श्रद्धेने त्यांच्या चरणांवर आपले मस्तक टेकवतात.

श्रीमंत असो वा गरीब सर्वजण पूर्ण भक्तीभावाने भरलेले होते आणि मनात कोणत्याही शंकेशिवाय देवतांसमोर आपली भेट अर्पण करत होते आणि त्यांची प्रार्थना करत होते. सर्वांना देवतांचे आशीर्वाद हवे होते. मी विचार करत होतो की असा कोणी आहे का जो आपल्या धर्माशी इतका जोडलेला असेल आणि आपल्या दैनंदिन जीवनात आपल्या धर्माचे इतक्या निष्ठेने पालन करत असेल? तिबेटी लोकांची सहज आणि साधी श्रद्धा आणि विश्वास यांचा मला नेहमीच हेवा वाटत आला आहे, कारण मी आयुष्यभर एक साधक राहिलो आहे. जरी, मी आशियामध्ये राहताना ध्यान करण्याची पद्धत शिकलो, पण जीवनाच्या कोड्याचे अचूक उत्तर मला मिळाले नाही. पण मी किमान जीवनातील घटनांवर शांतपणे विचार करणे आणि परिस्थितीच्या आहारी जाऊन स्वतःला शंकांच्या सागरात भरकटू न देणे नक्कीच शिकलो. या लोकांनी केवळ वर्षाच्या शेवटच्या एका दिवशीच प्रार्थना केली नाही. ते सात दिवस भिक्षूंच्या कृपेने आणि सुखद सान्निध्यात नाचत, गात आणि दारू पीत राहिले. प्रत्येक घरात पार्टी होत होती आणि आम्हालाही आमंत्रित करण्यात आले होते.

मला एका घटनेची आठवण करून खूप दुःख होते. या उत्सवादरम्यान आमच्या घरावर एका शोकांतिकेची सावली घोंगावत होती. एके दिवशी मला आमच्या घरमालकिणीच्या धाकट्या बहिणीच्या खोलीत बोलावण्यात आले.

खोलीत खूप अंधार होता आणि जेव्हा गरम हातांनी माझे मनगट पकडले, तेव्हाच मला जाणवले की मी तिच्या जवळ उभा आहे. जेव्हा माझ्या डोळ्यांना अंधारात पाहण्याची सवय झाली तेव्हा मी पलंगाकडे पाहिले. इतके भयानक दृश्य होते की माझी पावले मागे वळली. मी माझी भीती मोठ्या मुश्किलीने लपवू शकलो. पलंगावर एक अशी मुलगी पडली होती, जी आजारपणामुळे पूर्णपणे बदलून गेली होती. दोन दिवसांपूर्वी हीच एक सुंदर, निरोगी मुलगी होती. जरी मी खूप जाणकार नव्हतो, तरीही मला लगेच समजले की तिला देवीचा आजार झाला होता. तिच्या घशावर आणि जिभेवर आधीच हल्ला झाला होता आणि ती भरल्या आवाजात ओरडून सांगत होती की ती मरत आहे. मी तिची समजूत काढण्याचा प्रयत्न केला की काळजी करू नकोस, असे काही होणार नाही. आणि मग मी पळून माझ्या खोलीत गेलो आणि घाईघाईने चांगली अंघोळ केली. कोणी काहीही करू शकत नव्हते. केवळ हीच आशा केली जाऊ शकत होती की, ही महामारी गावात पसरू नये. औफशनाइटरही तिला भेटायला गेला आणि माझ्या आजाराच्या अंदाजाशी सहमत होता. दोन दिवसांनंतर त्या मुलीचा मृत्यू झाला.

तर सणाच्या आनंदाच्या दिवसानंतर, या दुःखद घटनेने आम्हाला तिबेटी लोकांच्या मृतदेह दफन करण्याच्या प्रथेची ओळख करून दिली. छतावर सुंदररीत्या सजवलेली देवदाराची फांदी हटवण्यात आली आणि दुसऱ्या दिवशी पहाटे मृतदेहाला पांढऱ्या कफनात गुंडाळले गेले. एका व्यावसायिक शववाहकाच्या पाठीवर लादून हा मृतदेह घराबाहेर काढण्यात आला. शोकग्रस्त लोकांच्या मागे मागे आम्हीही चालू लागलो. हे फक्त तीनच पुरुष होते. गावाजवळील एका उंच ठिकाणी गिधाडे आणि कावळ्यांचा थवा घिरट्या घालत होता. लांबूनच समजत होते की हे एक स्मशानभूमी आहे. तिथे पोहोचल्यावर एका माणसाने कुऱ्हाडीने मृतदेहाचे तुकडे तुकडे केले. दुसरा माणूस जवळच बसून प्रार्थना पुटपुटत होता आणि एक छोटासा ढोलही वाजवत होता. तिसरा माणूस पक्ष्यांना उडवत होता आणि मधेमधे दुसऱ्या दोन माणसांना खूश करण्यासाठी बिअर किंवा चहाही पाजत होता. मृत मुलीच्या हाडांचे तुकडे तुकडे करण्यात आले, जेणेकरून पक्षी त्यांनाही खाऊन टाकतील आणि मृतदेहाचा कोणताही मागमूस बाकी राहू नये.

पाहताना, ऐकताना किंवा वाचताना हे सर्व जरी रानटी वाटत असले, तरी अंत्यसंस्काराच्या या प्रथेचा उगम धार्मिक हेतूंतून होतो. तिबेटी लोकांना मेल्यानंतर आपल्या शरीराचा कोणताही मागमूस ठेवायचा नसतो, कारण आत्म्याशिवाय शरीराला काहीही महत्त्व नसते. उच्चभ्रू आणि उच्च पदस्थ लामांच्या मृतदेहांना जाळले जाते, पण सामान्य लोकांच्या अंत्यसंस्कारादरम्यान त्यांचे अवयव भंग केले जातात. आणि, ज्या अतिशय गरीब लोकांना अंत्यसंस्काराचा हा मार्ग खूप महाग वाटतो, त्यांचे मृतदेह नदीत फेकून दिले जातात. इथे मासे गिधाडांचे काम करतात. जेव्हा गरीब लोक संसर्गजन्य रोगांनी मरतात, तेव्हा त्यांचे अंत्यसंस्कार सरकारकडून केले जातात. हे काम करणाऱ्या विशेष व्यक्तींना सरकारकडून पैसे दिले जातात.

सुदैवाने देवीच्या आजाराची प्रकरणे कमी होती आणि याच्या विळख्यात येऊन खूप कमी लोकांचे प्राण गेले. आमच्या घरात एकोणपन्नास दिवस शोक पाळला गेला आणि मग छतावर एक नवीन फांदी लावली गेली आणि त्यावर प्रार्थनेच्या पताका फडकवल्या गेल्या. या समारंभाला अनेक भिक्षू आले. त्यांनी विशेष गीत-संगीतासह प्रार्थना केली. हे सर्व खूप खर्चिक असते. जेव्हा तिबेटी लोकांच्या कुटुंबात कोणाचा मृत्यू होतो तेव्हा नातेवाईक सहसा त्यांचे काही दागिने किंवा मृताची संपत्ती विकून टाकतात. यातून मिळणाऱ्या पैशातून भिक्षूंद्वारे केल्या जाणाऱ्या अंत्यसंस्काराचा आणि असंख्य छोट्या दिव्यांमध्ये वापरल्या जाणाऱ्या तेलाचा खर्च भागवला जातो.

यादरम्यान आम्ही आमचा रोजचा फेरफटका मारत राहिलो आणि शानदार बर्फाने आम्हाला स्की बनवण्यासाठी प्रेरित केले. औफशनाइटरने बर्च वृक्षाचे दोन ओंडके कापले. यांची आम्ही साल काढली आणि आमच्या खोलीत जळत असलेल्या आगीसमोर वाळवले. मी काठ्या आणि पट्ट्या बनवायला सुरुवात केली आणि एका सुताराच्या मदतीने आम्ही दोन जोडी चांगल्या दिसणाऱ्या स्की बनवण्यात यशस्वी झालो. आम्ही त्यांच्या कौशल्यावर खूप खूश होतो आणि आता या स्की आजमावून पाहण्यासाठी खूप उत्सुक होतो. तेव्हाच, निरभ्र आकाशातून वीज पडावी तसा एक आदेश पोनपोकडून आला. आदेशात लिहिले होते की आम्हाला फक्त जवळच्या भागात फिरण्याची

परवानगी आहे, किरोंग सोडण्याची नाही. आम्ही याला कडाडून विरोध केला, पण आम्हाला सांगण्यात आले की जर्मनी एक शक्तिशाली राज्य आहे आणि जर पर्वतांमध्ये आमच्यासोबत काहीही झाले, तर ल्हासामध्ये याची तक्रार होईल आणि किरोंगच्या अधिकाऱ्यांना जबाबदार धरले जाईल. पोनपोवर आमच्या विरोधाचा काहीही परिणाम झाला नाही, ते त्यांच्या आदेशावर ठाम राहिले आणि आम्हाला हे पटवून देण्याचा आटोकाट प्रयत्न केला की पर्वतांमध्ये आम्हाला अस्वल, बिबट्या आणि रानकुत्र्यांच्या हल्ल्यांचा मोठा धोका आहे. आम्हाला माहित होते की आमच्या सुरक्षिततेबद्दलची त्यांची ही चिंता निरर्थक होती. मग आम्ही असा अंदाज लावला की त्यांनी ही भूमिका यासाठी घेतली असावी, कारण परिसरातील अंधश्रद्धाळू लोक बहुधा असे मानत होते की पर्वतांवरील आमच्या प्रवासामुळे देवता नाराज होऊ शकतात. आणि त्यांच्या भावनांचा आदर करत आम्हाला हा आदेश देण्यात आला होता. निमूटपणे ऐकण्याशिवाय सध्या आम्ही काहीही करू शकत नव्हतो.

पुढील काही आठवडे आम्ही आदेशांचे पालन केले, पण मग आम्ही स्कीइंग करण्याचा मोह आवरू शकलो नाही. बर्फ आणि त्याचे उतार आम्हाला भुरळ घालत होते. आणि मग एके दिवशी आम्ही एक शक्कल लढवली. मी गावापासून फक्त अर्ध्या तासाच्या अंतरावर गरम पाण्याच्या झऱ्याजवळ तात्पुरते एक घर घेतले. काही दिवसांनंतर जेव्हा लोकांना माझ्या अनुपस्थितीची सवय झाली, तेव्हा मी माझी स्की उचलली आणि चांदण्या रात्रीत पर्वताच्या दिशेने निघालो. दुसऱ्या दिवशी सकाळी लवकरच औफशनाइटर आणि मी वृक्ष रेषा ओलांडून वर चढलो आणि एका शानदार बर्फाच्या पृष्ठभागावर मौजमजा केली. आम्हाला आश्चर्य वाटत होते की आम्ही दोघेही बराच काळ स्कीइंगपासून दूर होतो, तरीही इतक्या चांगल्या प्रकारे बर्फावर ते चालवू शकत होतो. कारण आम्हाला कोणीही पाहिले नव्हते, त्यामुळे आम्ही दुसऱ्या दिवशी पुन्हा बाहेर पडलो, पण यावेळी आमची स्की तुटली आणि आम्हाला या विचित्र उपकरणांचे अवशेष लपवावे लागले. किरोंगच्या लोकांना कधीच समजले नाही की आम्ही कधी स्नो रायडिंग देखील केली होती. ते स्कीइंगला स्नो-रायडिंगच म्हणायचे.

वसंत ऋतू आला, शेतात काम सुरू झाले आणि मक्याचे पीक डोलू लागले. ख्रिश्चन देशांप्रमाणे इथेही मक्याच्या शेतांना पुजाऱ्यांकडून आशीर्वाद देण्याची परंपरा होती. यामध्ये गावकऱ्यांच्या मागे भिक्षूंचा एक मोठा जत्था चालत असतो. तो तिबेटी बायबलचे एकशे आठ खंड आपल्यासोबत घेऊन चालतो आणि प्रार्थना आणि पवित्र संगीतासोबत गावाभोवती प्रदक्षिणा घालतो.

हवामान गरम होताच माझा याक आजारी पडला. त्याला ताप होता आणि स्थानिक पशुवैद्याने घोषित केले की केवळ अस्वलाच्या पित्ताशयानेच माझा प्राणी बरा होऊ शकतो. मी पैसे देऊन ते सामान विकत घेतले. यासाठी नाही की माझा या उपचारावर विश्वास होता, तर 'डॉक्टर'ला समाधानी करण्यासाठी मी असे केले. परिणाम तर मिळणारच नव्हता, त्यामुळे मला आश्चर्यही वाटले नाही. मला शेळीचे पित्ताशय आणि कस्तुरी वापरण्याचा सल्ला देण्यात आला आणि माझ्या सुप्त मनात आशा टिकून होती की तिबेटी लोकांच्या दीर्घ अनुभवामुळे माझा मौल्यवान प्राणी वाचेल. तथापि, काही दिवसांनंतर मला बिचाऱ्या आर्मिनला मारावे लागले, कारण मला किमान त्याचे मांस तरी वाचवायचे होते.

अशा प्रकरणांसाठी लोक खाटकाची मदत घेतात. असा माणूस जो गावाबाहेर बहिष्कृत म्हणून राहण्यास बांधील आहे. जसे एखादा लोहार. लोहाराच्या व्यवसायाला तिबेटमध्ये सर्वांत कमी किंमत असते. कत्तल करणाऱ्याला त्याच्या सेवेसाठी याकचे पाय, डोके आणि आतडी दिली जातात. मी पाहिले की प्राण्याला मारण्याची त्याची पद्धत आपल्या पद्धतींप्रमाणेच वेगवान आणि अधिक मानवीय होती. एकाच फटक्यात त्याने शरीर चिरले, आपला हात आत टाकला आणि हृदयाची मुख्य रक्तवाहिनी कापली. प्राण्याचा तत्काळ मृत्यू झाला. आम्ही मांस काढले आणि ते उघड्या आगीवर चांगले शिजवून घेतले. अशा प्रकारे आम्ही आमच्या अन्नाचा साठा बनवला. पुढच्या वेळी जेव्हा आम्ही पळून जाऊ तेव्हा हे आमच्या उपयोगी पडू शकेल.

जवळपास याच काळात झोनकामध्ये महामारी पसरली आणि अनेक लोकांचे प्राण गेले. जिल्हा अधिकारी धोक्यापासून वाचण्यासाठी

आपली आकर्षक तरुण पत्नी आणि चार मुलांसह किरोंगला आले. दुर्दैवाने मुले आजाराने संक्रमित होऊनच आली होती आणि एकामागून एक सर्वजण आजारी पडले. त्यांना आमांश झाला होता. त्या वेळी माझ्याकडे आमांशाचे सर्वांत प्रभावी औषध शिल्लक होते. मी हे औषध कुटुंबाला दिले. हा औफशनाइटर आणि माझा सर्वांत मोठा त्याग होता, कारण आम्ही आमच्यासाठी शेवटचे काही डोस वाचवून ठेवले होते. दुर्दैवाने याचा कोणताही फायदा झाला नाही आणि तीन मुलांचा मृत्यू झाला. चौथ्या, सर्वांत धाकट्या मुलासाठी औषधच उरले नाही. तो सर्वांत शेवटी आजारी पडला होता. आम्ही त्याचे प्राण वाचवण्यासाठी अत्यंत काळजीत होतो. आम्ही त्याच्या पालकांना सल्ला दिला की त्यांनी लवकरात लवकर एका संदेशवाहकासोबत मुलाच्या विष्ठेचे नमुने काठमांडूला पाठवावेत जेणेकरून कोणते औषध दिले जावे हे शोधता येईल. आणि म्हणूनच औफशनाइटरने इंग्रजीत एक पत्र लिहिले, पण ते पाठवलेच गेले नाही. मुलावर भिक्षूंनी उपचार केले. पण, त्यांचे सर्व प्रयत्न व्यर्थ गेले आणि दहा दिवसांनंतर मुलाचा मृत्यू झाला. ही घटना तर खूप दुःखद होती पण याने आम्हाला एका अर्थाने अपराधीपणाच्या भावनेतून मुक्त केले. कारण जर हे शेवटचे मूल बरे झाले असते, तर आम्हाला बाकीच्या मुलांच्या मृत्यूसाठी जबाबदार धरले गेले असते.

या मुलांचे पालक आणि अनेक इतर लोकही आजारी पडले, पण बरे झाले. त्यांच्या आजारपणात त्यांनी भरपूर खाल्ले-प्यायले आणि खूप दारू प्यायली, कदाचित याच कारणामुळे ते बरे झाले. मुलांनी आजारपणात खाणे-पिणे सोडले होते या कारणामुळे ते कमकुवत झाले आणि आजारापुढे हरले.

नंतर त्या पालकांशी आमचे मैत्रीपूर्ण संबंध प्रस्थापित झाले. जरी त्यांना त्यांच्या मुलांची उणीव खूप भासत होती पण पुनर्जन्मावरील त्यांच्या विश्वासाने त्यांना काही अंशी सांत्वन दिले. ते काही काळासाठी किरोंगच्या एका आश्रमात राहिले आणि आम्ही अनेकदा त्यांना भेटायला तिथे जायचो. वडिलांचे नाव वांगडुला होते. ते पुरोगामी आणि खुल्या विचारांचे व्यक्ती होते. ज्ञान मिळवण्यासाठी खूप उत्सुक होते आणि त्यांनी आम्हाला तिबेटबाहेरील जीवनाबद्दल अनेक गोष्टी सांगितल्या. त्यांच्या विनंतीवरून, औफशनाइटरने स्वतःच्या स्मरणशक्तीतून जगाचा नकाशा बनवला. त्यांची पत्नी तिबेटमधील

एक बावीस वर्षांची सुंदर स्त्री होती. ती अस्खलित हिंदी बोलायची. तिने भारतातील शाळेच्या शिक्षणादरम्यान हिंदी शिकली होती.

अनेक वर्षांनंतर आम्हाला त्यांच्याबद्दल पुन्हा एकदा माहिती मिळाली. दुर्दैवाने त्यांचा पिच्छा सोडला नव्हता. त्यांना आणखी एक अपत्य झाले पण यादरम्यान आईचा बाळंतपणातच मृत्यू झाला. वांगडुला दुःखाने वेडे झाले. मी माझ्या आयुष्यात जेवढ्या तिबेटी लोकांना भेटलो, त्यामध्ये ते सर्वांत जास्त प्रिय होते. त्यांच्या दुःखाबद्दल मला खूप सहानुभूती होती.

उन्हाळ्याचा ऋतू चालू होता आणि अधिकाऱ्यांनी आम्हाला पुन्हा एकदा बोलावले आणि आम्हाला किरोंग सोडण्यास सांगितले. दरम्यान आम्हाला व्यापाऱ्यांकडून आणि वृत्तपत्रांवरून समजले की युद्ध संपले होते. आम्हाला माहित होते की पहिल्या महायुद्ध संपल्यानंतर दोन वर्षांपर्यंत इंग्रजांनी भारतात युद्धबंदी छावण्या चालू ठेवल्या होत्या. हे तर स्पष्ट होते की आम्हाला आमचे स्वातंत्र्य गमवायचे नव्हते आणि आतल्या तिबेटमध्ये घुसण्याचा आणखी एक प्रयत्न करायचा होता. या देशाबद्दलचे आमचे आकर्षण वाढत होते आणि याला अधिक चांगल्या प्रकारे जाणून घेण्यासाठी आम्ही सर्वस्व पणाला लावण्यासाठी तयार होतो. आता आम्ही ही भाषा आणखी चांगल्या प्रकारे शिकून घेतली होती आणि आम्ही खूप अनुभवही मिळवला होता. आम्हाला पुढे जाण्यापासून कोणती गोष्ट रोखत होती? आम्ही दोघेही गिर्यारोहक होतो आणि इथे आम्हाला हिमालय आणि भटक्यांच्या जिल्ह्यांचे सर्वेक्षण करण्याची एक अनोखी संधी मिळाली होती. आम्ही खूप आधीच घरी परतण्याची सर्व आशा सोडली होती आणि आता तिबेटच्या उत्तरेकडील मैदानांमधून चीनपर्यंत पोहोचायचे होते आणि तिथे काम शोधायचे होते. युद्ध संपल्यामुळे जपानच्या दंडात्मक कारवाईला सामोरे जाण्याचा आमचा मूळ प्रकल्प निरर्थक ठरला.

म्हणून आम्ही पोनपोला वचन दिले की जर ते आम्हाला फिरण्याचे स्वातंत्र्य देतील तर आम्ही शरद ऋतूत परत जाऊ. हे मान्य झाले आणि तेव्हापासून आमच्या भ्रमंतीचा मुख्य उद्देश एक असा मार्ग शोधणे हा होता ज्यातून आम्ही जोंगकाला न जाता तिबेटी पठारापर्यंत पोहोचू शकू.

उन्हाळ्यात केलेल्या या प्रवासादरम्यान आम्हाला या भागातील जीव-जंतूंबद्दल माहिती मिळाली. आम्हाला अनेक प्रकारचे प्राणी आढळले, ज्यामध्ये माकडांच्या अनेक प्रजातींचाही समावेश होता. हे कोसी नदीच्या खोल दरीतून इथे आले असावेत. काही काळ बिबट्या दररोज रात्री बैल आणि याक मारून न्यायचे आणि गावकरी त्यांना जाळ्यात अडकवण्याचा प्रयत्न करायचे. अस्वलांपासून वाचण्यासाठी मी माझ्या खिशात लाल तिखटाने भरलेला एक डबा ठेवायचो. जसे मी सांगितले, अस्वल फक्त दिवसाच धोकादायक असते आणि माणसावर हल्ला करू शकते. अस्वलांशी झालेल्या चकमकींमुळे अनेक लाकूडतोड्यांच्या चेहऱ्यावर गंभीर जखमा झाल्या होत्या आणि एक तर अस्वलाच्या पंजाच्या वारामुळे आंधळाही झाला. रात्रीच्या वेळी या प्राण्यांना देवदाराच्या मशालीने पळवून लावता येत असे.

एकदा वृक्ष रेषेवर मला ताज्या बर्फावर पायांचे खोल ठसे आढळले. मला समजू शकले नाही की ते कोणाचे होते. असू शकते की ते एखाद्या माणसाचे असतील. माझ्यापेक्षा जास्त कल्पनाशक्ती असलेले लोक कदाचित त्यांना भयंकर हिममानव म्हटले असते.

मी नेहमी तंदुरुस्त राहण्यावर लक्ष केंद्रित केले आणि माझ्याकडे कष्ट करण्याचे पर्याय नेहमी उपलब्ध असायचे. मी शेतात किंवा धान्याच्या कोठारात शेतकऱ्यांना मदत करायचो. मी झाडे कापायचो आणि राळयुक्त देवदाराच्या लाकडापासून मशाली बनवायचो. तिबेटी लोकांची शारीरिक ताकद तिथल्या अनुकूल हवामानामुळे आणि त्यांनी केलेल्या कठीण परिश्रमामुळे टिकून राहते.

ते खेळांमध्येही भाग घेतात. दरवर्षी किरोंगमध्ये क्रीडा स्पर्धा आयोजित केल्या जायच्या. या अनेक दिवस चालायच्या, यात प्रामुख्याने घोड्यांची शर्यत, तिरंदाजी, पायी शर्यत, आणि लांब व उंच उडी यांचा समावेश असायचा. शारीरिकदृष्ट्या मजबूत पुरुषांसाठीही एक स्पर्धा असते. त्यांना एका ठराविक अंतरापर्यंत जड दगड उचलून नेऊन ठेवावा लागतो.

मीही काही स्पर्धांमध्ये भाग घेऊन लोकांचे मनोरंजन केले. मी पायी शर्यतीत जवळपास जिंकलोच होतो, कारण मी सुरुवातीलाच बहुतांश वेळ

आघाडी कायम ठेवली होती, पण मी स्थानिक पद्धतींशी परिचित नव्हतो. ट्रॅकच्या शेवटच्या टप्प्यात एका स्पर्धकाने मागून माझी पँट पकडली. मी आश्चर्यचकित होऊन एकदम थांबलो आणि इकडे-तिकडे पाहू लागलो. तो बदमाश याच गोष्टीची वाट पाहत होता. त्याने मला मागे टाकले आणि विजेता बनला. मी अशा प्रकारच्या गडबडीसाठी तयार नव्हतो आणि लोकांच्या हसण्या-खिदळण्यामध्ये मला दुसरे बक्षीस मिळाले.

किरोंगचे जीवन वैविध्यपूर्ण होते. उन्हाळ्यात दररोज काफिले येत असत. नेपाळमध्ये भाताच्या पिकानंतर स्त्री आणि पुरुष टोपल्यांमध्ये तांदूळ घेऊन यायचे आणि मिठाच्या बदल्यात तांदूळ देऊन जायचे. ही तिबेटची सर्वांत महत्त्वाची निर्यात होती. हे मीठ चांगथांगच्या त्या सरोवरांमधून आणले जायचे, ज्यांना कोणताही निकास नव्हता.

किरोंगहून नेपाळपर्यंतची वाहतूक हमालांच्या माध्यमातून होते, कारण रस्ता अरुंद दऱ्यांमधून जातो आणि अनेकदा पायऱ्यांसारखा बनतो. बहुतांश वाहक नेपाळच्या महिला असतात ज्या गबाळे कपडे घालतात आणि त्यांच्या छोट्या-छोट्या स्कर्टखाली त्यांचे जाड मांसल पाय दिसत असत. जेव्हा नेपाळी मध गोळा करण्यासाठी आले तेव्हा आम्ही एक विचित्र तमाशा पाहिला. तिबेटी सरकारने तिबेटी लोकांना मध काढण्यास अधिकृतपणे मनाई केली आहे, कारण त्यांचा धर्म त्यांना प्राण्यांना त्यांच्या अन्नापासून वंचित ठेवण्याची परवानगी देत नाही. जसे बहुतांश इतर ठिकाणी होते, इथेही लोकांना कायदे मोडायला आवडते, आणि म्हणूनच तिबेटी, ज्यामध्ये पोनपोचाही समावेश आहे, नेपाळी लोकांना त्यांनी गोळा केलेला मध स्वतःकडे ठेवू देतात आणि मग त्यांच्याकडून परत विकत घेतात.

मध काढण्याचे हे काम खूप जोखमीचे असते, कारण मधमाशा आपली पोळी खोल दऱ्यांमध्ये पुढे आलेल्या खडकांच्या खाली लपवून बनवतात. दऱ्यांमध्ये बांबूच्या लांब-लांब शिड्या लटकवल्या जातात, ज्यांच्या आधाराने लोक कधीकधी दोन-तीनशे फूट खाली उतरून हवेत झुलत राहतात. त्यांच्या खाली कोसी नदी वाहते आणि जर शिडीला धरून ठेवणारी दोरी तुटली तर त्यांचा मृत्यू निश्चित. काही लोक भडकलेल्या मधमाशांना पळवून

लावण्यासाठी धूर करतात, तर काही लोक पोळे गोळा करून दोरीच्या मदतीने भांड्यांमध्ये ठेवतात. या मोहिमेच्या यशासाठी अचूक ताळमेळ आवश्यक आहे, कारण मदत मागण्यासाठी ओरडण्याचा किंवा शिटी वाजवण्याचा आवाज खाली वाहणाऱ्या नदीच्या गर्जनेत हरवून जातो. अकरा लोकांनी मिळून एक आठवडा दरीत काम केले आणि त्यानंतर ज्या किंमतीला त्यांनी मध विकले त्याचा त्यांनी पत्करलेल्या धोक्याशी कोणताही ताळमेळ नव्हता. मला खूप वाईट वाटले की माझ्याकडे कोणताही सिने-कॅमेरा नव्हता ज्याने मी या दृश्याचे चित्रण करू शकलो असतो.

जेव्हा उन्हाळ्यातील मुसळधार पाऊस संपायचा, तेव्हा आम्ही पद्धतशीरपणे लांब दऱ्यांचा शोध घेण्यासाठी निघत असू. सोबत अन्न, रेखाटनाचे साहित्य आणि होकायंत्र घेऊन आम्ही अनेकदा कित्येक दिवस बाहेर राहायचो. यादरम्यान आम्ही गुराख्यांसोबत उंचावरील कुरणांवर मुक्काम करायचो. हे गुराखी आल्प्सप्रमाणेच उन्हाळ्याच्या महिन्यांत त्यांची गुरे हिरव्यागार डोंगराळ कुरणांमध्ये चरायला न्यायचे. हिमनद्यांच्या जगात कुरणांच्या हिरव्यागार भागात शेकडो गाई आणि मादी याक चरताना दिसत असत. मी अनेकदा त्यांना लोणी बनवण्यात मदत करायचो आणि माझ्या कष्टाच्या बदल्यात ताजे सोनेरी लोणी मिळून माझ्या आनंदाला पारावार नसायचा.

सर्व वस्ती असलेल्या झोपड्यांजवळ खुंखार कुत्रे बांधलेले असतात आणि रात्री त्यांच्या भुंकण्यामुळे गुरांना बिबटे, लांडगे आणि रानकुत्र्यांपासून वाचवता येते. त्यांचे शरीर खूप मजबूत असते. त्यांच्या खाण्यापिण्यात दूध आणि वासरांचे मांस समाविष्ट असते, ज्यामुळे ते खूप ताकदवान होतात. ते खरोखरच खूप धोकादायक असतात. यांच्यासोबत माझ्या अनेक धोकादायक चकमकी झाल्या आहेत. एकदा जेव्हा मी वर टेकडीवर आलो तेव्हा यापैकी एक कुत्रा त्याच्या साखळीतून सुटला आणि त्याने माझ्या मानेवर झेप घेतली. मी स्वतःला त्याच्या हल्ल्यापासून वाचवण्याचा प्रयत्न केला तर त्याने त्याचे दात माझ्या दंडात रुतवले. त्याने माझा दंड तोपर्यंत सोडला नाही, जोपर्यंत मी त्याला खाली आपटले नाही. माझ्या कपड्यांच्या चिंध्या झाल्या होत्या.

पण कुत्रा जमिनीवर बेशुद्ध पडला होता. मी माझ्या शर्टच्या उरलेल्या भागाने माझ्या जखमांवर पट्टी बांधली, पण माझ्या हातावर अजूनही खोल खुणा आहेत. यानंतर मी गरम पाण्याच्या झऱ्यांमध्ये खूप वेळ अंघोळ केली, ज्यामुळे जखमा खूप लवकर बऱ्या झाल्या. वर्षाच्या या हंगामात या झऱ्यांवर तिबेटी कमी आणि साप जास्त येतात. गुराख्यांनी मला नंतर सांगितले की कुत्र्यांच्या हल्ल्यांचा बळी मी एकटाच नव्हतो. यानंतर तो कुत्रा एका कोपऱ्यात पडून राहिला आणि एक आठवडा त्याने काहीही खाल्ले-प्यायले नाही.

आमच्या भ्रमंतीदरम्यान आम्हाला भरपूर रानटी स्ट्रॉबेरी मिळाली. पण जिथे आम्हाला सर्वांत चांगली स्ट्रॉबेरी मिळाली, तिथे खूप साऱ्या जळवाही होत्या. मी पुस्तकांमध्ये वाचले होते की हे जीव अनेक हिमालयीन खोऱ्यांसाठी कोणत्याही महामारीपेक्षा कमी नाहीत, आणि आता वैयक्तिक अनुभवावरून जाणले की यांचा सामना करण्यात माणूस किती हतबल असतो. हे झाडांवर राहतात आणि वरून माणसांवर आणि प्राण्यांवर पडतात. आणि कपड्यांच्या आत इथपर्यंत की बुटांच्या छिद्रांमधूनही आत शिरून शरीरावर रांगू लागतात. जर कोणी त्यांना ओढून काढले तर जास्त रक्त वाहू लागते. शरीराला चिकटून राहिल्या तर कमी रक्त पितात. काही खोऱ्यांमध्ये तर जळवांचा इतका प्रादुर्भाव आहे की त्यांच्यापासून वाचणे अशक्यच असते. त्यांना आपल्यापासून दूर ठेवण्याचा सर्वांत चांगला मार्ग म्हणजे मिठात भिजवलेले मोजे आणि पँट घालणे.

भटकंतीदरम्यान आम्हाला नकाशे आणि रेखाचित्रे बनवण्याच्या अनेक संधी मिळाल्या, पण आम्हाला कोणताही असा मार्ग मिळाला नाही ज्यातून आम्ही निसटून जाऊ शकू. दोरखंड आणि इतर साधनांच्या मदतीशिवाय जड ओझे उचलून पर्वताची उंच शिखरे ओलांडण्याचा आम्ही विचारही करू शकत नव्हतो. आणि आमच्यापैकी कोणीही जोंगका मार्गाने परत जाण्याच्या विचाराने उत्साही नव्हता. या रस्त्याशी आम्ही आधीपासूनच परिचित होतो. आम्ही या संदर्भात नेपाळ सरकारला एक पत्र पाठवले जेणेकरून हे शोधता येईल की जर आम्ही तिथे पोहोचलो तर आम्हाला इंग्रजांच्या हवाली केले जाईल का? पण कोणतेही उत्तर आले नाही. यावेळी आमच्याकडे किरोंग

सोडण्यापूर्वी सुमारे दोन महिन्यांचा वेळ होता. आम्ही आमचा वेळ प्रवासाच्या तयारीत घालवला. माझे भांडवल वाढवण्यासाठी मी एका व्यापाऱ्याला तेहतीस टक्के व्याजदराने कर्ज दिले. मला नंतर याचा पश्चात्ताप झाला, कारण माझ्या कर्जदाराने पैसे परत करण्यास उशीर केला आणि यामुळे आमचे प्रस्थान जवळजवळ रखडलेच होते.

शांतताप्रिय आणि कष्टाळू गावकऱ्यांसोबतचा आमचा संपर्क आणखी जवळचा होत गेला. ते त्यांचे काम तासांच्या हिशोबाने करत नाहीत, तर दिवसाच्या प्रकाशाच्या प्रत्येक मिनिटाचा वापर करतात. कारण कृषी क्षेत्रात कामगारांची कमतरता होती, त्यामुळे भूक आणि गरिबी दिसत नव्हती. असंख्य भिक्षू, जे शारीरिक श्रम करत नाहीत, आध्यात्मिक कार्यात व्यस्त राहतात, त्यांना समाज मदत करतो. शेतकरी सधन आहेत आणि त्यांच्याकडे प्रत्येक उत्सवानुसार स्वच्छ कपडे ठेवलेले आहेत. महिला त्यांचे स्वतःचे कापड विणतात आणि सर्व कपडे घरीच बनवले जातात. आमच्या हिशोबाने तिथे कोणतीही पोलीस नाही. वाईट काम करणाऱ्यांना सार्वजनिकरीत्या शिक्षा दिली जाते. शिक्षा खूप कठोर असतात, पण त्या लोकांच्या मानसिकतेशी सुसंगत वाटतात. मला एका अशा व्यक्तीबद्दल सांगण्यात आले ज्याने किरोंगच्या एका मंदिरातून लोण्याचा दिवा चोरला होता. दिवा सोन्याचा होता. त्याला गुन्ह्यासाठी दोषी ठरवण्यात आले आणि त्याला अमानुष शिक्षा देण्यात आली. किमान आम्ही तरी असेच मानतो. त्याचे हात सार्वजनिकरीत्या छाटण्यात आले आणि मग त्याला याकच्या ताज्या कातड्यात भरून शिवण्यात आले. जेव्हा भरलेले कातडे सुकले तेव्हा त्याला एका दरीत फेकून देण्यात आले.

आम्ही याहून अधिक क्रूर शिक्षा कधीही आणि कुठेही पाहिली नाही. काळानुसार तिबेटी लोक अधिक उदार होत गेले आहेत. मला आठवते की एकदा मी सार्वजनिकरीत्या चाबकाने मारण्याच्या शिक्षेचा प्रत्यक्षदर्शी होतो. मला वाटले की ही पुरेशी कठोर शिक्षा नव्हती. एक भिक्षू आणि एक भिक्षुणी दोषी ठरले होते, जे सुधारित बौद्ध चर्चशी जोडलेले होते. चर्चमध्ये ब्रह्मचर्याचे पालन करावे लागायचे. भिक्षुणीने भिक्षूसोबत सहवास केला होता आणि त्यातून एक अपत्य जन्माला आले, ज्याला जन्माबरोबरच मारण्यात आले.

दोघांचा निषेध करण्यात आला आणि त्यांना खांबाला बांधण्यात आले. त्यांच्या गुन्ह्याची सार्वजनिकरीत्या घोषणा करण्यात आली आणि त्यांना प्रत्येकी शंभर फटके मारण्याची शिक्षा सुनावण्यात आली.

जेव्हा त्यांना फटके मारले जात होते, तेव्हा रहिवाशांनी अधिकाऱ्यांकडे दयेची भीक मागितली, त्यांना लाच म्हणून पैसेही दिले. यामुळे शिक्षा काहीशी कमी झाली आणि प्रेक्षकांच्या हुंदके देणाऱ्या गर्दीने सुटकेचा निःश्वास सोडला. भिक्षू आणि भिक्षुणीला जिल्ह्यातून हद्दपार करण्यात आले आणि त्यांच्याकडून त्यांचे धार्मिक पद हिरावून घेण्यात आले. लोकांनी त्यांच्याबद्दल जी सहानुभूती दाखवली, ती आमच्यासाठी कल्पनेपलीकडची होती. त्या पापी लोकांना भेट म्हणून लोकांनी पैसे आणि अन्न उपलब्ध करून दिले आणि ते तीर्थयात्रेवर निघून गेले. त्यांच्याकडे उदरनिर्वाहासाठी पुरेशी सामग्री गोळा झाली होती. आणि, अशा प्रकारे त्यांनी किरोंगचा निरोप घेतला. हे दोन्ही व्यक्ती ज्या सुधारणावादी पंथाशी जोडलेले होते, तो तिबेटमध्ये प्रमुख आहे. जरी आजूबाजूच्या भागातही मोठ्या संख्येने मठ होते जे वेगळ्या नियमांचे पालन करत असत. त्यामध्ये भिक्षू आणि भिक्षुणी एकत्र कौटुंबिक जीवन जगू शकत असत आणि त्यांची मुले मठातच राहत असत. ते त्यांच्या शेतात काम करायचे, पण त्यांना कधीही कोणतेही अधिकृत पद दिले गेले नाही. ही पदे सुधारित 'यलो चर्च' च्या सदस्यांसाठी राखीव होती.

तिबेटमध्ये मठांचे वर्चस्व अनोखे आहे. याची तुलना एका कठोर हुकूमशाहीशी केली जाऊ शकते. भिक्षूंचा अधिकार कमकुवत करणारा कोणताही प्रभाव त्यांना मान्य नसतो. ते इतके हुशार आहेत की ते असे मानून चालतात की त्यांच्याकडे मर्यादित शक्ती आणि अधिकार आहेत पण जेव्हा ते कोणाला शिक्षा करतात तेव्हा वाटते त्यांच्याकडे अमर्याद शक्ती आहेत. याच कारणामुळे किरोंगच्या काही भिक्षूंना गावकऱ्यांसोबतचा आमचा जवळचा संपर्क रुचला नव्हता. आम्ही त्यांच्या अंधश्रद्धेपासून अलिप्त होतो आणि म्हणूनच तिबेटी नक्कीच काहीतरी विचार करण्यास भाग पडले असतील. आम्हाला राक्षसांची भीती वाटत नव्हती आणि आम्ही रात्रीही घनदाट जंगलात निघून जायचो. आम्ही कोणत्याही प्रकारचा यज्ञ, होम-हवन न

करताच पर्वतांवर चढलो आणि तरीही आमचे काहीही नुकसान झाले नाही. काही घरांमध्ये आम्हाला एका विशिष्ट प्रकारचा संकोच जाणवला. या वर्तनाचे कारण लामांचा प्रभाव हेच असू शकते. मला वाटते की लोक असे मानायचे की आमच्यात अलौकिक शक्ती आहेत, त्यांना खात्री होती की आमच्या भ्रमंतीमागे कोणताही लपलेला हेतू होता. ते आम्हाला विचारत राहायचे की आम्ही नेहमी नद्या आणि पक्ष्यांशी का बोलत असतो. कोणताही तिबेटी माणूस कोणत्याही विशिष्ट हेतूशिवाय एक पाऊलही पुढे टाकत नाही, आणि त्यांना वाटायचे की जेव्हा आम्ही जंगलात फिरत होतो किंवा ओढ्यांच्या काठावर बसत होतो तेव्हा आम्ही असे निरुद्देशपणे तर करत नव्हतो.

५

चालता-चालता

किरोंगहून नाट्यमयरीत्या प्रस्थान - चखयुंगला खिंडीतून - पेल्गु सरोवरापर्यंत - माऊंट एव्हरेस्ट, एक अविस्मरणीय दृश्य - एक कठीण प्रवास - प्रेमळ भटक्यांच्या सहवासात.

यादरम्यान शरद ऋतू आला होता आणि आमच्या मुक्कामाची दिलेली मुदत संपणार होती. निसर्गाच्या या स्वर्गासारख्या ठिकाणाला सोडणे कठीण होते, पण आम्हाला तिथे राहण्याची परवानगी मिळू शकली नव्हती आणि यात कोणतीही शंका नव्हती की आम्हाला आता हे ठिकाण सोडावेच लागणार होते. मागील अनुभवातून धडा घेत आम्ही बारा मैलांवर झोंगका रोडवर एक साठा बनवला होता. तिथे आम्ही पुरेशा प्रमाणात त्सम्पा, लोणी, सुकलेले मांस, साखर आणि लसूण जमा केले होते. जसे छावणीतून पळून जाण्याच्या वेळी झाले होते, आताही आमच्याकडे आमचे सामान वाहून नेण्यासाठी वाहतुकीचे कोणतेही साधन नव्हते आणि आम्हाला आमचे सर्व सामान आमच्या पाठीवर वाहावे लागले.

मुसळधार बर्फवृष्टीने संकेत दिले की लवकरच हिवाळा येणार आहे आणि आमचे गणित बिघडले. आम्ही आधीच विचार केला होता की आम्ही जास्तीत जास्त किती वजन उचलू शकतो, आणि आता आम्हाला आमच्या सामानात आणखी एक घोंगडे वाढवावे लागणार होते. अर्थात, मध्य आशियातील उंच पठारे ओलांडण्यासाठी हिवाळा हा सर्वांत प्रतिकूल ऋतू

होता, पण आम्ही आता किरोंगमध्ये राहू शकत नव्हतो. आम्ही आधी या शक्यतेवर विचार केला की काही काळ नेपाळमध्ये कुठेतरी थांबून हिवाळा काढावा का, पण नंतर आम्ही हा विचार सोडून दिला, कारण नेपाळी सीमा रक्षक अत्यंत कार्यक्षम मानले जायचे.

जेव्हा आमचा डेपो तयार झाला तेव्हा आम्ही पोर्टेबल दिवा तयार करण्याचे काम सुरू केले. कारण गावकऱ्यांना माहित होते की आम्ही काहीतरी करणार आहोत, त्यामुळे आमच्यावर सतत पाळत ठेवली जात होती. आम्हाला ही गोष्ट माहित होती. आमचा दिवा तयार करण्यासाठी आम्ही एक दिवस फिरण्यासाठी पर्वतांवर गेलो. तिथे आम्ही तिबेटी कागद आणि एका पुस्तकाच्या कव्हरपासून एक प्रकारचा कंदील बनवला, ज्याच्या आत आम्ही ज्योत पेटती ठेवण्यासाठी लोण्याने भरलेला सिगारेटचा डबा ठेवला. आम्हाला एका दिव्याची गरज होती, मग तो कितीही अंधुक का असेना. असे यासाठी कारण आम्ही ठरवले होते की जोपर्यंत आम्ही लोकवस्तीच्या भागात आहोत, तोपर्यंत रात्रीच प्रवास करू. आता मी त्या पैशांच्या परताव्याची वाट पाहत होतो, जे मी कर्जाऊ दिले होते. मला आशा होती की माझी रक्कम दुसऱ्या दिवशी मिळेल. असा विचार करून आम्ही आमचे पुढचे पाऊल उचलण्यासाठी तयार होतो.

रणनीतीचा भाग म्हणून असे ठरले की फिरण्याच्या बहाण्याने औफशनाइटरने आधी निघावे. मोठ्या धैर्याने तो सहा नोव्हेंबर एकोणीसशे पंचेचाळीस रोजी आपली बॅग पाठीवर लादून दिवसाढवळ्या गावातून निघाला. त्याच्यासोबत माझा केसाळ कुत्राही गेला. हा कुत्रा मला ल्हासाच्या एका प्रतिष्ठित व्यक्तीने भेट म्हणून दिला होता. यादरम्यान मी माझे पैसे परत मिळवण्याचा प्रयत्न केला, पण काही उपयोग झाला नाही. माझ्या कर्जदाराला माझ्यावर संशय होता आणि तो औफशनाइटर परत येईपर्यंत मला माझे पैसे परत करू इच्छित नव्हता. आणि यात आश्चर्य वाटण्यासारखे काहीही नव्हते की लोकांना संशय होता की आम्ही पळून जाण्याचा कट रचत आहोत. जर आम्हाला खरोखरच नेपाळला जायचे असते, तर गुप्तता पाळण्याची कोणतीही आवश्यकता नव्हती. अधिकाऱ्यांना भीती होती की जर आम्ही आतल्या तिबेटमध्ये घुसण्यात यशस्वी झालो तर ते अडचणीत येतील, आणि

म्हणूनच त्यांनी गावकऱ्यांना आमच्याविरुद्ध भडकवले होते. गावकरी नेहमीच स्थानिक अधिकाऱ्यांना घाबरून असायचे आणि ते तेच करायचे जे त्यांना सांगितले जायचे.

औफशनाइटरच्या शोधाची मोहीम राबवली गेली आणि मला पकडून चौकशी करण्यात आली. मी अधिकाऱ्यांना लाख समजावून सांगण्याचा प्रयत्न केला की तो त्याच्या नेहमीच्या फेरफटक्यासाठी गेला आहे. मात्र माझे युक्तिवादही कमकुवतच होते. जिथपर्यंत माझ्या पैशांचा प्रश्न आहे तर मला आणखी एक दिवस वाट पाहावी लागली आणि मग मला त्याचा केवळ एक भागच मिळू शकला. औफशनाइटर परतल्यानंतरच मला माझे पूर्ण पैसे मिळाले असते, त्याआधी अजिबात नाही.

आठ नोव्हेंबरच्या संध्याकाळी मी ठरवले होते की मी घर सोडून जाईन - जर गरज पडली तर बळजबरीनेही. मी जिथेही जायचो, माझा पाठलाग केला जायचा. घराच्या आत आणि बाहेर हेर लावलेले होते. मी दहा वाजेपर्यंत ते झोपण्याची वाट पाहत राहिलो, पण तसे कोणतेही संकेत मिळत नव्हते. मग मी खूप रागावल्याचे नाटक केले आणि म्हटले की घरातील लोकांच्या वागणुकीमुळे माझे तिथे राहणे अशक्य झाले आहे आणि मला जंगलात जाऊन झोपावे लागेल. त्यांनी पाहिले की मी माझे सामान बांधायला सुरुवात केली आहे. माझी घरमालकीण आणि तिची आई धावत आत आल्या आणि मला सामान बांधताना पाहून माझ्यासमोर जमिनीवर पडल्या आणि अश्रू गाळत मला विनवणी करू लागल्या की मी बाहेर जाऊ नये. त्यांनी म्हटले की जर मी गेलो, तर त्यांना गावातून बाहेर काढले जाईल आणि त्यांचे घर हिरावून घेतले जाईल. त्यांना माझ्याकडून अशी अपेक्षा नव्हती. म्हाताऱ्या आईने माझ्यासमोर त्यांच्या आदराचे प्रतीक असलेला पांढरा दुपट्टा पसरला आणि जेव्हा त्यांनी पाहिले की त्यांच्या विनवणीने माझे हृदय पाघळले नाही, तेव्हा त्यांनी मला काही पैसेही दिले. मला त्या दोघी महिलांची कीव आली आणि मी त्यांना समजावण्याचा प्रयत्न केला की जर मी गेलो तर त्यांचे कोणतेही नुकसान होणार नाही. दुर्दैवाने त्यांच्या रडण्याने आणि ओरडण्याने संपूर्ण गाव जागे झाले आणि मला उशीर होण्यापूर्वीच, लगेच काहीतरी करायचे होते.

मी लोणी फासलेले मंगोलियन चेहरे बाहेरून माझ्या खिडकीकडे टक लावून पाहताना पाहू शकत होतो. त्यांच्या हातात देवदाराच्या जळत्या मशाली होत्या आणि त्यांच्या प्रकाशाने त्यांचे चेहरे चमकत होते. आणि आता दोन प्रशासक पोनपोचा एक संदेश घेऊन आले. त्यात म्हटले होते की जर मी सकाळपर्यंत थांबलो, तर मग मी जिथे हवे तिथे जाऊ शकतो. मला माहित होते की ही मला रोखण्याची एक खेळी होती आणि मी याला कोणतेही उत्तर दिले नाही. म्हणून ते त्यांच्या प्रमुख अधिकाऱ्यांना आणण्यासाठी परत धावले. माझी घरमालकीण मला बिलगली आणि रडत म्हणू लागली की तिने मला नेहमी आपल्या मुलासारखे मानले आहे आणि मी तिला इतका त्रास देऊ नये. मी खूप तणावात आलो होतो. काही ना काही तर करायचेच होते. मी पाघळणार नव्हतो. मी माझी बॅग खांद्यावर टाकली आणि घराबाहेर पडलो. मला आश्चर्य वाटले की दरवाजाच्या आजूबाजूला जमलेल्या गर्दीने मला रोखले नाही. ते म्हणत होते, 'तो जात आहे, तो जात आहे,' पण कोणीही मला रोखले-स्पर्शही केला नाही. त्यांना समजले असेल की मी खरोखरच गंभीर होतो. काही तरुणांनी फक्त थांबवा-थांबवा असा आवाज दिला. मी कोणत्याही त्रासाशिवाय त्या गर्दीतून बाहेर पडलो. लोक माझ्यासाठी रस्ता मोकळा करत राहिले.

मला आनंद झाला जेव्हा मी मशालींच्या प्रकाशातून बाहेर पडून अंधारात पोहोचलो. मी काही काळ भरभर पावले टाकत नेपाळला जाणाऱ्या रस्त्याने चालत राहिलो जेणेकरून जर कोणी माझा पाठलाग करत असेल, तर त्याला चकवा देता येईल. मग मी गावाला एक मोठा वळसा घातला आणि सकाळपर्यंत माझ्या डेपोमध्ये पोहोचलो. औफशनाइटर रस्त्याच्या कडेला बसला होता आणि माझा कुत्रा माझे स्वागत करण्यासाठी उडी मारून आला. आम्ही दिवसा लपण्याच्या जागेच्या शोधात निघालो.

खूप दिवसांनंतर आम्ही जंगलात मुक्काम ठोकला होता. दुसऱ्या रात्री आम्ही खोऱ्यात चढाई केली आणि लवकरच वृक्ष रेषेच्या खूप वर पोहोचलो. आमच्या भटक्या स्वभावामुळे आम्हाला डोंगराळ रस्ते चांगल्या प्रकारे माहित होते आणि आमचा अंधुक प्रकाशाचा कंदील आम्हाला पूर्ण साथ देत होता.

तरीही, कधीकधी आम्ही रस्ता भरकटायचो. नदीवर बनवलेले लाकडी अरुंद पूल ओलांडताना खूप सावध राहावे लागायचे. ते बर्फाने आच्छादलेले होते आणि आम्हाला खूप तोल सावरत चालावे लागायचे. जरी आम्हा दोघांनीही सुमारे ऐंशी पौंडांचे वजन उचललेले होते, तरीही आम्ही चांगल्या वेगाने पुढे जात होतो. दिवसा आम्हाला आराम करण्यासाठी एखादे चांगले एकांत ठिकाण मिळायचेच. पण त्यावेळी जे तापमान होते, त्यात कॅम्पिंगचा आनंद लुटता येत नव्हता.

एके दिवशी आम्ही पाहिले की आता आम्ही पुढे जाऊ शकत नाही. आमच्या समोर एक खडक होता ज्यावर चढणे अशक्य होते. एक रस्ता तिथपर्यंत जायचा आणि कुठेतरी हरवून जायचा. आम्ही काय करावे? आम्ही आमच्या पाठीवर इतके जड ओझे वाहून तर कधीही त्यावर चढू शकत नव्हतो, म्हणून आम्ही निर्णय घेतला की मागे वळून नदी ओलांडण्याचा प्रयत्न केला जावा. नदी इथे अनेक प्रवाहांमध्ये विभागली होती. थंडी खूप जास्त होती. शून्याखाली पंधरा अंश. जेव्हा आम्ही नदी ओलांडण्यासाठी आमचे बूट आणि मोजे काढले तेव्हा जमिनीवर विखुरलेल्या दगडांवर आमचे पाय गोठले. गोठलेले पाय खेचून पुन्हा बूट घालणे हे एक वेदनादायक काम होते. थोडे अंतर चालल्यानंतर आम्हाला पुन्हा एक नवीन प्रवाह ओलांडावा लागायचा. तिथून जाण्याचा कोणताही मार्ग तर नक्कीच असेल, कारण त्या वाटेने काफिले जात असत, फक्त आम्हाला तो रस्ता दिसत नव्हता. म्हणून आम्ही जिथे होतो, तिथेच रात्र घालवण्याचा विचार केला. आणि ठरवले की दुसऱ्या दिवशी लपून पाहू की काफिले या कठीण वाटेला कसे पार करतात. पहाट होताच एक काफिला आला. खडकासमोर थांबला, आणि मग (आमचा आमच्या डोळ्यांवर विश्वासच बसला नाही) जड ओझ्याने लादलेले हमाल एकामागून एक हरणांसारखे वेगाने खडकाळ वाटेवर चढत गेले. हे आमच्यासारख्या मजबूत गिर्यारोहकांसाठी एक धडा होता. तिकडे, याक आपल्या हाकणाऱ्यांना आपल्या पाठीवर लादून नदी ओलांडत होते.

आम्ही पुन्हा प्रयत्न करण्याचे ठरवले. हा दिवस आम्हाला खूप मोठा वाटत होता आणि मग रात्र झाली आणि आम्ही कठीण चढाईची सुरुवात केली. आम्हाला रस्ता दाखवण्यासाठी चंद्राचा प्रकाश विखुरलेला होता. जर

आम्ही हमालांना या खडकाळ भिंतीवर चढताना पाहिले नसते तर आम्ही हार मानली असती, पण आम्ही ही चढाई यशस्वीपणे पूर्ण करू शकलो.

आम्ही आणखी दोन रात्रींचा प्रवास केला आणि झोंगकाच्या पुढे गेलो. आता आम्ही एका अनोळखी देशात होतो. आमचे पुढचे ध्येय ब्रह्मपुत्रा नदी ओलांडणे हे होते. आम्ही ती कशी पार करू, हा आमच्या प्रवासातील सर्वांत गंभीर प्रश्न होता. आम्हाला आशा होती की ती गोठलेली असेल. आमच्यासमोर नदीपर्यंत जाणाऱ्या रस्त्याचे अंधुक चित्र होते, पण आशा पूर्ण होती की या वाटेत मोठे अडथळे येणार नाहीत. सर्वांत मोठी गोष्ट ही होती की शक्य तितक्या वेगाने आम्हाला पुढे जायचे होते आणि त्या सर्व ठिकाणांपासून वाचायचे होते, जिथे आमची अधिकाऱ्यांशी गाठ पडू शकली असती. झोंगकाहून गेल्यानंतर थोड्याच वेळात आम्ही एका गुहेत मुक्काम ठोकला. इथे आम्हाला मातीच्या छोट्या-छोट्या हजारो मूर्ती दिसल्या. ही जागा पूर्वी एक आश्रम असावी. पुढच्या रात्री आम्ही या आशेने उभी चढाई सुरू केली की एकाच दमात खिंड ओलांडू. पण आम्ही आमच्या ताकदीचा खूप जास्त अंदाज लावला होता. सोळा हजार फुटांपेक्षा जास्त उंचीवर हवेच्या कमतरतेमुळे श्वास लागला आणि थकवा जाणवू लागला. आम्हाला एका बर्फाळ छावणीत थांबावे लागले. आम्ही पुन्हा एकदा हिमालयाच्या जलक्षेत्राजवळ पोहोचत होतो. चखयुंगला खिंडीच्या वरून दृश्य निराशाजनक होते. पण आम्हाला हे विचार करून समाधान वाटले की आम्ही शक्यतो ही नदी ओलांडणारे पहिले युरोपियन होतो, पण हवामान इतके थंड होते की कोणत्याही यशावर आनंद किंवा अभिमान वाटणे शक्य नव्हते!

या निर्मनुष्य बर्फाळ भागात आम्ही दिवसा प्रवास करण्याचे धाडस केले. आम्ही योग्य दिशेने पुढे जात राहिलो आणि आमच्या कॅम्पमध्ये कुडकुडत रात्र काढल्यानंतर, दुसऱ्या दिवशी सकाळी आम्हाला एका शानदार गडद निळ्या रंगाच्या सरोवराचे विहंगम दृश्य पाहायला मिळाले. हे पेल्गु होते. ते आमच्या खाली वाहत होते. ज्या पठारावर आम्ही होतो, ते हिमनद्यांच्या एका चमकणाऱ्या रांगेने वेढलेले होते. आम्ही दोन नवीन शिखरांवर चढाई केली होती- गोसाईंथन (सव्वीस हजार फूट) आणि

लापची कांग. आणि आम्हाला खूप अभिमान वाटला. दोन्ही अजूनही अजिंक्य होती, जसे हिमालयाच्या बहुतांश शिखरांबद्दल म्हणता येईल. आमची बोटे थंडीने आखडली होती, पण तरीही आम्ही आमची स्केचबुक काढली आणि बघता-बघता या पर्वतांची रूपरेषा रेखाटली. औफशनाइटरने त्याच्या होकायंत्राने या दोन महत्त्वाच्या शिखरांच्या दिशा शोधून काढल्या आणि ती आकडेवारी लिहून ठेवली. ही भविष्यात उपयोगी पडू शकली असती. आम्ही या स्वप्नवत हिवाळी निसर्गदृश्याला निहाळत सरोवराच्या काठावर पोहोचलो. इथे आम्हाला एक पडकी धर्मशाळा मिळाली जिचा वापर कधीकाळी काफिल्यांनी केला असेल. आणि, आम्हाला पुन्हा एकदा बर्फाच्या सावलीत रात्र काढावी लागली.

खऱ्या अर्थाने आम्हाला आश्चर्य वाटत होते की अखेर आम्ही इतक्या उंचीवर कसे पोहोचू शकलो आणि इतके जड सामान वाहून इतक्या वेगाने कसे चालत राहिलो. पण आमचा बिचारा कुत्रा खूप त्रस्त होता. तो उपाशी राहायचा. रात्री तो आमच्या पायांवर झोपायचा आणि आम्हाला उबदारपणा द्यायचा. या उबदारपणाची आम्हाला खूप गरज होती, कारण तिथे बावीस अंश हिमपात झाला असावा.

दुसऱ्या दिवशी जीवनाची एक खूण पाहून आम्ही खूप खूश झालो. मेंढ्यांचा एक कळप हळूहळू आमच्या दिशेने येत होता आणि त्याच्यामागे जाड झग्यात गुंडाळलेले काही गुराखी देखील होते. त्यांनी आम्हाला सांगितले की पुढे वस्त्या कुठे आहेत. आणि त्याच संध्याकाळी आम्ही त्राकचेन गावी पोहोचलो. खऱ्या अर्थाने आता आम्हाला मानवी वस्त्यांमध्ये पोहोचण्याची गरज होती, मग आम्हाला अटक का केली जाईना. कारण आमचे अन्न संपले होते... !

ही वस्ती छोटीशी होती, पण गाव म्हणवण्याच्या लायकीची होती. यामध्ये सुमारे चाळीस घरे होती आणि त्यांच्यावर टेकडीवर एक मठ बांधलेला होता. हे ठिकाण गरतोकपेक्षाही चांगले दिसत होते. आम्ही खऱ्या अर्थाने इथे आशिया आणि कदाचित संपूर्ण जगातील सर्वांत उंच लोकवस्तीच्या जागेचा शोध लावला होता.

स्थानिक लोकांनी आम्हाला भारतीय समजले आणि खाण्यापिण्याच्या वस्तू मोफत दिल्या. एका घरात आमचा शानदार पाहुणचार झाला. आणि आम्ही बर्फाच्या वादळातून लांब पायी प्रवास केल्यानंतर उबदारपणाचा आनंद लुटला! आम्ही इथे एक दिवस आणि एक रात्र विश्रांती घेतली. खूप चांगल्या प्रकारे, खूप चांगले जेवण खाल्ले. आणि आमच्या कुत्र्यालाही खाऊ घातले. आम्ही स्थानिक अधिकाऱ्यांना भेटण्याचे टाळले, कारण पोनपोने आपल्या घराला कुलूप लावले होते आणि तो आम्हाला टाळत होता. कदाचित तो जबाबदारी टाळत असावा.

नको असतानाही आम्हाला आणखी एक मेंढीचे कातडे खरेदी करावे लागले, कारण आमचे कपडे तिबेटी हिवाळ्यासाठी बनलेले नव्हते. इथे आणखी लांबलचक आणि मजेदार घासाघीस केल्यानंतर आम्ही एक याक खरेदी केला. हा आमच्या आर्मिनपेक्षा अधिक खट्याळ होता.

इथून आम्ही यागुला खिंड ओलांडण्यासाठी पुढे गेलो, वाटेत कोणाशीही गाठभेट झाली नाही. तीन दिवसांनंतर आम्ही एका मोठ्या गावाच्या, मेनखाप मे च्या शेतात पोहोचलो. इथे आम्ही पुन्हा स्वतःला भारतीय असल्याचे सांगितले आणि आमच्या याकसाठी चारा आणि स्वतःसाठी त्सम्पा खरेदी केला. इथले लोग खूप कठीण जीवन जगतात. त्यांची जव आणि मसुराची शेते खूप खडकाळ आहेत आणि थोडेसे पीक घेण्यासाठी खूप जास्त मेहनत करावी लागते. पण ते आनंदी आणि मनमिळावू लोक होते आणि संध्याकाळी आम्ही त्यांच्यासोबत बसून बिअर प्यायचो. गावाच्या आजूबाजूच्या उतारांवर काही छोटे मठ आहेत. जिथे गावातील लोक, त्यांच्या कठीण जीवनानंतरही धर्मपरायण आहेत आणि त्यांच्यात त्यागाची भावना आहे. सर्वत्र आम्हाला वेगवेगळ्या प्रकारचे अवशेष मिळाले, जे या गोष्टीची साक्ष देत होते की या भागाने चांगले काळही पाहिले होते. आम्ही हे शोधू शकलो नाही की हा विनाश युद्धांमुळे झाला होता की हवामान बदलामुळे.

एक तास सतत चालल्यानंतर आम्ही टिंगरीच्या विशाल मैदानी भागात पोहोचलो. मागे वळून पाहिले आणि आमचा श्वासच रोखला गेला - जगातील सर्वांत उंच पर्वत उभा होता. माउंट एव्हरेस्ट. आम्ही आश्चर्य, उत्साह आणि

श्रद्धेने भरून या महान शिखराकडे पाहिले आणि अशा अनेक मोहिमांबद्दल विचार केला ज्यामध्ये अनेक साहसी लोकांनी शिखरावर पोहोचण्याच्या प्रयत्नात आपले प्राण गमावले होते. आम्ही पर्वताची काही रेखाचित्रे बनवली. आम्ही ज्या ठिकाणाहून हे विहंगम दृश्य पाहिले होते, निश्चितच तसे कोणत्याही युरोपियनने पाहिले नसेल.

हे अद्भुत दृश्य सोडून पुढे जाणे खूप कठीण होते, पण आम्हाला आमच्या पुढच्या लक्ष्याकडे जायचे होते. हे कोराचे अठरा हजार फुटांचे खिंड होते, जे उत्तरेकडे स्थित होते. चढाई सुरू करण्यापूर्वी आम्ही खिंडीच्या पायथ्याशी खारग्यू नावाच्या एका छोट्याशा गावात रात्र काढली. यावेळी आम्ही स्वतःला इतक्या सहजपणे भारतीय म्हणवून घेऊ शकत नव्हतो, कारण गावकऱ्यांनी अनेक युरोपियन लोकांना पाहिले होते. जवळच टिंगरी गाव होते. इथून सर्व ब्रिटिश एव्हरेस्ट मोहिमांसाठी हमालांना भाड्याने घेतले जायचे. असे वाटत होते की तिथले रहिवासी आमची परीक्षा घेत होते. त्यांनी आम्हाला आधीच विचारले की आम्ही सुत्सोमध्ये पोनपोला भेटलो का. तेव्हा आम्हाला जाणवले की आम्ही जे मोठे घर पाहिले होते, ते सरकारी निवासस्थानच असावे. आम्ही घर नीट पाहिले होते, कारण ते एका टेकडीवर बांधलेले होते आणि तिथून संपूर्ण जिल्ह्याचे दृश्य दिसत होते. सुदैवाने तिथे आम्हाला कोणत्याही सरकारी अधिकाऱ्याने पाहिले नव्हते.

आता आम्हाला सावध राहायचे होते. आम्ही हा विषय पुढे वाढवला नाही. गावकऱ्यांसमोर आमच्या तीर्थयात्रेची कथा पुन्हा सांगितली. वाटले की गावकरी समाधानी झाले आणि त्यांनी त्यांच्या मते आम्हाला पुढे जाण्याचा योग्य मार्ग सांगितला.

दुपारनंतर आम्ही खिंडीच्या शिखरावर पोहोचलो. अखेरीस, आम्ही पुन्हा खाली जात होतो. आम्ही तूर्तास तरी दमछाक करणारी चढाई पूर्ण केली होती आणि आम्ही खूश होतो की आम्ही यातून बाहेर पडलोच. पण, आमचा याक काहीतरी वेगळाच विचार करत होता. तो आमच्यापासून वेगळा झाला आणि पुन्हा खिंडीच्या दिशेने, वर पळू लागला. खूप प्रयत्नांनंतर आम्ही त्याला पकडण्यात यशस्वी झालो. पण आम्ही त्याला खाली आणू शकलो नाही आणि आम्हाला एका अशा अत्यंत दुर्गम ठिकाणी मुक्काम ठोकावा लागला,

जिथे आम्ही आग पेटवू शकत नव्हतो. आणि म्हणून आम्ही कोरडा त्सम्पा आणि कच्चे मांस खाऊन आमचे पोट भरले. आम्हाला केवळ सूर्यास्ताच्या प्रकाशात चमकणारे माउंट एव्हरेस्टचे दृश्य सांत्वन देत होते.

दुसऱ्या दिवशी आर्मिनने पुन्हा नखरे दाखवायला सुरुवात केली. आम्ही एक दोरी त्याच्या शिंगांभोवती बांधली आणि त्याला ओढू लागलो. पण तो मनमानी करत राहिला. आम्ही आता आमच्या या नवीन चौथ्या आर्मिनच्या वागण्याने कंटाळलो होतो आणि आम्ही ठरवले होते की पुढे जेव्हाही संधी मिळेल तेव्हा याच्या जागी दुसरा प्राणी घेऊ.

आम्हाला लवकरच संधी मिळालीही. पुढच्या गावात मी माझ्या मते एक चांगला सौदा केला आणि एक कमकुवत दिसणारा घोडा घेऊन त्याला देऊन टाकले. आम्ही खूप खूश होतो आणि मोठ्या उत्साहाने आमच्या वाटेवर चालू लागलो.

त्याच दिवशी आम्ही एका रुंद खोऱ्यात पोहोचलो, ज्यातून हिरव्या पाण्याचा एक प्रवाह वाहत होता, जो आपल्यासोबत बर्फाचे छोटे-छोटे तुकडे वाहून नेत होता. ही त्सांगपो (ब्रह्मपुत्रा) होती. नदीला गोठलेल्या अवस्थेत पाहण्याचे आणि बर्फावर चालून पार जाण्याचे आमचे स्वप्न भंगले. पण आम्ही हिंमत हारलो नाही. नदीच्या दुसऱ्या तीरावर आम्ही मठ आणि अनेक घरे पाहिली आणि विचार केला की नदी पार करण्याचे कोणतेतरी साधन तर नक्कीच असेल. आमच्या मनात होडीचा विचार आला आणि जेव्हा आम्ही होडी शोधत होतो तेव्हा मला एक लटकणाऱ्या दोरीच्या पुलाचा खांब मिळाला. जेव्हा आम्ही तिथे पोहोचलो तेव्हा आम्हाला समजले की हा पूल आमच्यासाठी तर ठीक आहे पण आमच्या घोड्यासाठी नाही. प्राण्यांना पोहून जावे लागते. तसे, हमाल कधीकधी त्यांच्या गाढवांना त्यांच्या पाठीवर उचलून दोरीच्या झुलत्या पुलांवरून पार नेण्यात यशस्वी होतात. आम्ही आमच्या घोड्याला पाण्यात ढकलण्याचा प्रयत्न केला पण तो हललाच नाही. यावेळी आम्ही आमच्या प्राण्यांसोबत होणाऱ्या त्रासांना सरावलो होतो, त्यामुळे मी दुःखी होऊन गावात परत जाण्याचा आणि पुन्हा प्राण्याची अदलाबदल करण्याचा निर्णय घेतला. माझा जुना आर्मिन परत मिळवण्यासाठी मला खूप

पैसे खर्च करावे लागले आणि चार गोष्टीही ऐकून घ्याव्या लागल्या, पण शेवटी तो मला मिळालाच. मला पुन्हा पाहून त्याने ना आनंद व्यक्त केला ना दुःख.

जोपर्यंत मी त्याला घेऊन परत त्या पुलाजवळ आलो, तोपर्यंत अंधार झाला होता. त्याला घेऊन पूल पार करण्यासाठी खूप उशीर झाला होता, म्हणून मी त्याला जवळच एका खुंटीला बांधून ठेवले. यादरम्यान औफशनाइटरने आमच्यासाठी एक निवासस्थान शोधून ठेवले होते आणि आम्ही एका छताखाली एक सुखद, उबदार रात्र काढली. गावकरी व्यापाऱ्यांच्या तिथून येण्या-जाण्याला सरावलेले होते. त्यांनी आमच्याकडे लक्ष दिले नाही.

दुसऱ्या दिवशी सकाळी मी आर्मिनच्या त्याच्या सर्व चुका माफ केल्या. जेव्हा आम्ही त्याला पाण्यात जाण्यासाठी राजी केले तेव्हा त्याने स्वतःला एक उत्कृष्ट जलतरणपटू सिद्ध केले. तो अनेकदा वेगवान प्रवाहाच्या पाण्यात बुडायचा आणि काही दूरपर्यंत वाहत पुढे निघायचा, पण यामुळे त्याला कोणताही त्रास होत नव्हता. तो सतत पोहत राहिला आणि जेव्हा तो दुसऱ्या किनाऱ्यावर पोहोचला तेव्हा आम्ही त्याच्या बहादुरीचे कौतुक केले. आम्ही बाकीचा दिवस चुंग रिवोचे नावाच्या गावात घालवला. इथे एक प्रसिद्ध मठ होता. ही जागा खूपच रंजक होती. या इमारतीच्या दरवाजांवर चिनी शिलालेख असलेली अनेक मंदिरे होती. या मठाबद्दल सर्वांत उल्लेखनीय गोष्टींपैकी एक म्हणजे तो भव्य चर्च (एक प्रकारची कबर) होता, जो कदाचित सत्तर फूट उंच होता. तो या स्थानाच्या पावित्र्याचा साक्षीदार होता. त्याच्या सभोवताली खूप सारे प्रार्थना-चक्र बनवलेले होते. मी मोजणी केली तर समजले आठशे. जे सतत त्यांच्या दंडगोलाकार आकारासोबत फिरत राहायचे. यामध्ये कागदाच्या पट्ट्या लावलेल्या होत्या ज्यावर देवतांकडून आशीर्वाद मागणारी प्रार्थना लिहिलेली होती. यांना सतत गतिमान ठेवणे गरजेचे असते आणि मी पाहिले की एक भिक्षू त्यांच्या सभोवताली फिरून-फिरून त्यांच्या अक्षात तेल भरत होता. कोणताही भाविक चक्राला न फिरवता त्यांच्या जवळून जात नाही. मोठ्या वयाचे स्त्री आणि पुरुष अनेकदा पूर्ण दिवस या विशाल चक्राकार आकृतींजवळ बसून त्यांना भक्तीभावाने फिरवत राहतात आणि देवाकडे प्रार्थना करतात की त्यांना आणि त्यांच्या प्रियजनांना उच्च अवस्थेत

पुनर्जन्म प्रदान करावा. काही लोक तीर्थयात्रेवर जाताना स्वतःसोबत हाताने फिरवणारे प्रार्थना-चक्र घेऊन जातात. हे चक्र आणि ज्या बालसुलभ मानसिकतेने तिबेटी ते फिरवतात, ते खूपच वैशिष्ट्यपूर्ण आहे. तितकेच वैशिष्ट्यपूर्ण जितके पर्वतीय खिंडींवर दगडांचे ढिगारे आणि जागोजागी फडकणाऱ्या प्रार्थना पताका.

कारण आम्ही आमच्या निवासस्थानावर खूप खूश होतो आणि इथल्या आकर्षक दृश्यांनी मोहीत झालो होतो, त्यामुळे आम्ही आणखी एक रात्र इथेच थांबण्याचा निर्णय घेतला. आमचा निर्णय योग्य ठरला, कारण आमची गाठभेट एका खूप रंजक तिबेटी अभ्यागताशी झाली. हा भारतात एका ख्रिश्चन मिशनमध्ये बावीस वर्षे राहिला होता आणि आता त्याला तिबेटची आठवण सतावू लागली होती, म्हणून परतत होता. आमच्याप्रमाणे तोही हिवाळ्याच्या बर्फात खिंडींवर एकटाच भटकत होता, पण जेव्हाही संधी मिळायची तेव्हा तो एखाद्या काफिल्यासोबत सामील व्हायचा. त्याने आम्हाला इंग्रजीत लिहिलेली सचित्र पत्रे दाखवली. या पत्रांमध्ये आम्ही पहिल्यांदाच बॉम्बस्फोट झालेल्या शहरांची चित्रे पाहिली आणि युद्ध संपल्याबद्दल वाचले. हे आमच्यासाठी खूपच विचलित करणारे क्षण होते आणि आम्ही जास्तीत जास्त माहिती मिळवण्यासाठी उत्सुक होतो. त्या अभ्यागताने आम्हाला जरी निराशाजनक बातम्या दिल्या असल्या, तरीही आम्ही त्या व्यक्तीला भेटून खूश होतो, ज्याने आम्हाला आमच्या जगाची एक झलक तरी दाखवली. त्या व्यक्तीने जे काही आम्हाला सांगितले त्यामुळे मध्य आशियात आमचा प्रवास चालू ठेवण्याचा आमचा संकल्प अधिक दृढ झाला. आम्हाला त्याला आमचा हमसफर बनवण्यात आनंद झाला असता, पण आम्ही त्याला ना सुरक्षा देऊ शकत होतो ना आराम. आम्ही त्याच्याकडून काही पेन्सिली आणि कागद खरेदी केले, जेणेकरून आम्ही आमची डायरी लिहिणे चालू ठेवू शकू. मग आम्ही त्याचा निरोप घेतला आणि आमच्या प्रवासाला निघालो.

आमचा रस्ता आता आम्हाला ब्रह्मपुत्रेपासून दूर घेऊन गेला. आम्ही एका दुसऱ्या खिंडीला ओलांडून यावर चालणे चालू ठेवले. आणि दोन दिवसांत संगसांग गेवु येथे पोहोचलो आणि अशा प्रकारे पुन्हा एकदा गरतोकहून

ल्हासाला जाणाऱ्या त्या रस्त्याशी जोडले गेलो, जिथून आम्ही एक वर्षापूर्वी किरोंगला जाताना निघालो होतो. या रस्त्यावरून काफिले जात असत. संगसांग गेवुमध्ये पोनपोच्या प्रतिनिधीने आम्हाला अनेक प्रश्न विचारले, पण नम्रतेने. आम्हाला जाणवले की ज्या सौजन्यपूर्ण पद्धतीने ट्रेडीनच्या दोन अधिकाऱ्यांनी आमच्याशी वर्तन केले होते, तसेच वर्तन संगसांगपर्यंतच्या आजूबाजूच्या क्षेत्रात प्रचलित होते. इतर अधिकारीही त्याच नम्रतेने वागतात. सुदैवाने या अधिकाऱ्याला या गोष्टीचा कोणताही अंदाज नव्हता की आम्ही सरकारी निर्देशांचे उल्लंघन करून इथपर्यंत पोहोचलो आहोत.

आमचे नशीब चांगले होते की त्यांनी आमच्या वाटेत कोणताही अतिरिक्त अडथळा उभा केला नाही, कारण आमच्याकडे आधीच अनेक अडचणी होत्या. आम्हाला काही ना काही निर्णय घ्यावाच लागणार होता. आमच्याकडे फक्त ऐंशी रुपये आणि एक सोन्याचे नाणे उरले होते. बाकीचे पैसे अन्नसामग्री खरेदी करण्यात आणि आमच्या नवीनतम आर्मिनला विकून पाचवा याक खरेदी करण्यात गेले. जसे-जसे आम्ही गावांजवळ पोहोचलो, वस्तूंच्या किमती वाढत होत्या. आमच्याकडे मर्यादित पैसे होते आणि त्याच्या आधारावर चीनी सीमेपर्यंत कसे पोहोचू शकू, हा आमच्यासाठी एक खूप मोठा प्रश्न होता. चीनला पोहोचण्यापूर्वी आम्हाला अजूनही हजारो मैलांचे अंतर पार करायचे होते. पण आमचे पैसे आम्हाला फक्त ल्हासापर्यंतच पोहोचवू शकत होते. इथे पुन्हा तेच आमच्यासमोर होते 'निषिद्ध शहर' चे आकर्षण. आणि आमच्या उद्दिष्टाला सामोरे जाण्याची शक्यता आता जवळजवळ पूर्ण होण्याच्या मार्गावर होती. तरीही, आम्ही तिथे जाण्याची आमची इच्छा रोखू शकलो नाही आणि या नवीन उद्दिष्टासाठी आम्ही कोणताही त्याग करण्यासाठी तयार होतो.

जेव्हा आम्ही युद्धबंदी छावणीत होतो तेव्हा आम्ही ल्हासाशी संबंधित प्रत्येक पुस्तक मोठ्या आवडीने वाचले होते. ही पुस्तके खूप कमी होती आणि ती सर्व इंग्रजांनी लिहिलेली होती. आम्हाला समजले होते की एकोणीसशे चार मध्ये एका छोट्याशा सैन्यासह एक ब्रिटिश दंडात्मक मोहीम राजधानीपर्यंत पोहोचली होती आणि गेल्या वीस वर्षांत अनेक युरोपियन तिथे गेले आहेत.

तेव्हापासून जगाला ल्हासाबद्दल फक्त वरवरचीच माहिती मिळाली आहे आणि शोधकासाठी दलाई लामांच्या घरापेक्षा अधिक आकर्षक कोणतेही लक्ष्य नाही. आणि आम्ही, जे त्याच्या इतक्या जवळ पोहोचलो आहोत, काय आम्ही तिथे जाण्याचा प्रयत्न करू नये? आणि, अखेर कोणत्या उद्देशासाठी आम्ही इतक्या चलाखीने आणि शक्कल लढवून प्रत्येक प्रकारच्या अडचणींना पार केले आहे? आणि कशासाठी स्वतःच्या सहनशक्तीच्या सीमेपर्यंत शारीरिकरित्या मेहनत केली आणि त्या देशाची भाषा शिकली? जेवढा जास्त आम्ही याबद्दल विचार करत असू, आमचा संकल्प तितकाच दृढ होत गेला आणि 'ल्हासा चलो' आमचे ध्येय वाक्य बनले. आमच्या अनुभवावरून आम्ही शिकलो होतो की कनिष्ठांपेक्षा उच्च अधिकाऱ्यांशी व्यवहार करणे जास्त सोपे असते. आम्हाला वाटले की बस एकदा ल्हासाला पोहोचलो, तर मग सर्व काही ठीक होईल. मी फादर जोहान ग्रुबर यांच्या शानदार उदाहरणाबद्दल विचार करत राहिलो. आम्ही त्यांचे अनुसरण करू शकत होतो. ते तीनशे वर्षांपूर्वी एका काफिल्यासोबत ल्हासाला पोहोचले होते आणि तिथे त्यांचे शानदार पद्धतीने स्वागत करण्यात आले होते.

म्हणून आमचे लक्ष्य निश्चित होते, त्याबद्दल आमच्या मनात कोणतीही शंका नव्हती. पण आम्ही हे ठरवू शकत नव्हतो की तिथपर्यंत कसे पोहोचायचे. अर्थात, आम्हाला खूप जास्त गर्दी असलेल्या मुख्य मार्गांचे आणि त्यांच्या कडेला बांधलेल्या घरांचे आणि सरायांचे आकर्षण होते. या मार्गावरून चालत आम्ही काही आठवड्यांत ल्हासाला पोहोचू शकत होतो. जर आम्ही तिबेटचे दुसरे सर्वांत मोठे शहर शिगात्सेला देखील डावलून पुढे गेलो असतो तरीही आम्हाला वाटेत अनेक दुसरी प्रशासकीय केंद्रे मिळाली असती. ही आमच्या वाटेत अडथळा उभी करू शकली असती. अशा प्रकारे धोका खूप जास्त होता. म्हणून आम्ही उत्तरेकडील मैदानांवरून प्रवास करण्याचा निर्णय घेतला, ज्याला चांगथांग म्हणतात. या भागात फक्त भटके राहतात, ज्यांच्यासोबत आम्ही सुरक्षित राहू शकत होतो. मग, आम्ही विचार केला की आम्ही वायव्य दिशेने पुढे जातही ल्हासाला पोहोचू शकतो. कोणीही विचार करू शकत नाही की परदेशी त्या दिशेने येतील आणि आमच्यासाठी शहरात घुसणे सोपे होईल. स्वेन हेडीन यांनी चाळीस वर्षांपूर्वी अशीच योजना बनवली होती, पण

काही स्थानिक अधिकाऱ्यांच्या हट्टीपणामुळे अयशस्वी झाली होती. ल्हासाला न पोहोचू शकणे त्यांच्यासाठी वैयक्तिकरित्या एक मोठे दुर्दैव राहिले असेल, पण यामुळे ते त्या क्षेत्रांचा शोध घेऊ शकले जे तोपर्यंत पूर्णपणे अज्ञात होते. आमच्याकडे कोणताही नकाशा किंवा अशा कोणत्याही रस्त्याची माहिती नव्हती ज्याचा आम्ही मागोवा घेऊ शकू. आम्हाला फक्त अनोळखी वाटेवरून पुढे जायचे होते आणि नेहमी ईशान्येचे लक्ष्य समोर ठेवायचे होते. आम्हाला कदाचित आमच्या वाटेत इकडे-तिकडे दिसणाऱ्या भटक्यांशी भेटावे लागेल आणि त्यांच्याकडून दिशा आणि अंतरांबद्दल माहिती घ्यावी लागेल.

संगसांगमध्ये आम्ही आमच्या योजनांबद्दल कोणतीही गोष्ट केली नाही, पण हे सांगून दिले की आम्हाला उत्तरेकडे मिठाच्या साठ्यांकडे जायचे आहे. लोक आमच्या विचाराने घाबरले आणि त्यांनी आम्हाला रोखण्याचा खूप प्रयत्न केला. तो भाग इतका दुर्गम होता की केवळ वेडे लोकच तिथे जाऊ इच्छितील. पण आमच्या खोटे बोलण्याचा फायदा हा झाला की लोकांचा हा संशय दूर झाला की आम्हाला ल्हासाला जायचे आहे. खऱ्या अर्थाने, आमच्या योजनेत खूप धोका होता आणि संगसांगमध्ये आम्ही जे बर्फाचे वादळ पाहिले, त्यावरून आम्हाला अंदाज आला की पुढे आम्हाला काय-काय सहन करावे लागू शकते.

तरीही आम्ही दोन डिसेंबर एकोणीसशे पंचेचाळीस रोजी निघालो. संगसांगमध्ये राहताना आम्ही काही शेरपांशी मैत्री केली. हे लोक तिबेटी आहेत जे बहुतांश नेपाळमध्ये राहतात आणि हिमालयात त्यांची ओळख गाईड आणि पोर्टर म्हणून आहे. त्यांना 'हिमालयाचे वाघ' म्हटले जाते. त्यांनी आम्हाला आमच्या तयारीबद्दल बहुमूल्य सल्ला दिला आणि एक नवीन याक शोधण्यात आमची मदत केली. ही आमची खरी मदत होती. कारण आतापर्यंत जेव्हाही आम्ही कोणताही याक खरेदी केला, फसवलेच गेलो. आमचा नवीन प्राणी खूप सरळ आणि चांगला होता. तो एखाद्या शक्तिशाली बैलासारखा होता. त्याचा रंग काळा होता, पांढरे ठिपकेही होते. त्याचे लांब सळसळते केस जवळजवळ जमिनीला स्पर्श करत होते. तरुणपणात त्याची शिंगे काढली होती आणि असे वाटत होते की या ऑपरेशनमुळे त्याची ताकद कमी न होता त्याचा स्वभाव अधिक चांगला झाला होता. नेहमीप्रमाणे याच्या

नाकातही कडी घातलेली होती. न हाकताही तो ताशी दोन मैल या सरासरी वेगाने पुढे जाऊ शकत होता. बिचाऱ्याला खूप सारे वजन उचलावे लागले, कारण आम्ही हा नियम बनवला होता की आम्ही नेहमी आमच्यासोबत कमीत कमी आठ दिवसांचे रेशन ठेवू.

संगसांगमधून बाहेर पडण्याचा आमचा पहिला दिवस आरामात गेला, कोणत्याही त्रासाशिवाय. आमचा रस्ता हळूहळू वर चढणाऱ्या खोऱ्यातून जात होता. जसजसा सूर्य मावळू लागला, कडाक्याच्या थंडीने आमच्या कपड्यांना भेदण्यास सुरुवात केली आणि अशातच आम्हाला एक काळा भटक्यांचा तंबू दिसला. जणू तो आमच्यासाठीच बनवला गेला असावा. तो दगडांच्या भिंतीने वेढलेला होता. याला इहेगा म्हणतात. दगडांचे असे कुंपण संपूर्ण तिबेटमध्ये पसरलेले आहेत, कारण भटके नेहमी नवीन कुरणांच्या शोधात असतात आणि ते त्यांच्या तंबूच्या सभोवताली दगडांचे कुंपण बांधतात. इहेगा त्यांच्या प्राण्यांना थंडी आणि लांडग्यांच्या हल्ल्यांपासून वाचवण्यासही मदत करतात. जसे आम्ही तंबूजवळ पोहोचलो, काही कुत्रे भुंकत आमच्या मागे आले. गोंधळ ऐकून एक भटका तंबूतून बाहेर आला. जेव्हा आम्ही रात्रीसाठी आश्रय मागितला, तेव्हा त्याने खूप रस दाखवला नाही आणि आम्हाला त्याच्या तंबूच्या आत येऊ दिले नाही. पण नंतर तो आमच्यासाठी याकचे थोडेसे सुकलेले शेण घेऊन आला. ज्याने आम्ही आग पेटवली. आम्हाला उघड्यावर मुक्काम ठोकावा लागला, पण अखेरीस आम्ही आमच्या आरामाची सोय करून घेतलीच. आम्ही ज्युनिपरच्या खूप साऱ्या फांद्या गोळा केल्या. यांच्या मदतीने आम्ही रात्रभर आग पेटती ठेवण्यात यशस्वी झालो.

तरीही मला झोप आली नाही. माझ्या आत एक अस्वस्थता होती जी आयगरच्या उत्तर भिंतीवर चढाई करण्यापूर्वीची माझी उत्तेजना होती. ही तर खूप चांगली गोष्ट होती की आम्हाला माहित नव्हते की आमच्या समोर काय आहे. जर आम्हाला याचा थोडासाही अंदाज असता, तर आम्ही निश्चितपणे मागे फिरलो असतो. आम्ही अज्ञात भूमीवर जात होतो, जी नकाशांवर केवळ रिक्त स्थानांद्वारे चिन्हांकित होती, आणि शोधक म्हणून आमच्या महत्त्वाकांक्षेच्या चुंबकाने तयार केली होती.

दुसऱ्या दिवशी आम्ही खिंडीच्या शिखरावर पोहोचलो आणि हे पाहून थक्क झालो की तिथून कोणतीही उतरण नव्हती. आम्ही फक्त एका उंच पठारावर पोहोचलो होतो. अंतहीन मैदानी दृश्य आमच्यासाठी निराशाजनक होते. असे वाटत होते की आम्ही अनंताकडे पाहत आहोत आणि विशाल भूभाग ओलांडण्यासाठी निश्चितपणे महिने लागतील. जिथपर्यंत आमची दृष्टी पोहोचत होती, तिथपर्यंत जीवनाचे कोणतेही लक्षण नव्हते. फक्त, बर्फाळ हवा वाहत होती.

आम्ही पुढची रात्र ओसाड पडलेल्या इहेगामध्ये घालवली आणि आग पेटवण्यासाठी याकचे शेण शोधले. उन्हाळ्यात इथे भटके राहत होते आणि त्यांचे काफिले या भागातून जात असत. बर्फाची मैदाने तेव्हा निःसंशयपणे, हिरवीगार अल्पाइन कुरणे होती आणि त्यांच्याबद्दल विचार करून आम्हाला आठवले की आम्ही आमच्या प्रवासासाठी चुकीची वेळ निवडली होती.

पुढे, पुन्हा आमचा दिवस खूप चांगला गेला. आम्ही एका तंबूत गेलो जिथे एका वृद्ध जोडप्याने आणि त्यांच्या मुलाने आमचे प्रेमाने स्वागत केले. हे लोक तिथे अनेक महिन्यांपासून मुक्काम ठोकून होते. ते खूप कठीण काळातून जात होते. आठ आठवड्यांपूर्वी झालेल्या मुसळधार बर्फवृष्टीनंतर ते कदाचितच त्यांच्या तंबूतून बाहेर पडले असतील. त्यांचे अनेक याक आणि मेंढ्या मरण पावल्या होत्या. कारण दाट बर्फाखाली त्यांची कुरणे दबली गेली होती. बाकी उरलेले प्राणी तंबूजवळ निराशेने उभे होते किंवा चाऱ्याच्या आशेने त्यांच्या खुरांनी बर्फ उकरत होते. मध्य आशियात इतकी मुसळधार बर्फवृष्टी दुर्मिळ आहे आणि यामुळे जीवनाला धोका नसतो.

आमचे यजमान खूप काळानंतर मानवी चेहरे पाहून आनंदी वाटत होते. ही पहिलीच वेळ होती जेव्हा भटक्यांच्या तंबूत आमचे स्वागत केले गेले होते आणि आपल्यासोबत रात्र थांबण्यासाठीही सांगितले गेले होते. त्यांनी आम्हाला भारतीय समजले आणि आमच्यावर कोणताही संशय घेतला नाही. त्यांच्याकडे खूप सारे मांस होते, कारण त्यांना त्यांच्या अनेक प्राण्यांना मारावे लागले होते. आम्ही आमच्या जेवणासाठी त्यांच्याकडून याकचा एक पाय खरेदी केला.

आमच्या यजमानाला आमच्या पुढे जाण्याच्या मार्गाबद्दल जेव्हा समजले तेव्हा ते घाबरले. त्यांनी आम्हाला सल्ला दिला की आम्ही त्या मार्गावर जाऊ नये. तथापि, संभाषणादरम्यान त्यांनी सांगितले की आम्हाला आमच्या वाटेवर भटक्यांचे टेंट मिळतील. आणि या माहितीने पुढे जाण्याच्या आमच्या संकल्पाला बळ दिले.

दुसऱ्या दिवशी सकाळी निघताच आम्ही बर्फाच्या जाड ढिगाऱ्यात अडकलो. आमचे बूट या रस्त्यासाठी योग्य नव्हते आणि ते घालून चालणे मोठी यातना होती. बर्फाचा वरचा थर धोकादायक होता आणि आम्ही आणि आमचा याक अनेकदा त्यात रुतायचो. काही ठिकाणी बर्फाखाली प्रवाह वाहत होते आणि आम्ही स्वतःला बर्फाळ पाण्यात चालताना पाहायचो. या जलधारांना आम्ही अनुभवू शकत होतो, पण पाहू शकत नव्हतो. बघता-बघता आमचे बूट आणि मोजे गोठून कडक झाले होते. आमचा दिवस थकवणारा होता आणि आम्ही फक्त काही मैलच चालू शकलो. संध्याकाळी आम्हाला आणखी एक भटक्यांचा टेंट दिसला, आणि आम्हाला खूप आनंद झाला. यावेळी यामध्ये राहणाऱ्यांनी आम्हाला आत बोलावले नाही, पण त्यांनी वाईट वागणूकही दिली नाही. त्यांनी आमच्यासाठी याकच्या केसांपासून बनलेला एक छोटासा टेंट लावून दिला. मी अखेरीस माझ्या पायातून बूट काढू शकलो आणि माझ्या आनंदाला पारावार राहिला नाही. माझ्या पायाची बोटे थंडीमुळे गोठली होती पण मी त्यांना खूप वेळ घासत राहिलो आणि अखेरीस त्यांच्यात रक्ताभिसरण परत येऊ लागले.

या दिवसाच्या प्रवासातील अडचणी आणि हिमदंशाच्या इशाऱ्याने आम्हाला चिंतेत टाकले होते. याबद्दल औफशनाइटर आणि मी लांब आणि गंभीर चर्चा केली. आमच्याकडे अजूनही परत जाण्याचा पर्याय होता, आणि आम्ही तसे करण्याबाबत गांभीर्याने विचारही केला. आम्ही आमच्या याकबद्दल चिंतित होतो. त्याने अनेक दिवसांपासून नीट अन्न खाल्ले नव्हते, आणि अंदाज लावू शकत होतो की तो किती दिवस जिवंत राहू शकेल. पण आम्ही त्याच्याशिवाय पुढे जाण्याचा विचार करू शकत नव्हतो. खूप वेळ आम्ही सर्व पैलूंवर विचार केला आणि अखेरीस एका तडजोडीवर पोहोचलो.

आम्ही आणखी एक दिवस आमचा प्रवास चालू ठेवू आणि त्यानंतर निर्णय घेऊ. आमचा निर्णय बर्फाच्या स्थितीवर अवलंबून असेल.

दुसऱ्या दिवशी आम्ही खडबडीत भागातून एका खिंडीवर पोहोचलो. ती खिंड ओलांडताना आम्हाला हे पाहून आश्चर्य वाटले की तिथे बर्फ नव्हते! देवाने आमच्या बाजूने निर्णय दिला होता.

आम्ही लवकरच एका भटक्यांच्या तंबुजवळ पोहोचलो. इथे आमचे खूप चांगले स्वागत करण्यात आले आणि आम्हाला आमच्या याकला मनसोक्त चरण्याची परवानगी दिली गेली. यावेळी आमची यजमान एक तरुण स्त्री होती. तिने लवकरच आमच्यासाठी लोणी घातलेला चहा बनवला. आणि पहिल्यांदाच मी हा चहा मजेत पिला. आमच्या कुडकुडणाऱ्या शरीरात उबदारपणा धावू लागला आणि आमच्या जिवात जीव आला. तेव्हाच आम्ही पाहिले की आमची यजमान दिसायला खूप सुंदर होती. तिने मेंढीच्या कातड्यापासून बनलेला झगा घातला होता जो जमिनीपर्यंत लटकत होता. आपली लांब काळी वेणी तिने शिंपल्यांनी सजवली होती. तिने चांदीच्या नाण्यांपासून बनवलेले आणि विदेशातून आयात केलेले काही स्वस्त दागिने घातले होते. तिने आम्हाला सांगितले की तिचे दोन पती प्राण्यांना चरायला नेण्यासाठी बाहेर गेले आहेत. तिने सांगितले की त्यांच्याकडे पंधराशे मेंढ्या आणि खूप सारे याक आहेत. ल्हासाला पोहोचल्यानंतरच आम्हाला त्या सर्व गुंतागुंतीच्या कारणांबद्दल समजले ज्यांच्यामुळे तिबेटमध्ये बहुपतित्व आणि बहुपत्नीत्व यांची प्रथा एकत्र अस्तित्वात होती.

जेव्हा ते दोघे घरी परतले, तेव्हा त्यांनीही त्यांच्या पत्नीप्रमाणेच आमचे प्रेमाने स्वागत केले. भरपूर जेवण तयार केले गेले होते आणि आम्हाला पिण्यासाठी आंबट दूध देखील दिले गेले. हा असा आनंद होता जो खूप पूर्वी आम्ही किरोंगमध्ये लोणी बनवणाऱ्यांना मदत केल्यानंतर लुटला होता. त्यानंतर पहिल्यांदाच आम्ही या चवीची मजा घेतली होती. आम्ही आरामात आगीजवळ बराच वेळ बसून राहिलो आणि जाणवले की आम्हाला आता जाऊन वाटेतील अडचणींचे बक्षीस मिळाले आहे. आम्ही खूप हसलो-खिदळलो आणि जसे सामान्यतः सभेत अनेक पुरुषांच्या मध्ये एकटी सुंदर

तरुणी असेल तर तिच्यासोबत मस्करी केली जाते, तसे आम्हीही आमच्या सुंदर यजमानाला खूप चिडवले.

आम्ही दुसऱ्या दिवशी ताजेतवाने होऊन आराम केला आणि आम्ही या गोष्टीने खूश होतो की बर्फाळ एकटेपणा मागे सोडून आलो आहोत. आता आम्हाला इकडे-तिकडे लोक दिसत होते. रानटी बकऱ्यांचे कळप उतारांवर दिसले आणि कधीकधी ते इतके जवळ यायचे की जर आमच्याकडे पिस्तूल असती तर आमच्या रात्रीच्या जेवणाची सोय झाली असती. पण आमच्याकडे पिस्तूल नव्हती.

संध्याकाळ होताच आणखी मनमिळावू भटक्यांना पाहून आम्हाला सुखद आश्चर्य वाटले. जसे त्यांच्याजवळ पोहोचलो, त्यांनी त्यांच्या कुत्र्यांना नियंत्रणात ठेवले. आम्ही निर्णय घेतला की त्यांच्यामध्ये राहून एक दिवस आराम करू आणि आमच्या याकला त्यांच्या सुपीक कुरणांमध्ये चरण्याची संधी देऊ.

हिवाळ्यात भटक्या पुरुषांकडे करण्यासारखे जास्त काही नसते. ते घरातील कामात व्यस्त राहतात आणि मनोरंजनासाठी शिकारीवर निघतात. महिला याकचे शेण गोळा करतात. त्या अनेकदा कामावर निघताना आपल्या मुलांना सोबत घेऊन जातात. संध्याकाळी प्राण्यांच्या कळपांना आत घेतले जाते. गाईंचे दूध काढले जाते. जरी हिवाळ्यात त्या खूप कमी दूध देतात. भटके खूप सोप्या पद्धतीने जेवण बनवतात. हिवाळ्यात ते जवळजवळ पूर्णपणे मांस खातात. यामध्ये जास्तीत जास्त चरबीचा वापर केला जातो. ते वेगवेगळ्या प्रकारचे सूप देखील पितात. कृषिप्रधान क्षेत्रांमध्ये मिळणारा मुख्य आहार त्सम्पा इथे दिसत नाही.

भटक्यांचे संपूर्ण जीवन अशा प्रकारे व्यवस्थित असते की ते निसर्गाने उपलब्ध करून दिलेल्या अल्प संसाधनांचा जास्तीत जास्त वापर करू शकतील. रात्री ते जमिनीवर कातडे पसरवून झोपतात आणि मेंढीच्या कातड्याच्या झग्याला अंथरुण म्हणून वापरतात. सकाळी उठण्यापूर्वी ते भात्याने जळत्या निखाऱ्यांची राख हटवतात आणि सर्वांत आधी चहा बनवतात. घरातील आग कधीही विझू दिली जात नाही. प्रत्येक शेतकऱ्याच्या घराप्रमाणे, प्रत्येक तंबूत

एक वेदी असते. ही साधारणपणे एका साध्या पेटीसारखी असते ज्यावर एक ताईत किंवा बुद्धाची एक छोटी मूर्ती ठेवलेली असते. सोबतच दलाई लामांचे एक चित्र देखील असते. वेदीवर छोटासा लोण्याचा दिवा जळत राहतो आणि हिवाळ्यात थंडी आणि ऑक्सिजनच्या कमतरतेमुळे ज्योत जवळजवळ अदृश्य असते.

भटक्यांच्या जीवनात वर्षातील सर्वांत मोठा उत्सव ज्ञानीमा मध्ये भरणारा वार्षिक बाजार असतो. इथे ते त्यांच्या प्राण्यांचे कळप घेऊन जातात आणि धान्याच्या बदल्यात त्यांना विकून येतात. तिथे महिलांसाठी घरगुती सामान, ॲल्युमिनियमची भांडी आणि चमकदार दागिने खरेदी करतात.

आम्हाला दुःख झाले की आम्ही कौटुंबिक जीवनाची एक झलक पाहिल्यानंतर पुन्हा एकदा रस्त्यावर आलो होतो. आम्ही आमच्या यजमानांच्या आदरातिथ्याची परतफेड करण्यासाठी काहीतरी करू इच्छित होतो. आम्ही त्यांना रंगीत दोरे आणि मिरचीची छोटी-छोटी पाकिटे भेट म्हणून दिली. आमच्याकडे देण्यासाठी फक्त एवढेच होते.

यानंतर काही काळ आम्ही दररोज दहा ते वीस मैल अंतर कापत राहिलो, हे यावर अवलंबून होते की आम्हाला आमच्या वाटेत टेंट मिळतात की नाही. अनेकदा आम्हाला उघड्यावरच मुक्काम ठोकावा लागायचा. त्या दिवसांत याकचे शेण गोळा करण्यात आणि पाणी शोधण्यात आमची सर्व ताकद खर्च व्हायची, आणि बोलणेही आम्हाला ताकदीची बरबादी वाटायची. आमचे हात नेहमी थंडीने आखडून जायचे, कारण आमच्याकडे हातमोजे नव्हते आणि आम्ही हातात मोजे घालायचो. आम्ही दिवसातून एकदाच मांस शिजवायचो आणि थेट भांड्यातूनच उकळती ग्रेव्ही काढायचो. इथे कोणीही असे करू शकत होते ,कारण तापमान इतके कमी राहायचे की जीभ जळण्याची भीती नसायची. आम्ही फक्त रात्रीच जेवण बनवायचो आणि जे काही उरलेले असायचे, ते सकाळी चालण्यापूर्वी गरम करून खाऊन घ्यायचो. आम्ही पूर्ण दिवस न थांबता चालत राहायचो.

आम्ही रात्री ज्या-ज्या वेदना सहन केल्या, त्यावर पूर्ण एक अध्याय लिहू शकतो. जेव्हा आम्ही अनेकदा थंडी आणि असंख्य कीटक-किड्यांमुळे

एकमेकांशी खेटून पडून राहायचो. झोपू शकत नव्हतो. वाचक कल्पना करू शकतात की आम्ही काय-काय सहन केले असेल.

तेरा डिसेंबरला आम्ही लॅब्रांग ट्रोवा येथे पोहोचलो. ही एकमेव घरापासून बनलेली 'वस्ती' होती. ज्या कुटुंबाचे हे घर होते, ते याचा वापर फक्त कॅम्पिंगसाठी करायचे आणि त्यांच्या तंबूत राहायचे. तंबू त्यांनी जवळच लावला होता. जेव्हा आम्ही त्यांना याचे कारण विचारले, तेव्हा त्यांनी उत्तर दिले की तंबूत खूप उबदारपणा असतो. त्यांच्या संभाषणावरून आम्हाला वाटले की आम्ही कोण्या अधिकाऱ्याच्या घरात थांबलो आहोत. पोनपो कुठेतरी दुर होता, पण त्याचा भाऊ त्याच्या जागी चौकशी करत होता. त्याने आम्हाला प्रश्न विचारण्यास सुरुवात केली, पण लवकरच तो आमच्या यात्रेकरू असल्याच्या कथेने समाधानी झाला. इथे पहिल्यांदाच आम्ही कबूल केले की आम्हाला ल्हासाला जायचे आहे, कारण या वेळी आम्ही काफिल्यांच्या रस्त्यापासून सुरक्षित अंतरावर होतो. त्या माणसाने घाबरून आपले डोके हलवले आणि आम्हाला हे पटवून देण्याचा प्रयत्न केला की ल्हासाला जाण्याचा सर्वांत वेगवान आणि सर्वांत चांगला रस्ता शिगात्सेच्या बाजूने आहे. माझ्याकडे माझे उत्तर तयार होते. आम्ही कठीण मार्ग निवडला होता, जेणेकरून आमच्या तीर्थयात्रेचे अधिक पुण्य प्राप्त होऊ शकेल. तो या स्पष्टीकरणाने प्रभावित झाला आणि त्याने आम्हाला आनंदाने सल्ला दिला.

त्याने सांगितले की आमच्याकडे दोन पर्याय आहेत. पहिला, एक असा रस्ता स्वीकारणे जो खूप कठीण होता. हा आम्हाला निर्मनुष्य भागातून अनेक खिंडी आणि मैदानांवरून घेऊन जाईल. दुसरा रस्ता सोपा होता, पण याचा अर्थ असा होता की आम्हाला 'खम्पाओं' च्या मधून जावे लागेल. 'खम्पा' नाव रहस्यमय सुरात बोलले गेले. हे नाव आम्ही आधीच अनेक भटक्यांकडून ऐकले होते. 'खम्पा' चा अर्थ तिबेटच्या पूर्व प्रांताचा रहिवासी असावा, ज्याला खाम म्हटले जाते. पण यांचा उल्लेख भीती आणि चेतावणीसोबतच केला जातो. अखेरीस आम्हाला समजले की हा शब्द लुटारूचा समानार्थी आहे.

दुर्दैवाने, आम्ही चेतावणीला हलक्यात घेतले आणि सोपा रस्ता निवडला.

आम्ही पोनपोच्या कुटुंबासोबत दोन रात्री घालवल्या. दुर्दैवाने त्यांच्या तंबूत आम्ही पाहुणे म्हणून नव्हतो. कारण गर्विष्ठ तिबेटी लोकांनी आम्हा बिचाऱ्या भारतीयांना अशा प्रकारच्या सन्मानाच्या योग्य समजले नाही. पण पोनपोचा भाऊ खूप प्रभावशाली व्यक्ती होता. तो शांत डोक्याचा आणि संभाषणात संयमी होता. समजूतदारपणाच्या गोष्टी करायचा. तो त्याच्या भावाच्या पत्नीसोबत राहायचा. कुटुंब संपन्न वाटत होते आणि ते बहुतांश भटक्यांच्या तंबूच्या तुलनेत बऱ्यापैकी मोठ्या तंबूत राहायचे. इथे आम्ही आमच्या खाण्याच्या सामानाचा साठा पुन्हा भरू शकत होतो. आमच्या पैशांनी खरेदी करणे कठीण नव्हते.

६

आतापर्यंतचा सर्वांत वाईट रस्ता

दरोडेखोर खम्पांशी गाठभेट - भूक आणि थंडी, आणि एक अनपेक्षित नाताळची भेट - सुरक्षित वागणूक - यात्रेकरूंच्या मार्गावरील प्रार्थनेच्या पताका - एका गुन्हेगाराची साथ - आम्ही ल्हासाजवळ पोहोचतो.

आम्ही आमच्या वाटेवर चालत होतो, तेव्हाच एक माणूस आमच्याजवळ आला. त्याचे कपडे आम्हाला विचित्र वाटले. तो स्थानिक भटक्यांपेक्षा वेगळी बोली बोलत होता. त्याने उत्सुकतेने आम्हाला विचारले की आम्ही कुठून येत आहोत? आणि कुठे जात आहोत? आणि, आम्ही त्याला आमची तीर्थयात्रेची कथा ऐकवली. त्याने आम्हाला त्रास दिला नाही आणि तो त्याच्या वाटेने निघून गेला. आम्ही समजून चुकलो की आमची पहिली गाठभेट खम्पाशी झाली आहे.

काही तासांनंतर आम्ही खूप दूरवरून दोन घोडेस्वारांना पाहिले. त्यांनी एकसारखे कपडे घातले होते. हळूहळू आम्हाला अस्वस्थ वाटू लागले आणि आम्ही पुढे जात राहिलो. अंधार पडल्यानंतर बऱ्याच वेळाने आम्ही एका तंबुजवळ पोहोचलो. आम्ही नशीबवान होतो की तिथे एक चांगले भटक्यांचे कुटुंब राहत होते. ज्यांनी आम्हाला अतिशय प्रेमाने आत बोलावले आणि आम्हाला एक खास शेगडी दिली.

संध्याकाळी आम्ही दरोडेखोरांबद्दल बोलू लागलो. असे दिसते की ते लोकांसाठी रोजची समस्या बनले होते. आमचा यजमान या भागात खूप

काळापासून राहत होता, त्यामुळे त्यांच्यावर तर एक मोठी कथाच लिहिता येईल. त्याने आम्हाला मोठ्या अभिमानाने एक मॅनलिचर रायफल दाखवली. एका खम्पाला आपली मोठी संपत्ती देऊन त्याने ती मिळवली होती. अखेर पाचशे मेंढ्या, काही कमी नसतात! शेजारच्या दरोडेखोरांच्या टोळीने या देणगीला एक प्रकारची खंडणी मानून त्यांना सोडले आणि तेव्हापासून त्याचे कुटुंब शांततेत जीवन जगत आहे.

त्याने आम्हाला दरोडेखोरांबद्दल काही गोष्टी सांगितल्या. ते तीन किंवा चार तंबूमध्ये एकत्र राहत असत. हे तंबू त्यांच्या लुटीच्या मोहिमांसाठी मुख्यालय म्हणून काम करत असत. या मोहिमा काहीशा अशा प्रकारे चालवल्या जातात : रायफल्स आणि तलवारींसारख्या भारी शस्त्रांनी सज्ज हे दरोडेखोर भटक्यांच्या तंबूत घुसतात आणि थाटामाटात पाहुणचार करण्यासाठी दबाव टाकतात. घाबरलेला भटका आपल्याकडे असलेली प्रत्येक गोष्ट काढून देतो. खम्पा आपले पोट आणि खिसे भरतात आणि आपल्यासोबत काही गुरे घेऊन गायब होतात. ते दररोज कोणत्या ना कोणत्या तंबूत हेच काम तोपर्यंत करत राहतात, जोपर्यंत संपूर्ण भाग लुटून घेत नाहीत. मग ते मुख्यालय बदलतात आणि दुसरीकडे नव्याने लूटमार सुरू करतात. भटक्यांकडे शस्त्रे नसतात. ते त्यांच्या नशिबाला स्वीकारतात. सरकार या दूरवरच्या भागात त्यांचे रक्षण करण्यास असमर्थ असते. तथापि, जर कधी कशाप्रकारे कोण्या जिल्हा अधिकाऱ्याने एखाद्या चकमकीत या दरोडेखोरांवर मात केली, तर सर्व लुटीवर त्याचा अधिकार होतो. दरोडेखोरांना क्रूर शिक्षा दिली जाते, साधारणपणे त्यांचे हात कापले जातात. पण यामुळे खम्पा लोक अराजक वर्तन करणे थांबवत नाहीत. अनेकदा ते त्यांच्या शिकारीला अतिशय क्रूरतेने ठार मारतात. मग अशा घटनांच्या कथा सांगितल्या जातात. ते यात्रेकरू आणि प्रवासावर निघालेले भिक्षू आणि भिक्षुणींनाही मारून टाकतात. हे संभाषण आमच्यासाठी चिंताजनक होते! अखेर आम्ही आमच्या यजमानाला त्या रायफलच्या बदल्यात काय देऊ शकत होतो! आमच्याकडे पैसे नव्हते. अगदी सर्वांत आदिम काळातील शस्त्रही नव्हते. आमच्याकडे जे तंबूचे खांब होते, त्यांना तर मेंढ्या आणि कुत्रेही घाबरत नव्हते.

दुसऱ्या दिवशी सकाळी आम्ही आमचा प्रवास पुन्हा सुरू केला, पण मन शंकांनी भरलेले होते. शंका तेव्हा आणखी बळावल्या जेव्हा आम्ही एका बंदूकधारी माणसाला पाहिले. तो आमचा पाठलाग करत होता. आम्ही सरळ आमच्या वाटेवर चालत राहिलो, आणि तो माणूस काही वेळानंतर कुठे गायबही झाला. संध्याकाळी आम्हाला एकापाठोपाठ एक अनेक टेंट मिळाले.

आम्ही पहिल्या तंबूला हाक मारली. भटक्यांचे एक कुटुंब बाहेर आले. त्यांनी भीतीने आम्हाला आत येऊ दिले नाही आणि दुसऱ्या तंबूकडे बोट दाखवले. आमच्याकडे पुढे जाण्याशिवाय कोणताही पर्याय नव्हता. पुढच्या तंबूत आमचे मैत्रीपूर्ण स्वागत झाले. हे पाहून आम्हाला खूप आश्चर्य वाटले. सर्व लोक बाहेर पडून आले. त्यांनी आमचे सामान पाहिले-तपासले आणि सामान उतरवण्यात आमची मदत केली. अशी मदत तर आतापर्यंत कोणत्याही भटक्याने केली नव्हती आणि तेव्हाच आम्हाला जाणवले की ते लोक तर खम्पा होते. आमची अवस्था पिंजऱ्यात अडकलेल्या उंदरांसारखी झाली. तंबूत दोन पुरुष, एक महिला आणि एक मूल होते. आम्ही संकटात सापडलो होतो, तरीही आम्हाला त्यांच्याशी चांगले वागायचे होते. इतकेच होते की आम्ही सावध होतो आणि आशा होती की नम्रता, दूरदृष्टी आणि मुत्सद्देगिरी आम्हाला या कचाट्यातून बाहेर पडण्यास मदत करेल.

आम्ही नुकतेच आगीजवळ बसलो होतो की तेव्हाच शेजारच्या तंबूमधून लोक येऊ लागले आणि तंबू भरू लागला. हे लोक अनोळखी लोकांना भेटायला आले होते. आम्ही आमचे सर्व सामान आमच्याजवळ गोळा करून ठेवण्याची धडपड करत होतो. सर्व लोक आमच्याकडून खूप काही जाणून घेऊ इच्छित होते. जेव्हा त्यांनी ऐकले की आम्ही यात्रेकरू आहोत, तेव्हा त्यांनी आम्हाला ल्हासाच्या प्रवासावर आपल्यासोबत एका माणसाला नेण्याचा सल्ला दिला. हा माणूस एक चांगला गाईड होता. त्याला वाटत होते की आम्ही ज्या रस्त्यावरून चालत आहोत, त्यावरून काही दक्षिणेकडे जाणाऱ्या एका रस्त्यावरून पुढे जावे. त्याचे असे मानणे होते की या रस्त्यावरून प्रवास करणे खूप सोपे होईल. आम्ही एकमेकांकडे पाहिले. तो माणूस बुटका आणि ताकदवान होता आणि त्याच्या कमरेला एक लांब तलवार घट्ट बांधलेली असायची. आम्हाला तो खूप

विश्वासार्ह वाटत नव्हता. पण, आम्ही त्याचा प्रस्ताव स्वीकारला आणि त्याने जेवढा पगार मागितला, तो देण्यास तयार झालो. याशिवाय आणखी काही केलेही जाऊ शकत नव्हते, कारण जर आम्ही त्यांचे म्हणणे ऐकले नसते तर ते आमचा जीवही घेऊ शकले असते.

दुसऱ्या टेंटमधून आलेले लोक हळूहळू गेले आणि आम्ही झोपण्याची तयारी करू लागलो. आमच्या दोन यजमानांपैकी एकाने माझ्यावर जोर टाकला की मी माझी बॅग उशीसारखी वापरावी. मला असे करण्यास खूप अडचण येत होती. कदाचित त्याला वाटले की माझ्या बॅगमध्ये पिस्तूल आहे. जर तो असा विचार करत होता, तर ही आमच्यासाठी चांगली गोष्ट होती आणि मला आशा होती की माझ्या वागण्याने त्यांचा संशय आणखी वाढेल. अखेरीस त्याने मला त्रास देणे थांबवले. आम्ही पूर्ण रात्र जागे राहिलो आणि सावध राहिलो. हे खूप कठीण नव्हते, जरी आम्ही खूप थकलो होतो, तरीही. खरं तर, ती महिला सतत प्रार्थना करत होती. मला वाटले की ती आपल्या पतीद्वारे दुसऱ्या दिवशी आमच्याविरुद्ध केल्या जाणाऱ्या गुन्ह्यासाठी आधीच माफी मागत होती. दिवस उगवल्याबरोबर आमच्या आनंदाला पारावार राहिला नाही. सुरुवातीला सर्व काही शांततापूर्ण वाटत होते. मी एका खिशातल्या आरशाच्या बदल्यात याकचे काही मेंदू घेतले. यांना शिजवून आम्ही नाश्ता केला. मग आम्ही निघण्याची तयारी करू लागलो. आमच्या हालचालींना आमचे यजमान रागाने पाहत होते आणि जेव्हा मी माझे सामान बाहेर काढून औफशनाइटरला देऊ लागलो तेव्हा असे वाटले की ते लोक माझ्यावर हल्ला करतील. मात्र, आम्ही त्यांच्याकडे दुर्लक्ष केले आणि सर्व सामान आमच्या याकवर लादले. आम्ही आमच्या गाईडला शोधले, पण दिलासा देणारी गोष्ट ही राहिली की तो कुठे दिसला नाही. खम्पा कुटुंबाने आम्हाला तात्काळ दक्षिणेकडील मार्गावर जाण्याचा सल्ला दिला, कारण त्या भागातील भटके ल्हासासाठी यात्रेकरूंचा काफिला तयार करत होते. आम्ही तसे करण्याचे वचन दिले आणि वेगाने पुढे निघालो.

अजून आम्ही काहीशे यार्डच दूर पोहोचलो होतो की मी पाहिले माझा कुत्रा आमच्या सोबत नव्हता. तो सहसा न बोलावताच आमच्या मागे धावत

यायचा. जेव्हा आम्ही मागे वळून पाहिले तेव्हा आढळले की तीन माणसे आमच्या मागे येत आहेत. ते लवकरच आमच्या जवळ पोहोचले आणि आम्हाला सांगू लागले की तेही भटके यात्रेकरूंच्या तंबूकडे जात आहेत. त्यांनी दूर उठणाऱ्या धुराच्या लोटाकडे बोट दाखवले. हे आम्हाला खूप संशयास्पद वाटले, कारण यापूर्वी आम्ही कधीही भटक्यांच्या तंबूवरून अशा प्रकारे धूर उठताना पाहिला नव्हता. जेव्हा आम्ही आमच्या कुत्र्याबद्दल विचारले तेव्हा ते म्हणाले की तो तर तंबूतच राहून गेला आहे. आमच्यापैकी कोणीतरी जाऊन त्याला घेऊन यावे. आता आम्हाला त्यांची योजना समजली होती. आमचा जीव धोक्यात होता. त्यांनी आमच्या कुत्र्याला यासाठी मागे रोखून ठेवले होते जेणेकरून औफशनाइटर आणि मला वेगळे करू शकतील. त्यांच्यात आम्हा दोघांवर एकाच वेळी हल्ला करण्याचे धाडस नव्हते. आणि जिथे धूर उठत होता, तिथे कदाचित त्यांचे साथीदार त्यांची वाट पाहत असावेत. जर आम्ही तिथे गेलो असतो तर ते आम्हाला सहजपणे संपवू शकले असते, कारण आम्ही दोघेच होतो आणि ते संख्येत जास्त होते. आमच्या गायब होण्याबद्दल कधीही, कोणालाही काहीही समजू शकले नसते. आता आम्हाला खूप पश्चात्ताप होत होता की आम्ही भटक्यांच्या प्रामाणिक चेतावणींकडे लक्ष का दिले नव्हते.

आम्ही ज्या दिशेने चालत होतो, त्याच दिशेने पुढे जात राहिलो आणि असे दाखवत राहिलो जणू काही आम्हाला त्यांच्यावर संशय नाही. आम्ही एकमेकांशी वेगाने बोलत चालत राहिलो. आता दोन्ही माणसे आमच्या आजूबाजूला होती. जेव्हा की मुलगा मागे चालत होता. डावी-उजवीकडे नजर फिरवून आम्ही अंदाज लावला की जर लढाई झाली तर आम्ही काय करू शकतो. दोन्ही माणसांनी चाकूच्या हल्ल्यापासून वाचण्यासाठी मेंढीच्या कातड्यापासून बनलेला दुहेरी चादरीचा झगा घातला होता, जसा दरोडेखोर घालतात. त्यांच्या बेल्टमध्ये लांब तलवारी अडकवलेल्या होत्या. त्यांच्या चेहऱ्यांवर कोकरासारखा निरागसपणा होता.

काहीतरी तर होणारच होते. औफशनाइटरने विचार केला की आपण सर्वांत आधी आपली दिशा बदलली पाहिजे, जेणेकरून आपण जाणीवपूर्वक

कोण्या जाळ्यात अडकू नये. त्याच्या तोंडातून निघाले आणि आम्ही त्यावर अंमलबजावणी केली. बोलता-बोलताच आम्ही अचानक वळलो.

खम्पा एक क्षणासाठी थांबले. ते आश्चर्यचकित होते. पण लगेचच पुन्हा आमच्या जवळ आले आणि आमचा रस्ता अडवून, रुक्ष आवाजात आम्हाला विचारले की आम्ही चाललो कुठे आहोत. आम्हीही तितक्याच रुक्षपणे उत्तर दिले, 'कुत्र्याला आणण्यासाठी.' आमच्या बोलण्याच्या पद्धतीमुळे ते घाबरले. त्यांनी पाहिले की आम्ही कोणत्याही थराला जाण्यासाठी तयार आहोत, त्यामुळे त्यांनी आम्हाला अडवले नाही, जाऊ दिले आणि काही वेळ आमच्याकडे एकटक पाहिल्यानंतर ते घाईघाईने त्यांचा रस्ता पकडून पुढे निघून गेले. कदाचित त्यांच्या साथीदारांना माहिती देण्यासाठी जात असावेत.

जेव्हा आम्ही टेंटजवळ पोहोचलो, तेव्हा महिला कुत्र्याला पट्ट्याने बांधून आमच्या दिशेने आणू लागली. मैत्रीपूर्ण अभिवादनानंतर आम्ही पुढे निघालो. पण यावेळी आम्ही त्याच रस्त्याने पुढे गेलो ज्याने आम्ही दरोडेखोरांच्या छावणीत आलो होतो. आता पुढे जाण्याचा प्रश्नच नव्हता - आम्हाला आमची पावले मागे घ्यावी लागली. निशस्त्र असल्यामुळे पुढे जाण्याचा अर्थ होता मृत्यू. नाईलाजाने मागे फिरताना आम्ही संध्याकाळी त्याच चांगल्या कुटुंबाच्या घरी पोहोचलो, जिथे आम्ही दोन रात्री आधी थांबलो होतो. आमचे बोलणे ऐकून त्यांना आश्चर्य वाटले नाही. त्यांनी आम्हाला सांगितले की खाम्पाच्या छावणीला ग्याक बोंगरा म्हटले जाते. या नावाने संपूर्ण ग्रामीण भागात भीती निर्माण केली होती. या थरारानंतर सहृदयी लोकांसोबत एक शांततापूर्ण रात्र काढणे कोणत्याही आशीर्वादापेक्षा कमी नव्हते.

दुसऱ्या दिवशी सकाळी आम्ही आमच्या प्रवासाची नवीन योजना आखली. आमच्याकडे कठीण रस्त्यावरून चालण्याशिवाय कोणताही पर्याय नव्हता. हा रस्ता निर्जन भागातून जात होता. आम्ही भटक्यांकडून आणखी मांस खरेदी केले, कारण आता कदाचित एक आठवडा कोण्या माणसाशी आमची गाठभेट होणार नव्हती. लाब्रांग ट्रोवाकडे परत जाणे टाळण्यासाठी आम्ही एक लहान रस्ता निवडला, ज्यामध्ये एक कष्टदायक आणि उभी चढाई समाविष्ट होती. पण आम्ही ठरवले होते की आम्ही त्याच रस्त्यावरून जाऊ.

उभ्या उतारावर अर्ध्या रस्त्यात आम्ही दृश्य पाहण्यासाठी मागे वळलो तर पाहिले की दोन माणसे दूरवरून आमचा पाठलाग करत होती. यात कोणतीही शंका नव्हती की ते खम्पा होते. ते कदाचित भटक्यांना भेटायला गेले असावेत आणि त्यांना सांगण्यात आले असावे की आम्ही कोणत्या दिशेने जात आहोत.

आता काय करावे? आम्ही तेव्हा तर आपापसात काहीच बोललो नाही, पण नंतर एकमेकांसमोर कबूल केले की आम्ही मनातल्या मनात ठरवले होते की इतक्या सहजपणे तर आमचा जीव जाऊ देणार नाही. आम्ही आधी आमचा वेग वाढवण्याचा प्रयत्न केला, पण आम्ही याकपेक्षा वेगाने चालू शकत नव्हतो. तो आम्हाला गोगलगाईच्या वेगाने चालत असल्यासारखा वाटत होता. आम्ही मागे पाहत राहिलो, पण हे ठरवू शकलो नाही की पाठलाग करणारे आमच्या जवळ येत आहेत, की नाही. शस्त्रे नसल्यामुळे आम्ही पूर्णपणे असहाय्य होतो. दरोडेखोरांच्या तलवारींपासून स्वतःला वाचवण्यासाठी फक्त तंबूचे खांब आणि दगड होते. आम्हाला हुशारीने त्यांचा सामना करावा लागेल ... म्हणून आम्ही एक तास चालतच राहिलो, थकव्याने धापा टाकत राहिलो, चालत राहिलो. मग आम्ही पाहिले की ती दोन्ही माणसे बसली आहेत. आम्ही घाईघाईने टेकडीच्या शिखराकडे निघालो आणि अशा जागेचा शोध घेऊ लागलो जी गरज पडल्यास लढाईचे चांगले मैदान बनू शकेल. दोन्ही माणसे उठली. असे वाटत होते की ते आपापसात विचारविनिमय करत होते आणि मग आम्ही त्यांना वळून परत जाताना पाहिले. आता कुठे आमच्या जीवात जीव आला. आम्ही आमच्या याकला घाईघाईने हाकलले जेणेकरून आम्ही लवकरच पर्वताच्या दुसऱ्या टोकावर पोहोचून लोकांच्या नजरेआड होऊ शकू.

पर्वताच्या शिखरावर पोहोचल्यानंतर आम्हाला समजले की आमचा पाठलाग करणारी ती दोन माणसे परत का फिरली. आमच्या समोर अतिशय निर्जन भूप्रदेश होता. उंच-उंच बर्फाच्छादित पर्वतच पर्वत. इथून तिथपर्यंत हिमालयाच्या पर्वतरांगा होत्या. आणि दातांच्या रांगेतील बारीक अंतरासारखी ती खिंड होती जिच्याबद्दल आम्ही अंदाज लावला होता की ती आम्हाला त्या रस्त्यापर्यंत घेऊन जाईल, ज्यावर आम्हाला जायचे होते. स्वेन हेडीनने सर्वांत आधी नकाशावर दाखवलेली ही खिंड-सेलाला-शिगात्सेच्या दिशेने जाते. आम्हाला याबद्दल खात्री नव्हती की खरोखरच खम्पांनी आमचा

पाठलाग करणे सोडून दिले आहे आणि म्हणूनच आम्ही रात्र झाल्यानंतरही पुढे जात राहिलो. सुदैवाने चंद्र तेजस्वी होता आणि बर्फाच्या प्रकाशासह आम्हाला भरपूर प्रकाश मिळत होता. आम्ही दूरवर वसलेल्या पर्वतरांगाही पाहू शकत होतो.

मी त्या रात्रीचा प्रवास आयुष्यभर विसरू शकत नाही. मी यापूर्वी असा कोणताही अनुभव घेतला नव्हता ज्याने माझ्या शरीरावर आणि मनावर एवढा दबाव टाकला असेल. खम्पांपासून आम्ही यासाठी वाचू शकलो, कारण हा भाग निर्जन होता. निसर्गाने आमच्यासमोर नवीन अडथळे पार करण्याचे आव्हान उभे केले. ही चांगली गोष्ट होती की मी खूप आधीच माझा थर्मामीटर फेकून दिला होता. इथे तो निश्चितपणे उणे तीस अंश तापमान नोंदवला असता. त्याची क्षमता इतकीच होती, जेव्हा की तापमान त्याहूनही कमी होते. स्वेन हेडीनने वर्षाच्या या हंगामात इथे उणे चाळीस अंश नोंदवले होते.

आम्ही अखंड बर्फावर तासनतास चालत राहिलो, आणि जसे-जसे आम्ही पुढे जात होतो, आमचे मन आम्हाला दुसऱ्याच जगाची सैर घडवत होते. मला एका उबदार, आरामदायक खोलीची, गरमागरम चविष्ट जेवणाची आणि वाफाळत्या गरम पेयाची कल्पना सतावत होती. किती विचित्र गोष्ट होती, आज मला ग्राझचा एक बुफे आठवत होता, ज्यामध्ये मी माझ्या विद्यार्थी-जीवनात सहभागी झालो होतो आणि याच्या लज्जतदार पदार्थांनी मला वेडे केले होते. औफशनाइटरच्या डोक्यात काहीतरी वेगळेच चालले होते. त्याचे मन दरोडेखोरांकडून सूड घेण्याची योजना बनवत होते. औफशनाइटरने शस्त्रांसह परत येण्याची शपथ घेतली. सर्व खम्पांचा धिक्कार असो!

अखेरीस आम्ही आमचा प्रवास थांबवला. आमच्या याकच्या पाठीवरून सामान उतरवले आणि बसलो. आम्ही त्सम्पा आणि थोडे कच्चे मांस काढले. आम्ही अत्यंत भुकेले होतो. पण जसा आम्ही एक चमचा सुके अन्न आमच्या तोंडात टाकले, चमचा आमच्या ओठांना चिकटला. आणि कसेबसे निघाला. या वेदनादायक अनुभवाने आमची भूक कमी झाली आणि आम्ही आमच्या घोंगडीखाली गुंडाळून पडून राहिलो. बोचऱ्या थंडीनंतरही, थकव्यामुळे गाढ झोपेत झोपी गेलो.

दुसऱ्या दिवशी आम्ही आमच्या वीर याकच्या पावलांच्या ठशांना पाहत कष्टाने पुढे जात राहिलो. आमच्यासाठी डोके उचलणेही कठीण होते. दुपारी आम्हाला दूर क्षितिजावर, पण अतिशय स्पष्टपणे याकचे तीन काफिले चालताना दिसले. वाटले की कुठे मृगजळ तर नाही. काफिला खूप हळूहळू पुढे जात होता आणि मग थांबलाही. पण लोक गायब झाले नाहीत. म्हणून हे कोणतेही मृगजळ नव्हते. या दृश्याने आम्हाला नवीन धाडस दिले. आम्ही आमची पूर्ण ताकद एकवटली, आमच्या याकला हाकलले आणि तीन तासांच्या प्रवासानंतर त्या ठिकाणी पोहोचलो, जिथे काफिले थांबले होते. यामध्ये सुमारे पंधरा लोक होते, पुरुषांसोबत महिलाही होत्या. आणि जेव्हा आम्ही पोहोचलो तेव्हा त्यांचे तंबू आधीच उभारलेले होते. ते आम्हाला पाहून दचकले, पण त्यांनी अतिशय नम्रतेने आमचे अभिवादन केले आणि आम्हाला आगीचा उबदारपणा मिळवण्यासाठी आत नेले. आम्हाला समजले की ते कैलास पर्वताची तीर्थयात्रा आणि व्यापारी यात्रेवरून नम्त्सो सरोवराच्या किनाऱ्यावर वसलेल्या त्यांच्या घरांकडे परतत होते. त्यांना जिल्हा अधिकाऱ्यांनी दरोडेखोरांबद्दल चेतावणी दिली होती आणि म्हणूनच त्यांनी खम्पांचा प्रादुर्भाव असलेला भाग टाळण्यासाठी हा कठीण मार्ग निवडला होता. ते आपल्यासोबत पन्नास याक आणि दोनशे मेंढ्या आणत होते. त्यांनी बाकी गुरांच्या बदल्यात माल घेतला होता. दरोडेखोरांसाठी हे मोठे बक्षीस ठरू शकत होते, हेच कारण होते की तिन्ही गट एकत्र चालत होते. आणि आता त्यांनी आम्हालाही आपल्यासोबत चालण्यासाठी आमंत्रित केले. खम्पांशी चकमक झाली तर आमची सोबतही त्यांना फायदा पोहोचवू शकत होती.

व्वा, पुन्हा एकदा आगीजवळ बसून गरम सूप पिणे किती सुखद होते. आम्हाला वाटले की आमच्यासाठी या भेटीची व्यवस्था देवानेच केली होती. आम्ही आमच्या बहादूर आर्मिनचे आभार मानायलाही विसरलो नाही, कारण केवळ आम्हालाच माहित होते की आम्ही त्याचे किती ऋणी आहोत, आणि आम्ही काफिल्याच्या प्रमुखाला सांगितले की आम्हाला आमचे सामान त्यांच्या एका याकवर लादू द्यावे. आम्ही एका दिवसाचे भाडे देण्यास तयार होतो. आणि, अशा प्रकारे आमच्या प्राण्याला थोडा आराम मिळाला.

आम्ही दिवसेंदिवस या काफिल्यांसोबत पुढे जात राहिलो आणि त्यांच्यासोबत आमचाही छोटासा गिर्यारोहकांचा तंबू तानत होतो. या भागांमध्ये अनेकदा वादळे यायची आणि अशा वेळी आम्हाला आमचा तंबू उभा करण्यात खूप अडचण यायची. याकच्या केसांनी बनलेले जड तंबू वाऱ्याला विरोध करू शकत होते, पण आमची हलकी कॅनव्हासची झोपडी खराब हवामानात टिकू शकत नव्हती आणि आम्हाला कधीकधी मोकळ्या हवेत मुक्काम ठोकावा लागायचा. आम्ही शपथ घेतली होती की जर आम्ही कधी पुन्हा तिबेटच्या मोहिमेवर निघालो तर आपल्यासोबत तीन याक, याकना हाकणारा एक जाणकार, भटक्यांचा एक तंबू आणि एक रायफल घेऊनच निघू!

काफिल्यामध्ये सामील होण्याची परवानगी मिळाल्यामुळे आम्ही स्वतःला अत्यंत भाग्यवान समजत होतो. अडचण फक्त एका गोष्टीची होती की पुढे जाण्याचा आमचा वेग मंदावला होता. आम्ही हळूहळू पुढे जात होतो. भटके आपला प्रवास सकाळी सुरू करतात आणि तीन किंवा चार मैल अंतर कापल्यानंतर थांबून मुक्काम ठोकतात. त्यांच्या प्राण्यांना चरण्यासाठी सोडून देतात. रात्र होण्यापूर्वी ते त्यांना परत आणून त्यांच्या तंबुजवळ बांधतात. इथे ते लांडग्यांपासून सुरक्षित राहतात आणि आरामात रात्र काढू शकतात.

आता कुठे आम्हाला जाणवले की आम्ही आमच्या बिचाऱ्या आर्मिनवर किती दबाव टाकला आहे! जेव्हा आम्ही किरोंगच्या आजूबाजूच्या पर्वतांवर चढताना संपूर्ण दिवस घालवत होतो, तेव्हा त्यानेही आम्हाला तिबेटी लोकांसारखे वेडे समजले असेल. आता आम्हाला आराम करण्यासाठी अधिक वेळ मिळत होता आणि आम्ही या वेळेचा सदुपयोग आमची डायरी लिहिण्यात केला. अलीकडच्या काळात आम्ही आमच्या डायरीकडे दुर्लक्ष केले होते. आम्ही यादरम्यान काफिल्याच्या लोकांकडून ल्हासाच्या रस्त्याबद्दल पद्धतशीर माहिती गोळा करायलाही सुरुवात केली. आम्ही त्यांना वेगवेगळे प्रश्न विचारले आणि हळूहळू जागोजागीच्या नावांचा एक निश्चित क्रम बनवला. ही आमच्यासाठी खूप महत्त्वाची माहिती होती. कारण यामुळे आम्ही पुढे जाऊन भटक्यांकडून एका ठिकाणाहून दुसऱ्या ठिकाणाचा रस्ता विचारू शकत

होतो. या गोष्टीवर आम्ही खूप आधीच सहमत झालो होतो की आता आम्ही आमचे आयुष्य छोटे-छोटे फेरफटके मारण्यात घालवू शकत नाही. आम्हाला लवकरच काफिल्याची साथ सोडावी लागेल. आम्ही नाताळच्या पूर्वसंध्येला आमच्या मित्रांचा निरोप घेतला आणि पुन्हा एकटेच चालू लागलो. आम्ही ताजेतवाने आणि आरामात होतो आणि पहिल्या दिवशी चौदा मैलांपेक्षा जास्त अंतर पार केले. उशिरा संध्याकाळी आम्ही एका लांब-रुंद मैदानात पोहोचलो, जिथे वेगवेगळे तंबू लागले होते. त्यात राहणाऱ्या लोकांनी सुरक्षेची मोठी व्यवस्था करून ठेवली होती. जसे आम्ही त्यांच्याजवळ पोहोचलो, दोन जंगली दिसणारी माणसे भारी शस्त्रांनी सज्ज होऊन आमच्याकडे आली. ते आमच्यावर वाईट रीतीने ओरडले आणि आम्हाला सैतानाकडे जाण्यास सांगितले. आम्ही घाबरलो नाही. आम्ही आमचे हात वर करून दाखवून दिले की आम्ही सशस्त्र नाही आणि त्यांना समजावले की आम्ही यात्रेकरू आहोत. त्यांना नुकसान पोहोचवणार नाही. मागील काफिल्यामध्ये आम्ही भरपूर आराम केला होता, पण तरीही कदाचित आम्ही दयनीय स्थितीत दिसत होतो. थोड्या संवादानंतर मोठ्या टेंटच्या मालकाने आम्हाला रात्र घालवण्याची परवानगी दिली. आम्ही आगीजवळ बसलो आणि उबदारपणाचा आनंद लुटला. आम्हाला लोणी घातलेला चहा आणि एक दुर्मिळ पदार्थ दिला गेला. आम्हा दोघांना पांढऱ्या ब्रेडचा एक-एक तुकडा दिला गेला. हा शिळा आणि दगडासारखा कडक होता, पण तिबेटच्या जंगलात नाताळच्या पूर्वसंध्येला ही छोटीशी भेट आमच्यासाठी घरी शिजवलेल्या नाताळच्या भोजनापेक्षा कितीतरी अधिक मोलाची होती.

आमच्या यजमानाने सुरुवातीला आमच्याशी खूप वाईट वर्तन केले. जेव्हा आम्ही त्याला सांगितले की आम्ही कोणत्या मार्गाने ल्हासाला पोहोचू इच्छितो, तेव्हा त्याने रुक्षपणे सांगितले की जरी आम्ही आतापर्यंत वाचलेलो आहोत, पण पुढच्या काही दिवसांत नक्कीच मारले जाऊ. हा भाग खम्पांनी भरलेला होता. शस्त्रे नसल्यामुळे आम्ही सहजपणे त्यांची शिकार बनू शकतो. त्याने ही गोष्ट एका भविष्यवेत्त्याच्या स्वरात सांगितली. आम्ही खूप निराश झालो आणि त्याचा सल्ला विचारला. त्याने आम्हाला शिगात्सेला जाणारा रस्ता पकडण्याचा सल्ला दिला. इथे आम्ही एका आठवड्यात पोहोचू शकत

होतो. आम्ही त्याचे ऐकले नाही. त्याने काही काळ विचार केला आणि मग आम्हाला या भागाच्या जिल्हा अधिकाऱ्याकडे अर्ज करण्याचा सल्ला दिला. त्याचा तंबू काही मैलांच्या अंतरावर होता. जर आम्ही दरोडेखोरांच्या भागातूनच जाण्याचा आग्रह धरला, तर हा अधिकारी आम्हाला सुरक्षा देऊ शकत होता.

त्या संध्याकाळी आमच्याकडे चर्चा करण्यासाठी इतके मुद्दे होते की आम्ही आमच्या घरी साजऱ्या केल्या जाणाऱ्या नाताळबद्दल कदाचितच विचार केला असेल. अखेरीस आम्ही एक धोका पत्करण्यास आणि पोनपोला भेटण्यास तयार झालो. आम्हाला त्यांच्या तंबूपर्यंत पोहोचायला काही तास लागले आणि आम्ही हे एक चांगले शकुन मानले की त्यांनी मैत्रीपूर्ण पद्धतीने अभिवादन केले आणि आमच्यासाठी एका तंबूची व्यवस्था केली. मग त्यांनी त्यांच्या सहकाऱ्याला बोलावले आणि आम्ही चौघांनी संवाद साधला. यावेळी आम्ही भारतीय यात्रेकरू असल्याची आमची कथा सांगितली नाही. आम्ही स्वतःला युरोपियन असल्याचे सांगितले आणि दरोडेखोरांपासून सुरक्षेची मागणी केली. साहजिकच आम्ही सरकारच्या परवानगीने प्रवास करत होतो आणि मी त्यांना जुना प्रवास-परवाना सोपवला, जो गारपोनने आम्हाला आधी गरतोकमध्ये दिला होता. दोन्ही अधिकाऱ्यांनी शिक्का तपासला आणि ते दस्तऐवजाच्या सत्यतेने प्रभावित झाले. आता त्यांना खात्री होती की आम्हाला तिबेटमध्ये राहण्याचा अधिकार मिळाला आहे. त्यांनी केवळ एवढेच विचारले की गटातील तिसरा सदस्य कुठे आहे. आम्ही सांगितले की तो आजारी पडला होता आणि ट्रेडीनच्या वाटेने भारतात परत गेला. यामुळे पोनपो समाधानी झाले आणि त्यांनी आम्हाला एक रक्षक देण्याचे वचन दिले. वेगवेगळ्या टप्प्यांवर जुन्या लोकांना आराम दिला जाईल आणि नवीन लोक येतील. हे लोक आम्हाला उत्तरेकडील मुख्य रस्त्यापर्यंत पोहोचवतील.

ही आमच्यासाठी खरोखरच नाताळची भेट होती! आणि आता आम्हाला उत्सव साजरा करण्याची इच्छा झाली. आम्ही या प्रसंगासाठी खास करून किरोंगमध्ये थोडा तांदूळ जमा करून ठेवला होता. आम्ही तो तयार केला आणि दोन पोनपोना आमंत्रित केले की त्यांनी आमच्यासोबत या भोजनाचा

आस्वाद घ्यावा. ते स्वतःसोबत अनेक प्रकारचे चांगले-चांगले पदार्थ घेऊन आले आणि आम्ही एकत्र मिळून एक आनंदी, मैत्रीपूर्ण संध्याकाळ घालवली.

दुसऱ्या दिवशी एक भटका आमच्यासोबत पुढच्या मुक्कामापर्यंत गेला आणि आम्हाला तिथे पुढच्या गाईडकडे सोपवले. हे आमच्यासोबत एखाद्या शर्यतीसारखे काहीतरी होते ज्यामध्ये काठी आमच्याकडे होती. आमचा गाईड आम्हाला तिथे दुसऱ्या गाईडकडे सोपवल्यानंतर परत गेला. आमच्या पुढच्या गाईडसोबत आमची प्रगती शानदार होती, आणि आम्हाला जाणवले की प्रवासात अशा साथीदाराचे असणे किती उपयुक्त असते जो खरोखर रस्ता जाणतो, जरी तो दरोडेखोरांपासून तुम्हाला सुरक्षा देऊ शकत नसेल.

हवा आणि थंडी तर आमचे कायमचे साथीदार होते. आम्हाला असे वाटत होते जणू संपूर्ण जग उणे तीस अंश तापमान असलेले आहे, जिथे बर्फाची वादळे चालत असतात. आमच्याकडे थंडीपासून वाचण्यासाठी पुरेसे कपडे नव्हते आणि याच कारणामुळे खूप त्रास झाला. मी नशिबवान होतो की मला एका तंबूवाल्याकडून मेंढीच्या कातड्याचा एक जुना झगा मिळाला. हा माझ्यासाठी घट्ट होता आणि यात अर्धी बाही देखील नव्हती, पण हा मला केवळ दोन रुपयांत मिळाला होता. आमचे बूट खूपच जीर्ण झाले होते आणि जास्त दिवस चालणार नव्हते. आणि जिथपर्यंत हातमोज्यांची गोष्ट आहे, ते तर आमच्याकडे नव्हतेच. औफशनाइटरचे हात थंडीने आखडले होते आणि माझ्या पायांना त्रास होता. आम्ही आमचे त्रास अशा प्रकारे सहन करत होतो जणू आम्ही निर्जीव आहोत. आम्ही दररोज जेवढे मैल चालण्याचा कोटा ठरवला होता, तो पूर्ण करण्यासाठी खूप ऊर्जेची गरज होती. आम्हाला कोण्या उबदार भटक्यांच्या तंबूत काही दिवस आराम करून खूप बरे वाटले असते. भटक्यांचे जीवनही, मग ते कितीही कठीण आणि गरिबीचे का असेना, अनेकदा आम्हाला खूप मोहात पाडायचे. पण, आम्ही आमचा शिधा संपण्यापूर्वी ल्हासाला पोहोचू इच्छित होतो, म्हणून आम्ही कुठेही थांबून वेळ घालवण्याचा विचार केला नाही. आणि मग? आम्ही तर्कवितर्क लावत नव्हतो.

आम्हाला अनेकदा दूर कुठेतरी आनंदाने घोड्यावर स्वार होऊन जाताना लोक दिसायचे. त्यांच्यासोबत चालणाऱ्या काही वेगळ्या प्रकारच्या

कुत्र्यांवरून आम्ही समजून जायचो की ते खम्पा आहेत. हे कुत्रे सामान्य तिबेटी कुत्र्यांच्या तुलनेत कमी केसाळ, सडपातळ, हवेसारखे वेगवान आणि खूप कुरूप असतात. आम्ही देवाचे आभार मानले की आम्हाला त्या कुत्र्यांशी आणि त्यांच्या मालकांशी जवळून भेटण्याची कोणतीही संधी मिळाली नाही.

आमच्या प्रवासाच्या या टप्प्यावर आम्हाला एक गोठलेले सरोवर मिळाले. नंतर आम्ही याला नकाशावर शोधले, तर त्यात दिसले नाही. औफशनाइटरने याला लगेच आमच्या नकाशावर नोंदवून घेतले. स्थानिक रहिवासी याला योचाबत्सो म्हणतात, ज्याचा अर्थ आहे 'बलिदानाचे पाणी'. हे हिमनद्यांच्या एका रांगेच्या पायथ्याशी स्थित होते. मुख्य रस्त्यावर येण्यापूर्वी आम्हाला आधुनिक युरोपियन रायफली घेतलेले काही सशस्त्र पादचारी मिळाले. त्यांचा सामना करण्याचे धाडस तर आमच्यात नव्हतेच. मात्र, त्यांनी आम्हाला छेडले नाही. वास्तविकता ही होती की आम्ही खूप बिचारे आणि निराश दिसत होतो. कधी-कधी असहाय्यता आणि बिचारेपणाचेही फायदे असतात.

पाच दिवसांच्या प्रवासानंतर आम्ही प्रसिद्ध तसम रोडवर पोहोचलो. आम्हाला नेहमी वाटायचे की हा एक सामान्य महामार्ग आहे आणि यावर पोहोचल्यानंतर आमच्या सर्व समस्या संपतील. कल्पना करा की आम्हाला किती निराशा झाली असेल, जेव्हा आम्हाला एकही पाऊलवाट दिसली नाही! हा भाग कोणत्याही प्रकारे त्यापेक्षा वेगळा नव्हता, जिथे आम्ही आठवड्यांपासून भटकत होतो. हे खरे आहे की तिथे काही रिकामे टेंट होते, जिथे लोक आपला मुक्काम ठोकू शकत होते, पण तिथे कोणत्याही व्यवस्थित मार्गाची कोणतीही इतर खूण नव्हती.

शेवटच्या टप्प्यात आमच्यासोबत काही धडधाकट स्त्रिया होत्या. त्यांनी आम्हाला एक भावपूर्ण निरोप दिला आणि आम्हाला तसम रोडवर सोडले. आम्ही रिकाम्या पडलेल्या एका टेंटमध्ये थांबलो. आग पेटवली आणि मग आमच्या वर्तमान स्थितीचा आढावा घेतला. आम्हाला खऱ्या अर्थाने समाधानी होण्याचे काही कारण मिळाले. आमच्या प्रवासाचा सर्वांत कठीण भाग मागे राहिला होता आणि आता आम्ही अशा रस्त्यावर होतो, जो

थेट ल्हासाच्या दिशेने जात होता. आम्हाला पंधरा दिवस आणखी चालायचे होते. आम्हाला या गोष्टीचा आनंद वाटायला हवा होता की आम्ही आमच्या ध्येयाच्या इतक्या जवळ पोहोचलो होतो. पण, खऱ्या अर्थाने इतके कठीण परिश्रम केले होते आणि आम्ही या थराला कमकुवत झालो होतो की आम्ही आता आनंद लुटण्याच्या स्थितीत नव्हतो. थंडीने पीडित होण्यामुळे आणि पैसे आणि अन्नाच्या कमतरतेमुळे आम्ही फक्त चिंतितच होतो. आम्हाला सर्वांत जास्त आमच्या प्राण्यांची काळजी होती. माझ्या निष्ठावान कुत्र्याची तर हाडे दिसू लागली होती. आमच्याकडे इतके कमी अन्न होते की आमचा जीव वाचवणे कठीण होते, त्याला कसे पोटभर खाऊ घालणार. त्याचे पाय इतके कमकुवत झाले होते की त्याला चालणे कठीण झाले होते. तो इतक्या हळू-हळू चालायचा की अनेकदा आमच्या कॅम्पमध्ये त्याची तासनतास वाट पाहावी लागायची. याकची स्थिती थोडी चांगली होती. जरी त्यालाही अनेक आठवड्यांपासून खाण्यासाठी गवत मिळाले नव्हते आणि तो खूप कमकुवत झाला होता. हे खरे आहे की योचाबत्सो सरोवरातून बाहेर पडल्यानंतर आम्ही बर्फाला मागे सोडून आलो होतो, पण पुढे गवत खूप कमी आणि सुके होते आणि आमच्या प्राण्याला चरण्यासाठी खूप कमी वेळ होता.

काहीही असो, आम्हाला दुसऱ्या दिवशी पुढे तर जायचेच होते आणि आम्ही आता अशा एका रस्त्यावर होतो, ज्यावर काफिले येत-जात होते. आमचे मनोबल या गोष्टीने वाढले होते की आता आम्हाला स्वतःला खोजी मार्को पोलोच्या रूपात विचार करावा लागणार नव्हता.

तसम मार्गावरून जाताना आमचा पहिला दिवस कोणत्याही निर्जन भागात गेलेल्या आमच्या सर्वांत वाईट काळापेक्षा काही वेगळा नव्हता. आम्हाला वाटेत कोणीही भेटले नाही. भयंकर वादळ, जोरदार बर्फवृष्टी आणि धुक्याने आमचा प्रवास नरक बनवला. सुदैवाने हवा आमच्या मागे होती आणि आम्हाला ढकलून पुढे नेत होती. जर ती आमच्या चेहऱ्यावर पडली असती, तर आम्ही एक पाऊलही पुढे टाकू शकलो नसतो. आम्हा चौघांना आनंद तेव्हा झाला जेव्हा आम्ही संध्याकाळी रस्त्याच्या कडेला टेंट पाहिले. मी त्या रात्री माझ्या डायरीत ही नोंद केली :

एकतीस डिसेंबर एकोणीसशे पंचेचाळीस. तापमान : अंदाजे उणे तीस अंश. आजपर्यंतच्या आमच्या प्रवासाचा सर्वांत थकवणारा दिवस. याकवर लादलेले सामान वारंवार घसरून खाली पडत होते आणि ते ठीक करताना आमचे हात जवळजवळ गोठले होते. आम्ही एकदा रस्ता विसरलो आणि दोन मैल परत जावे लागले. संध्याकाळी न्यात्संगच्या रूट-स्टेशनवर पोहोचलो. आठ टेंट. एका टेंटमध्ये रोड ऑफिसर आणि त्याचे कुटुंब राहत होते. खूप छान स्वागत झाले.

तर, हे तिबेटमधील आमचे दुसरे नववर्ष होते. या संपूर्ण प्रवासात आम्ही जे साध्य केले त्याबद्दल विचार करून आम्ही निराश होतो. आम्ही अजूनही 'बेकायदेशीर' प्रवासी होतो, दोन थकलेले, अर्धे भुकेले भटके, जे अधिकाऱ्यांना चकवा देण्यास बांधील होते. अजूनही एका दूरदर्शी लक्ष्याकडे वाटचाल करत होतो जे आम्ही मिळवण्यात असमर्थ वाटत होतो- निषिद्ध शहर. अशा निराशाजनक रात्री माणूस भावूक होतो आणि त्याचे लक्ष घर आणि कुटुंबाकडे वळते. पण अशी भावुकता आम्हाला जिवंत राहण्याच्या त्या संघर्षाच्या कठोर वास्तवापासून विचलित करू शकत नव्हती ज्यासाठी आम्हाला पूर्ण शारीरिक आणि आध्यात्मिक शक्तीची आवश्यकता होती. यावेळी आमच्यासाठी उबदार तंबूतील एक संध्याकाळ अधिक महत्त्वाची होती. आपल्या घरात सुरक्षित राहून नवीन वर्षाच्या भेटवस्तूत एक रेसिंग कार मिळणे यावेळी आमच्यासाठी काहीही अर्थ ठेवत नव्हते.

म्हणून आम्ही सेंट सिल्वेस्टर डे आमच्या पद्धतीने साजरा केला. आम्ही इथे आणखी काही वेळ थांबण्याचा विचार करत होतो, जेणेकरून आम्ही स्वतःला उबदारपणाने भरू शकू आणि आमच्या प्राण्यांनाही आराम देऊ शकू. आमच्या जुन्या प्रवास-पत्राने इथेही आपले काम केले, आणि रोड ऑफिसरने मैत्रीपूर्ण व्यवहार केला. त्याने त्याच्या नोकरांना आमच्यासाठी पाणी आणि इंधन आणण्यासाठी लावून दिले.

इथे आम्ही भरपूर आराम केला आणि उशिरापर्यंत झोपलो. दुपारच्या थोड्या आधी जेव्हा आम्ही नाश्ता करत होतो, तेव्हा टेंटच्या समोर धांदल उडाली. कोल्ह्याच्या कातड्याची टोपी घातलेला पोनपोचा आचारी आपल्या

मालकाच्या येण्याची घोषणा करण्यासाठी आणि त्याच्यासाठी तयारी करण्यासाठी आला होता. तो रुबाब दाखवत इकडे-तिकडे फिरत राहिला.

आमच्यासाठी एका उच्च अधिकाऱ्याचे आगमन महत्त्वाची गोष्ट असू शकत होती, पण आम्ही आशियामध्ये इतक्या दीर्घकाळापासून राहत होतो की आम्हाला माहित होते की 'उच्च' अधिकाऱ्याचा दर्जा एक सापेक्ष संकल्पना आहे. अधिकाऱ्याच्या येण्याच्या माहितीने आम्ही उत्साहित नव्हतो. पण सर्व काही ठीकठाक राहिले. पोनपो लवकरच नोकरांच्या जमावाने वेढलेला घोड्यावर स्वार होऊन पोहोचला. तो सरकारच्या सेवेत लागलेला एक व्यापारी होता आणि सध्या ल्हासामध्ये मोठ्या प्रमाणात साखर आणि कापूस आणण्यात मग्न होता. त्याने आम्हाला काही स्वाभाविक प्रश्न विचारले. मी मोठ्या नम्रतेने त्याला माझे प्रवास-पत्र दाखवले. नेहमीप्रमाणे त्या पत्राचा चांगला प्रभाव पडला. आता तो एखाद्या कठोर अधिकाऱ्यासारखा व्यवहार करत नव्हता. त्याने आम्हाला त्याच्या काफिल्यासोबत प्रवास करण्यासाठी आमंत्रित केले. त्याचा हा प्रस्ताव आम्हाला पटला, म्हणून आम्ही आराम सोडून आणि आमचे सामान पॅक करायला सुरुवात केली, कारण त्यांचा काफिला दुपारच्या वेळीच पुढे जाणार होता. त्यांच्या प्राण्यांना हाकणाऱ्यांपैकी एकाने आर्मिनकडे दयेने पाहिले, जो खऱ्या अर्थाने सांगाडा बनला होता. मग त्याने एक छोटीशी रक्कम घेऊन आमचे सामान त्याच्या काफिल्यामध्ये सामील एका याकवर लादण्याचा प्रस्ताव दिला. अशा प्रकारे आमचा प्राणी आमच्यासोबत आरामात चालू शकत होता. आम्ही आनंदाने संमती दिली. मग आम्ही घाईघाईने निघालो. आम्हाला पायीच काफिल्यासोबत पुढे जायचे होते. पोनपो आणि त्याच्या नोकर-चाकरांनी इथे त्यांचे घोडे बदलले होते, ते लोक आमच्या नंतर निघाले. पण लवकरच आमच्यासोबत झाले.

आम्ही आरामासाठी जो दिवस ठरवला होता, त्या दिवशी बारा मैल पायी प्रवास केला. माझा बिचारा कुत्रा आता आमच्यासोबत चालू शकत नव्हता, म्हणून मी त्याला वस्तीतच सोडून दिले. त्याला रस्त्यावर मरण्यासाठी सोडून देण्यापेक्षा त्याला वस्तीत सोडणे चांगले होते. काफिल्यासोबत चालताना आम्ही दररोज लांब अंतर कापत असू. आम्हाला पोनपोच्या संरक्षणाचा

लाभ मिळाला आणि सर्वत्र आमचे स्वागत केले गेले. केवळ ल्होलाममध्येच रोड ऑफिसरने आमच्याकडे संशयास्पद नजरेने पाहिले. त्याने आम्हाला इंधनही दिले नाही आणि ल्हासाला जाण्यासाठी आम्हाला आमचा परवाना दाखवण्याचा आग्रह धरला. पण तो आम्हाला भाग पाडू शकला नाही. तरीही, आमच्या डोक्यावर छत होते आणि आम्हाला या गोष्टीचा आनंद होता, कारण आमच्या पोहोचल्यानंतर लगेचच सर्व प्रकारचे संशयास्पद दिसणारे लोक तंबूच्या सभोवताली जमा होऊ लागले. आम्ही त्यांना लगेच ओळखले की ते खम्पा आहेत, पण आम्ही इतके थकलो होतो की आम्ही त्यांची पर्वा केली नाही. आमच्या गटातील बाकीच्या लोकांना परिस्थिती हाताळण्यासाठी सोडून दिले. कमीतकमी आमच्याकडे तर असे काही नव्हते जे ते लुटून नेले असते. त्यांच्यापैकी काहींनी आमच्या तंबूत घुसण्याचा प्रयत्न केला, पण आम्ही ओरडून त्यांना धमकावले आणि ते निघून गेले.

दुसऱ्या दिवशी सकाळी आम्हाला आमचा याक कुठेही दिसला नाही. आम्ही त्याला आदल्या रात्री टेंटजवळ बांधले होते. आम्ही विचार करत होतो की तो आजूबाजूला कुठे तरी चरत असेल पण औफशनाइटर आणि मला तो शोधून सापडला नाही. आदल्या रात्री तिथे असलेले काही गुंडही गायब होते. स्पष्ट होते की तेच आमच्या याकला घेऊन पळाले होते. आमचा याक हरवणे हे आमच्यासाठी एक मोठे नुकसान होते. आम्ही तसम अधिकाऱ्याच्या तंबूत पोहोचलो आणि माझ्या रागात मी माझ्या याकचे खोगीर त्याच्यासमोर आदळले. त्याला सांगितले की आमच्या प्राण्याच्या हरवण्यासाठी तोच जबाबदार आहे. आम्हाला या नवीन आर्मिनचा खूप लळा लागला होता. या याकने आमची खूप सेवा केली होती. पण आमच्याकडे त्याच्या हरवण्याचा शोक व्यक्त करण्यासाठी वेळ नव्हता. आम्हाला काफिल्याला गाठायचे होते, जो काही तास आधी आमच्या सामानासह पुढे निघाला होता.

आम्ही काही दिवसांपासून पर्वतांच्या एका विशाल रांगेच्या दिशेने पुढे जात होतो. आम्हाला माहित होते की ती न्येनचेन तांगला पर्वतरांग आहे. त्यांच्यामधून जाण्याचा फक्त एकच मार्ग होता आणि हा तो खिंड होता, जो थेट ल्हासाकडे जात होता. पर्वतांच्या दिशेने जाताना आम्ही छोट्या टेकड्यांवरून

गेलो. हा भाग पूर्णपणे निर्मनुष्य होता आणि आम्हाला रानटी गाढवेही दिसली नाहीत. हवामानात बरीच सुधारणा झाली होती आणि दृश्यमानता इतकी चांगली होती की सहा मैलांच्या अंतरावर असलेला आमचा पुढचा मुक्काम आमच्या अगदी समोर दिसत होता.

आमचा पुढचा मुक्काम टोकर नावाच्या ठिकाणी होता. इथून आम्ही पर्वतांवर चढण्यास सुरुवात केली, आणि पुढचा नियमित मुक्काम पाच दिवसांच्या अंतरावर होता. आम्ही तर हे विचारही करू शकत नव्हतो की तोपर्यंत कसे टिकून राहू. आमची ताकद टिकवून ठेवण्यासाठी आम्ही जे काही करू शकत होतो, ते आम्ही केले आणि चालत राहण्यासाठी खूप सारे मांस खरेदी केले.

दिवस अंतहीन वाटत होते आणि रात्री त्याहूनही लांब. यादरम्यान आम्ही एका अविश्वसनीयरीत्या सुंदर नैसर्गिक दृश्यातून प्रवास करत जगातील सर्वांत मोठ्या सरोवरांपैकी एक, नमत्सो किंवा तेंगरी नोर जवळ पोहोचलो. पण आम्ही हे क्वचितच नीट पाहू शकलो, जेव्हा की आम्ही दीर्घकाळापासून हा विशाल अंतर्देशीय समुद्र पाहण्यास उत्सुक होतो. एकेकाळी ज्या दृश्याची आम्ही आतुरतेने वाट पाहत होतो, ते आम्हाला आमच्या उदासीनतेतून बाहेर काढू शकले नाही. हवा विरळ होऊ लागली आणि सुमारे वीस हजार फुटांच्या चढाईची शक्यता थक्क करणारी होती. वेळोवेळी आम्ही आमच्या मार्गावरून दिसणाऱ्या आणखी उंच शिखरांना पाहून आश्चर्यचकित होत होतो. अखेरीस आम्ही आमच्या खिंडीच्या शिखरावर क्योरिंग ला वर पोहोचलोच. आमच्यापूर्वी ही खिंड केवळ एकदाच एका युरोपियनने ओलांडली होती. त्याचे नाव लिटिलडेल होते, तो एक इंग्रज होता. तो अठराशे पंचाण्णव मध्ये याच्या पार आला होता. मला वाटते की मी बरोबर सांगत आहे की ही जगातील सर्वांत उंच खिंड आहे, जिचा वर्षभर वापर केला जाऊ शकतो.

इथे आम्हाला पुन्हा तेच विशिष्ट दगडांचे ढिगारे मिळाले आणि त्यांच्यावर चमकदार रंगांच्या प्रार्थना-पताका फडकत होत्या. अशा पताका मी आधी कुठेही पाहिल्या नव्हत्या. त्यांच्याजवळ दगडांच्या टेबलांची एक रांग होती ज्यावर प्रार्थना कोरलेल्या होत्या. ही हजारो यात्रेकरूंनी अनुभवलेल्या

आनंदाची एक अमर अभिव्यक्ती होती. निश्चितपणे लांब आणि थकवणाऱ्या पायी प्रवासानंतर त्यांनी जेव्हा पाहिले असेल की एक खिंड त्यांच्यासाठी सर्वांत पवित्र शहराकडे जाणारा रस्ता उघडत आहे, तेव्हा त्यांच्या आनंदाला पारावार राहिला नसेल.

इथेही आम्हाला त्यांच्या घरी परतणाऱ्या यात्रेकरूंचा एक मोठा जत्था मिळाला. ना जाने किती वेळा या मार्गावर 'ओम मणि पद्मे हुम्' शब्द घुमतात. हे प्रार्थनेचे ते जुने सूत्र आहे जे सर्व बौद्ध उच्चारतात आणि यात्रेकरू मनातल्या मनात पुनरावृत्ती करत राहतात आणि आशा करतात की हा मंत्र त्यांना त्या विषारी वायूपासून वाचवेल ज्याला ते ऑक्सिजनची कमतरता मानतात. चांगले झाले असते की त्यांनी त्यांचे तोंड बंद ठेवले असते! वेळोवेळी आम्ही खालील उतारांवर प्राण्यांचे सांगाडे पाहिले. ते या गोष्टीची साक्ष देत होते की रस्ता खूप धोकादायक आहे. सोबत चालणाऱ्या प्राण्यांना हाकणाऱ्यांनी आम्हाला सांगितले की दर हिवाळ्यात हा पर्वत ओलांडताना बर्फाच्या वादळांना बळी पडून अनेक यात्रेकरू आपला जीव गमावून बसतात. हवामान चांगले राहिले आणि त्याने चार हजार फुटांच्या चढाईदरम्यान आमची साथ दिली. यासाठी आम्ही देवाचे आभार मानले.

आमच्या उतरणीचा पहिला भाग आम्हाला एका हिमनदीवर घेऊन गेला. बर्फावर आपला रस्ता शोधत न डगमगता चालण्याच्या याकच्या असाधारण क्षमतेवर मी पुन्हा एकदा आश्चर्यचकित झालो. जसे-जसे आम्ही पुढे जात होतो, मी स्वतःला हे विचार करण्यापासून रोखू शकत नव्हतो की स्कीवर या गुळगुळीत, भेगा नसलेल्या पृष्ठभागांवर घसरणे किती सोपे असेल. मला वाटते की औफशनाइटर आणि मीच एकमेव अशा व्यक्ती होतो ज्यांनी कधी ल्हासाच्या यात्रेकरूंच्या मार्गावर स्कीइंगबद्दल बोलले असेल.

जेव्हा आम्ही पुढे जात होतो, तेव्हा एक तरुण जोडपे आम्हाला भेटायला आले. ते खूप दूरून आले होते आणि आमच्याप्रमाणेच ल्हासाला जात होते. ते काफिल्यामध्ये सामील होऊन खूश होते. आम्ही त्यांच्याशी संवाद साधला. त्यांची कथा अनोखी होती. गुलाबी गालांची आणि दाट काळ्या वेणीची ही सुंदर तरुणी तिच्या तीन पतींसोबत आनंदी आणि समाधानी होती. ते तिघे

भाऊ होते. यांच्यासाठी तिने चांगथांगमध्ये एका भटक्या तंबूत घर बनवले होते. एक संध्याकाळी एक तरुण अनोळखी व्यक्ती आला आणि त्याने आश्रय मागितला. त्या क्षणापासून सर्व काही बदलले. हे 'पहिल्या नजरेतील प्रेम' असावे. दोघांनी काहीही न बोलता एकमेकांना समजून घेतले आणि दुसऱ्या दिवशी सकाळी एकत्र निघाले. ते थंड मैदानात पळत राहिले. आता ते इथे पोहोचून खूश होते आणि ल्हासामध्ये एक नवीन जीवन सुरू करू इच्छित होते.

मी या तरुणीला त्या कठीण, जड दिवसांमधील उन्हाच्या किरणासारखे आठवतो. एकदा जेव्हा आम्ही आराम करत होतो तेव्हा तिने तिच्या पाकिटातून सुक्या खुबान्या काढल्या आणि हसत आम्हा दोघांना एक-एक दिली. ही किरकोळ भेट आमच्यासाठी तितकीच मौल्यवान होती जितकी ती गव्हाची भाकरी जी भटक्याने आम्हाला नाताळच्या रात्री दिली होती.

आमच्या प्रवासादरम्यान मला जाणवले की तिबेटी महिला किती मजबूत आणि सहनशील असतात. खूप कमी वयाची ही स्त्री आमच्यासोबत अतिशय सहजपणे चालत राहिली आणि एखाद्या पुरुषाप्रमाणे तिने तिचे सामानही वाहिले. तिला तिच्या भविष्याची चिंता नव्हती. ल्हासामध्ये ती कोणाच्याही घरात मोलकरीण म्हणून काम करायला तयार होती आणि तिच्या मजबूत गावरान शरीरयष्टीमुळे तिला तिचा उदरनिर्वाह कमवणे कठीण जाणार नव्हते.

आम्ही सलग तीन दिवस टेंटचा आश्रय न घेता, चालत राहिलो. मग आम्ही दूरून आकाशात धुराचा एक मोठा लोट उठताना पाहिला. आम्ही आश्चर्यचकित होतो की हा धूर धुरांड्यातून निघत आहे की कोण्या जळत्या घरातून. पण जेव्हा आम्ही जवळ पोहोचलो तेव्हा पाहिले की ही तर गरम पाण्याच्या झऱ्यांमधून उठणारी वाफ होती. आम्ही एका अद्भुत नैसर्गिक सौंदर्याला निहाळत होतो. जमिनीतून अनेक झरे फुटत होते आणि वाफेच्या ढगाच्या मधून पंधरा फूट उंच एक शानदार झरा फुटला. आम्ही यात स्नान करण्याचा प्रस्ताव ठेवला. आमच्यासोबत चालणाऱ्या तरुण जोडप्याने नकार दिला, पण आम्ही स्वतःला रोखले नाही. जमिनीतून उकळते पाणी निघत होते, पण थंड हवेच्या संपर्कात आल्यामुळे लवकरच सहन करण्यायोग्य

तापमानावर आले. लवकरच एक पाण्याचे कुंड आमच्यासाठी आरामदायी बाथटबमध्ये बदलले. पण, आता जेव्हा आम्ही जवळजवळ उकळत्या पाण्यात बसलो होतो, हवेचे तापमान इतके कमी होते की आमचे ओले केस आणि दाढी एका क्षणात गोठून कडक झाले. गरम झऱ्यांमधून निघणाऱ्या जलधारांमध्ये खूप सारे मासे होते. आम्ही भुकेने व्याकूळ होऊन विचार करत होतो की त्यांना कसे पकडावे. त्यांना गरम पाण्याच्या झऱ्यात सहजपणे उकळले जाऊ शकत होते, पण आम्हाला कोणताही मार्ग सुचला नाही. पण आम्ही आता खूप ताजेतवाने झालो होतो आणि आमच्या काफिल्याला गाठण्यासाठी वेगाने पुढे गेलो.

आम्ही याकना हाकणाऱ्यांसोबत त्यांच्या तंबूत रात्र घालवली. तिथे मला आयुष्यात पहिल्यांदाच सायटिकाचा भयंकर झटका आला. मी नेहमी या वेदनादायक समस्येला म्हातारपणाचा आजार मानत होतो आणि स्वप्नातही विचार केला नव्हता की मला इतक्या लवकर याचा अनुभव येईल. कदाचित दररोज रात्री थंड जमिनीवर झोपल्यामुळे मला हा आजार झाला असावा.

एके दिवशी सकाळी तर मी उठूच शकलो नाही. भयंकर वेदना तर होतच होती, पण मला हे विचार करूनही भीती वाटत होती की मी आता पुढे जाऊ शकणार नाही. मी माझे दात ओठ खात स्वतःला उभे केले आणि काही पावले पुढे टाकली. या हालचालीमुळे मला थोडी मदत मिळाली, पण त्यानंतर प्रत्येक दिवशी पायी प्रवास सुरू केल्यानंतर काही मैलांपर्यंत मला खूप त्रास होत राहिला.

खिंड ओलांडल्यानंतर चौथ्या दिवशी संध्याकाळी आम्ही समसर येथे पोहोचलो, जिथे एक रोड स्टेशन होते. अखेरीस आम्ही एका लोकवस्तीच्या ठिकाणी पोहोचलो, जिथे घरे बांधलेली होती, मठ होते आणि एक किल्लाही होता. हे तिबेटच्या सर्वांत महत्त्वाच्या रोड जंक्शन्सपैकी एक आहे. इथे पाच रस्ते मिळतात आणि इथे काफिल्यांची ये-जा खूप जिवंत असते. रस्त्याच्या कडेला असलेल्या सरायांमध्ये गर्दी असते आणि अदलाबदलीसाठी बनवलेल्या गोठ्यांमध्ये प्राण्यांची देवाणघेवाण होते. आमचे पोनपो आमच्या दोन दिवस आधीच इथे पोहोचले होते, पण सरकारी मिशनवर असल्यामुळे त्यांना

चांगल्या याकसाठी पाच दिवस वाट पाहावी लागली. त्यांनी आमच्यासाठी एक खोली, इंधन आणि एका नोकराची व्यवस्था केली. त्या वेळी वाहतूक खूप जास्त होती आणि आम्हाला बराच काळ प्रतीक्षा करावी लागली, कारण आम्ही एकटे पुढे जाऊ शकत नव्हतो.

आम्ही आमच्या रिकाम्या वेळेचा उपयोग आजूबाजूच्या गरम पाण्याच्या झऱ्यांची सैर करण्यासाठी केला. यांना आम्ही खूप दुरून वाफ उकळताना पाहिले होते. हे एक अनोखे नैसर्गिक दृश्य होते. आम्ही एका सामान्य पाण्याच्या सरोवरापाशी पोहोचलो, ज्याचे काळे बुडबुडणारे पाणी एक स्वच्छ जलधारा बनून वाहत होते. आम्ही अंघोळ करण्याचा निर्णय घेतला आणि एका अशा ठिकाणी गेलो जिथे पाणी सुखद गरम होते. जसजसे आम्ही सरोवराकडे पुढे गेलो, ते आणखी गरम होत गेले. औफशनाइटरने आधीच हार मानली, पण मी पुढे जात राहिलो, आशा करत राहिलो की पाण्याच्या उबदारपणामुळे माझ्या सायटिकाच्या वेदनांमध्ये आराम मिळेल. मी गरम पाण्यात लोळत राहिलो. मी माझ्यासोबत किरोंगहून खरेदी केलेल्या साबणाचा शेवटचा तुकडा आणला होता. याला माझ्या जवळ किनाऱ्यावर ठेवले. विचार केला होता की काही काळ गरम पाण्यात लोळल्यानंतर साबण लावून अंघोळ करेन. दुर्दैवाने मी हे पाहिले नाही की एक कावळा मला रस घेऊन पाहत होता. त्याने अचानक झडप मारून माझा खजिना उचलून नेला. मी वेगाने किनाऱ्याकडे उडी मारली, पण एका क्षणात पुन्हा गरम पाण्यात आलो कारण, माझे दात थंडीने किटकिटत होते. तिबेटमध्ये कावळे तशीच चोरी करतात, जसे आपल्याकडे मॅगपाय करतात.

परतताना आम्ही पहिल्यांदाच तिबेटी रेजिमेंटला पाहिले. पाचशे सैनिक युद्धाभ्यास करत होते. या लष्करी सरावांबद्दल लोक खूप उत्साही नसतात, कारण सैनिकांना त्यांच्या इच्छेनुसार काहीही मागण्याचा अधिकार असतो. ते त्यांच्या उभारलेल्या तंबूत मुक्काम ठोकतात. हे खूप शिस्तबद्ध पद्धतीने बनवले जातात, आणि यांना कोणत्याही आदेशाची गरज नसते, पण स्थानिक लोकांना त्यांना वाहतूक आणि अगदी सवारीसाठी घोडे देखील उपलब्ध करून द्यावे लागतात.

जेव्हा आम्ही आमच्या डेऱ्यावर परत आलो तेव्हा एक आश्चर्य आमची वाट पाहत होते. त्यांनी आम्हाला रूम-मेट म्हणून एक असा व्यक्ती दिला ज्याच्या पायात बेड्या पडलेल्या होत्या आणि त्याला चालणे कठीण होते. त्याने हसून आम्हाला सांगितले की तो एक खुनी आणि दरोडेखोर आहे आणि त्याला आधी दोनशे फटके मारण्याची आणि नंतर आयुष्यभर बेड्या घालण्याची शिक्षा देण्यात आली आहे. त्याने हे सर्व अशा प्रकारे सांगितले जणू ही अगदी सामान्य गोष्ट असावी. पण माझ्या तर अंगावर काटाच आला. काय आम्हालाही खुन्यांच्या श्रेणीत ठेवले गेले आहे? तथापि, आम्हाला लवकरच समजले की तिबेटमध्ये गुन्हेगाराकडे नेहमीच नीच नजरेने पाहिले जात नाही. आमच्यासोबत राहणाऱ्या माणसाला समाजात कोणतीही गैरसोय नव्हती. तो सर्वांशी संवाद साधायचा आणि भीक मागून उदरनिर्वाह करायचा. आणि त्याचे वर्तनही वाईट नव्हते.

ही गोष्ट सर्वांना समजली होती की आम्ही युरोपियन आहोत आणि जिज्ञासू लोक नेहमी आम्हाला भेटायला यायचे. त्यांच्यात एक तरुण भिक्षूही होता, जो ड्रेपुंगच्या मठात काही सामान घेऊन येत होता आणि त्याला दुसऱ्या दिवशी परत जायचे होते. जेव्हा त्याने ऐकले की आमच्याकडे फक्त एकच सामान आहे आणि आम्ही आमचा प्रवास चालू ठेवण्यास खूप उत्सुक आहोत, तेव्हा त्याने आम्हाला त्याच्या काफिल्याचा एक रिकामा याक देण्याची ऑफर दिली. त्याने आमच्या ट्रॅव्हल परमिटबद्दल कोणताही प्रश्न विचारला नाही. आम्ही आधीच अंदाज लावला होता की आम्ही राजधानीच्या जितके जवळ पोहोचू, तितका आम्हाला कमी त्रास होईल. तर्क असा होता की जे परदेशी आधीच तिबेटमध्ये इतका लांब प्रवास करून आले आहेत, त्यांच्याकडे नक्कीच परमिट असले पाहिजे. तरीही आम्हाला वाटले की कोणत्याही एका जागी जास्त काळ न थांबणे शहाणपणाचे आहे. लोकांना कमीत कमी प्रश्न विचारण्याची संधी दिली पाहिजे.

आम्ही भिक्षूचा प्रस्ताव लगेच स्वीकारला आणि आमच्या पोनपोबद्दल खूप कृतज्ञता व्यक्त करत निरोप घेतला. आम्ही मध्यरात्रीनंतर घनदाट अंधारात प्रवास सुरू केला. यांगपाचेन जिल्हा ओलांडल्यानंतर आम्ही एका दरीत पोहोचलो, जी ल्हासाच्या मैदानात उतरत होती.

तर, आम्ही ल्हासाच्या इतके जवळ पोहोचलो! या नावाने आम्हाला नेहमीच रोमांचित केले होते. आमची कष्टदायक पायी यात्रा आणि बर्फाळ रात्री काढतानाही आम्ही हे नाव सोडले नाही आणि याने आम्हाला नवीन ताकदही दिली. कोणत्याही दूरच्या प्रांतातून आलेल्या यात्रेकरूला या पवित्र शहराबद्दल आमच्यापेक्षा अधिक ओढ असू शकत नव्हती. आम्ही आधीच स्वेन हेडीनच्या तुलनेत ल्हासाच्या खूप जवळ पोहोचलो होतो. ज्या भागातून आम्ही आलो होतो, तिथून त्यांनी दोनदा पुढे जाण्याचा प्रयत्न केला होता, पण न्येनचेन तांगलाच्या उतारामुळे त्यांना नेहमी चांगथांगमध्येच थांबावे लागले. आम्ही दोन बिचारे भटके असल्यामुळे साहजिकच लोकांचे लक्ष कमी वेधून घेत होतो, त्यांच्या काफिल्यावर अधिक लक्ष असावे. आणि आम्हाला तिबेटी भाषेचे ज्ञान होते, तसेच आम्ही नाईलाजाने काही रणनीतीही वापरून पाहिल्या होत्या. त्यामुळे परिस्थिती बऱ्याच अंशी आमच्या बाजूने होती.

सकाळ-सकाळी आम्ही पुढच्या डेचेन भागात पोहोचलो. इथे आम्हाला पूर्ण दिवस घालवायचा होता. आम्हाला हा विचार आवडला नाही. तिथे दोन जिल्हा अधिकारी राहत होते आणि आम्हाला आशा नव्हती की ते आम्हाला कोणतेही प्रवास दस्तऐवज पाहिल्याशिवाय आत जाऊ देतील.

आमचा मित्र भिक्षू अद्याप पोहोचला नव्हता. घोड्यावर स्वार होऊन प्रवास केल्यामुळे तो रात्री नीट झोपू शकला होता. आणि यात कोणतीही शंका नाही की त्याने प्रवास तेव्हा सुरू केला, जेव्हा आम्ही डेचेनला पोहोचलो होतो.

आम्ही काळजीपूर्वक थांबण्याची जागा शोधायला सुरुवात केली आणि एक शानदार ब्रेक (संधी) मिळाला. आमची गाठभेट एका तरुण सैनिकाशी झाली ज्याने अत्यंत नम्रतेने आम्हाला त्याची खोली देण्याची ऑफर दिली, कारण त्याला दुपारी निघायचे होते. तो शेजारील भागात लष्करी सेवेच्या बदल्यात मिळणारी वर्गणी गोळा करत होता. आम्ही त्याला विचारले की तो आमचे सामान त्याच्या काफिल्यामध्ये नेऊ शकत नाही का. अर्थात, आम्ही यासाठी पैसे देऊ. तो लगेच सहमत झाला आणि काही तासांनंतर आम्ही निश्चिंतपणे काफिल्याच्या मागे-मागे गावातून बाहेर पडू लागलो.

आम्ही जरा जास्तच लवकर निश्चिंत झालो होतो. आम्ही शेवटच्या घरांमधून जातच होतो की कोणीतरी आम्हाला आवाज दिला आणि जेव्हा आम्ही मागे वळून पाहिले तेव्हा आमच्या समोर रेशमी कपडे घातलेले एक प्रतिष्ठित दिसणारे गृहस्थ उभे होते. निश्चितपणे ते पोनपो होते. त्यांनी नम्रपणे पण अधिकारपूर्ण सुरात विचारले की आम्ही कुठून आलो आहोत आणि कुठे जात आहोत. शहाणपण आणि शुद्धीत राहूनच त्यांच्याशी निपटता येऊ शकत होते. वाकून आणि हात जोडून आम्ही म्हटले की आम्ही थोड्या अंतरावर फिरायला जात आहोत आणि आमची कागदपत्रे डेऱ्यावर विसरून आलो आहोत. परतताना आम्ही त्यांच्या सान्निध्याचा लाभ घेऊ. चाल यशस्वी झाली, आणि आम्ही पुढे गेलो.

आम्ही झऱ्यांचे दृश्य पाहत पुढे जात होतो. जसे-जसे आम्ही पुढे जात होतो, चराऊ जमिनी हिरव्यागार होत होत्या. बागांमध्ये पक्ष्यांचा किलबिलाट ऐकू येत होता आणि आता आम्हाला आमच्या मेंढीच्या कातड्याने बनलेल्या झग्यांमध्ये खूप जास्त गरम होत होते, जरी तेव्हा जानेवारीचा मध्यच होता.

ल्हासा आमच्यापासून फक्त तीन दिवसांच्या अंतरावर होते. पूर्ण दिवस औफशनाइटर आणि मी एकटेच चालत राहिलो आणि संध्याकाळीच लेफ्टनंट आणि त्यांच्या छोट्याशा काफिल्याला भेटलो. या भागात वाहतुकीसाठी गाढव, घोडे, गाय आणि बैल यांसारख्या सर्व प्रकारच्या प्राण्यांचा वापर केला जात होता. काफिल्यामध्ये फक्त याकच दिसत होते, कारण शेतकऱ्यांकडे त्यांच्या कळपांना खाऊ घालण्यासाठी पुरेसे कुरण नव्हते. सर्वत्र आम्ही गावकऱ्यांना त्यांच्या शेतांना पाणी देताना पाहिले. जर माती खूप कोरडी असेल तर ती वसंताच्या वादळात उडून जाते. सतत पाणी देऊन माती सुपीक बनवण्यासाठी अनेकदा अनेक पिढ्या लागतात. इथे हिवाळ्यातील बियाण्यांना वाचवण्यासाठी खूप कमी बर्फ पडते आणि शेतकरी एकापेक्षा जास्त पीक घेऊ शकत नाहीत. उंचीचा नैसर्गिकरित्या शेतीवर खूप प्रभाव पडतो. सोळा हजार फुटांच्या उंचीवर फक्त जवच उगवतो आणि शेतकरी निम्मे भटके असतात. काही भागांमध्ये जव साठ दिवसांत पिकतो. ज्या टीब्लुंग दरीतून आम्ही जात होतो ती समुद्रसपाटीपासून बारा हजार तीनशे फूट वर आहे आणि इथे कंदमुळे, बटाटे आणि मोहरीही पिकवली जाते.

ल्हासाला पोहोचण्यापूर्वी आम्ही शेवटची रात्र एका शेतकऱ्याच्या घरात काढली. हे किरोंगच्या लाकडी शानदार घरांइतके आकर्षक नव्हते. या भागात लाकूड दुर्मिळ आहे. घरांमध्ये छोटी टेबले आणि लाकडी पलंग सोडून कोणतेही फर्निचर नसते. मातीच्या विटांनी बनलेल्या या घरांमध्ये खिडक्या नव्हत्या. प्रकाश केवळ दरवाजातून किंवा छतावर बनवलेल्या धूर निघण्याच्या छिद्रातूनच येत असे.

आमचा यजमान एक सधन शेतकरी होता. जसे सरंजामशाही पद्धतीने संघटित देशात सामान्यतः होते, शेतकरी आपल्या जमीनदारासाठी संपत्तीचे व्यवस्थापन करतो, आणि स्वतःसाठी नफा कमवण्यापूर्वी त्याला त्याच्यासाठी तितकेच उत्पादन करावे लागते. आम्ही ज्या घरात थांबलो होतो त्यात तीन मुले होती, ज्यापैकी दोन जमीनदारासाठी काम करायचे तर तिसरा भिक्षू बनण्याची तयारी करत होता. कुटुंबाकडे गाई, घोडे, काही कोंबड्या आणि डुकरे होती. हे मी तिबेटमध्ये पहिल्यांदाच पाहिले होते. यांना अन्न मिळत नाही, तर हे उकिरड्यावर आणि शेतात उगवणाऱ्या कोणत्याही गोष्टीवर जगतात.

आम्ही दुसऱ्या दिवसाबद्दल विचार करत राहिलो आणि आमची रात्र मोठ्या अस्वस्थतेत गेली. हा दिवस आमचे भविष्य ठरवणारा होता. आता मोठा प्रश्न उभा राहिला की जर आम्ही शहरात घुसण्यात यशस्वी झालोच, तर काय आम्ही तिथे टिकू शकू? आमच्याकडे पैसे उरले नव्हते. आम्ही कसे जगू शकू? आणि आमच्या दिसण्याचे काय! आम्ही युरोपियन कमी आणि चांगथांगचे दरोडेखोर जास्त वाटत होतो. डाग लागलेली लोकरीची पँट आणि फाटलेल्या शर्टवर आम्ही मेंढीच्या कातड्याचे झगे घातले होते. आम्हाला पाहून कोणीही समजू शकत होते की आम्ही वणवण भटकत आहोत. औफशनाइटरने भारतीय सैन्याचे फाटके-तुटके बूट घातले होते, आणि माझे बूट फाटले होते. आम्ही दोघेही बुटांऐवजी अनवाणी जास्त होतो. आमचे दिसणे तर निश्चितच चांगले नव्हते. आमची दाढी कदाचित आमचे सर्वांत मोठे वैशिष्ट्य होते. सर्व मंगोलियन लोकांप्रमाणे, तिबेटी लोकांच्या चेहऱ्यावर आणि शरीरावर नावालाच केस असतात, जेव्हा की आमची लांब,

गुंतागुंतीची, दाट दाढी होती. या कारणाने आम्हाला अनेकदा कझाक समजले जायचे. ही एक मध्य आशियाई जमात आहे ज्याचे सदस्य युद्धादरम्यान सोव्हिएत रशियामधून तिबेटकडे पळून आले होते. ते त्यांचे कुटुंब आणि कळपांसह पायी प्रवास करायचे आणि सर्वत्र लूटमार करायचे. तिबेटी सैन्य त्यांना भारतात हाकलून लावण्यासाठी खूप मेहनत करायचे. कझाक अनेकदा गोऱ्या त्वचेचे आणि निळ्या डोळ्यांचे असतात आणि त्यांची दाढी सामान्यपणे वाढते. आश्चर्य नाही की आम्हाला तेच समजले गेले होते आणि खूप साऱ्या भटक्यांनी आमचे थंड स्वागत केले होते.

आमच्या रंग-रुपाबद्दल काहीही केले जाऊ शकत नव्हते. ल्हासाला पोहोचण्यापूर्वी आम्ही स्वतःला सजवू-सावरू शकत नव्हतो. जर आमच्याकडे पैसे असते तरी आम्ही कपडे कुठून खरेदी केले असते?

नांगत्से (शेवटच्या गावाचे नाव) सोडल्यानंतर आम्ही देवाच्या भरवशावर होतो. लेफ्टनंट आपल्या घोड्यावर स्वार होऊन ल्हासाच्या दिशेने निघाला आणि आम्हाला आमचे सामान वाहून नेण्यासाठी आमच्या यजमानाशी घासाघीस करावी लागली. त्याने आम्हाला एक गाय आणि एक नोकर उधार दिला आणि त्याला पैसे दिल्यानंतर आमच्याकडे दीड रुपया आणि एक सोन्याचे नाणे उरले होते. आम्ही ठरवले होते की जर आम्हाला कोणतीही वाहतूक मिळाली नाही, तर आम्ही आमचे सामान इथेच सोडून देऊ. आमची डायरी, नोट्स आणि नकाशे सोडून आमच्याकडे कोणतीही मौल्यवान वस्तू नव्हती. आता आम्हाला पुढे जाण्यापासून काहीही रोखू शकत नव्हते.

७

निषिद्ध शहर

पोटाला पॅलेसचे सोनेरी छप्पर - दोन भटके जेवण आणि छतासाठी दारोदार भटकताना - पळून आलेले उनाड - दलाई लामांच्या कौटुंबिक घरात पाहुणे.

पंधरा जानेवारी एकोणीसशे शेचाळीस रोजी आम्ही आमच्या अंतिम पायी प्रवासाला निघालो. तोलुंगहून आम्ही काइचूच्या रुंद खोऱ्यात पोहोचलो. आम्ही एका वळणावर वळलो आणि दूरवरून पोटालाची सोनेरी छपरे चमकताना दिसली. हा राजवाडा दलाई लामांचे हिवाळी निवासस्थान आणि ल्हासाचे सर्वांत प्रसिद्ध ठिकाण आहे. या एका क्षणाने आमचे बरेचसे कष्ट कमी केले. आम्हाला वाटले की आम्हीही यात्रेकरूंप्रमाणे गुडघ्यावर बसून या जमिनीवर आपले मस्तक टेकावे. किरोंग सोडल्यापासून आम्ही सहाशे मैलांहून अधिक अंतर पार केले होते आणि या शानदार शहराचे दृश्य नेहमी आमच्या हृदया-मनात फिरत राहायचे. आम्ही सत्तर दिवस पायी चाललो होतो आणि इतक्या दिवसांत केवळ पाच दिवस आराम केला. याचा अर्थ असा होता की दररोज सरासरी सुमारे दहा मैल चाललो. आमच्या प्रवासाचे पंचेचाळीस दिवस चांगथांग पार करण्यात गेले होते - थंडी, भूक आणि धोका. अडचणी आणि सततच्या संघर्षाने भरलेले दिवस. आता जेव्हा आम्ही सोनेरी शिखरे पाहत होतो तेव्हा सर्व काही विसरून गेलो होतो. फक्त सहा मैल आणखी चालायचे होते मग आम्ही आमच्या ध्येयावर असू.

आम्ही दगडांच्या ढिगाऱ्यांजवळ बसलो. हे दगड यात्रेकरूंनी पवित्र शहराच्या पहिल्या दर्शनाची खूण म्हणून ठेवले होते. यादरम्यान आमचे सामान वाहून आणणारा वाहक त्याची प्रार्थना करू लागला. मग आम्ही पुढे गेलो आणि लवकरच ल्हासाच्या आधीचे गाव शिंगडोंगका येथे पोहोचलो. गुराख्याने पुढे जाण्यापासून रोखू पाहिले, पण आता कोणताही अडथळा आम्हाला नाउमेद करू शकत नव्हता. आम्ही पोनपोला शोधायला गेलो आणि त्यांना शांतपणे सांगितले की आम्ही ल्हासाला जाणाऱ्या एका प्रभावशाली परदेशी व्यक्तीच्या आघाडीच्या तुकडीचे सदस्य आहोत आणि आम्हाला आमच्या मालकासाठी निवासस्थान शोधण्यासाठी लवकरात लवकर शहरात पोहोचायचे आहे. पोनपोने आमची कथा खरी मानली आणि आम्हाला एक गाढव आणि ते चालवण्यासाठी एक माणूस दिला. अनेक वर्षांनंतरही आमची ही कथा ल्हासामधील पार्ट्यांमध्ये लोकांना हसवण्यास भाग पाडत असे, अगदी मंत्र्यांच्या घरांमध्येही याची चर्चा व्हायची. खरे तर असे आहे की तिबेटी लोकांना परदेशी लोकांना देशाबाहेर ठेवण्याच्या त्यांच्या व्यवस्थेचा खूप अभिमान आहे. आणि ज्या प्रकारे आम्ही अडथळे तोडले होते, ते केवळ लक्ष देण्याजोगेच नव्हते तर त्यांना ही गोष्ट खूप हास्यास्पदही वाटली. हे सर्व आमच्यासाठी फायदेशीर होते, कारण तिबेटी लोक हसणे-मजाक आवडणारे लोक आहेत.

रस्त्याच्या शेवटच्या सहा मैलांदरम्यान आम्ही यात्रेकरू आणि काफिल्यांच्या गर्दीत सामील झालो. मधे-मधे आम्ही अनेक प्रकारच्या पदार्थांच्या-मिठाई, व्हाईट ब्रेड आणि ना जाने काय-काय-च्या दुकानांसमोरून गेलो. या सर्व गोष्टी पाहून आमच्या डोळ्यांत पाणी आले. आमच्याकडे पैसे नव्हते. आमचा शेवटचा रुपया आमच्या सहकाऱ्याचा होता.

आम्ही लवकरच शहराची ती सर्व ठिकाणे पाहून ओळखू लागलो, ज्यांच्याबद्दल आम्ही अनेकदा पुस्तकांमध्ये वाचले होते. इथे चागपोरी टेकडीही नक्कीच दिसेल ज्यावर प्रसिद्ध वैद्यकीय शाळा आहे. आणि इथे आमच्या समोर ड्रेपुंग होता, जो जगातील सर्वांत मोठा मठ आहे. यात दहा हजार भिक्षू राहतात आणि हे स्वतःतच एक शहर आहे. यामध्ये दगडांनी

बनलेली अनेक घरे आहेत आणि मंदिरांची शेकडो सुवर्ण शिखरे आहेत. थोडे खाली नेचुंगची छपरे आहेत, जो आणखी एक मठ आहे. हे शतकानुशतके तिबेटचे सर्वांत मोठे रहस्य लपलेले आहे. इथे एक रक्षक देवता उपस्थित आहे, ज्याची भविष्यवाणी तिबेटच्या भविष्याची माहिती देते आणि सरकार कोणताही महत्त्वाचा निर्णय घेण्यापूर्वी या देवतेचा सल्ला घेते. आम्हाला अजून पाच मैल चालायचे होते आणि प्रत्येक काही पावलांच्या अंतरावर आम्हाला काहीतरी नवीन पाहायला मिळत होते. आम्ही नम्राच्या झाडांनी वेढलेल्या विस्तृत, सुव्यवस्थित गवताळ मैदानातून गेलो. इथे दलाई लामा त्यांचे घोडे चरतात.

आम्ही सुमारे एक तास चालत राहिलो आणि आमच्या रस्त्याच्या दोन्ही बाजूला एक लांब दगडाची भिंत होती आणि आम्हाला सांगण्यात आले की यामागे राजा-देवता दलाई लामांचा उन्हाळी राजवाडा आहे. यानंतर आम्ही शहराबाहेर स्थित ब्रिटिश दूतावासावरून गेलो. हे नम्राच्या झाडांनी अर्धे लपलेले होते. आमचा सहकारी हेच आमचे गंतव्यस्थान आहे असा विचार करून त्या दिशेने वळला. त्याला तिकडे न वळता, सरळ पुढे चालण्यासाठी मनवताना आम्हाला थोडा त्रास झाला. खऱ्या अर्थाने एका क्षणासाठी तर आम्ही स्वतः तिथे जाण्यास कचरत होतो, पण नजरकैदेच्या छावणीच्या आठवणी अजूनही आमच्या डोक्यात होत्या आणि आम्ही विचार केला की अखेरीस आम्ही तिबेटमध्ये आहोत आणि आम्ही तिबेटी लोकांकडून आदरातिथ्याची अपेक्षा केली पाहिजे.

कोणीही आम्हाला अडवले नाही आणि आमची पर्वा केली नाही. आम्हाला हे समजले नाही, पण मग आम्हाला जाणवले की कोणीही, अगदी कोणताही युरोपियनही त्यांच्यासाठी संशयास्पद नव्हता, कारण कोणीही पासशिवाय ल्हासाला येऊ शकत नव्हते.

जसे-जसे आम्ही जवळ पोहोचलो, पोटाला महाल आमच्यासमोर आणखी उंच होत गेला. आतापर्यंत आम्ही शहराचा तो भाग अजिबात पाहू शकलो नव्हतो, जो त्या टेकड्यांच्या मागे होता ज्यावर महाल आणि वैद्यकीय शाळा स्थित होत्या. मग आम्ही तीन चोर्टेन ने सजलेले एक मोठे

प्रवेशद्वार पाहिले, जे दोन टेकड्यांमधील दरीला जोडते आणि शहराचे प्रवेशद्वार बनवते. आम्ही खूप उत्साही होतो. आम्ही खरोखरच नशीबवान होतो. ल्हासाबद्दल जवळजवळ प्रत्येक पुस्तकात लिहिले आहे की या पवित्र शहराचे रक्षण करण्यासाठी जागोजागी पहारेकरी तैनात आहेत. आम्ही धडधडणाऱ्या हृदयांनी पुढे जात होतो. पण तसे काहीही नव्हते. कोणतेही सैनिक नाहीत, कोणतीही नियंत्रण चौकी नाही, केवळ काही भिकारी भीक मागत हात पुढे करत होते. आम्ही लोकांच्या एका गटात मिसळलो आणि कोणत्याही अडथळ्याशिवाय प्रवेशद्वारातून शहरात प्रवेश केला. आमच्या सहाय्यकाने आम्हाला सांगितले की आमच्या डाव्या बाजूला जी घरे दिसत आहेत, ती एक प्रकारे उपनगरे आहेत आणि म्हणूनच आम्ही एका अविकसित क्षेत्रातून शहराच्या मध्यभागी पोहोचलो. आम्ही अवाक झालो होतो. आणि आजपर्यंत मला ते शब्द मिळू शकले नाहीत, ज्यांच्या मदतीने मी माझ्या भावना व्यक्त करू शकेन. त्यावेळी आम्ही किती भारावून गेलो होतो, त्याचे वर्णन करण्यासाठी माझ्याकडे शब्द नाहीत. यादरम्यान आम्ही ना जाने किती संकटांचा सामना केला होता, ज्यांच्यामुळे आमची मने जड झाली होती. आम्ही किती-किती आघात सहन केले होते.

आम्ही लवकरच फिरोजी रंगाच्या छताच्या पुलासमोर पोहोचलो आणि पहिल्यांदाच ल्हासाच्या चर्चचे मनोरे पाहिले. सूर्य मावळला आणि संपूर्ण निसर्गदृश्य अलौकिक प्रकाशात न्हाऊन निघाले. थंडीने कुडकुडत आम्हाला थांबण्याची जागा शोधावी लागली, पण ल्हासातील कोणत्याही घरात प्रवेश मिळवणे तितके सोपे नव्हते, जितके चांगथांगमध्ये एखाद्या तंबूत घुसणे. आम्हाला कदाचित लगेच अधिकाऱ्यांना रिपोर्ट करायला हवे होते. पण आम्हाला प्रयत्न करायचा होता. पहिल्या घरात आम्हाला एक मुका नोकर मिळाला, जो आमचे बोलणे ऐकू-समजू शकला नाही. पुढच्या घरात केवळ एक मोलकरीण होती जी आम्हाला पाहताच मदतीसाठी ओरडू लागली. मग तिची मालकीण आली आणि तिने आम्हाला दुसरीकडे जाण्याची विनंती केली नाही. ती म्हणाली की जर तिने आम्हाला आश्रय दिला तर तिला निवासस्थानातून बाहेर काढले जाईल. आम्हाला विश्वास नव्हता की सरकार

इतके कडक असू शकते, पण आम्ही तिला कोणत्याही अप्रिय परिस्थितीत टाकू इच्छित नव्हतो आणि म्हणून पुढे गेलो. आम्ही काही अरुंद गल्ल्यांमधून गेलो आणि शहराच्या दुसऱ्या बाजूला पोहोचलो. तिथे आम्ही एका अशा घरात पोहोचलो जे आतापर्यंत आम्ही जेवढीही घरे पाहिली होती, त्यापेक्षा कितीतरी अधिक मोठे आणि सुंदर होते. याच्या अंगणात गोठे होते. आम्ही पटकन आत गेलो पण नोकरांनी आम्हाला अडवले आणि आम्हाला फटकारत निघून जाण्यास सांगितले. आम्ही हटलो नाही आणि गाढवावरून आमचे सामान उतरवले. तसेच आमचा सहाय्यक घरी जाण्याचा हट्ट धरून बसला होता. त्याने पाहिले की सर्व काही ठीक नाही. आम्ही त्याला त्याचे पैसे दिले आणि तो सुटकेचा निःश्वास सोडून निघून गेला.

जेव्हा नोकरांनी पाहिले की आम्ही इथे राहण्यासाठी आलो आहोत, तेव्हा ते निराश झाले. त्यांनी आम्हाला विनंती केली आणि आम्हाला जाण्यास सांगितले आणि सांगितले की जेव्हा त्यांचा मालक परत येईल, तेव्हा ते मोठ्या संकटात अडकतील. आम्हालाही बळजबरीने तिथे राहण्याचा विचार पटत नव्हता, पण आम्ही तिथून हललो नाही. गोंधळामुळे आजूबाजूच्या लोकांचे लक्ष आमच्याकडे वेधले जात होते, आणि हे दृश्य मला किरोंगहून माझ्या प्रस्थानाची आठवण करून देत होते. आम्ही लोकांच्या विरोधाकडे दुर्लक्ष करत राहिलो. आम्ही थकलो होतो. भुकेलेही होतो. आपापल्या सामानाजवळ जमिनीवर बसून राहिलो. आमच्यासोबत काय होऊ शकते याची पर्वा नव्हती. आम्हाला फक्त आराम करायचा होता. झोपायचे होते.

गर्दीचा गोंधळ अचानक थांबला. त्यांनी आमचे सुजलेले, फोड आलेले पाय पाहिले होते. ते साधे-भोळे लोक होते, त्यांना आमची दया आली. एका महिलेने आम्हाला मदत करण्यासाठी पुढाकार घेतला. ही तीच होती जिने आम्हाला पुढे जाण्यास सांगितले होते. आता ती आमच्यासाठी लोणी घातलेला चहा घेऊन आली. हळूहळू लोक आमच्यासाठी सर्व प्रकारच्या गोष्टी घेऊन आले- त्सम्पा, शिधा आणि अगदी इंधनही. लोक त्यांच्या अमानवीय स्वागताचे प्रायश्चित्त करू इच्छित होते. आम्ही भुकेने व्याकूळ होतो. अन्न पाहताच त्यावर तुटून पडलो आणि काही काळासाठी बाकी सर्व काही विसरून गेलो.

अचानक आम्ही ऐकले की कोणीतरी अस्खलित इंग्रजीत आम्हाला हाक मारत आहे. आम्ही वर पाहिले. खूप प्रकाश नव्हता तरीही आम्हाला समजले की शानदार वेशभूषा असलेला तो तिबेटी व्यक्ती नक्कीच खूप उच्च श्रेणीचा असावा. आम्ही आश्चर्यचकित झालो. आम्ही आनंदाने विचारले की तो त्या चार तरुण उच्चभ्रूंपैकी एक तर नाही ना ज्यांना रग्बी (इंग्लंड) च्या प्रायव्हेट बोर्डिंग स्कूलमध्ये पाठवण्यात आले होते. त्याने नाही म्हटले. पण त्याने भारतात अनेक वर्षे घालवली आहेत. आम्ही त्याला सांगितले की आम्ही जर्मन आहोत आणि आमची रामकहाणी थोडक्यात त्याला ऐकवली. आम्ही विनंती केली की त्याने आम्हाला त्याच्यासोबत राहू द्यावे. त्याने एक क्षण विचार केला आणि मग म्हणाला की तो सिटी मॅजिस्ट्रेटच्या संमतीशिवाय आम्हाला त्याच्या घरात प्रवेश देऊ शकत नाही. पण तो अधिकाऱ्याकडे जाऊन परवानगी मागेल.

जेव्हा तो गेला तेव्हा इतर लोकांनी आम्हाला सांगितले की तो एक मोठा अधिकारी आहे आणि वीज विभागाचा प्रभारी आहे. आम्ही त्याच्या बोलण्याकडे जास्त लक्ष दिले नाही आणि रात्री झोपण्याची तयारी करू लागलो. यादरम्यान आम्ही आगीजवळ बसून येणाऱ्या-जाणाऱ्यांशी गप्पा मारत राहिलो. मग एक नोकर आमच्याकडे आला आणि त्याने आम्हाला त्याच्यासोबत चालण्यास सांगितले आणि सांगितले की 'विजेचे मास्तर' मि. थांगमे यांनी आम्हाला त्यांच्या घरी आमंत्रित केले आहे. नोकराने त्यांना आदराने 'कु-नगो' म्हटले, ज्याचा अर्थ 'महामहिम' असा होतो. आम्ही त्याच्यासोबत गेलो.

थांगमे आणि त्यांच्या तरुण पत्नीने आमचे अतिशय प्रेमाने स्वागत केले. त्यांची पाचही मुले आमच्या आजूबाजूला उभे राहून आमच्याकडे आश्चर्याने पाहत होती. त्यांच्या वडिलांकडे आमच्यासाठी चांगली बातमी होती. मॅजिस्ट्रेटने त्यांना आम्हाला एका रात्रीसाठी त्यांच्या घरात ठेवण्याची परवानगी दिली होती, पण भविष्यातील व्यवस्था कॅबिनेटने ठरवायची होती. आम्हाला भविष्याची चिंता नव्हती. अखेरीस आम्ही ल्हासामध्ये होतो आणि एका उच्चभ्रू कुटुंबाचे पाहुणे होतो. आमच्यासाठी एक चांगली, आरामदायी

खोली आधीच तयार होती ज्यामध्ये एक छोटा लोखंडी स्टोव्ह होता जो आम्हाला पुरेसा उबदारपणा देऊ शकत होता. आम्ही सात वर्षांपूर्वी स्टोव्ह पाहिला होता! या स्टोव्हमध्ये इंधनासाठी ज्युनिपरच्या लाकडाचा वापर केला गेला होता, ज्याचा सुगंध खूप चांगला होता. ही खरोखरच एक चैनीची वस्तू होती, कारण ही ल्हासापर्यंत यायला आठवडे लागतात. ही याकच्या पाठीवर लादून आणली जाते. आम्ही आमच्या फाटक्या-तुटक्या कपड्यांमध्ये स्वच्छ गालिच्याने झाकलेल्या गाद्यांवर बसण्याचे धाडस करू शकत नव्हतो. त्यांनी आमच्यासाठी शानदार चायनीज जेवण आणले, आणि जेव्हा आम्ही खात होतो तेव्हा ते सर्वजण आमच्या चहुबाजूला उभे राहून सतत आमच्याशी बोलत होते. आमच्यावर काय बेतली असेल! आम्ही हिवाळ्यात चांगथांग पार करून न्येनचेन तांगला पर्वतरांगेवर चढाई केली आहे यावर त्यांचा विश्वासच बसत नव्हता. तिबेटी भाषेबद्दलचे आमचे ज्ञान त्यांना आश्चर्यचकित करत होते. पण या सुसंस्कृत वातावरणात आम्ही स्वतःला किती कुरूप आणि फाटक्या अवस्थेत अनुभवत होतो, हे आमचे आम्हालाच माहित. आमच्या प्रवासासाठी जे साहित्य आवश्यक होते, आता त्याचे आकर्षण अचानक संपले होते आणि आम्हाला वाटले की या सामानापासून सुटका मिळवून आम्हाला आनंद होईल.

थकलेल्या आणि गोंधळलेल्या मनाने आम्ही अखेरीस अंथरुणावर पडून राहिलो, पण आम्हाला झोप लागली नाही. आम्ही अनेक रात्री कडक जमिनीवर काढल्या होत्या. आमच्याकडे फक्त मेंढीच्या कातड्याचे झगे आणि एक फाटलेले घोंगडे होते. आता आमच्याकडे मऊ गादी आणि उबदार खोली होती, पण आमची शरीरे इतक्या लवकर या बदलाला सरावली नव्हती. आमचे विचार सतत आमच्या डोक्यात फिरत होते. आमच्या डोक्यात त्या सर्व यातना आणि अडचणी फिरत होत्या, ज्या आम्ही नजरकैदेच्या छावणीत आणि तिथून पळून गेल्यानंतर एकवीस महिने सहन केल्या होत्या. सर्व रोमांच आणि अडचणी आमच्या डोळ्यांसमोर फिरत होत्या. आम्ही आमचे सहकारी आणि त्यांच्या जीवनातील सततच्या एकसुरीपणाबद्दलही विचार करत होतो, कारण युद्ध संपल्यानंतरही कैद्यांना सुटका मिळाली नव्हती. पण, काय आता आम्ही खऱ्या अर्थाने स्वतंत्र झालो आहोत?

आम्ही पूर्णपणे जागे होण्यापूर्वीच, आम्ही पाहिले की आमच्या अंथरुणाजवळ एक नोकर गोड चहा आणि केक घेऊन उभा आहे. मग नोकर आमच्यासाठी गरम पाणी घेऊन आले आणि आम्ही वस्तऱ्याने आमच्या लांब दाढ्या काढल्या. दाढी केल्यानंतर आम्ही अधिक सन्माननीय दिसत होतो, पण आमचे लांब केस अजूनही एक समस्या बनून होते. आमचे केस कापण्यासाठी एका मुस्लिम न्हाव्याला बोलावण्यात आले. परिणाम अनोखा होता, पण प्रशंसा तर नक्कीच करावी लागेल. तिबेटी लोकांना त्यांच्या केशभूषेचा कोणताही त्रास नसतो. एकतर ते वेणी घालतात किंवा त्यांचे डोके मुंडलेले असते.

थांगमेशी आमची भेट दुपारपर्यंत होऊ शकली नाही. दुपारी ते परराष्ट्रमंत्र्यांची भेट घेतल्यानंतर खूप मोठा दिलासा अनुभवत घरी परतले. थांगमेने आम्हाला आनंदाची बातमी दिली आणि सांगितले की आम्हाला इंग्रजांच्या हवाली केले जाणार नाही. तूर्तास आम्ही ल्हासामध्येच राहू शकतो, पण या अधिकाऱ्याने आम्हाला नम्रपणे विनंती केली की जोपर्यंत रीजेंट आमच्या भविष्याबद्दल निर्णय घेत नाही, तोपर्यंत आम्ही घरातच राहावे. रीजेंट टॅगलुंग ट्रा मध्ये एकांतवासात होता. आम्हाला हे समजावून सांगण्यात आले की ही एक सावधगिरीची उपाययोजना होती. आणि हे बरोबरही होते, कारण गेल्या काही दिवसांतील काही घटनांमध्ये कट्टरपंथी भिक्षूंचा सहभाग होता. सरकार आम्हाला अन्न आणि कपडे देण्यास तयार होते.

आम्ही खूप खूश होतो. आम्हाला तसाही काही दिवसांचा आराम हवाच होता. आम्ही जुनी वर्तमानपत्रे मोठ्या उत्साहाने चाळली, पण आम्हाला ज्या बातम्या दिसल्या त्या उत्साहवर्धक नव्हत्या. संपूर्ण जग अजूनही खदखदत होते आणि आमचा देश कठीण काळातून जात होता.

त्याच दिवशी शहराच्या मॅजिस्ट्रेटने पाठवलेल्या एका अधिकाऱ्याने आमची भेट घेतली. त्याच्यासोबत सहा पोलीस कर्मचारी होते, जे घाणेरडे आणि अविश्वसनीय दिसत होते. पण अधिकारी खूप नम्र होता आणि त्याने आमच्या सामानाची तपासणी करण्याची परवानगी मागितली. आम्हाला आश्चर्य वाटले की तो त्याचे काम इतक्या अचूकतेने करत होता.

त्याच्याकडे किरोंगचा एक अहवाल होता. त्याच्या आधारावर त्याने आमच्या प्रवासाच्या तारखा तपासल्या. आम्ही त्याला विचारण्याचे धाडस केले की ज्या जिल्ह्यांमधून आम्ही गेलो होतो, त्या सर्व अधिकाऱ्यांना खरोखरच शिक्षा केली जाईल का. त्याने विचार करून म्हटले, 'संपूर्ण प्रकरण कॅबिनेटसमोर जाईल आणि अधिकाऱ्यांना शिक्षा होऊ शकते.' या गोष्टीने आम्ही अस्वस्थ झालो. आम्ही त्याला सांगितले की कसे आम्ही जिल्हा अधिकाऱ्यांना गुंगारा दिला आणि किती वेळा आम्ही त्यांना फसवले. जेव्हा त्याने आम्हाला सांगितले की आदल्या संध्याकाळी त्याला ल्हासावर जर्मन आक्रमणाची भीती वाटली होती, तेव्हा आम्ही हसू लागलो. असे दिसते की आम्ही ज्यांच्याशीही बोललो होतो, ते सर्व मॅजिस्ट्रेटला रिपोर्ट करण्यासाठी धावले होते. त्यांना वाटत होते की जर्मन सैनिक शहरात घुसणार आहेत!

तसेही आम्ही संपूर्ण शहरात चर्चेचा विषय बनलो होतो. प्रत्येकजण आम्हाला पाहू इच्छित होता आणि स्वतःच्या कानांनी आमचे पराक्रम ऐकू इच्छित होता. आणि कारण आम्हाला बाहेर जाण्याची परवानगी नव्हती, त्यामुळे लोक आम्हाला भेटायला येत असत. श्रीमती थांगमे यांचे काम वाढले. त्यांनी पाहुण्यांचे खूप चांगल्या प्रकारे स्वागत केले. आम्हाला टी-पार्टी समारंभात सामील केले जात असे. पाहुण्यांचा सन्मान त्यांना दिल्या जाणाऱ्या टी-सर्व्हिसवरून ठरवला जातो. चहाच्या कपाचे तीन भाग असतात : एक स्टँड, एक चिनी मातीचा कप आणि एक झाकण. स्टँड आणि झाकण अनेकदा चांदी किंवा सोन्याचे असतात.

थांगमेच्या घरात दररोज विशिष्ट पाहुणे येत असत. ते स्वतः पाचव्या दर्जाचे उच्चभ्रू होते आणि कारण इथे शिष्टाचाराची खूप काळजी घेतली जाते, त्यामुळे आतापर्यंत त्यांच्या घरी केवळ त्यांच्या बरोबरीचे किंवा त्यांच्यापेक्षा कमी दर्जाचे लोकच येत असत. पण आता तर अत्यंत उच्च पदस्थ व्यक्तींनाही आम्हाला भेटायचे होते. यापैकीच एक अतिशय प्रमुख व्यक्ती होते प्रसिद्ध एलिनिस्टर त्सारोंग यांचा मुलगा आणि त्यांची पत्नी. आम्ही त्यांच्या वडिलांबद्दल आधीच खूप काही वाचले होते. त्यांचा जन्म सामान्य परिस्थितीत झाला होता, पण ते तेराव्या दलाई लामांचे आवडते बनले. ते

खूप सन्माननीय पदावर पोहोचले आणि त्यांच्या मेहनत आणि बुद्धिमत्तेने खूप संपत्ती मिळवली. चाळीस वर्षांपूर्वी दलाई लामांना चिनी लोकांमुळे भारतात पळून जावे लागले होते, आणि तेव्हा त्सारोंगने आपल्या गुरूची मोठी सेवा केली होती. ते अनेक वर्षे कॅबिनेट मंत्री होते आणि लामांचे अत्यंत लाडके होते आणि त्यांच्याकडे जवळपास एका रीजेंटच्या शक्ती होत्या. यानंतर खिनपेला नावाच्या एका नवीन आवडत्या व्यक्तीने त्सारोंग यांना त्यांच्या अधिकाराच्या पदावरून हटवले. तथापि, ते त्यांचे पद आणि प्रतिष्ठा टिकवून ठेवण्यास सक्षम होते. त्सारोंग आता उच्चभ्रूंच्या क्रमात तिसऱ्या स्थानावर होते आणि अफाट धन-संपत्तीचे मालक.

त्याचा मुलगा सव्वीस वर्षांचा होता. तो भारतात लहानाचा मोठा झाला होता आणि अस्खलित इंग्रजी बोलायचा. आपले महत्त्व समजून त्याने आपल्या वेणीत सोन्याचा ताईत बांधला होता. एका मंत्र्याच्या मुलाला असे करण्याचा अधिकार होता.

जेव्हा हा तरुण रईस आला, नोकरांना बोलावण्यात आले आणि त्याला चहा देण्यात आला. लवकरच संवाद सुरू झाला. मंत्र्याच्या मुलामध्ये बहुमुखी प्रतिभा होती. त्याला तांत्रिक बाबींमध्ये विशेष रस होता. त्याने आमच्याकडून नवीनतम शोधांची माहिती घेतली, आणि त्याने आम्हाला सांगितले की त्याने त्याचा रेडिओ रिसीव्हिंग-सेट तयार केला आहे आणि त्याच्या घराच्या छतावर पवन-चालित जनरेटर लावला आहे.

आम्ही इंग्रजीत तांत्रिक चर्चा करत होतो, तेव्हाच त्यांच्या पत्नीने आम्हाला हसत-हसत मध्येच थांबवले आणि म्हणाली की तिला आम्हाला काही प्रश्न विचारायचे आहेत. तिचे नाव यांगचेनला होते. ती ल्हासाच्या सर्वांत सुंदर स्त्रियांपैकी एक होती. ती अतिशय शालीनतेने सजून-धजून आली होती आणि खूपच सुंदर दिसत होती. असे वाटत होते की पावडर, रूज आणि लिपस्टिकचा कसा वापर करायचा, हे ती खूप चांगल्या प्रकारे जाणत होती. ती लाजाळू नव्हती. मी असे यासाठी म्हणत आहे, कारण तिने तिबेटी भाषेत आमच्या प्रवासाबद्दल मोकळेपणाने प्रश्न विचारले. संभाषणाच्या मधे-मधे आमच्या एखाद्या गोष्टीवर खळखळून हसतही असे.

आम्ही आमच्या कालबाह्य प्रवास परवान्याने अधिकाऱ्यांना कसे चकवले, ही माहिती ऐकून ती चकित झाली होती. आम्ही अस्खलित तिबेटी बोलत होतो, यानेही ती आश्चर्यचकित दिसत होती. ती आणि तिचे पती अनेकदा स्वतःला हसण्यापासून रोखू शकत नव्हते.

नंतर आमच्या मित्रांनी आम्हाला सांगितले की आम्ही जे बोलत होतो, ती शेतकऱ्यांनी बोलली जाणारी सामान्य बोलीभाषा होती. हे काहीसे असेच होते जसे दूरच्या अल्पाइन खोऱ्यातून आलेला एखादा रानटी माणूस विनीज ड्रॉइंग-रूममध्ये आपली भाषा बोलत असावा. पाहुणे आमच्या बोलण्याने खूप खूश होते, पण सोबतच अतिशय नम्रतेने आम्हाला सुधारतही होते.

जेव्हा या तरुण जोडप्याने आमचा निरोप घेतला, तोपर्यंत आम्ही त्यांच्याशी चांगली मैत्री केली होती. त्यांनी स्वतःसोबत लिनन, पुलोव्हर आणि सिगारेटसारख्या काही अतिशय शानदार भेटवस्तू आणल्या होत्या आणि त्यांनी आम्हाला आग्रह केला की आम्हाला पुढेही कोणत्याही गोष्टीची गरज असली तर आम्ही निःसंकोचपणे मागू शकतो. मंत्र्याच्या मुलाने आमची मदत करण्याचे वचन दिले आणि नंतर त्याच्या वडिलांचे आमंत्रणही दिले. त्याने म्हटले होते की जर सरकारने आम्हाला इथे राहण्याची मंजुरी दिली तर आम्ही त्यांच्यासोबत राहू शकतो. हे सर्व अतिशय सांत्वनपर वाटले.

भेटायला येणाऱ्यांची ये-जा सुरूच राहिली. आमचे पुढचे अभ्यागत होते तिबेटी सैन्याचे जनरल. ते एर्विन रोमेल यांच्याबद्दल शक्य ती सर्व माहिती मिळवू इच्छित होते. त्यांनी या जर्मन जनरलबद्दल उत्साहाने विचारणा केली आणि सांगितले की त्यांना इंग्रजी येते, त्यामुळे वृत्तपत्रांमध्ये जी-जी माहिती दिली गेली होती, ती सर्व वाचली आहे. वृत्तपत्रांच्या बाबतीत ल्हासा अजिबात अलिप्त नाही. जगभरातील वृत्तपत्रे भारताच्या मार्गाने इथे येत असत. शहरात काही लोक असेही होते ज्यांना 'लाइफ' वाचायला आवडायचे. भारतीय दैनिक वृत्तपत्रे त्यांच्या नियमित प्रकाशनानंतर एका आठवड्याने इथे पोहोचायची.

अभ्यागतांची ये-जा चालूच राहिली. भेटायला येणाऱ्यांमध्ये उच्च पदस्थ भिक्षूही होते. हे नम्रपणे आमच्यासाठी भेटवस्तू घेऊन आले.

त्यांच्यापैकी काही नंतर माझे चांगले मित्र बनले. मग चिनी दूतावासाचा एक प्रतिनिधीही आला आणि त्यानंतर सिक्कीममधील ब्रिटिश एजन्सीशी संबंधित एक अधिकारीही.

तिबेटी सैन्याचे कमांडर-इन-चीफ जनरल किनसांगत्से यांच्या येण्याने आम्हाला विशेषतः अभिमान वाटला. त्यांनी चीन आणि भारत यांच्यातील मैत्रीपूर्ण मिशनवर रवाना होण्यापूर्वी आम्हाला भेटण्याचा आग्रह धरला. ते परराष्ट्रमंत्र्यांचे धाकटे भाऊ होते आणि त्यांच्याकडे खूप माहिती होती. जेव्हा त्यांनी आम्हाला आश्वासन दिले की तिबेटमध्ये राहण्याची परवानगी मिळण्याची आमची विनंती निश्चितपणे मंजूर होईल, तेव्हा यामुळे आमचे मन हलके झाले.

हळूहळू आम्ही रुळू लागलो. थांगमे आणि त्यांच्या पत्नीसोबतचे आमचे संबंध सौहार्दपूर्ण मैत्रीत बदलले. आमची खूप चांगल्या प्रकारे काळजी घेतली गेली आणि आमच्या खाण्या-पिण्याची पूर्ण काळजी घेतली गेली. आम्ही मोठ्या आवडीने पोटभर जेवण करत आहोत हे पाहून सर्वांना आनंद होत होता. निःसंशयपणे आम्ही ज्या अडचणी आणि अत्यंत तणावातून गेलो होतो त्यामुळे आम्हाला अनेक प्रकारच्या छोट्या-मोठ्या तक्रारींचा सामना करावा लागत होता. औफश्नाइटरला ताप आला आणि माझ्या सायटिकाच्या वेदनांनी मला खूप त्रास दिला. आमच्या उपचारासाठी थांगमेने चिनी दूतावासाच्या डॉक्टरला बोलावले. त्यांनी बर्लिन आणि बोर्डोमधून शिक्षण घेतले होते. त्यांनी आम्हाला मान्यताप्राप्त युरोपियन पद्धतीने तपासले आणि औषधेही दिली.

कदाचित जगातील कोणताही दुसरा देश दोन बिचाऱ्या, गरीब पळपुट्यांचे अशा प्रकारे स्वागत करणार नाही जसे तिबेटने आमचे केले. आमच्या कपड्यांचे पार्सल उशिराबद्दल क्षमा मागून आले, कारण आम्ही सरासरी तिबेटी लोकांपेक्षा उंच होतो आणि आमच्यासाठी कपडे तयार नव्हते. ही सरकारच्या वतीने आम्हाला भेट होती. आमचे सूट आणि बूट आमच्या मापाप्रमाणे बनवले गेले होते. आम्ही मुलांसारखे खूश होतो. आम्ही अखेरीस आमचे फाटके-तुटके कपडे फेकून देऊ शकलो. आमचे नवीन सूट, जरी

सर्वोच्च पोशाख मानकांनुसार नसले, तरी शालीन आणि स्वच्छ होते आणि आमच्यासाठी खूप पुरेसे होते.

भेटी-गाठींदरम्यान आम्हाला जेव्हा थोडा वेळ मिळायचा, आम्ही आमच्या डायरीत नोट्स लिहायचो. आणि आम्ही लवकरच थांगमे जोडप्याच्या मुलांशी मैत्री केली होती. ते सहसा आम्ही उठण्यापूर्वीच शाळेत जात असत. संध्याकाळी ते आम्हाला त्यांचा गृहपाठ दाखवायचे, ज्यामध्ये मला खूप रस होता. मला तिबेटी भाषा लिहिण्यात अडचण यायची. औफशनाइटर बऱ्याच काळापासून याचा अभ्यास करत होते आणि आमच्या भ्रमंतीदरम्यान त्यांनी मला थोडे लिहायला शिकवलेही होते, पण तिबेटी भाषा कमी-अधिक प्रमाणात अस्खलितपणे लिहायला शिकण्यासाठी मला अनेक वर्षे लागली. अक्षरे वेगवेगळी लिहिणे खूप कठीण नाही, पण ती व्यवस्थित करून शब्द आणि वाक्ये बनवणे सोपे नाही. अनेक अक्षरे प्राचीन भारतीय लिपींमधून घेतली आहेत, आणि तिबेटी लेखन चिनीपेक्षा हिंदी सारखे अधिक दिसते. उत्तम, टिकाऊ चर्मपत्रासारखा कागद आणि चिनी शाईचा वापर केला जातो. तिबेटमध्ये अनेक उच्च श्रेणीच्या गिरण्या आहेत, जिथे ज्युनिपरच्या लाकडापासून कागद बनवला जातो. याव्यतिरिक्त नेपाळ आणि भूतानमधून दरवर्षी हजारो लोड कागद आयात केला जातो. मी अनेकदा काइचु नदीच्या काठावर कागद बनवण्याची प्रक्रिया पाहिली आहे. तिबेटी कागदाची मुख्य कमतरता ही आहे की त्याचा पृष्ठभाग पुरेसा गुळगुळीत नसतो, ज्यामुळे लिहिणे कठीण होते. मुलांना सरासासाठी साधारणपणे लाकडी पाट्या दिल्या जातात आणि पाण्याची शाई आणि बांबूच्या पेनाचा वापर केला जातो. नंतर ओल्या कापडाने लिखाण पुसून टाकता येते. थांगमेच्या मुलांना अनेकदा त्यांचा सराव विस-वीस वेळा पुसावा लागायचा, तेव्हा जाऊन ते बरोबर लिहू शकायचे.

लवकरच आमच्याशी कुटुंबातील सदस्यांसारखे वर्तन केले जाऊ लागले. श्रीमती थांगमे यांनी आमच्याशी त्यांच्या समस्यांवर चर्चा केली. आणि जेव्हा आम्ही त्यांच्या चांगल्या रंग-रुपाची आणि चांगल्या पसंतीची स्तुती केली तेव्हा त्या खूप खूश झाल्या. एकदा त्यांनी आम्हाला त्यांच्या खोलीत येऊन दागिने पाहण्यासाठी आमंत्रित केले. त्यांनी हे दागिने एका मोठ्या पेटीत ठेवले

होते ज्यामध्ये त्यांचा खजिना एकतर छोट्या दागिन्यांच्या डब्यांमध्ये किंवा उत्तम रेशमी आच्छादनांमध्ये ठेवलेला होता. त्यांचा संग्रह पाहण्यासारखा होता. त्यांच्याकडे प्रवाळ, फिरोजा आणि मोत्यांचा एक शानदार मुकुट होता आणि अनेक अंगठ्या आणि हिऱ्यांच्या कानातल्या बाली आणि काही छोटे तिबेटी ताईत-लॉकेट होते जे प्रवाळापासून बनलेल्या चेनने गळ्यात लटकवले जायचे. अनेक महिला हे लॉकेट कधीच काढत नाहीत. त्यांचा असा विश्वास आहे की हा ताईत त्यांना वाईट नजरेपासून वाचवतो.

घरमालकीण आपल्या संग्रहाचे कौतुक ऐकून खूप खूश झाली. तिने आम्हाला सांगितले की प्रत्येक पुरुषाने त्याच्या पदानुसार आपल्या पत्नीला दागिने भेट दिले पाहिजेत. पदात बढती म्हणजे दागिन्यांमध्ये बढती! पण फक्त श्रीमंत असणे पुरेसे नव्हते, कारण श्रीमंतीने महागडे दागिने घालण्याचा अधिकार मिळत नाही. अर्थात, पुरुष आपल्या पत्नीच्या दिखाव्याबद्दल तक्रार करतात, कारण इथेही पश्चिमेप्रमाणे, प्रत्येक महिला आपल्या प्रतिस्पर्ध्यांवर मात करण्याचा प्रयत्न करते. श्रीमती थांगमे यांच्या दागिन्यांची किंमत अनेक हजार पौंड असावी. त्यांनी आम्हाला सांगितले की त्या कधीही एकट्या बाहेर पडत नाहीत, नोकर सोबत असतो. महिलांवर चोरांचा हल्ला होणे ही सामान्य बाब होती.

आठ दिवस उलटले. आम्ही पूर्ण प्रामाणिकपणाने घरातच राहिलो. आम्हाला खूप आश्चर्य वाटले, जेव्हा एके दिवशी नोकर आमच्याकडे दलाई लामांच्या आई-वडिलांचे निमंत्रण घेऊन आला. आम्हाला ताबडतोब त्यांच्या घरी पोहोचण्यास सांगण्यात आले होते. कारण आम्ही घराबाहेर न पडण्याच्या आमच्या वचनाने बांधले गेलो होतो, त्यामुळे आम्ही आमच्या यजमानाचा सल्ला घेतला. त्याला या गोष्टीची भीती वाटत होती की कुठेतरी काही गैरसमज तर झालेला नाही ना. असे होऊ नये की असे निमंत्रण नंतर महागात पडेल. तथापि, दलाई लामा किंवा रीजेंटकडून आलेले बोलावणे खूप महत्त्वाचे होते. या कारणामुळे कोणीही आम्हाला ताब्यात घेण्याची किंवा नंतर आम्हाला जबाबदार धरण्याची हिंमत करणार नाही. त्याचबरोबर, त्यांच्या आज्ञेचे पालन करण्यास संकोच करणे हा एक गंभीर गुन्हा ठरेल.

आम्हाला त्यांचे मत जाणून आनंद झाला, पण मग आम्हाला बोलावले जाण्याच्या कारणावरून घबराहटही वाटू लागली. काय हे आमच्या भविष्यासाठी एक चांगले शकुन होते? काहीही असो, आम्ही घाईघाईने तयार झालो. आम्ही पहिल्यांदाच आमचे नवीन कपडे आणि तिबेटी बूट घातले. आम्ही खूप छान दिसत होतो. मग थांगमेने आम्हा दोघांना एक-एक पांढरा रेशमी स्कार्फ दिला आणि आम्हाला समजावून सांगितले की जेव्हाही कोणी आम्हाला भेटेल तेव्हा आम्ही त्यांना हे नक्की भेट दिले पाहिजे. आम्ही आधीच किरोंगमध्ये ही प्रथा पाहिली होती आणि आम्ही तिथे पाहिले होते की अत्यंत सामान्य लोकही असे करतात. कोणत्याही उच्च पदस्थ व्यक्तीला भेटताना किंवा त्याला कोणताही अर्ज देताना किंवा कोणत्याही मोठ्या उत्सवात स्कार्फ भेट दिला पाहिजे. हे स्कार्फ अनेक प्रकारचे असतात आणि ते भेट देणाऱ्याच्या पदानुसार असले पाहिजेत.

दलाई लामांच्या आई-वडिलांचे घर फार दूर नव्हते. आम्ही लवकरच एका मोठ्या दरवाजासमोर उभे होतो. द्वारपालाच्या नजरा आम्हाला शोधतच होत्या. जेव्हा आम्ही जवळ पोहोचलो तेव्हा तो आदराने वाकला. आम्हाला भाज्यांच्या शेतातून आणि नम्राच्या शानदार वृक्षांनी भरलेल्या एका मोठ्या बागेतून महालात नेण्यात आले. आम्हाला पहिल्या मजल्यावर नेण्यात आले. एक दरवाजा उघडला आणि आम्ही स्वतःला राजा-देवताच्या आईच्या समोर पाहिले. आम्ही त्यांच्यासमोर आदराने मस्तक टेकवले. त्या नोकरांनी वेढलेल्या एका मोठ्या, प्रकाशमान खोलीत एका छोट्याशा सिंहासनावर बसल्या होत्या. त्या कुलीन गरिमेची मूर्ती वाटत होत्या. तिबेटी लोकांच्या मनात 'महान माता' बद्दल जो नम्र आदर आहे, तो आमच्यासाठी एक अनोखा अनुभव होता, पण आमच्यासाठी आता तो एक अतिशय पवित्र क्षण होता.

'महान माता' आम्हाला पाहून हसल्या आणि जेव्हा आम्ही थांगमेच्या सूचनेनुसार त्यांना पूर्ण श्रद्धेने नमस्कार करत स्कार्फ दिले आणि आमचे हात पूर्णपणे पसरले, तेव्हा त्या खूप प्रसन्न झाल्या. त्यांनी आमची भेट स्वीकारली आणि लगेच नोकरांकडे सोपवली. मग तिबेटी रीतीरिवाजाच्या विरुद्ध, हसत-हसत त्यांनी आमच्याशी हस्तांदोलन केले. त्याच वेळी दलाई लामांचे वडीलही

आले. आम्ही पुन्हा वाकून त्यांनाही योग्य शिष्टाचाराने स्कार्फ भेट दिले. मग त्यांनीही अतिशय सहजतेने आमच्याशी हस्तांदोलन केले. कधी-कधी युरोपियन लोक त्यांना भेटायला येत असत आणि यजमान व त्यांची पत्नी काही अंशी युरोपियन रीतीरिवाजांशी परिचित होते.

मग आम्ही सर्वजण चहा पिण्यासाठी बसलो. आम्ही जो चहा पिला त्याची चव अनोखी होती आणि तो सामान्य तिबेटी चहापेक्षा वेगळा होता. आम्ही त्याबद्दल विचारले आणि संभाषणाची सुरुवात झाली. या प्रश्नाच्या उत्तरात आमच्या यजमानांनी आम्हाला त्यांच्या जुन्या घराबद्दलची माहिती दिली. जोपर्यंत त्यांच्या मुलाला दलाई लामांचा अवतार म्हणून मान्यता मिळाली नव्हती, तोपर्यंत ते अमदोमध्ये सामान्य शेतकरी म्हणून जीवन जगत होते. अमदो चीनच्या चिंगहाई प्रांतात आहे, पण इथले रहिवासी जवळपास सर्वच तिबेटी आहेत. ते त्यांचा चहा स्वतःसोबत ल्हासाला घेऊन आले होते आणि आता ते तो तिबेटी लोकांप्रमाणे लोण्यासोबत नाही तर दूध आणि मीठ टाकून बनवतात. ते त्यांच्या जुन्या घरातून आणखी काहीतरी घेऊन आले होते, ती होती त्यांची स्वतःची बोलीभाषा. ते दोघेही मध्य प्रांतांच्या बोलीभाषेसारखेच बोलत होते, पण अगदी तसे नव्हते. त्यांच्यासाठी आमच्या बोलण्याचा अनुवाद दलाई लामांचा चौदा वर्षांचा भाऊ करत होता. त्यांचा भाऊ बालपणीच ल्हासाला आला होता आणि लवकरच शुद्ध तिबेटी बोलायला शिकला होता. आता तो अमदो बोली फक्त त्याच्या आई-वडिलांसोबतच बोलत असे.

जेव्हा आम्ही त्यांच्याशी संवाद साधत होतो तेव्हा आम्हाला आमच्या यजमानांना जवळून जाणून घेण्याची संधी मिळाली. सर्वांनी आम्हाला खूप प्रभावित केले. ते खूप साधे जीवन जगत होते आणि खूप नम्र देखील होते. त्यांचे वर्तन कुलीन होते. दूरवर वसलेल्या एका गावातील एका छोट्याशा शेतकरी कुटुंबाचे राजधानीत ड्युकडमपर्यंत पोहोचणे ही एक मोठी कामगिरी होती. आता ते ज्या महालात राहत होते, त्याचे ते मालक होते आणि देशभरात त्यांच्याकडे खूप संपत्ती होती. पण असे वाटत होते की त्यांच्या आयुष्यात अचानक आलेल्या या बदलाचा त्यांच्या आचार-विचारांवर कोणताही नकारात्मक परिणाम झाला नव्हता.

आम्ही ज्या मुलाला भेटलो त्याचे नाव लोबसांग समतेन होते. तो अतिशय आनंदी आणि सतर्क होता. तो आमच्याबद्दल जाणून घेण्यास खूप उत्सुक होता आणि त्याने आमच्या अनुभवांबद्दल आम्हाला अनेक प्रकारचे प्रश्न विचारले. त्याने आम्हाला सांगितले की त्याच्या 'दिव्य' लहान भावाने आमच्याबद्दल योग्य माहिती घेण्याची जबाबदारी सोपवली होती. आम्हाला हे जाणून खूप आनंद झाला की दलाई लामांना आमच्यात रस आहे आणि आम्ही त्यांच्याबद्दल आणखी जाणून घेऊ इच्छित होतो. आम्हाला सांगण्यात आले की तिबेटमध्ये दलाई लामा या नावाचा वापर केला जात नाही. ही एक मंगोलियन अभिव्यक्ती आहे ज्याचा अर्थ 'विशाल महासागर' असा होतो. साधारणपणे दलाई लामांना 'ग्यालपो रिम्पोछे' या नावाने ओळखले जाते, ज्याचा अर्थ 'अनमोल राजा' असा होतो. त्यांचे आई-वडील आणि भाऊ त्यांच्याबद्दल बोलताना आणखी एका उपाधीचा वापर करतात. ते त्यांना 'कुंडुन' म्हणतात, ज्याचा सामान्य अर्थ 'उपस्थिती' असा होतो.

महान आई-वडिलांना एकूण सहा अपत्ये होती. दलाई लामांच्या शोधाच्या खूप आधीच सर्वांत मोठ्या मुलाला बुद्धाचा अवतार म्हणून मान्यता देण्यात आली होती आणि ताग्त्सेलच्या मठात लामाची गरिमा प्रदान करण्यात आली होती. त्यांनाही रिम्पोछे म्हटले जायचे, जे सर्व लामांसाठी वापरले जाणारे संबोधन आहे. दुसरा मुलगा, ग्यालो टोंडुप चीनमधील शाळेत होता. आमचा परिचित तरुण लोबसांग एका मठवासी जीवनासाठी निर्धारित होता. दलाई लामा स्वतः आता अकरा वर्षांचे झाले होते. त्यांच्या भावांव्यतिरिक्त त्यांच्या दोन बहिणी होत्या. यानंतर 'महान मातेने' आणखी एका 'अवताराला' जन्म दिला, न्गारी रिम्पोछे. तीन 'अवतारांची' आई म्हणून तिने बौद्ध जगासाठी विक्रम प्रस्थापित केला.

आमच्या भेटीमुळे या हुशार स्त्रीसोबत सौहार्दपूर्ण संबंध प्रस्थापित झाले, जे चीनच्या कम्युनिस्ट सैन्याच्या आक्रमणापूर्वी ती तिबेटीतून बाहेर पडेपर्यंत कायम राहिले. इतर लोक या 'महान मातेची' जी पारलौकिक पूजा करायचे, त्याचा आमच्या मैत्रीशी काहीही संबंध नव्हता. जरी आध्यात्मिक

विषयांबद्दलचा माझा दृष्टिकोन बऱ्यापैकी साशंक असला, तरीही तिच्या व्यक्तिमत्त्वात आणि विश्वासात दडलेल्या शक्तीने मी प्रभावित झाल्याशिवाय कसा राहू शकत होतो.

हळूहळू आम्हाला हे समजू लागले की हे निमंत्रण किती विशिष्ट होते. आपण हे विसरता कामा नये की त्यांचे कुटुंब आणि मठाधीश पदावर असलेल्या काही खाजगी सेवकांशिवाय, कोणालाही राजा-देवतेबद्दल जाणून-विचारण्याचा अधिकार नाही. तरीही, जगापासून अलिप्त असूनही त्यांनी आमच्या भविष्याची चिंता केली. जेव्हा आम्ही जाण्यासाठी उठलो तेव्हा आम्हाला विचारण्यात आले की आम्हाला काही हवे आहे का. आम्ही आमच्या यजमानांचे आभार मानले, पण अत्यंत नम्रपणे काहीही घेण्यास नकार दिला, तरीही सेवकांची एक रांग अन्न आणि त्सम्पाची पोती, लोणी आणि काही सुंदर मऊ लोकरीचे घोंगडे घेऊन आमच्याकडे आली. ‘महान मातेने’ हसत म्हटले, ‘कुंडीनची वैयक्तिक इच्छा आहे,’ आणि आमच्या हातात १००-सांगची नोट ठेवली. हे इतके नैसर्गिक आणि सहज होते की आम्हाला हे स्वीकारण्यात कोणतीही लाज वाटली नाही.

मनसोक्त आभार मानल्यानंतर आणि आमची गाढ श्रद्धा व्यक्त केल्यानंतर, आम्ही थोड्याशा अवघडलेपणाने खोलीच्या बाहेर पडलो. मैत्रीचा अंतिम पुरावा म्हणून लोबसांगने त्याच्या आई-वडिलांच्या वतीने आमच्या गळ्यात स्कार्फ घातला, आम्ही त्याला नमस्कार केला. मग तो आम्हाला बागेत घेऊन गेला आणि आम्हाला मैदान आणि गोठे दाखवले, जिथे आम्ही काही शानदार घोडे पाहिले. संभाषणादरम्यान त्याने सुचवले की मी त्याला पश्चिमेच्या ज्ञानाबद्दल काही शिकवू शकेन. मनातल्या मनात मीही हेच इच्छित होतो. मी अनेकदा विचार केला होता की उच्चभ्रू कुटुंबातील मुलांना शिक्षण देऊन मी माझा उदरनिर्वाह कमवू शकेन.

नोकरांसह भेटवस्तूंनी लादलेले आम्ही थांगमेच्या घरी परत आलो. आम्ही खूप खूश होतो आणि आम्हाला वाटले की आता आमचे नशीब चमकणार आहे. आमचे यजमान आतुरतेने आमची वाट पाहत होते. आम्हीही त्यांना ते सर्व काही सांगू इच्छित होतो जे आम्ही अनुभवले होते.

पुढच्या अभ्यागतांना आमच्या या सन्मानाबद्दल सविस्तर सांगितले गेले. आमचा मान-सन्मान वेगाने वाढत होता!

दुसऱ्या दिवशी, जेव्हा दलाई लामांचा भाऊ आम्हाला भेटायला आला तेव्हा घरमालकीण आधी श्रद्धेपोटी लपली आणि तेव्हाच समोर आली जेव्हा संपूर्ण घर त्याचे स्वागत करण्यासाठी एकत्र जमले. पंचवीस वर्षांचा तरुण रिम्पोछे त्याच्या मठातून खऱ्या अर्थाने आम्हालाच भेटण्यासाठी आला होता. त्याने घरातील प्रत्येक सदस्याला आशीर्वाद दिला. आम्ही आमच्या आयुष्यात पहिल्यांदाच अवतारी लामा पाहिला होता. लोक सर्व तिबेटी भिक्षूंना लामा मानतात. खऱ्या अर्थाने हा नाम-सन्मान केवळ 'अवतार' आणि काही त्या भिक्षूंनाच दिला जातो जे त्यांच्या तपस्वी जीवनामुळे किंवा त्यांनी केलेल्या चमत्कारांमुळे प्रतिष्ठित असतात. सर्व लामांना आशीर्वाद देण्याचा अधिकार आहे आणि त्यांना संत म्हणून सन्मान दिला जातो.

८

शांत जीवन

आम्हाला इकडे-तिकडे जाण्याचे स्वातंत्र्य मिळाले - ल्हासामध्ये महत्त्वाच्या भेटी - त्सारोंगचे उदार आदरातिथ्य - तिबेटमध्ये कोणतीही घाईगडबड नाही - पुन्हा एकदा हद्दपारीची धमकी - नवीन वर्षाचा उत्सव.

ल्हासामध्ये पोहोचल्यानंतर दहा दिवसांनी आम्हाला परराष्ट्र मंत्रालयाकडून हा निरोप मिळाला की आम्ही मुक्तपणे फिरू शकतो. त्याच वेळी आम्हाला मेंढीच्या कातड्यापासून बनलेले शानदार पूर्ण लांबीचे ते झगे सोपवण्यात आले, ज्यांच्यासाठी अलीकडेच आमचे माप घेण्यात आले होते. प्रत्येक झग्यासाठी साठ कातड्यांचा वापर केला गेला होता. त्याच दिवशी आम्ही आमचे नवीन झगे घालून शहरात फिरायला निघालो आणि कोणीही आमच्याकडे लक्ष दिले नाही. आम्हाला इथे सर्व काही पाहायचे होते. आतल्या शहरात फक्त दुकानेच दुकाने आहेत. दुकाने अस्ताव्यस्त पसरलेली होती आणि दुकानदार रस्त्यावर आपले सामान लावून बसले होते. तुम्हाला अनेक जनरल स्टोअर्स मिळतील ज्यामध्ये सुईपासून ते रबरी बुटांपर्यंत म्हणजे प्रत्येक प्रकारचे सामान मिळते. त्यांच्या जवळच कपड्यांचे तागे, पडदे आणि रेशमी कपडे विकणारी चांगली दुकाने होती. प्रोव्हिजन स्टोअरमध्ये स्थानिक उत्पादनांसोबतच अमेरिकन कॉर्न बीफ, ऑस्ट्रेलियन बटर आणि स्कॉच व्हिस्कीही विकली जात होती. तुम्हाला जे हवे ते तुम्ही खरेदी करू शकत होता, नसेल तर ऑर्डर करता येत होती. इथपर्यंत की तुम्हाला एलिझाबेथ आर्डेन परफ्यूमही मिळेल.

त्याची मोठी मागणी दिसत होती. मागील युद्धानंतर अमेरिकन ओव्हरशूजची मागणीही वाढली होती. यांना याकचे मांस आणि लोण्यामध्ये सजवून ठेवले होते. तुम्ही शिवणयंत्र, रेडिओ सेट आणि ग्रामोफोनही ऑर्डर करू शकता आणि तुमच्या पुढच्या पार्टीसाठी बिंग क्रॉसबीचे नवीनतम रेकॉर्ड्स मिळवू शकता. खरेदीदारांची गर्दी हसते-खिदळते, घासाघीस करते आणि ओरडतेही. त्यांना घासाघीस करण्यात एक विशेष आनंद मिळतो, आणि कदाचित हा आनंद ते जास्त वेळ लुटू इच्छितात. इथे तुम्ही कोण्या भटक्याला याकचे केस बदलताना पाहू शकता आणि त्याच्या जवळच कोण्या दुकानात समाजातील एका प्रतिष्ठित स्त्रीला नोकरांच्या घोळक्यासोबत रेशीम आणि ब्रोकेडच्या (जरीच्या) वस्त्रांच्या ढिगाऱ्यात तासनतास घासाघीस करताना पाहू शकता. इथे भटक्या महिला आपल्या प्रार्थनेच्या पताकांसाठी भारतीय सुती वस्त्रांची निवड करतानाही दिसू शकतात.

सामान्य तिबेटी लोक साधारणपणे नम्बू घालतात, जे घरी विणलेल्या शुद्ध लोकरीपासून बनवलेले वस्त्र असते. ज्याला फाडता येत नाही. हे वस्त्र सुमारे आठ इंचाच्या रुंदीच्या पट्ट्यांमध्ये विणले जाते. या नम्बूसाठी वापरल्या जाणाऱ्या साहित्याच्या गाठी दुकानांमध्ये विकल्या जातात. लोकर एकतर शुद्ध पांढरी असते किंवा नीळ आणि रुबर्बच्या (एक प्रकारचे फळ) मिश्रणाने बनलेल्या जांभळ्या रंगाची असते. पांढरे नम्बू गाढवे हाकणाऱ्यांशिवाय क्वचितच कोणी घालत असेल, कारण रंगहीन वस्त्रांना गरिबीचे लक्षण मानले जाते. कारण इथे वस्त्रांना मोजण्यासाठी इंच-टेपचा वापर केला जात नाही, त्यामुळे ते कापड खरेदीदाराच्या हाताच्या लांबीवरून मोजतात. माझ्या लांब हातांमुळे मला नेहमी या प्रथेचा फायदा मिळाला आहे. म्हणजे थोडे जास्त कापड मला मिळून जायचे.

मग आम्हाला एक खूप मोठे दुकान मिळाले ज्यामध्ये खूप सारे युरोपियन फेल्ट-हॅट्स ठेवलेले होते. ल्हासामध्ये यांना डेर्नियर क्रि (नवीनतम फॅशन) म्हटले जाते. तिबेटी पोशाखावर एक स्मार्ट फेल्ट-हॅट नक्कीच विचित्र दिसतो, पण तिबेटी लोकांना उन्हापासून बचावासाठी रुंद कडा असलेला युरोपियन हॅट आवडतो. सोबतच गॉगलही. उन्हाने करपलेल्या चेहऱ्यांकडे इथे तुच्छतेने

पाहिले जाते. लोक स्वतःही उन्हाने करपण्यापासून वाचू इच्छितात. तिबेटी पोशाखासोबत देशी तिबेटी टोप्या जास्त चांगल्या दिसतात आणि रस्त्यावर या घालून फिरणारे लोक खूप आकर्षक दिसतात. आणि खऱ्या अर्थाने, सरकार त्यावेळी युरोपियन फॅशनचा प्रवाह रोखण्याचा प्रयत्न करत होती. वैयक्तिक स्वातंत्र्यात हस्तक्षेप करण्याच्या कोणत्याही विचाराने नाही, तर पोशाखाची सुंदर देशी शैली टिकवून ठेवण्यासाठी.

तिबेटी लोकांना छत्र्यांचीही आवड आहे. या तुम्हाला प्रत्येक आकाराच्या, दर्जाच्या आणि रंगीबेरंगी मिळून जातील. भिक्षू या खूप खरेदी करतात, कारण मोठे औपचारिक सण वगळता ते डोक्यावर काहीही घालत नाहीत.

जेव्हा आम्ही परत घरी पोहोचलो तेव्हा आम्हाला दिसले की ब्रिटिश दूतावासाचे सचिव आमची वाट पाहत होते. ते थांगमेचे वैयक्तिक मित्र होते आणि त्यांच्या येण्याचे कारण अधिकृत भेट नव्हती. त्यांनी सांगितले की त्यांनी आमच्याबद्दल खूप काही ऐकले आहे आणि त्यांना आमचा प्रवास आणि आमच्या अनुभवांबद्दल जाणून घ्यायचे आहे. ते स्वतः गरतोकमध्ये ब्रिटिश व्यापार प्रतिनिधी राहिले होते आणि त्या भागाबद्दल काही गोष्टी जाणत होते जिथून आम्ही प्रवास केला होता. आम्हाला ते एक योग्य अभ्यागत वाटले, कारण आम्हाला आमच्या कुटुंबांना आमच्या खुशालीची बातमी पाठवायची होती. आमचे नातेवाईक आमच्यापासून दुरावल्यामुळे काळजीत असतील. केवळ ब्रिटिश प्रतिनिधीच बाह्य जगाशी थेट संपर्क साधू शकत होते, कारण तिबेट जागतिक टपाल संघाचा भाग नाही आणि त्यांची टपाल व्यवस्था काहीशी गुंतागुंतीची आहे.

अभ्यागताने आम्हाला सल्ला दिला की आम्ही व्यक्तिशः अर्ज करायला हवा. आणि, म्हणूनच दुसऱ्या दिवशी आम्ही दूतावासासाठी निघालो. याला आम्ही शहरात प्रवेश करतानाच पाहिले होते. लाल पोशाखात सजलेल्या नोकरांनी आम्हाला बागेत नेले, जिथे वायरलेस ऑपरेटर रेजिनाल्ड फॉक्स सकाळची फेरफटका मारत होते. फॉक्स अनेक वर्षांपासून ल्हासात राहत होते आणि त्यांनी एका तिबेटी मुलीशी लग्न केले होते. त्यांना चार सुंदर मुले

होती ज्यांचे केस चमकदार तपकिरी आणि मोठे-मोठे काळे बदामासारखे डोळे होते. दोन मोठी मुले भारतात एका बोर्डिंग स्कूलमध्ये होती.

फॉक्स ल्हासातील एकमेव व्यक्ती होते ज्यांच्याकडे एक विश्वासार्ह मोटर होती आणि दूतावासातील त्यांच्या कर्तव्यांव्यतिरिक्त ते नियमितपणे शहरातील सर्व रेडिओ बॅटरी चार्ज करण्यात व्यस्त असायचे. ते भारतासोबत रेडिओ टेलिफोनद्वारे संवाद साधू शकत होते आणि ल्हासामध्ये त्यांच्या योग्यतेसाठी आणि गुणवत्तेसाठी त्यांचे खूप कौतुक केले जात असे.

दरम्यान नोकरांनी आम्हाला ओळखले आणि आम्हाला इमारतीच्या पहिल्या मजल्यावर नेण्यात आले. ब्रिटिश सैन्याचे प्रमुख, श्री हॉपकिन्सन यांनी सौहार्दपूर्ण अभिवादन केले आणि एका उत्तम इंग्रजी नाश्त्यासाठी आमंत्रित केले. असे वाटत होते की आरामदायी खुर्च्यांवर बसून टेबलाची सजावट, फुलदाण्यांमध्ये सजवलेली फुले आणि खऱ्या युरोपियन सेटिंगमध्ये सजवलेली पुस्तके पाहून आम्हाला किती काळ लोटला होता. आमचे डोळे चहुबाजूंना पाहत होते. असे वाटत होते जणू आम्ही आमच्या घरी आलो आहोत. आमच्या यजमानाने आमच्या मनातील गोष्ट ओळखली होती. जेव्हा त्यांनी पाहिले की आम्ही सतत त्यांच्या पुस्तकांकडे पाहत आहोत तेव्हा त्यांनी अतिशय नम्रतेने आम्हाला त्यांच्या लायब्ररीचा वापर करण्याची ऑफर दिली. लवकरच आम्ही मोकळेपणाने बोलू लागलो. काय ते अजूनही आम्हाला युद्ध कैदी मानतात, हा प्रश्न त्यांनी चतुराईने टाळला. शेवटी आम्ही त्यांना थेट विचारले की काय आमचे सहकारी अजूनही काटेरी तारांच्या मागे बंद आहेत. ते काहीही सांगू शकले नाहीत पण भारताकडून माहिती मिळवून आम्हाला सांगण्याचे वचन दिले. मग त्यांनी आमच्या परिस्थितीबद्दल मोकळेपणाने बोलले आणि सांगितले की त्यांना आमच्या पळून जाण्याबद्दल आणि त्यानंतरच्या प्रवासाबद्दल सविस्तर सांगण्यात आले आहे, आणि त्यांना तिबेटी सरकारकडून समजले आहे की शक्यता आहे की आम्ही लवकरच भारतात परत जाऊ. आम्ही सांगितले की ही शक्यता आम्हाला पसंत नाही, म्हणून त्यांनी आम्हाला विचारले की काय आम्हाला सिक्कीममध्ये काम करण्यात रस आहे. आम्ही तिबेटमध्ये राहण्याची आमची इच्छा लपवली नाही, पण सांगितले की जर हे शक्य नसेल तर आम्ही आनंदाने त्यांच्या प्रस्तावावर विचार करू.

आम्ही ज्या प्रश्नावर चर्चा करत होतो, तो जरी खूप महत्त्वाचा असला, तरी त्याने आमची भूक कमी झाली नव्हती आणि आम्ही पोटभर काय त्याहूनही अधिक खाल्ले, कारण आमच्या यजमानाने आम्हाला मोठ्या आग्रहाने खाऊ घातले होते. आम्ही जेवण संपवल्यानंतर विचार केला की आता वेळ आली आहे की आम्ही आमच्या कुटुंबांना संदेश पाठवण्याची परवानगी मिळण्यासाठी आमची विनंती सादर करावी. आमच्या यजमानाने रेड क्रॉसच्या माध्यमातून संदेश पाठवण्याची व्यवस्था करण्याचे वचन दिले. नंतर आम्हाला कधीकधी दूतावासाच्या माध्यमातून पत्र पाठवण्याची परवानगी दिली गेली, पण अनेकदा आम्हाला गुंतागुंतीच्या तिबेटी टपाल व्यवस्थेचा वापर करावा लागला. यामध्ये आम्हाला आमची पत्रे दुहेरी लिफाफ्यात सीमावर्ती भागात पाठवावी लागत असत, बाहेरील लिफाफ्यावर तिबेटी शिक्का असे. सीमेवर आम्हाला एका माणसाला बाहेरील लिफाफा काढण्यासाठी, आतील लिफाफ्यावर भारतीय तिकीट लावण्यासाठी आणि ते पोस्ट करण्यासाठी सांगावे लागे. सुदैवाने युरोपपर्यंत पत्र पोहोचण्यासाठी केवळ पंधरवड्याचा काळ लागायचा. तिबेटमध्ये टपाल धावपटूंद्वारे नेले जाते जे चार मैलांच्या रिले पद्धतीने काम करत असत. सर्व मुख्य रस्त्यांच्या कडेला झोपड्या आहेत ज्यामध्ये टपाल घेऊन येणाऱ्या धावपटूंच्या पोहोचण्यावर त्यांची टपाल पुढे नेण्याची व्यवस्था असते. पोस्टमन आपल्या कार्यालयाचे प्रतीक म्हणून एक भाला घेऊन चालतात, ज्यावर घंटा बांधलेल्या असतात. भाल्याचा वापर गरज पडल्यास शस्त्र म्हणून केला जाऊ शकतो आणि वाजणाऱ्या घंटा रात्री जंगली प्राण्यांना घाबरवण्यासाठी कामी येतात. टपाल तिकिटे पाच वेगवेगळ्या मूल्यवर्गात छापलेली असतात आणि टपाल कार्यालयांमध्ये विक्रीसाठी उपलब्ध असतात.

ब्रिटिश दूतावासातील आमच्या भेटीने आमच्या मनाला खूप दिलासा दिला. तिथे आमचे स्वागत करण्यात आले होते आणि आम्हाला आशा होती की आता इंग्रजांना जाणीव झाली असेल की आम्ही नुकसान पोहोचवणार नाही.

परतताना आम्हाला काही नोकरांनी थांबवले आणि सांगितले की त्यांचे अधिकारी इच्छितात की आम्ही त्यांना भेटावे. जेव्हा आम्ही विचारले की त्यांचे

अधिकारी कोण आहेत, तेव्हा आम्हाला समजले की ते सरकारी सेवेतील एक उच्च मठवासी अधिकारी आहेत. तिबेटमधील सर्व भिक्षूंचे अधिकार त्यांच्या हातात आहेत.

आम्हाला एका मोठ्या, आलिशान महालात नेण्यात आले. हे खूप स्वच्छ होते. त्याची देखभाल चांगल्या प्रकारे केली गेली होती. सर्व नोकर भिक्षू होते. एका वृद्ध गृहस्थाने आमचे स्वागत केले आणि आम्हाला चहा आणि केक दिले. सामान्य शिष्टाचारानंतर आम्ही गप्पा मारू लागलो आणि लवकरच आम्हाला समजले की आमच्या यजमानाला आमच्यात का रस होता. त्यांनी स्पष्टपणे सांगितले की तिबेट हा एक मागासलेला देश आहे आणि आमच्यासारख्या लोकांचा चांगला उपयोग केला जाऊ शकतो. दुर्दैवाने या प्रकरणात सर्वांचे मत एकसारखे नव्हते. पण, ते पाहतील की ते काय करू शकतात आणि आमच्याबद्दल चांगले मत मांडतील. दरम्यान त्यांनी आम्हाला विचारले की आम्ही आमच्या देशात काय करत होतो आणि आम्ही कोणत्या विषयांचा अभ्यास केला आहे. त्यांना या गोष्टीत विशेष रस होता की औफशनाइटर हे एक कृषी अभियंता होते. तिबेटमध्ये कोणीही या शाखेचे तज्ज्ञ नव्हते आणि त्यांना जाणून घ्यायचे होते की या महान देशात या विषयाला किती वाव आहे!

दुसऱ्या दिवशी आम्ही चारही कॅबिनेट मंत्र्यांची अधिकृत भेट घेतली. हे लोक केवळ रीजेंटलाच जबाबदार आहेत आणि तिबेटमधील सर्वोच्च सत्तेचे प्रतिनिधित्व करतात. त्यांच्यापैकी तीन प्रतिष्ठित नागरिक आहेत आणि चौथे मठवासी अधिकारी आहेत. ते सर्व उच्च कुटुंबातील आहेत आणि अतिशय शानदार पद्धतीने जीवन जगतात.

आम्ही द्विधेत होतो की आम्ही भेटीची सुरुवात कोणापासून करावी. आम्ही मंत्री-भिक्षूपासून सुरुवात करायला हवी होती, पण आम्ही प्रोटोकॉल बाजूला ठेवून सर्वांत तरुण मंत्री, सुरखांग यांना आधी भेटण्याचा निर्णय घेतला. ते बत्तीस वर्षांचे होते आणि त्यांच्या सहकाऱ्यांपेक्षा अधिक पुरोगामी मानले जात असत. आम्हाला एका तरुण व्यक्तीकडून सल्ला आणि माहिती घ्यायची होती.

त्यांनी आमचे मनापासून स्वागत केले आणि लगेच आमच्यात चांगली बातचीत सुरू झाली. आम्हाला जाणून आश्चर्य वाटले की त्यांना बाह्य जगातील घटनांबद्दल चांगली माहिती होती. त्यांनी आम्हाला एका राजेशाही रात्रीच्या जेवणासाठी आमंत्रित केले. जेव्हा आम्ही निरोप घेतला तेव्हा आम्हाला वाटले की आम्ही एकमेकांना वर्षांपासून ओळखतो.

पुढचे जे मंत्री आम्हाला भेटले, ते कबशोपा होते. जे बुटके, जाडजूड आणि काहीसे अहंकारी गृहस्थ होते. ते आमच्याशी नम्रपणे वागले, पण थोडे अंतर ठेवून. त्यांनी आम्हाला त्यांच्या आरामदायी सिंहासनासमोर ठेवलेल्या दोन खुर्च्यांवर बसवले आणि मग त्यांच्या वक्तृत्वाने आम्हाला भारावून टाकले. संभाषणादरम्यान त्यांनी घसा साफ करण्यासाठी खाकरले, ज्यावर एका नोकराने पुढे येऊन त्यांच्यासमोर एक सोनेरी थुंकदाणी ठेवली. तिबेटमध्ये थुंकणे हा एक सामाजिक गुन्हा नाही आणि प्रत्येक टेबलाजवळ छोट्या-छोट्या थुंकदाण्या ठेवल्या जातात, पण आमच्यासाठी हे पाहणे एक नवीन गोष्ट होती की एका नोकराने थुंकणाऱ्याच्या समोर थुंकदाणी ठेवली.

या पहिल्या भेटीत आमच्यासाठी हे समजणे कठीण होते की कबशोपाबद्दल काय धारणा बनवावी. त्यांनी आपली बाजू मांडली आणि आम्ही त्यांच्या वक्तृत्वासमोर शरणागती पत्करली. योग्य वेळी त्यांच्या नम्रतेला नम्रतेने उत्तरही दिले. आम्ही चहाचा औपचारिक कप आदर्श पद्धतीने पिला. कारण त्यांना हे माहित नव्हते की आम्ही तिबेटी भाषा बोलतो, त्यामुळे त्यांच्या पुतण्याला अनुवाद करण्यास सांगण्यात आले. या तरुणाच्या इंग्रजी ज्ञानामुळे त्याला परराष्ट्र मंत्रालयात पद मिळाले होते आणि नंतर आम्ही अनेकदा त्याच्यासोबत गप्पा मारत असू. तो तरुण पिढीचा एक विशिष्ट नमुना होता. त्याने भारतात राहून शिक्षण घेतले होते आणि त्याच्याकडे तिबेटबाबत अनेक सुधारणा योजना होत्या. पण त्याने अद्याप पुराणमतवादी भिक्षूंच्या उपस्थितीत आपली तत्त्वे ठामपणे मांडण्याचे धाडस दाखवले नव्हते. एकदा जेव्हा आम्ही एकटे होतो, तेव्हा तो म्हणाला की औफशनाइटर आणि मी काही वर्षांनंतर ल्हासाला यायला हवे होते, कारण जर तो आणि काही इतर तरुण उच्चभ्रू लोक मंत्री पदावर असते, तर आमच्यासाठी खूप काम असते.

लिंगखोरमध्ये राहणाऱ्या मंत्री-भिक्षूंनी आमचे कमी औपचारिक पद्धतीने स्वागत केले. लिंगखोर, ल्हासापासून पाच मैल अंतरावर स्थित होते. ते मध्यम वयाचे होते आणि त्यांची एक सुंदर छोटी पांढरी दाढी होती, ज्याचा त्यांना खूप अभिमान होता. कारण तिबेटमध्ये दाढी क्वचितच ठेवली जाते. सामान्यतः ते खूप अलिप्त वाटत होते, आणि इतर मंत्र्यांच्या विपरीत कोणतेही मत व्यक्त करणे टाळत असत. त्यांचे नाव रम्पा होते आणि ते उच्चभ्रू वर्गाशी संबंधित असलेल्या मोजक्या अधिकृत भिक्षूंपैकी एक होते. ज्या प्रकारे राजकीय परिस्थिती विकसित होत होती, त्यामुळे ते आतल्या आत चिंतेत असावेत. त्यांना रशियाच्या धोरणावरील आमच्या विचारांमध्ये विशेष रस होता. त्यांनी आम्हाला सांगितले की जुन्या शास्त्रामध्ये अशी भविष्यवाणी केली गेली आहे की उत्तरेकडून एक मोठी सत्ता तिबेटवर ताबा मिळवेल, धर्माचा नाश करेल आणि संपूर्ण जगावर वर्चस्व प्रस्थापित करेल.

शेवटी आम्ही चार मंत्र्यांपैकी सर्वांत वृद्ध पुनखांग यांची भेट घेतली. ते एका छोट्या उंचीचे व्यक्ती होते. त्यांची नजर कमकुवत होती त्यामुळे खूप जाड भिंगाचा चष्मा घालत असत. तिबेटमध्ये ही एक असामान्य गोष्ट होती. चष्म्याला 'बिगर-तिबेटी' वस्तू म्हणून नाकारले जाते. कोणत्याही अधिकाऱ्याला चष्मा घालण्याची परवानगी नव्हती आणि घरातही त्यांना तो घालण्यापासून रोखले जायचे. या मंत्र्याने कार्यालयात घालण्यासाठी दलाई लामांकडून विशेष परवानगी मिळवली होती. महत्त्वाच्या समारंभांमध्ये त्यांच्या कमकुवत दृष्टीमुळे ते खूप असहाय्य व्हायचे. आमच्या स्वागताच्या वेळी पुनखांगसोबत त्यांची पत्नीही उपस्थित होती. हे खरे आहे की मंत्री त्यांच्या पत्नीपेक्षा मोठ्या पदावर विराजमान होते, पण हे समजणे सोपे होते की नियंत्रण त्यांच्या पत्नीच्या हातात होते. सुरुवातीच्या अभिवादनाच्या निवडक शब्दांनंतर पुनखांग यांनी क्वचितच एक वाक्य उच्चारले असेल, जेव्हा की त्यांची पत्नी आमच्यावर प्रश्नांची सरबत्ती करत होती.

नंतर त्यांनी आम्हाला त्यांच्या घराचे पूजा-स्थान दाखवले. ते दलाई लामांना जन्म देणाऱ्या कुटुंबाचे वंशज होते आणि त्यांना या गोष्टीचा अभिमान होता. त्यांनी आम्हाला त्यांच्या हिऱ्याच्या चुऱ्याने चमकत असलेल्या पूजा-स्थानात स्थापित एक पवित्र आकृती दाखवली.

काही काळानंतर पुनखांगच्या मुलांशीही माझी ओळख झाली. त्यांच्यापैकी सर्वांत मोठा ग्यांत्सेचा गव्हर्नर होता आणि त्याचे सिक्कीमच्या एका राजकुमारीशी लग्न झाले होते. ती मूळची तिबेटी होती. ती तिच्या पतीपेक्षा जास्त आकर्षक होती. आणि मी आतापर्यंत जेवढ्याही सुंदर महिला पाहिल्या, ती त्यापैकी एक होती. तिच्यात आशियाई महिलांचे अनोखे आकर्षण आणि शतकानुशतके जुन्या पूर्वेकडील संस्कृतीची छाप होती. तसेच, ती हुशार होती, सुशिक्षित आणि आधुनिक विचारांची होती. तिचे भारतातील सर्वांत चांगल्या शाळांमधून शिक्षण झाले होते. ती तिबेटची पहिली अशी महिला होती जिने आपल्या पतीच्या भावांशी लग्न करण्यास नकार दिला, कारण ही प्रथा तिच्या तत्त्वांशी सुसंगत नव्हती. संभाषणात ती कोणत्याही युरोपियन सभा-संमेलनांमध्ये चर्चा करणाऱ्या बुद्धिमती महिलेच्या बरोबरीची होती. तिला राजकारण, संस्कृती आणि जगात घडणाऱ्या प्रत्येक घटनेत रस होता. ती अनेकदा महिलांसाठी समान अधिकारांची गोष्ट करायची... पण तिबेटला त्या मुक्कामापर्यंत पोहोचण्यासाठी अजून लांबचा पल्ला गाठायचा आहे.

जेव्हा आम्ही पुनखांगचा निरोप घेतला तेव्हा आम्ही त्यांना तिबेटमध्ये राहण्याची परवानगी मिळण्यासाठी आमच्या विनंतीला पाठिंबा देण्याची विनंती केली. अर्थात त्यांनी आमची मदत करण्यासाठी आपली पूर्ण ताकद लावण्याचे वचन दिले, पण आम्ही आशियामध्ये इतका प्रदीर्घ काळ राहिलो होतो की आम्हाला माहित होते की कोणीही, कधीही कोणत्याही गोष्टीसाठी स्पष्ट नकार देत नाही.

आम्हाला खात्री करायची होती की आमची स्थिती सर्व बाजूंनी मजबूत राहावी, म्हणून आम्ही चिनी दूतावासासोबत चांगले संबंध निर्माण करण्याचा प्रयत्न केला. प्रमुखांनी त्याच नम्रतेने आमचे स्वागत केले ज्यासाठी ते ओळखले जातात, आणि जेव्हा आम्ही चीनमध्ये प्रवेश करण्याच्या आणि तिथे व्यवसाय करण्याच्या शक्यतेबद्दल विचारले, तेव्हा त्यांनी आमची गोष्ट त्यांच्या सरकारसमोर मांडण्याचे वचन दिले.

तर, अशा प्रकारे आम्ही सर्वत्र पाठिंबा मिळवण्यासाठी आणि लोकांना आमच्या निरुपद्रवीपणाचा विश्वास वाटण्यासाठी जे काही करू शकत होतो, ते आम्ही केले. असे अनेकदा व्हायचे की जेव्हा आम्ही फेरफटक्यासाठी

बाहेर पडायचो तेव्हा अनोळखी लोक आम्हाला भेटायचे आणि आम्हाला वेडेवाकडे प्रश्न विचारायचे. एके दिवशी एका चिनी माणसाने आमचा फोटो काढला. ल्हासामध्ये कॅमेरा ही एक अत्यंत असामान्य गोष्ट होती आणि या घटनेने आम्हाला विचार करण्यास भाग पाडले. आम्ही आधीच ऐकले होते की ल्हासामध्ये अनेक लोक आहेत जे इतर देशांना माहिती पुरवत आहेत. कदाचित आम्हालाही कोण्या परदेशी शक्तीचे हस्तक (एजंट) समजले जावे. केवळ इंग्रजांनाच माहित होते की आम्ही किती निष्पाप आहोत, कारण त्यांना माहित होते की आम्ही कुठून आलो आहोत आणि ते आमच्या विधानांची सत्यता पडताळण्याच्या स्थितीत होते. दुसरे लोक, जे आमच्याबद्दल इतक्या चांगल्या प्रकारे जाणत नव्हते, ते आमच्याबद्दल विविध प्रकारच्या गोष्टी विचार करू शकत होते. खऱ्या अर्थाने, आमची कोणतीही राजकीय महत्त्वाकांक्षा नव्हती. आम्ही फक्त आश्रय आणि काम मागितले होते जेणेकरून जोपर्यंत आम्ही युरोपला परतत नाही, तोपर्यंत आम्ही काम करत व्यस्त राहू शकू.

दरम्यान वसंत ऋतू आला होता आणि हवामान खूप गरम होते, जरी आता फेब्रुवारीची सुरुवातच होती. ल्हासा कैरोच्या दक्षिणेस स्थित आहे आणि उंचीवर सूर्याची किरणे प्रखर असतात. आम्हाला आता खूप छान वाटत होते, पण आम्ही कोणतेही नियमित काम शोधत होतो. रोजची निमंत्रणे, भेटीगाठी आणि तासनतास चालणाऱ्या मेजवान्या तर आमच्या नशिबातच होत्या. आम्हाला इकडून तिकडे पाठवले जात होते. आम्ही लवकरच या रिकामटेकडेपणाला कंटाळलो. आम्हाला कोणत्याही प्रकारचे काम हवे होते आणि मनोरंजनासाठी खेळ खेळायचे होते. एका छोट्याशा बास्केटबॉल मैदानाशिवाय ल्हासामध्ये खेळांसाठी कोणतीही सोय नव्हती. बास्केटबॉल खेळणारे तरुण तिबेटी आणि चिनी तेव्हा खूप खूश झाले जेव्हा आम्ही त्यांच्यासोबत खेळण्याची ऑफर दिली. चौकात गरम पाण्याच्या शॉवरचीही व्यवस्था होती, पण एका शॉवर-बाथची किंमत दहा रुपये होती. ही आमच्यासाठी खूप जास्त होती.

आम्ही ऐकले होते की काही वर्षांपूर्वी शहरात एक फुटबॉल मैदान होते. अकरा संघ बनवले गेले आणि कप-टाय सामने आयोजित केले गेले. एके

दिवशी सामन्यादरम्यान गारा पडल्या आणि खूप नुकसान झाले, परिणामी फुटबॉलवर बंदी घालण्यात आली. कदाचित रीजेंटने हा खेळ नाकारला होता आणि लोक शक्यता व्यक्त करत होते की याला चर्चच्या प्रभावासाठी धोका मानले जात होते. लोकांमध्ये या खेळाबद्दल प्रचंड उत्साह होता आणि सेरा आणि ड्रेपुंगचे अनेक भिक्षू सामने पाहायचे. तसेही गारा पडण्याला या गोष्टीचे लक्षण मानले गेले की देवाने हा क्षुल्लक खेळ नाकारला आहे, आणि अशा प्रकारे इथून फुटबॉलचा मागमूसही मिटला.

या कथेच्या संदर्भात आम्ही आमच्या मित्रांना विचारले की खरोखरच असे लामा आहेत का जे गारा पडणे थांबवू शकतात किंवा पावसाच्या सरी बरसवू शकतात. खरं तर, तिबेटमध्ये यावर पूर्ण विश्वास ठेवला जातो. सर्व शेतांमध्ये दगडांनी बनवलेले छोटे-छोटे खांब बांधलेले आहेत ज्यामध्ये शंख ठेवलेले आहेत. जेव्हा वादळ येते, तेव्हा यात अगरबत्ती जाळली जाते. अनेक गावांमध्ये तर हवामानाचा अंदाज वर्तवणारे लोकही असतात. असे मानले जाते की या भिक्षूंमध्ये हवामान नियंत्रित करण्याचे विशेष कौशल्य असते. आपला चमत्कार करण्यासाठी ते शंख वाजवतात, ज्यातून आवाज निघतो. आपल्या अनेक डोंगराळ गावांमध्ये वादळ आल्यावर चर्चच्या घंटा वाजवल्या जातात आणि या शंखांच्या प्रभावाची तुलना घंटांच्या कंपनाच्या प्रभावाशी केली जाऊ शकते. पण अर्थातच तिबेटी लोक कोणत्याही भौतिक स्पष्टीकरणाला मानत नाहीत - त्यांच्यासाठी सर्व काही जादू आणि मंत्र आणि देवतांचा खेळ आहे.

आम्ही तेराव्या दलाई लामांच्या काळातील एक खूप चांगली कथा ऐकली. अर्थातच, त्यांच्या दरबारात हवामानाचा अंदाज वर्तवणारी एक व्यक्ती होती, जो आतापर्यंतचा सर्वांत प्रसिद्ध चमत्कार दाखवणारा व्यक्ती होता. त्याचे खास काम होते वादळात राजा देवतेच्या बागेचे रक्षण करणे. एके दिवशी जोरदार गारांचा पाऊस पडला आणि सर्व फुले गळून पडली आणि पिकलेली फळे नष्ट झाली. हवामानाचा अंदाज वर्तवणाऱ्याला जिवंत बुद्धासमोर बोलावण्यात आले. ते त्यांच्या सिंहासनावर बसले होते. भविष्यवाणी करणाऱ्या जादूगाराला आदेश देण्यात आला की त्याने लगेच आपला

चमत्कार दाखवावा, अन्यथा त्याला बडतर्फ केले जाईल आणि शिक्षाही केली जाईल. त्या माणसाने साष्टांग दंडवत घातला आणि एक साधीशी चाळण मागवली. मग त्याने सिंहासनावर बसलेल्या दलाई लामांना विचारले की जर चाळणीत टाकलेले पाणी त्यातून वाहून गेले नाही, तर ते समाधानी होतील का. दलाई लामांनी मान हलवून होकार दिला आणि, चमत्कार झाला. चाळणीत टाकलेले पाणी त्यातच राहिले. त्याची प्रतिष्ठा वाचली आणि त्याला त्याच्या चांगल्या पगाराच्या पदावर राहण्याची परवानगी मिळाली.

यादरम्यान आम्ही सातत्याने या गोष्टीवर विचार करत होतो की जर आम्ही ल्हासामध्येच राहिलो तर आपला उदरनिर्वाह चालवण्यासाठी काय केले जाऊ शकते. तूर्तास इथे लोक आमच्याशी खूप उदारतेने वागत होते, आम्हाला त्सम्पा, अन्न, लोणी आणि चहाची पाकिटे दिली गेली. एक सुखद आश्चर्य हे होते की कबशोपाच्या पुतण्याने आम्हाला परराष्ट्र मंत्रालयाच्या वतीने ५०० रुपयांची भेट दिली. आमच्या धन्यवाद पत्रात आम्ही म्हटले होते की जर सरकारने आम्हाला अन्न आणि निवासाची हमी दिली तर आम्ही त्यांच्यासाठी काम करायला तयार आहोत.

गेल्या तीन आठवड्यांपासून आम्ही थांगमेच्या पाहुणचाराचा आनंद लुटत होतो. आता श्रीमंत त्सारोंगने आम्हाला त्यांच्यासोबत राहण्यासाठी आमंत्रित केले आणि आम्ही कृतज्ञतापूर्वक त्यांचे आमंत्रण स्वीकारले. थांगमेला चार मुले होती आणि त्यांना आमच्या खोलीची गरज होती. थांगमेने आम्हा बिचाऱ्या भटक्यांना आपल्या घरात आश्रय दिला होता आणि एका खऱ्या मित्राचे कर्तव्य बजावले होते. आम्ही त्यांचा दयाळूपणा कधीही विसरलो नाही. नवीन वर्षाच्या दिवशी ते आमच्याकडून पांढरा स्कार्फ मिळवणारे पहिले व्यक्ती होते, आणि नंतर जेव्हा माझे स्वतःचे घर झाले तेव्हा ते माझ्या ख्रिसमस पार्ट्यांमध्ये नियमित पाहुणे असायचे.

त्सारोंगच्या घरात आम्हाला एक मोठी खोली देण्यात आली, ज्यामध्ये युरोपियन फर्निचर, एक टेबल, आरामखुर्ची, बेड आणि उत्तम गालिचे अंथरलेले होते. बाजूला आम्हाला आंघोळीसाठी एक छोटी खोली मिळाली. इथे आम्हाला एक अशी खोलीही मिळाली ज्याची आम्हाला आतापर्यंत

खूप उणीव भासत होती. इथे होती नैसर्गिक विधी उरकण्याची सोय. या बाबतीत तिबेटी लोक खूपच निष्काळजी आहेत आणि कोणत्याही जागेला शौचालयासाठी योग्य मानून घेतात.

त्सारोंग अनेक आचाऱ्यांचा खर्च उचलू शकत होते. त्यांचा आचारी अनेक वर्षे कलकत्त्याच्या सर्वांत चांगल्या हॉटेलमध्ये काम करून आला होता आणि युरोपियन पाककलेत निपुण होता. भाजलेले मांस तो अप्रतिम बनवायचा आणि तो एक उत्कृष्ट पेस्ट्री कुक आणि कन्फेक्शनरही होता. आणखी एका आचाऱ्याला चीनला पाठवले होते आणि तो चायनीज पदार्थ बनवायला शिकून परतला होता. त्सारोंगला आपल्या पाहुण्यांना नवनवीन पदार्थ खाऊ घालून चकित करायला आवडायचे. आम्हाला हे जाणून आश्चर्य वाटले की मोठ्या घरांमध्ये आचारी म्हणून कधीही महिलांना ठेवले जात नाही. त्यांना केवळ स्वयंपाकघरात मदत करण्यासाठी आणि बाकीच्या कामांच्या मदतीसाठी ठेवले जाते.

तिबेटी जेवणाची वेळ आपल्यासारखी नाही. सकाळी लवकर लोक लोणी घातलेला चहा पितात आणि खरे तर संपूर्ण दिवसात अनेक वेळा पितात. मी लोकांबद्दल ऐकले आहे की ते एका दिवसात दोनशे कपपर्यंत हा चहा पितात. पण मी याला अतिशयोक्ती मानतो. दिवसातून दोन मुख्य जेवणे होतात, एक सकाळी १० वाजता आणि दुसरे सूर्यास्तानंतर. यापैकी पहिले, ज्यामध्ये त्सम्पाचा एक पदार्थ आणि काही सॅलड असते, ते आम्ही आमच्या खोलीतच खायचो. संध्याकाळच्या जेवणासाठी आम्हाला सहसा यजमानासोबत सामील होण्यासाठी आमंत्रित केले जायचे. संपूर्ण कुटुंब एका मोठ्या टेबलाभोवती बसायचे. अनेक प्रकारचे पदार्थ वाढले जायचे आणि हे जेवण खूप महत्त्वाचे असायचे. यामध्ये घरातील सर्व लोक एकत्र यायचे आणि दिवसभराच्या घटनांवर चर्चा करायचे.

रात्रीच्या जेवणानंतर आम्ही सर्वजण लिव्हिंग रूममध्ये बसायचो. या खोलीत अनेक प्रकारचे गालिचे, पेट्या आणि मूर्ती ठेवलेल्या असल्यामुळे खूप भरलेली-भरलेली वाटायची. इथे आम्ही सिगारेट आणि बिअर प्यायलो. आम्हाला आमच्या यजमानाच्या नवीनतम खरेदीचे कौतुक करण्याचीही

संधी मिळाली, कारण ते नेहमी काही ना काही खरेदी करतच राहायचे. त्यांच्याकडे एक शानदार वायरलेस सेट होता, जो जगातील सर्व स्टेशन्सची माहिती देत होता. याचे रिसेप्शन खूप छान होते, कारण 'जगाच्या छतावर' वातावरणातील अडथळे नसतात. त्यांच्याकडे ऐकण्यासाठी नवीनतम रेकॉर्ड्स होते. एक सिने-कॅमेरा होता, फोटो मोठे करण्यासाठी एक नवीन उपकरण होते आणि एका संध्याकाळी त्यांनी एका पेटीतून ओडोलाइट काढला! त्सारोंगना या सर्व उपकरणांची पूर्ण माहिती होती. मला वाटते की शहरात त्यांच्यासारखा हौशी व्यक्ती दुसरा नव्हता. त्यांच्या घरापेक्षा चांगल्या घराची कल्पनाही केली जाऊ शकत नव्हती. ते टपाल तिकिटे गोळा करायचे आणि जगातील सर्व भागातील लोकांशी पत्रव्यवहार करायचे. त्यांचा मुलगा इंग्रजी जाणत होता, त्यामुळे या कामात तो त्यांची मदत करत असे. त्यांच्याकडे निवडक उत्तम पुस्तकांची एक लायब्ररी होती. यामध्ये पाश्चिमात्य पुस्तकांचा एक मोठा संग्रह होता. यापैकी अनेक पुस्तके त्यांना भेट म्हणून मिळाली होती, कारण ल्हासाला येणारा प्रत्येक युरोपियन त्यांच्या घरी पाहुणा म्हणून थांबायचा आणि त्यांच्यापैकी बहुतांश त्यांच्या प्रवासाची आठवण म्हणून पुस्तके सोडून जायचे.

त्सारोंग एक असाधारण व्यक्ती होते. त्यांनी शहरात सतत सुधारणा आणण्याचा प्रयत्न केला होता, आणि जेव्हाही सरकारला कोणत्याही महत्त्वाच्या समस्येला सामोरे जायचे असे, तेव्हा त्यांना सल्ला देण्यासाठी बोलावले जायचे. देशाचा एकमेव लोखंडी पूल बनवण्याचे श्रेय त्यांना जाते. हा त्यांनी भारतात बनवला होता. हा तुकड्यांमध्ये बनवला होता. हे तुकडे याक आणि हमालांच्या माध्यमातून तिबेटला आणले गेले होते. त्सारोंग स्वबळावर यशस्वी, श्रीमंत बनलेले आणि अत्याधुनिक विचारांचे व्यक्ती होते. त्यांच्या योग्यतेची पाश्चात्य देशांनीही दखल घेतली होती.

त्यांचा मुलगा जॉर्जने आपल्या वडिलांच्या पावलांवर पाऊल ठेवत आपले नाव कमावले. त्याने भारतीय शाळेतून शिक्षण घेतले होते आणि शाळेचे नाव उज्वल केले. पहिल्याच भेटीत आम्ही त्याच्या ज्ञानाने आणि त्याच्या विविध प्रकारच्या आवडीनिवडींनी प्रभावित झालो होतो. यावेळी

त्याच्यावर फोटोग्राफीचे वेड सवार होते आणि त्याने जे फोटो काढले होते, ते खूपच शानदार होते. एका संध्याकाळी त्याने आम्हाला एक रंगीत फिल्म दाखवून चकित केले. ही त्याने स्वतः बनवली होती. ही इतकी शानदार आणि कोणतीही गडबड नसलेली होती की ही पाहून एकदा कोणालाही वाटले असते की तो प्रथम श्रेणीचा चित्रपट पाहत आहे. जरी नंतर मोटर आणि स्पूलमध्ये काही अडचणी आल्या, ज्या दुरुस्त करण्यात औफशनाइटर आणि मी मदत केली.

त्सारोंगसोबतचे आमचे जेवण आणि त्यांच्याकडून तसेच ब्रिटिश दूतावासाकडून घेतलेली पुस्तके हेच आमच्या संध्याकाळचे एकमेव मनोरंजन होते. ल्हासामध्ये कोणतेही चित्रपटगृह किंवा नाट्यगृह नव्हते आणि कोणतेही हॉटेल किंवा पबही नव्हते. सामाजिक जीवन पूर्णपणे खाजगी घरांपुरतेच मर्यादित होते.

आम्ही आमचे दिवस शहर पाहण्यात घालवायचो, कारण आम्हाला भीती होती की कुठे आम्हाला सर्व काही पाहण्यापूर्वीच तिथून बाहेर पडावे तर लागणार नाही. आमच्याकडे कोणावरही संशय घेण्याचा कोणताही ठोस आधार नव्हता, पण आम्हाला वाटले की संकटाच्या वेळी आम्ही आमच्या मित्रांवर अवलंबून राहू शकत नाही, मग ते कितीही उदार का असेनात. आम्ही अनेकदा एक अशी कथा ऐकली होती, जी आम्हाला चेतावणीसारखी वाटायची. सरकारने एका इंग्रजी शिक्षकाला ल्हासामध्ये युरोपियन प्रकारची शाळा उघडण्यासाठी बोलावले होते आणि त्याला एक मोठा करार दिला गेला होता. सहा महिन्यांनंतरच त्याला आपले सामान बांधून परतावे लागले होते. प्रगतीला विरोध करणाऱ्या भिक्षूंनी त्याला कामच करू दिले नाही.

आम्ही दररोज कोणा ना कोणाला भेटत असू. खूप लोक आम्हाला भेटायला येत असत आणि अशा प्रकारे आम्हाला प्रतिष्ठित तिबेटी लोकांचे कुटुंब आणि त्यांच्या दिनचर्येबद्दल चांगली माहिती मिळाली. ल्हासाचे रहिवासी आणि आमच्या शहरांतील लोकांची तुलना केल्यावर आम्हाला समजले की इथे लोकांकडे भरपूर वेळ होता.

तिबेटला अद्याप आधुनिक जगातील सर्वांत वाईट, सतत धावपळ करत राहण्याच्या आजाराने ग्रासलेले नव्हते. इथे कोणतीही व्यक्ती खूप जास्त काम करत नाही. अधिकाऱ्यांचे जीवन सोपे आहे. ते सकाळी उशिरा ऑफिसला जातात आणि दुपारी लवकरच आपल्या घरी परततात. जर कोण्या अधिकाऱ्याच्या घरी पाहुणे असतील किंवा ऑफिसला न जाण्याचे कोणतेही इतर कारण असेल, तर तो नोकर पाठवून आपल्या सहकाऱ्याला त्याचे काम पूर्ण करण्यास सांगतो.

महिलांना समान अधिकारांबद्दल काहीही माहिती नाही आणि त्या जशा आहेत, त्यातच खूश आहेत. त्या आपला चेहरा सजवण्यात-सावरण्यात, मोत्यांच्या माळा ओवण्यात, कपड्यांसाठी नवीन कापड निवडण्यात वेळ घालवतात आणि पुढच्या पार्टीत श्रीमती अमक्याची चमक कशी फिकी पाडायची, याचा विचार करण्यात तासनतास घालवतात. त्या घरच्या कामांबद्दल चिंतेत नसतात, सर्व कामे नोकर-चाकर उरकतात. पण घरची मालकीण नेहमी आपल्या कमरेला किल्ल्यांचा जुडगा लटकवून ठेवते, जेणेकरून लोकांना कळावे की ती घरमालकीण आहे. ल्हासामध्ये छोट्यातील छोटी गोष्ट कुलुपात बंद करून ठेवली जाते.

इथे माह-जोंगही आहे. एका काळात हा खेळ जगभरात लोकप्रिय होता. लोकांना तो इतका आवडायचा की सर्व काही विसरून दिवस-रात्र ते खेळत राहायचे. यामध्ये अनेकदा खूप मोठे डाव लावले जायचे आणि प्रत्येक जण खेळायचा, अगदी नोकर-चाकरही. लोक वर्षानुवर्षांची जमा-पूंजी काही तासांत गमावून बसायचे. शेवटी सरकारला वाटले की याचा अतिरेक होत आहे तेव्हा या खेळावर बंदी घालण्यात आली. लपून-छपून खेळणाऱ्या आणि खेळवणाऱ्यांना मोठा दंड आणि कडक शिक्षा दिली गेली. आणि अशा प्रकारे लोकांची यातून सुटका झाली! लोक म्हणतात की प्रत्येकाला हा खेळ खेळायचा होता आणि तो बंद केल्यावर ते निराश झाले होते, जरी मी असे मानत नाही. माह-जोंग बंद झाल्यानंतर, हळूहळू लोकांना समजू लागले. या महामारीच्या काळात बाकी सर्व कामे कशी दुर्लक्षित राहायची. आता शनिवारी, कोण्या सुट्टीच्या दिवशी लोक बुद्धीबळ (Chess) किंवा हलमा खेळू लागले. शब्दकोडी किंवा इतर मनोरंजक खेळांमध्ये स्वतःला व्यस्त ठेवू लागले.

१६ फेब्रुवारीला ल्हासामध्ये आम्हाला एक महिना झाला होता. आमचे भविष्य अजूनही अनिश्चित होते. आमच्याकडे कोणतेही काम नव्हते आणि आम्ही आमच्या भविष्याबद्दल काळजीत होतो. याच दिवशी कबशोपा परराष्ट्र मंत्रालयाच्या दूतासारखे गंभीर मुद्रेत आमच्याकडे आले. त्यांच्या हावभावावरून आम्हाला समजले की ते आमच्यासाठी कोणतीतरी वाईट बातमी घेऊन आले आहेत. त्यांनी आम्हाला सांगितले की सरकार तिबेटमधील आमचा सततचा मुक्काम स्वीकारणार नाही आणि आम्ही ताबडतोब भारतात निघून गेले पाहिजे. आमच्या मनात नेहमी ही भीती तर होतीच, पण तरीही वास्तवाने आम्ही निराश झालो. आम्ही विरोध करायला सुरुवात केली, पण कबशोपाने आपले खांदे उडवले आणि म्हणाले की आम्ही उच्च स्तरावर बोलले पाहिजे.

या दुःखद बातमीवर आमची पुढची प्रतिक्रिया ही होती की आम्ही ल्हासामध्ये बसून पूर्व तिबेटचे जेवढे जास्तीत जास्त नकाशे मिळतील, ते गोळा करावेत. संध्याकाळी आम्ही मार्गाची रूपरेषा बनवण्याचे आणि योजना आखण्याचे काम सुरू केले. आम्ही एका गोष्टीवर ठाम होतो की आता आम्ही काटेरी कुंपणाच्या मागे जाणार नाही! आम्ही पळून जाऊन चीनला जाणे पसंत करू आणि तिथे आमचे नशीब आजमावू. आमच्याकडे थोडे पैसे होते आणि आमच्याकडे बऱ्यापैकी साधनसामग्रीही होती. खाण्यापिण्याचे सामान गोळा करणे कठीण होणार नाही. पण मला माझ्या सायटिकाच्या वेदनांबद्दल विचार करायचा होता जो बरा होत नव्हता. औफशनाइटरने आधीच ब्रिटिश दूतावासाच्या डॉक्टरला बोलावून मला दाखवले होते. त्यांनी मला काही पावडर आणि इंजेक्शन दिले होते, पण त्यांचा कोणताही फायदा झाला नाही. काय माझा हा निरर्थक आजार आमच्या योजनांवर पाणी फेरणार होता? मला निराशा वाटू लागली.

दुसऱ्या दिवशी दलाई लामांच्या आई-वडिलांच्या घरी गेलो. आम्हाला वाटले की त्यांच्या हस्तक्षेपाने आम्हाला मदत मिळेल. महान माता आणि लोबसंग समतेन यांनी तरुण राजा देवतेला संपूर्ण कहाणी सांगण्याचे वचन दिले आणि त्यांना खात्री होती की ते आमच्या बाजूने बोलतील. त्यांनी

खरोखरच तसे केले, आणि जरी तरुण दलाई लामांकडे अद्याप कोणतीही कार्यकारी सत्ता (Executive power) नव्हती, तरीही त्यांची सदिच्छा निश्चितपणे आमच्या उपयोगी पडली. दरम्यान, औफशनाइटरही धावपळ करून एका ओळखीच्या व्यक्तीकडून दुसऱ्या ओळखीच्या व्यक्तीकडे जात होते, जेणेकरून कशा ना कशा प्रकारे आमचे काम मार्गी लागेल. आणि प्रत्येक प्रकारची खबरदारी घेण्याच्या दृष्टीने आम्ही इंग्रजीत एक याचिका तयार केली ज्यामध्ये आम्ही तिबेटमध्ये राहण्याच्या परवानगीच्या समर्थनार्थ आमचे सर्व युक्तिवाद (Arguments) मांडले.

असे वाटत होते की नशीब आमच्याविरुद्ध कट रचत होते, कारण माझा सायटिकाचा त्रास इतका वाढला की मी हलूही शकत नव्हतो. मला खूप वेदना होऊ लागल्या आणि मला अंथरुणावरच पडून राहावे लागले, तर औफशनाइटर शहरभर दमछाक होईपर्यंत धावत-पळत राहिले. हे चिंतेचे दिवस होते.

२१ फेब्रुवारीला काही सैनिक आमच्या दारात आले. त्यांनी आम्हाला आमचे सामान पॅक करायला सांगितले, कारण त्यांना आम्हाला भारतात नेण्याचा आदेश देण्यात आला होता. आम्हाला दुसऱ्या दिवशी सकाळी लवकर निघायचे होते. असे वाटत होते की आता सर्व काही संपले आहे, पण मी कसा प्रवास करू शकत होतो? माझ्यासाठी तर एक पाऊल चालणेही कठीण होते. मी लेफ्टनंटला माझी अवस्था दाखवण्याचा प्रयत्न केला. त्याने आपली असहाय्यता व्यक्त केली. सर्व सैनिकांप्रमाणे त्यालाही आदेशांचे पालन करायचे होते आणि तो कोणतेही स्पष्टीकरण ऐकू इच्छित नव्हता. मी स्वतःला सावरत त्याला सांगितले की त्याने त्याच्या वरिष्ठांना सांगावे की जोपर्यंत मला उचलून नेले जात नाही, मी माझ्या पायांवर चालून ल्हासा सोडू शकत नाही. सैनिक परत गेले.

आम्ही लगेच सल्ला आणि मदतीसाठी त्सारोंगशी संपर्क साधला, पण त्याच्याकडे आम्हाला सांगण्यासारखे काहीही नवीन नव्हते. त्यांनी सांगितले की सरकारच्या आदेशाचा विरोध केला जाऊ शकत नाही. माझ्या खोलीत एकटे पडून मी माझ्या सायटिकाला कोसत होतो. जर मी निरोगी असतो, तर

आम्हाला पळून जाण्यापासून कोणीही रोखू शकले नसते आणि आम्ही त्याच रात्री पळून गेलो असतो. आम्ही काटेरी तारांच्या मागे बनवलेल्या आरामदायी निवासस्थानाच्या तुलनेत अडचणी आणि धोक्याला प्राधान्य दिले. उद्या मला घेऊन जाणे इतके सोपे नसेल आणि मी कटुतेने निष्क्रिय प्रतिकाराची (Passive resistance) भूमिका घेण्याचा निर्णय घेतला.

पण दुसऱ्या दिवशी सकाळी काहीही झाले नाही - कोणताही सैनिक आला नाही, आणि कोणतीही बातमी आली नाही. आम्ही उत्सुकतेने कबशोपाला भेटू इच्छित होतो. ते स्वतः आले आणि थोडे खजील दिसत होते. औफशनाइटरने माझी वाईट अवस्था दाखवली आणि आमच्या समस्येवर चर्चा केली. त्यांनी अतिशय गंभीरपणे विचारले, 'काय तडजोड शक्य होणार नाही?'

दरम्यान, आम्हाला संशय आला होता की कदाचित या प्रकरणात इंग्रजांचा हात होता आणि त्यांनी तिबेटकडे आम्हाला त्यांच्या हवाली करण्यास सांगितले असेल.

आम्हाला जाणवले की तिबेट एक छोटा देश आहे आणि आपल्या शेजाऱ्यांशी चांगले संबंध ठेवणे त्यांच्या हिताचे आहे. दोन जर्मन युद्धकैद्यांच्या इतक्या छोट्याशा गोष्टीसाठी इंग्लंडसोबत गैरसमज निर्माण करण्यात काय अर्थ होता? म्हणून औफशनाइटरने सुचवले की त्यावेळी दूतावासात प्रभारी म्हणून काम करत असलेल्या इंग्रज डॉक्टरकडून माझ्या अवस्थेबद्दल प्रमाणपत्र घ्यावे. कबशोपाने ही सूचना इतक्या तत्परतेने स्वीकारली की आम्ही एकमेकांकडे पाहिले आणि आम्हाला खात्री पटली की आमचा संशय रास्त होता. डॉक्टर दिवसा मला भेटायला आले आणि मला सांगितले की आमच्या निघण्याच्या तारखेचा निर्णय सरकारने त्यांच्यावर सोडला आहे. त्यांनी मला इंजेक्शन दिले, पण कोणताही फायदा झाला नाही. मला त्सारोंगकडून मिळालेल्या थर्मोजीन (Thermogene) लोकरीच्या भेटीमुळे अधिक आराम मिळाला.

आता मी माझ्या आजारावर मात करण्याचा निश्चय केला. मी ठाम होतो की यामुळे आता आमची योजना फसणार नाही. माझ्या इच्छाशक्तीचा

पूर्ण वापर करत मी दररोज जबरदस्तीने व्यायाम करू लागलो. एका लामाने मला सल्ला दिला होता की मी माझ्या पायाच्या तळव्यांनी एक काठी पुढे-मागे फिरवावी. हे काम मी दररोज तासनतास खुर्चीवर बसून केले. व्यायाम खूप वेदनादायक होता, पण यामुळे हळूहळू माझ्या अवस्थेत सुधारणा झाली आणि शेवटी मी एका म्हाताऱ्या व्यक्तीसारखे बागेत जाऊन वसंत ऋतूच्या उन्हाची ऊब घेण्यास सक्षम झालो.

. . . . .

आता वसंत ऋतू पूर्ण बहरात होता. मार्च महिना आला होता आणि चार मार्च रोजी नवीन वर्षाचा उत्सव सुरू झाला. सर्व तिबेटी सणांमध्ये हा सर्वांत मोठा होता. आणि हा तीन आठवडे चालतो. अरेरे! मी यात सहभागी होऊ शकलो नाही. लांबून मी ढोल आणि ट्रॉम्बोनचा आवाज ऐकला आणि घरात ज्या प्रकारे उत्साहाचे वातावरण बनले होते त्यावरून मला समजत होते की हा सण किती महत्त्वाचा होता. त्सारोंग आणि त्याचा मुलगा रोज मला भेटायला यायचे आणि आपले शानदार नवीन कपडे दाखवायचे. हे रेशीम आणि ब्रोकेडपासून बनलेले होते. अर्थातच, औफशनाइटर सर्वत्र गेला आणि संध्याकाळी मला सर्व काही सांगितले.

यावर्षी 'फायर-हाउंड-इयर' (Fire-Hound-Year) होते. ४ मार्च रोजी (किंवा याच्या आजूबाजूच्या तारखेला, कारण तिबेटी नवीन वर्षही ईस्टरप्रमाणे मागे-पुढे होते) सिटी मॅजिस्ट्रेट आपले अधिकार भिक्षूंना सोपवतात. हे धर्मनिरपेक्ष सत्तेद्वारे धर्माला त्याच्या पदाची पुनर्स्थापना करण्याचे प्रतीक आहे, ज्याचा मूळतः हा हिस्सा होता. ही एका कडक आणि भयंकर शासनाची सुरुवात आहे. सुरुवातीला संपूर्ण परिसर स्वच्छ केला जातो आणि या हंगामात ल्हासा आपल्या स्वच्छतेसाठी प्रसिद्ध आहे. याच वेळी एका प्रकारच्या नागरी शांततेची (Civil peace) घोषणा केली जाते. सर्व भांडण-तंटे बंद होतात. सार्वजनिक कार्यालये बंद होतात, पण रस्त्याच्या कडेला व्यापार करणाऱ्यांची घासाघीस पूर्वीपेक्षा अधिक वाढते. जुगारासह सर्व गुन्ह्यांसाठी कठोर शिक्षा मिळते. भिक्षू निर्दयी

न्यायाधीश असतात आणि ते भयंकर शिक्षा देण्यास सरावलेले असतात, ज्यामुळे कधी-कधी पीडिताचा मृत्यूही होतो. (जरी हे देखील खरे आहे की अशा प्रकरणांमध्ये रीजेंट हस्तक्षेप करतात आणि जबाबदार व्यक्तींवर कारवाई करतात.)

असे वाटत होते की उत्सवांच्या दरम्यान आम्हाला विसरले गेले होते आणि आम्हीही काळजी घेतली की लोकांचे लक्ष आमच्याकडे वेधले जाऊ नये. सरकार कदाचित इंग्रज डॉक्टरच्या या निर्णयावर समाधानी असावी की मी अद्याप प्रवासाच्या योग्यतेचा नाही. आम्हाला वेळ मिळत होता. माझ्यासाठी सर्वांत चांगली गोष्ट ही होती की मी बरा व्हावा आणि मग कदाचित आपण चीनच्या दिशेने पळून जाऊ शकू.

मी रोज बागेत ऊन खायचो आणि वाढत्या उष्णतेचा आनंद घ्यायचो. त्यामुळे मी तेव्हा आश्चर्यचकित झालो, जेव्हा एका सकाळी उठल्याबरोबर मी पाहिले की वसंताची हिरवळ बर्फाने झाकलेली आहे. असे फार क्वचितच होते की ल्हासामध्ये या हंगामात इतके बर्फ पडते. हे ठिकाण आशियाच्या इतक्या मध्यभागी वसलेले आहे की वातावरणीय दाबाचा पट्टा (Atmospheric depression) क्वचितच इथपर्यंत पोहोचू शकतो. इथपर्यंत की हिवाळ्यातही बर्फ जास्त काळ टिकत नाही. यावेळी ते लवकरच वितळले. याचा काही फायदा झाला. वाळू आणि धूळ चिखलात बदलली. याने नंतर येणाऱ्या वाळूच्या वादळाची समस्याही कमी केली.

ही वादळे दर वसंतात नियमितपणे येतात आणि सुमारे दोन महिने चालतात. ती साधारणपणे दुपारच्या वेळी शहरात धडकतात. वादळाला एका विशाल काळ्या ढगाच्या रूपात भयंकर वेगाने येताना पाहिले जाऊ शकते. पोटाला पॅलेस दिसत नाही आणि प्रत्येकजण घराकडे पळू लागतो. रस्त्यावरील वर्दळ थांबते, घरांच्या खिडक्या खडखडू लागतात, आणि शेतातील प्राणी शांतपणे उभे राहतात आणि संयमाने वादळ जाण्याची वाट पाहतात. गल्लीतील असंख्य कुत्रे कोण्या एका कोपऱ्यात गोळा होतात. (ते साधारणपणे इतके शांत नसतात. एके दिवशी औफशनाइटर फाटलेल्या झग्यासह घरी परतले होते. गल्लीतील कुत्र्यांनी त्यांच्यावर हल्ला केला होता.

याच कुत्र्यांनी एका मरत असलेल्या घोड्याला पूर्णपणे मारून खाऊन टाकले होते. कुत्र्यांच्या कळपाला रक्ताची चव मिळाली होती.)

धुळीच्या वादळाची वेळ ही वर्षातील सर्वांत त्रासदायक वेळ असते. ल्हासातील घरांमध्ये दुहेरी खिडक्या नसतात या कारणाने खोल्यांच्या आतही धूळ येते. वसंत ऋतूतील या वादळांपासून मिळणारा एकमेव दिलासा हा असतो की हिवाळा पूर्णपणे संपलेला असतो. सर्व माळ्यांना माहीत असते की आता त्यांना थंडीची भीती बाळगण्याची गरज नाही. या हंगामात कालव्यांच्या कडेला असलेल्या गवताळ मैदानात हिरवळीची पहिली झलक दिसते. चर्चच्या गेटवरील वीपिंग विलो (Weeping willow) फुलू लागतात. पातळ, लटकणाऱ्या फांद्या आणि बारीक पिवळ्या फुलांमुळे वसंत ऋतूला एक काव्यात्मक अर्थ मिळतो.

जेव्हा मी पुन्हा चालण्या-फिरण्यायोग्य झालो तेव्हा मी काही ना काही करण्यास उत्सुक होतो. त्सारोंगने आपल्या बागेत फळांची शेकडो रोपे लावली होती. ती सर्व बियांपासून उगवली होती आणि आतापर्यंत त्यांना कोणतीही फळे आली नव्हती. जॉर्ज (माझ्या यजमानाचा मुलगा) सोबत मिळून मी त्यांना पद्धतशीरपणे कलमे बांधण्याचे (Grafting) काम सुरू केले. यामुळे घरच्यांना हसण्याचे एक नवीन कारण मिळाले. तिबेटमध्ये कलम बांधण्याबद्दल कोणालाही माहीत नाही आणि यासाठी त्यांच्या भाषेत कोणताही शब्दही नाही. त्यांनी याला 'लग्न' म्हटले. त्यांना हे खूप मजेशीर वाटले.

तिबेटी लोक एक आनंदी आणि त्यांच्यात बालसुलभ हसण्या-खिदळण्याचे गुण आहेत. ते हसण्याच्या प्रत्येक संधीबद्दल कृतज्ञता व्यक्त करतात. जर कोणी अडखळले किंवा घसरले तर ते तासनतास हसत राहतात. इतरांच्या दुर्दैवावर खूश होणे हे जवळजवळ सार्वत्रिक (Universal) आहे, पण इथे यामध्ये वाईट हेतू नसतो. ते प्रत्येक गोष्टीची आणि प्रत्येकाची मस्करी करतात. कारण त्यांच्याकडे वर्तमानपत्रे येत नाहीत, त्यामुळे ते गाणी आणि उपहासाच्या माध्यमातून अप्रिय घटना किंवा आक्षेपार्ह व्यक्तींवर टीका करतात. मुले आणि मुली संध्याकाळी बरखोर (व्यावसायिक परिसर) मध्ये नवीनतम गाणी गात-गुणगुणत फेरफटका मारतात. इथपर्यंत की मोठ्या-

मोठ्या व्यक्तींचीही खिल्ली उडवली जाऊ शकते. कधी-कधी सरकार एखाद्या विशिष्ट गाण्यावर बंदी घालते, पण ते गाण्यासाठी कधीही कोणाला शिक्षा केली जात नाही. मग ते सार्वजनिकरीत्या गायले जात नाही, तर खाजगीरित्या आणखी जास्त ऐकले जाते.

बरखोरमध्ये सर्वांत जास्त गर्दी नवीन वर्षाला असते. हा रस्ता चर्चच्या भोवती एक वर्तुळ बनवतो आणि शहराचे बहुतांश जीवन याच रस्त्यावर केंद्रित आहे. अनेक मोठी व्यापारी घराणी इथेच आहेत आणि सर्व धार्मिक आणि लष्करी मिरवणुका इथूनच सुरू होतात आणि इथेच येऊन संपतात. संध्याकाळच्या वेळी, विशेषतः सार्वजनिक सुट्ट्यांच्या दिवशी, धर्मपरायण नागरिक बरखोरमध्ये प्रार्थना करण्यासाठी गर्दी करतात. असे नाही की बरखोरमध्ये फक्त धर्मपरायणताच दिसून येते. तुम्हाला सुंदर महिलाही त्यांचे नवीन कपडे दाखवताना आणि उच्चभ्रू वर्गातील तरुणांसोबत थोडीफार मस्करी (Flirting) करतानाही दिसतील.

थोडक्यात सांगायचे तर बरखोर हे व्यापार, मनमिळाऊपणा आणि मौजमजेचे केंद्र आहे.

पहिल्या तिबेटी महिन्याच्या पंधराव्या तारखेपर्यंत मी इतका बरा झालो होतो की मी देखील उत्सवात सहभागी होऊ शकत होतो. पंधरावा दिवस हा महान दिवसांपैकी एक आहे. एक शानदार मिरवणूक निघते ज्यामध्ये दलाई लामा भाग घेतात. त्सारोंगने आम्हाला वचन दिले की ते त्यांच्या घराच्या खिडकीतून बरखोरचे दृश्य पाहण्याची सोय उपलब्ध करून देतील. आम्ही तळमजल्यावर होतो, कारण कोणालाही त्या महानुभावांच्या डोक्यापेक्षा जास्त उंचीवर उभे राहण्याची परवानगी नाही, जे यादरम्यान रस्त्यावरून जातात. ल्हासामध्ये कोणतेही घर दोन मजल्यांपेक्षा जास्त उंच असू शकत नाही, कारण चर्च किंवा पोटालाशी स्पर्धा करणे ईशनिंदा (Sacrilege) मानले जाते. या नियमाचे काटेकोरपणे पालन केले जाते. काही मोठे लोक गरम हवामानात त्यांच्या घरांच्या सपाट छतांवर लाकडी छोट्या-छोट्या कुट्या बनवतात, या सहजपणे वेगळ्या केल्या जाऊ शकतात. जेव्हा दलाई लामा किंवा रीजेंट कोणत्याही मिरवणुकीत भाग घेतात तेव्हा या रातोरात गायब होतात.

जेव्हा रस्त्यांवर रंगीबेरंगी कपड्यांनी सजलेली गर्दी लोटत होती, आम्ही श्रीमती त्सारोंगसोबत आमच्या खिडकीवर बसलो होतो. आमची परिचारिका एक मनमिळावू वृद्ध स्त्री होती, जी नेहमी आमची काळजी घ्यायची. आम्ही खूप खूश होतो की अत्यंत नवीन आणि विचित्र वातावरणात ती आमच्या सोबत होती. आमच्या समोरून जाणाऱ्या अनोख्या दृश्यांबद्दल तिने मोठ्या शानदार पद्धतीने समजावून सांगितले.

आम्ही जमिनीवरून कधीकधी तीस किंवा त्याहून अधिक फूट उंचीपर्यंत विचित्र फ्रेम्ससारख्या गोष्टी उठताना पाहिल्या. आमच्या परिचारिकेने आम्हाला सांगितले की या लोण्याच्या मूर्ती आहेत. सूर्यास्तानंतर लगेचच भिक्षूंकडून लोण्यापासून बनवलेल्या या कलाकृती सोबत आणल्या जातात. मठांमध्ये असे विभाग आहेत, जिथे प्रतिभावान भिक्षू वेगवेगळ्या रंगांचे लोणी मळून आकृत्या बनवतात. हे भिक्षू खऱ्या अर्थाने कलाकार असतात. या कलाकुसरीसाठी असीम संयमाची आवश्यकता असते, ही अनेकदा सोने-चांदीच्या बारीक तारांनी बनवली जाते. एकाच रात्रीत या उत्कृष्ट कलाकृती (Masterpieces) बनवाव्या लागतात. यांची स्पर्धा असते आणि सरकार सर्वोत्कृष्ट कलाकृतीसाठी बक्षीस देते. गेल्या अनेक वर्षांपासून ग्यूचा मठ ही स्पर्धा जिंकत आला आहे. लवकरच बरखोरचा संपूर्ण रस्ता लोण्याच्या रंगीत पिरॅमिड्सच्या मागे लपला. त्यांच्यासमोर लोकांची एक अंतहीन गर्दी होती आणि आम्ही विचारात पडलो की आम्हाला काही दिसणारही आहे की नाही. अंधार होऊ लागला होता जेव्हा ल्हासा रेजिमेंट तुतारी आणि ढोलांच्या आवाजासह पुढे आली. ते रस्त्यावर उभे राहिले आणि प्रेक्षकांना घरांकडे मागे ढकलले, ज्यामुळे रस्ता रिकामा झाला.

लवकरच रात्र झाली, पण संपूर्ण परिसर दिव्यांनी उजळून निघाला. लोण्याचे हजारो दिवे लुकलुकत होते आणि त्यांच्यासोबत काही पेट्रोलियम प्रेशर-लॅम्प्सही होते, ज्यांचा प्रकाश डोळे दिपवणारा होता. या संपूर्ण आयोजनावर आणखी प्रकाश टाकण्यासाठी आकाशात चंद्र चमकू लागला होता. तिबेटमध्ये महिने चंद्राच्या हिशोबाने असतात, त्यामुळे पंधरा तारखेला पौर्णिमा होती. सर्व काही तयार होते, मंच तयार होता आणि आता महान

उत्सव सुरू होणार होता. गर्दीचा कोलाहल शांत झाला होता. तो महान क्षण आला होता, ज्याची प्रत्येकजण वाट पाहत होता.

चर्चचे दरवाजे उघडले आणि तरुण राजा देवता हळूहळू बाहेर आले. त्यांना आधार देण्यासाठी दोन मठाधीश त्यांच्या डाव्या-उजव्या बाजूला होते. लोकांनी श्रद्धेने मस्तक टेकवले. विधीच्या नियमानुसार त्यांना साष्टांग दंडवत घालायला हवा होता, पण आज तिथे जागाच नव्हती. जसे ते लोकांच्या जवळ पोहोचले, लोकांनी मस्तक टेकवले. वर पाहण्याची हिंमत कोणीही केली नाही. मोजक्या पावलांनी दलाई लामांनी बरखोरची प्रदक्षिणा सुरू केली. मधे-मधे ते लोण्यापासून बनवलेल्या मूर्तींसमोर थांबायचे आणि त्यांचे निरीक्षणही करायचे. त्यांच्या मागे सर्व उच्च मान्यवर आणि उच्चभ्रूंचा एक शानदार समूह होता. त्यांच्या नंतर ज्येष्ठतेच्या क्रमाने अधिकारी होते. मिरवणुकीत आम्ही आमच्या मित्र त्सारोंगला ओळखले. ते दलाई लामांच्या अगदी मागे चालत होते.

श्रद्धेने भरलेली गर्दी शांतपणे उभी होती. केवळ भिक्षूंचे संगीतच ऐकू येत होते. हा कोण्या दुसऱ्या जगाला पाहण्यासारखा अनुभव होता, एक विचित्र अवास्तविक घटना. लुकलुकणाऱ्या दिव्यांच्या पिवळ्या प्रकाशात लोण्याने ओतलेल्या मोठ्या-मोठ्या मूर्ती जिवंत झाल्या. आम्हाला वाटले की आम्ही हवेत अनोखी फुले लहरताना पाहिली आहेत आणि देवतांच्या पोशाखांची सळसळ ऐकली आहे. मग देवाने आशीर्वाद देण्यासाठी आपला हात वर उचलला.

आता जिवंत बुद्ध जवळ येत होते. ते आमच्या खिडकीच्या अगदी जवळून गेले. महिला श्रद्धेने आपले श्वास रोखून स्थिर झाल्या होत्या. गर्दी जणू गोठून गेली होती. आम्ही खूप भावूक झालो आणि स्वतःला महिलांच्या मागे लपवले, जणू स्वतःला या शक्तीच्या जादुई वर्तुळात येण्यापासून वाचवू इच्छित होतो.

आम्ही स्वतःला सांगत राहिलो, 'हे तर फक्त एक मूल आहे.' पण ते खऱ्या अर्थाने त्या हजारो लोकांच्या एकाग्र श्रद्धेचे केंद्र, त्यांच्या प्रार्थना, आकांक्षा, आशांचे सार होते. मग ते ल्हासा असो वा रोम - सर्व एकाच इच्छेने

एकत्र आहेत देवाला प्राप्त करणे आणि त्याची सेवा करणे. मी माझे डोळे बंद केले आणि संध्याकाळच्या आकाशात उठणारी प्रार्थनांची पुटपुट आणि संगीताची गोड धून लक्षपूर्वक ऐकली.

लवकरच दलाई लामांनी बरखोरची प्रदक्षिणा पूर्ण केली आणि अदृश्य झाले. सैनिक त्यांच्या बँडची धून वाजवत पुढे गेले.

इथे उपस्थित असलेले हजारो प्रेक्षक जणू कोण्या संमोहनातून (Hypnotism) जागे झाले असावेत, या प्रकारे अराजक वर्तन करू लागले. हीच गर्दी आतापर्यंत व्यवस्थेत बांधलेली होती. हा बदल अचानक झाला. गर्दी गोंधळ करू लागली आणि वेड्यावाकड्या हरकती करू लागली. एक क्षण आधी हेच लोक रडत होते, विनवणी करत होते आणि प्रार्थना करत होते किंवा मग परमानंद ध्यानात बुडालेले होते. आणि आता उन्मादी (Frenzied) गर्दी बनले होते. भिक्षू-रक्षक सक्रिय होतात. हे रक्षक उंच-धडधाकट विशालकाय होते आणि त्यांचा गडद रंग त्यांना आणखी भयंकर बनवत होता. ते आपले चाबूक फटकावून लोकांना घाबरवतात, पण गर्दी उन्मत्त होऊन लोण्याच्या मूर्तींकडे वाढते. मारहाणीनंतरही लोक ऐकत नाहीत. त्यांच्यावर राक्षसी वृत्ती हावी झाली होती. मी विचार करत होतो की काय हे खरोखरच तेच लोक आहेत जे आत्ताच एका मुलासमोर नम्रपणे झुकत होते?

दुसऱ्या दिवशी सकाळी रस्ते रिकामे होते. लोण्याच्या मूर्ती नेल्या गेल्या होत्या आणि आदल्या रात्रीच्या श्रद्धेचा किंवा उल्हासाचा कोणताही मागमूस उरला नव्हता. मूर्तींना ठेवणाऱ्या स्टँडची जागा बाजारातील दुकानांनी घेतली होती. लोण्यापासून बनवलेल्या संतांच्या चमकदार मूर्ती वितळल्या होत्या आणि आता त्यांचा दिव्यांचे इंधन म्हणून वापर केला जाईल. किंवा त्यापासून जादुई औषधे बनवली जातील.

९

आश्रय मिळाला

आमच्या पहिल्या नोकऱ्या - ल्हासामध्ये पहिल्यांदाच क्रीडा स्पर्धा - संमिश्र लोकसंख्या - अखेरीस आम्हाला राहण्याची परवानगी मिळालीच.

अनेक लोकांनी आमची भेट घेतली. तिबेटी लोक दूर-दूरून नवीन वर्षाच्या उत्सवात भाग घेण्यासाठी ल्हासाला आले होते. यामध्ये ते लोकही होते ज्यांची पायी प्रवासादरम्यान आमची गाठभेट झाली होती. त्यांच्यासाठी आम्हाला शोधणे कठीण नव्हते, कारण आम्ही आता खूप प्रसिद्ध झालो होतो आणि लहान मूलही सांगू शकत होते की आम्ही कुठे राहतो. काही लोक आमच्यासाठी सुकलेल्या मांसाची भेट घेऊन आले. ल्हासामध्ये याचे खूप कौतुक केले जाते. याव्यतिरिक्त आम्हाला या लोकांकडून हेही समजले की ज्या अधिकाऱ्यांच्या जिल्ह्यांमधून आम्ही गेलो होतो, त्यांना सरकारने कडक शब्दांत फटकारले होते. हे जाणून आम्हाला दुःख झाले की ज्या लोकांनी अतिशय मैत्रीपूर्ण अंदाजात आमचे स्वागत केले होते त्यांना आमच्यामुळे इतका त्रास सहन करावा लागला. पण असे वाटत होते की त्यांना आमच्याबद्दल कोणतीही तक्रार नव्हती. आम्ही एका पोनपोला भेटलो, ज्याला आम्ही आमचा जुना प्रवास परवाना दाखवला होता आणि तो केवळ हसून राहिला होता. आता आम्हाला पुन्हा एकदा भेटून तो खूप खूश झाला.

या वर्षी नवीन वर्षाच्या उत्सवादरम्यान बरखोरमध्ये एक अपघात झाला. त्याची खूप चर्चा झाली.

दरवर्षी तिबेटी लोक झाडांचे जड ओंडके जोडून खूप उंचावर पताका फडकवतात. हे ओंडके दूर-दूरून आणले जातात. त्यांना ल्हासापर्यंत आणणे खूप कठीण काम आहे. त्यांना अत्यंत जुन्या पद्धतीने आणले जाते, आणि जेव्हा मी पहिल्यांदा त्यांना आणताना पाहिले तेव्हा मला खूप राग आला. याने मला व्होल्गाच्या नावाड्यांची आठवण करून दिली. एका ओंडक्याला सुमारे वीस माणसे ओढतात. हा ओंडका त्यांच्या कमरेभोवती एका दोरीने बांधलेला असतो. ते गाणी गात एकमेकांसोबत पावले मिळवत पुढे जातात. खूप घाम गाळतात, ते खूप थकतात, धापा टाकतात, पण त्यांचा प्रमुख त्यांना आराम करण्याची संधी देत नाही. ही सक्तीची मजुरी अंशतः करवसुलीला पर्याय आहे. हे वाहून नेणाऱ्यांना रस्त्याच्या कडेला असलेल्या गावांमधून घेतले जाते आणि जेव्हा ते पुढच्या वस्तीत पोहोचतात तेव्हा त्यांना सोडले जाते. असे म्हटले जाते की ज्या कंटाळवाण्या वातावरणात ते त्यांचे ओझे ओढतात, त्यामुळे त्यांचे लक्ष त्यांच्या कामाच्या गंभीरतेवरून विचलित होते. मला वाटायचे की ते आपली मेहनत वाचवण्यासाठी काहीतरी तर वाद घालतील. पण ज्या प्रकारे ते हे कठोर परिश्रम आपले नशीब मानून कामात गुंतलेले असायचे, त्यामुळे मला नेहमी राग यायचा. मी आधुनिक युगात जगत होतो म्हणून, मला हे समजत नव्हते की तिबेटचे लोक प्रगतीला इतका कडाडून विरोध का करतात. अशा प्रकारचे जड ओझे वाहून नेण्यासाठी निश्चितच कोणताही चांगला मार्ग असायला हवा. चिनी लोकांनी हजारो वर्षांपूर्वी चाकाचा शोध लावला आणि त्याचा वापर केला. पण तिबेटी लोकांकडे याला कोणताही पर्याय नाही, जेव्हा की चाकांचा अधिक चांगल्या प्रकारे वापर केल्यास वाहतूक आणि व्यापाराला खूप चालना मिळेल आणि संपूर्ण देशात राहणीमानात सुधारणा होईल.

नंतर जेव्हा मला सिंचनाचे काम मिळाले, तेव्हा मला अशी अनेक उपकरणे मिळाली, ज्यामुळे माझा हा विश्वास अधिक दृढ झाला की तिबेटी लोक अनेक शतकांपूर्वीपासूनच चाकाशी परिचित होते आणि त्याचा वापर करत होते. आम्हाला कपाटाएवढ्या मोठ्या दगडाच्या शिळा मिळाल्या होत्या. यांना दूरवरच्या खाणींमधून यांत्रिक साधनांशिवाय नेले जाऊ शकत नव्हते. माझ्या कारागिरांना अशा शिळा एका ठिकाणाहून दुसऱ्या ठिकाणी नेण्यासाठी आधी त्यांना आठ तुकड्यांमध्ये कापावे लागायचे.

माझी हळूहळू या गोष्टीची खात्री पटत गेली की तिबेटचे महान दिवस भूतकाळातील गोष्ट झाली आहे. इथे ७६३ सालातील एक शिलेचा स्तंभ आहे जो माझ्या विचाराला दुजोरा देतो. यामध्ये ही वस्तुस्थिती नोंदवली आहे की त्या वर्षी तिबेटी सैन्य चिनी राजधानीच्या दारापर्यंत पोहोचले होते आणि तिथे त्यांनी चिनी लोकांवर शांततेसाठी अटी लादल्या होत्या. यामध्ये रेशमाच्या पन्नास हजार गाठींचा वार्षिक कर समाविष्ट होता.

आणि मग इथे पोटाला पॅलेस आहे, जो तिबेटच्या शानदार दिवसांपासूनच उभा आहे. आज कोणीही अशी इमारत बांधण्याचा विचारही करू शकत नाही. मी एकदा माझ्यासोबत काम करणाऱ्या एका दगडाच्या कारागिराला विचारले की अशा इमारती आता का बांधल्या जात नाहीत. त्याने रागात उत्तर दिले की पोटाला राजवाडा देवतांनी बांधला आहे. मानव कधीही असे काम करू शकत नाहीत. या अद्भुत इमारतीवर पुण्यात्मे आणि अलौकिक जीवांनी रात्र-रात्र काम केले होते. त्या कारागिराच्या या दृष्टिकोनात मला प्रगती आणि महत्त्वाकांक्षेप्रती असलेल्या उदासीनतेचे आणखी एक उदाहरण मिळाले. हीच वृत्ती झाडांचे ओंडके ओढणाऱ्या लोकांचीही होती.

आपल्या कथेवर परत येऊया. जेव्हा झाडांचे ओंडके ल्हासामध्ये पोहोचतात तेव्हा त्यांना याकच्या कातड्याच्या पट्ट्यांनी बांधून सुमारे सत्तर फूट उंच एक जाड डोलकाठी (मस्तूल) बनवली जाते. मग त्यावर प्रार्थना लिहिलेली एक मोठी पताका लावली जाते जी खांबाच्या वरपासून खालपर्यंत पसरलेली असते. यावेळी कदाचित ओंडके खूप जड होते आणि याकच्या कातड्याच्या पट्ट्या त्यांचे वजन सहन करू शकल्या नाहीत. कारण संपूर्ण डोलकाठी अनेक तुकड्यांमध्ये मोडून पडली, ज्यामुळे तीन प्रेक्षकांचा मृत्यू झाला आणि अनेक जण जखमी झाले. संपूर्ण तिबेटने याला एक अपशकुन मानले आणि लोकांनी देशासाठी दुर्दैवाची भविष्यवाणी केली. भूकंप आणि पुरासारख्या आपत्तींची भविष्यवाणी केली गेली. लोक युद्धाची गोष्ट करायचे आणि त्यांचा इशारा चीनकडे असायचा. प्रत्येकजण, इथपर्यंत की इंग्रजी शिक्षण घेतलेले लोकही अंधश्रद्धेचे बळी होते.

तरीही त्यांनी या अपघातात जखमी झालेल्या लोकांना त्यांच्या लामांकडे नेले नाही, तर ब्रिटिश दूतावासात नेले, जिथे तिबेटी लोकांसाठी अनेक खाटांचे

एक रुग्णालय होते. इंग्रज डॉक्टर खूप व्यस्त राहायचा. दररोज सकाळी त्याच्या दरवाजासमोर रुग्णांची रांग लागलेली असायची, आणि दुपारी तो शहरात त्याच्या रुग्णांना पाहण्यासाठी जायचा. भिक्षूंनी त्यांच्या क्षेत्रात झालेली ही घुसखोरी निमूटपणे सहन केली. ते काही करूही शकत नव्हते, कारण डॉक्टरच्या यशाकडे दुर्लक्ष करणे अशक्य होते.

वैद्यकीय क्षेत्राबद्दलचे सरकारचे धोरण हे आधुनिक तिबेटच्या इतिहासातील एक काळे पान आहे. साडेतीन लाखांच्या लोकसंख्येमध्ये ब्रिटिश आणि चिनी दूतावासांचे डॉक्टरच एकमेव पात्र डॉक्टर होते. डॉक्टरांना तिबेटमध्ये काम करण्यासाठी भरपूर संधी होत्या, पण सरकार परदेशी लोकांना प्रॅक्टिस करण्याची परवानगी देत नसे. संपूर्ण अधिकार भिक्षूंच्या हातात होते आणि हे लोक इंग्रजी डॉक्टरांची मदत घेतल्यावर सरकारी अधिकाऱ्यांवरही टीका करत असत.

जेव्हा एका उच्च मठवासी अधिकाऱ्याने औफशनाइटरला बोलावले आणि सिंचनासाठी कालवा बनवण्याचे काम सोपवले तेव्हा हे आमच्या भविष्यासाठी एक आशादायी लक्षण होते. आम्ही आनंदाने अवाक झालो! ल्हासातील एका कायमस्वरूपी निवासाच्या दिशेने हे आमचे पहिले पाऊल होते आणि शेवटी भिक्षूंनीच आम्हाला या मार्गावर आणले होते.

औफशनाइटरने कोणताही विलंब न करता मोजमाप घेण्यास सुरुवात केली. मला त्यांची मदत करायची होती, कारण त्यांच्याकडे कोणताही प्रशिक्षित सहाय्यक नव्हता. त्यांच्यासोबत मीही लिंगखोर येथील त्यांच्या कार्यस्थळावर पोहोचलो. एक अद्भुत दृश्य आमची वाट पाहत होते. तिथे शेकडो, किंबहुना हजारो भिक्षू लाल टोपी घालून बसले होते आणि असे काहीतरी काम करण्यात मग्न होते जे सामान्यतः गोपनीय ठेवले जाते. मला औफशनाइटरच्या कार्यस्थळाचा हेवा वाटला नाही. आम्ही आमच्या कामात लागलो, आम्ही इकडे-तिकडे नाही तर आमच्या कामावर लक्ष केंद्रित केले.

औफशनाइटरचे काम चांगल्या वेगाने पुढे गेले आणि दोन आठवड्यांत उत्खनन सुरू करण्याची वेळ आली. उत्खननासाठी दीडशे मजूर दिले गेले

आणि आम्हाला वाटू लागले की आम्ही महत्त्वाचे कंत्राटदार आहोत. पण आम्हाला अजून या देशात काम करण्याच्या पद्धती शिकायच्या होत्या.

यादरम्यान मीही माझ्यासाठी एक नोकरी शोधली होती. मी अजूनही कमकुवत होतो आणि त्सारोंगच्या बागेत काम करणे माझ्यासारख्या अवस्थेतील माणसासाठी अगदी योग्य होते. पण मी विचार करत होतो की मी ही आणखी सुंदर बनवण्यासाठी काय करू शकेन. मग मला एक कल्पना सुचली. मला एक कारंजे (Fountain) बनवायचे होते. मी मोजमाप केले. चित्रे काढली आणि लवकरच एक सुंदर प्रकल्प तयार केला. त्सारोंग उत्साही होते. त्यांनी माझ्या मदतीसाठी काही नोकर-चाकर दिले. मी आरामात उन्हात बसून माझ्या टीमकडून काम करून घेत असे. लवकरच भूमिगत पाईप टाकले गेले आणि एक तलाव खोदला गेला. त्सारोंग यांनी सिमेंटिंगच्या कामात वैयक्तिकरित्या मदत केली. लोखंडी पुलाच्या बांधकामानंतर ते काँक्रीटचे तज्ज्ञ बनले होते. आम्हाला कारंज्याला पाणी पुरवठा करण्यासाठी घराच्या छतावर एक टाकी बांधावी लागली. टाकीत पाणी चढवणे खूप कठीण काम होते, पण मी गरजेचा फायदा घेतला आणि माझे स्नायू मजबूत करण्यासाठी हँड पंपचा वापर केला.

अखेर तो महान क्षण आलाच आणि पहिल्यांदाच माझ्या कारंज्यातून पाण्याची धार बाहेर आली. ही धार घराइतकी उंच होती. आम्ही सर्वजण मुलांसारखे खूश होतो. हे तिबेटचे एकमेव कारंजे होते आणि आतापासून ते त्सारोंगच्या बागेतील पार्व्यांचे विशेष आकर्षण बनले.

नवीन अनुभवांनी आणि एका अनपेक्षित कामामुळे आम्ही आमच्या चिंता जवळजवळ विसरूनच गेलो होतो. एके दिवशी थांगमे आमच्यासाठी तिबेटी भाषेत प्रकाशित होणारे एक वर्तमानपत्र घेऊन आले आणि आम्हाला तो लेख दाखवला, ज्यामध्ये लिहिले होते की आम्ही कसे डोंगराळ अडथळे पार करून ल्हासाला पोहोचलो आणि कसे आम्ही आता या पवित्र, तटस्थ देशाच्या सुरक्षेसाठी याचना करत आहोत. सर्व काही सहानुभूतीपूर्ण अंदाजात लिहिले गेले होते. आम्ही विचार केला की या सहानुभूतीचा जनमतावर अनुकूल परिणाम होईल आणि आशा आहे की लोक आमच्या याचिकेला पाठिंबा देतील. हे खरे आहे की युरोपमध्ये या वर्तमानपत्राचे खूप कमी महत्त्व राहिले असेल. हे

महिन्यातून एकदा निघायचे आणि भारतातील कलिम्पोंगमध्ये प्रकाशित व्हायचे. याचा खप पाचशेपेक्षा जास्त नव्हता, पण ल्हासामध्ये काही वर्तुळांमध्ये हे खूप वाचले जायचे. जगभरातील तिबेटी विद्वानांना याच्या प्रती पाठवल्या जायच्या.

नवीन वर्षाचा उत्सव अजून संपला नव्हता, जरी सर्वांत महत्त्वाचा समारंभ पार पडला होता. आता त्सुग ला खांगच्या समोर बरखोरवर ॲथलेटिक स्पर्धा सुरू झाली. एक खेळाडू असल्यामुळे मला यात विशेष रस होता आणि दररोज सकाळी लवकर मी इथे पोहोचायचो. आम्ही भाग्यवान होतो की आम्हाला चिनी दूतावासाच्या दुसऱ्या मजल्यावर एका खिडकीत जागा मिळाली होती. इथून आम्ही लपून खेळ पाहायचो. रीजेंटच्या उपस्थितीत कोणालाही तळमजल्याच्या वर बसण्यास मनाई होती. रीजेंट त्सुग लाग खांगच्या पहिल्या मजल्यावर मलमलच्या पडद्यामागे सिंहासनावर विराजमान असायचे. कॅबिनेटचे माजी मंत्री खिडक्यांमधून पाहायचे.

सर्वांत आधी कुस्तीचे सामने झाले. मी हे ठरवू शकलो नाही की पैलवानांच्या पद्धती ग्रीको-रोमन होत्या की कॅच-ॲज-कॅच-कॅन शैलीच्या. साहजिकच, त्यांचे स्वतःचे नियम होते. इथे पाय सोडून शरीराचा कोणताही भाग जमिनीला लागल्यास पराभव मानला जायचा. स्पर्धा सुरू होण्याची प्रारंभिक घोषणा होत नव्हती. एक फेल्ट मॅट (जाड कापडी चटई) अंथरली जाते आणि पुरुष गर्दीतून बाहेर येतात आणि एकमेकांशी मुकाबला करतात. स्पर्धक फक्त एक लंगोटी घालतात आणि सकाळच्या थंड हवेत कुडकुडत राहतात. ते सर्व उंच-पुरे, धडधाकट असतात. ते त्यांच्या विरोधकांच्या आजूबाजूला हिंसक हावभाव करतात आणि त्यांच्या धाडसाचा दिखावा करतात. पण त्यांना कुस्तीच्या कलेचे कोणतेही ज्ञान नसते आणि ते खऱ्या पैलवानाकडून सहजपणे हरतील. सामने लवकरच संपतात आणि एक नवीन जोडी मैदानात येते. विजयासाठी कठीण संघर्ष पाहायला मिळत नाही. विजेत्यांना कोणताही विशेष सन्मान मिळत नाही, पण जिंकणाऱ्या आणि हरणाऱ्या दोघांनाही पांढरा स्कार्फ मिळतो. ते पोनपोला प्रणाम करतात, जो त्यांना हसत स्कार्फ देतो, आणि रीजेंटच्या सन्मानार्थ तीन वेळा साष्टांग दंडवत घालतात आणि मग त्यांच्या मित्रांच्या गर्दीत सामील होतात.

यानंतर वजन उचलण्याची (Weightlifting) स्पर्धा झाली. वजन म्हणजे एक जड, गुळगुळीत दगड असतो. याला उचलून ध्वजस्तंभाच्या (Flagpole) भोवती फिरवावे लागते. खूप कमी लोक ही करामत दाखवू शकतात. जेव्हा एखादा स्पर्धक खूप आत्मविश्वासाने दगडापर्यंत पोहोचतो पण त्याला उचलूच शकत नाही, किंवा कसेबसे उचलल्यानंतर तो त्याच्या हातातून निसटतो आणि पडल्यास त्याच्या पायाची बोटे चिरडली जाण्याचा धोका निर्माण होतो, तेव्हा खूप हसू येते.

तेव्हाच अचानक दुरून वेगाने धावणाऱ्या घोड्यांचा आवाज ऐकू येतो. वजन उचलण्याची स्पर्धा संपते. घोड्यांची शर्यत (Horse-racing) सुरू होते. धुळीच्या दाट ढगांमधून घोडे येतात. या शर्यतींमध्ये कोणताही निश्चित मार्ग नसतो. स्वाराशिवाय (Riderless) असलेले घोडे अनेकदा गर्दीच्या मधून पुढे जातात, ज्यांना भिक्षू-सैनिक त्यांच्या काठ्यांनी पळवून लावण्याचा प्रयत्न करतात. काही इतर स्पर्धांप्रमाणेच, या शर्यती समजून घेणेही कठीण आहे. स्वाराशिवाय असलेले घोडे शहरापासून काही मैल बाहेरून एका गटात धावायला सुरुवात करतात आणि उत्साही लोकांच्या मधून बाहेर पडत जातात. केवळ तिबेटमध्ये जन्मलेल्या घोड्यांनाच या शर्यतीत सामील होण्याची परवानगी मिळते आणि प्रत्येक घोड्याच्या पाठीवर एक कापड टाकले जाते ज्यावर त्याच्या मालकाचे नाव लिहिलेले असते. तबेल्यांमध्ये तीव्र स्पर्धा असते, पण जेव्हा दलाई लामा किंवा कोण्या मंत्र्याचा घोडा धावतो, तेव्हा हे स्पष्ट असते की तोच पहिला येणार आहे. जेव्हा असे वाटते की एखादा बाहेरचा घोडा कोण्या 'अधिकृत' (Official) घोड्याला हरवू शकतो, तेव्हा घोडेस्वार धावून त्याला थांबवतात आणि त्याला पोस्टपर्यंत पोहोचू देत नाहीत. या शर्यतीत जबरदस्त उत्साह असतो. गर्दी आणि मालकांचे नोकर आपापल्या घोड्यांचा उत्साह वाढवण्यासाठी ओरडतात-किंचाळतात, जेव्हा की प्राण्यांचे मालक असलेले उच्चभ्रू लोक शांत दिसण्याचा प्रयत्न करतात. लोक घोड्यांच्या मागे विनिंग पोस्टच्या दिशेने वेड्यासारखे धावतात. हे शहरापासून काही अंतरावर बनवलेले असते.

घोड्यांच्या खुरांनी उडणाऱ्या धुळीचे ढग विरळ होण्यापूर्वीच पायी चालणाऱ्यांपैकी पहिला येणारा माणूस धापा टाकत आला. आणि यामध्ये

ना जाने किती लोकांनी भाग घेतला होता! पायी शर्यतीत कोणीही भाग घेऊ शकते, वृद्धांपासून ते लहान मुलांपर्यंत. रक्ताने माखलेल्या, फोड आलेल्या पायांनी, फुगलेल्या श्वासांनी ते येताना दिसले. यांना पाहून कोणीही समजू शकते की त्यांनी त्यांच्या आयुष्यात कधीही याचे प्रशिक्षण घेतले नसेल. अनेक लोक पाच मैलांची शर्यत पूर्ण करण्याच्या खूप आधीच बाहेर पडतात, कारण त्यांच्या प्रयत्नांतून साध्य तर काहीच होणार नसते, फक्त प्रेक्षक हसून त्यांची टिंगल करतात. जेव्हा पुढची स्पर्धा सुरू होते, तेव्हाही शेवटचे धावपटू लंगडत धावत असतात. यावेळी ही एक घोडेस्वारीची शर्यत आहे, ज्यामध्ये स्वारांनी ऐतिहासिक पोशाख घातलेला असतो. त्यांचे स्वागत जयघोषांनी होते आणि ते त्यांच्या घोड्यांवर बेतहाशा चाबूक मारतात, जेणेकरून तो आपली पूर्ण ताकद दाखवेल. गर्दी आपले हात हलवते आणि ओरडते, एक घोडा उधळतो आणि त्याचा स्वार उसळून प्रेक्षकांमध्ये पडतो. कोणालाही काही फरक पडत नाही. हा सोहळ्याचा शेवटचा कार्यक्रम होता आणि त्यानंतर बक्षीस विजेते पुढे येतात, ज्यांच्यापैकी प्रत्येकाच्या हातात एक लाकडाचा चौकोनी तुकडा असतो ज्यावरून समजते की तो कोणत्या क्रमांकाचा विजेता आहे. दोन्ही स्पर्धांमध्ये सुमारे शंभर धावपटू आणि तेवढेच स्वार असतात. त्यांना परीक्षकांकडून (Judges) रंगीत किंवा पांढरा स्कार्फ मिळतो, पण प्रेक्षक टाळ्या वाजवत नाहीत.

समारंभाचा औपचारिक समारोप करण्यासाठी ल्हासाच्या बाहेर एका मोठ्या मैदानावर घोडेस्वारीची चाचणी (Riding test) आयोजित केली गेली. आम्ही गर्दीसोबत घाईघाईने पुढे गेलो आणि एका रईसाने आम्हाला त्याच्या तंबूत आमंत्रित केले तेव्हा आम्हाला खूप आनंद झाला. हे सणासुदीचे तंबू एक अद्भुत चित्र मांडत होते. ते रांगेत लावलेले होते आणि प्रत्येकाला त्याच्या मालकाच्या पदानुसार सजवले गेले होते. त्यापैकी अनेक रेशीम आणि ब्रोकेडने बनलेले होते आणि भव्य दागिन्यांनी सजलेले होते. यामध्ये पुरुष आणि स्त्रियांच्या समृद्ध कपड्यांचीही भर घाला आणि तुम्हाला रंगांचे एक शानदार मिश्रण दिसेल. चौथ्या दर्जावर आणि त्यावरील पदांवर कार्यरत नागरी अधिकारी चमकदार पिवळे रेशमी कपडे घालतात आणि त्यांच्या डोक्यावर कोल्ह्याच्या फराची कडा असलेल्या मोठ्या ताटासारख्या टोप्या

असतात. (हे फर हॅम्बर्गहून येतात! तिबेटी लोकांना वाटते की त्यांच्या स्वतःच्या कोल्ह्याचे केस तितके चांगले नसतात.)

सुंदर कपड्यांची स्पर्धा केवळ महिलांपुरतीच मर्यादित नसते. पुरुषही यात भाग घेतात. आशियाई लोकांमध्ये सजावटीबद्दलचे त्यांचे प्रेम त्यांना जगाच्या अनेक भागांशी जोडते. अशा प्रकारे हॅम्बर्गमधून ब्लू फॉक्स, जपानमधून परिष्कृत मोती, मुंबईच्या मार्गाने पर्शियाहून फिरोजा, इटलीहून प्रवाळ आणि बर्लिन व कोनिग्सबर्गहून अंबर (एक प्रकारचे रत्न) येतात. मी अनेकदा जगभरातील श्रीमंत उच्चभ्रू लोकांना पत्रे लिहून अशा प्रकारच्या चैनीच्या वस्तू मागवल्या आहेत. इथे थाटमाट आणि सजावट ही त्यांची गरज आहे. कपडे आणि सजावटीचे प्रदर्शन करणे गरजेचे आहे. सामान्य लोक स्वतः विलासितेचा आनंद घेऊ शकत नाहीत, पण आपल्यापेक्षा श्रेष्ठ लोकांना त्याचा आनंद घेताना पाहून समाधानी होतात.

मोठे-मोठे सण खऱ्या अर्थाने थाटमाट आणि शक्ती प्रदर्शनाची संधी असतात. उच्च पदस्थ व्यक्ती जाणतात की शानदार प्रदर्शन करणे ही त्यांची जबाबदारी आहे. सणाच्या शेवटच्या दिवशी जेव्हा चारही कॅबिनेट मंत्री त्यांच्या महागड्या शिरोभूषणाऐवजी त्यांच्या सेवकांच्या लाल कडा असलेल्या टोप्या घालतात, जेणेकरून काही काळासाठी जनतेसोबत आपली समानता दाखवता येईल, तेव्हा जनतेच्या उत्साहाला आणि प्रशंसेला कोणतीही सीमा नसते.

घोडेस्वारीची ही स्पर्धा सर्व तमाशांमध्ये सर्वांत लोकप्रिय आहे. ही कदाचित भूतकाळातील महान लष्करी परेडची (Military parades) खूण आहे. भूतकाळात सरंजामी शासकांना (Feudal lords) ठराविक वेळी त्यांच्या सैनिकांची त्यांच्या स्वामींसमोर (Overlord) परेड करवावी लागायची आणि अशा प्रकारे युद्धासाठी आपली तयारी दाखवावी लागायची. पण परेडचे हे महत्त्व खूप आधीच संपले आहे. तरीही या खेळांची अनेक वैशिष्ट्ये आहेत जी मंगोल प्रभावाच्या युद्धासारख्या दिवसांची आठवण करून देतात, जेव्हा घोडेस्वारीचे अद्भुत पराक्रम सामान्य गोष्ट होती.

आम्ही तिबेटी घोडेस्वारांचे काही अविश्वसनीय प्रदर्शन पाहिले. प्रत्येक उच्चभ्रू कुटुंब या खेळांसाठी एका निश्चित संख्येत सहभागींना सामील करते

आणि निश्चितपणे सर्वोत्तम लोकांना निवडू इच्छिते जेणेकरून संघाची अंतिम कामगिरी सर्वोत्तम असेल. स्पर्धकांना घोडेस्वारी आणि नेमबाजीत त्यांचे कौशल्य दाखववावे लागते. मी त्यांचे प्रदर्शन पाहून थक्क झालो! ते खोगीरावर (Saddle) सरळ उभे राहिले आणि जेव्हा त्यांचे घोडे लक्ष्याजवळून वेगाने पळत होते, तेव्हा त्यांनी त्यांच्या बंदुकीने अचूक नेम साधला. वीस यार्ड दूर पुढच्या लक्ष्यापर्यंत पोहोचण्यापूर्वीच त्यांनी त्यांच्या बंदुकींच्या जागी धनुष्य आणि बाण घेतले होते. घोडेस्वार तिरंदाज (Archer) नेम साधताच आनंदाने उडी मारत असे. घोडेस्वार तिबेटीला एका शस्त्रावरून दुसऱ्या शस्त्राकडे बदलताना पाहणे खूप रोमांचकारी होते.

या समारंभांमध्ये तिबेटी सरकार परदेशी लोकांसाठीही आपले विशिष्ट आदरातिथ्य प्रदर्शित करते. परदेशी दूतावासांच्या सन्मानार्थ भव्य टेंट लावले जातात आणि हे सुनिश्चित केले जाते की त्यांना ते सर्व उपलब्ध करून दिले जाईल, जे त्यांना हवे आहे.

मी क्रीडांगणावर मोठ्या संख्येने चिनी लोकांना पाहिले. जरी तिबेटी आणि चीन एकाच वांशिक कुटुंबातील (Ethnic family) असले, तरीही त्यांना वेगळे ओळखता येते. तिबेटी लोकांचे डोळे खूप छोटे-बारीक नसतात. त्यांचे चेहरे सुंदर, सुडौल आणि गाल लाल-लाल असतात. भूतकाळातील समृद्ध चिनी पोशाखाची जागा युरोपियन सूट-बूटने घेतली आहे. अनेक चिनी चष्मा घालतात, ते या बाबतीत तिबेटी लोकांपेक्षा पुरोगामी (Progressive) आहेत. ल्हासामध्ये बहुतांश असे चिनी व्यापारी आहेत जे आपल्या देशासोबत समृद्ध व्यापारी संबंध टिकवून ठेवतात. त्यांना तिबेटमध्ये राहायला आवडते आणि अनेकजण ल्हासामध्ये कायमचे स्थायिक (Settle) होतात. याचे एक कारण हे आहे की बहुतांश चिनी अफूचे (Opium) शौकीन आहेत आणि तिबेटमध्ये अफूची नशा करण्यावर थेट बंदी नाही. पण जर कोणी तिबेटी, चिनी व्यक्तीचे पाहून अफूची नशा करताना आढळला तर त्याला शिक्षा होऊ शकते. अफूचे सेवन राष्ट्रीय वाईट सवय बनण्याचा धोका नाही. या प्रकरणात अधिकारी खूप अधिक सतर्क आहेत. ते तंबाखू सेवन-धूम्रपानाला (Smoking) वाईट सवय मानतात आणि यावर खूप कडक नियंत्रण ठेवतात. जरी ल्हासामध्ये कोणीही सिगारेट खरेदी करू शकत असले, तरी

कार्यालयांमध्ये, रस्त्यांवर किंवा सार्वजनिक समारंभांमध्ये धूम्रपान करण्यास मनाई आहे. जेव्हा भिक्षू नवीन वर्षाच्या दरम्यान नियंत्रण आपल्या हातात घेतात तेव्हा ते सिगारेटच्या विक्रीवरही बंदी घालतात.

म्हणूनच तिबेटी लोक तपकीर (Snuff) ओढतात. सामान्य लोक आणि भिक्षू स्वतः बनवलेल्या तपकिरीचा वापर करतात. जेव्हा दोन तिबेटी भेटतात, तेव्हा सर्वांत आधी ते त्यांची तपकिरीची डबी काढतात आणि एकमेकांना आपली-आपली तपकीर देतात. तपकिरीच्या डब्याही अभिमानाची गोष्ट असते. याकच्या शिंगापासून ते जेड स्टोनपर्यंत (Jade stone) सर्व प्रकारच्या गोष्टींपासून त्या बनवल्या जातात. तपकिरीचा शौकीन नशेचा डोस आपल्या अंगठ्याच्या नखावर ठेवतो, ती ओढतो आणि मग आपल्या तोंडातून तिचा धूर सोडतो. शिंक येऊ नये, असे होऊच शकत नाही. जर कोणाला भीतीने शिंक येत असेल, तर ती व्यक्ती मी असतो. मला पाहून सोबत असलेल्या लोकांचे हसू थांबता थांबत नाही.

ल्हासामध्ये नेपाळीही आहेत, जे शानदार कपडे घालतात. ते शरीराने मजबूत असतात. त्यांची समृद्धी (Prosperity) दुरूनच ओळखली जाऊ शकते. एका जुन्या करारामुळे (Treaty) त्यांना करातून सूट मिळालेली आहे आणि ते इतके साधनसंपन्न आहेत की या सुटीचा पुरेपूर फायदा घेऊ शकतात. बरखोरमध्ये सर्वांत चांगला व्यापार त्यांचाच आहे. ते कुशल व्यापारी आहेत, त्यांच्यात चांगली घासाघीस करण्याचा गुण आहे. बहुतांश व्यापारी त्यांच्या कुटुंबांना त्यांच्यासोबत ठेवत नाहीत आणि वेळोवेळी त्यांना भेटण्यासाठी जातात. चिनी लोकांच्या विपरीत, नेपाळी लोक तिबेटी महिलांशी विवाह करण्यास उत्सुक असतात आणि आदर्श पती सिद्ध होतात.

सरकारी समारंभांमध्ये नेपाळचे प्रतिनिधी शानदार पोशाखात सजलेले असतात आणि अनेकदा तिबेटी लोकांनाही मागे टाकतात. त्यांच्या अंगरक्षक (Bodyguards) गोरखांचे लाल अंगरखे दुरूनच लक्ष वेधून घेतात. या गोरखांनी ल्हासामध्ये एक खास प्रतिष्ठा मिळवली आहे. मासेमारीवर असलेल्या बंदीचे उल्लंघन करण्याचा धोका केवळ हेच लोक पत्करतात. जेव्हा सरकारला कायद्याच्या अशा उल्लंघनांबद्दल माहिती मिळते, तेव्हा ते नेपाळी दूतावासात आपला गंभीर विरोध नोंदवतात. यातून एक चांगलाच

विनोद (Comedy) निर्माण होतो. दोषी व्यक्तींना निश्चितपणे शिक्षा झाली पाहिजे, कारण दूतावास तिबेटी सरकारसोबतच्या चांगल्या संबंधांवर खूप जास्त लक्ष देते. पण वास्तवात सैनिकांपेक्षा जास्त अनेकदा महत्त्वाचे लोक यात सामील असतात. खरं तर अनेक उच्च-वर्गातील तिबेटी लोकांनाही मासे मिळतात तेव्हा ते त्याचा आनंद लुटतात. बिचाऱ्या गुन्हेगारांना कडक शब्दांत फटकारले जाते आणि त्यांना फटके मारण्याची शिक्षा दिली जाते, पण ही शिक्षा त्यांना दुखापत करण्यासाठी नसते.

ल्हासामध्ये कोणीही मासेमारी करायला जाण्याची हिंमत करत नाही. संपूर्ण तिबेटमध्ये फक्त एकच ठिकाण आहे जिथे मासेमारी करण्याची परवानगी आहे, आणि ते ठिकाण आहे जिथे त्सांग पो नदी वाळवंटातून वाहते. इथे ना कोणते पीक उगवते आणि ना प्राण्यांसाठी कोणते कुरण असते. खरं तर इथे खाण्यासाठी माशांशिवाय काहीही मिळत नाही आणि म्हणूनच कायद्यात शिथिलता दिली गेली आहे. या क्षेत्रातील लोकांकडे खाटीक आणि लोहारांसारखे नीच नजरेने पाहिले जाते.

संख्येच्या दृष्टीने ल्हासाच्या लोकसंख्येमध्ये मुस्लिमांची संख्या बऱ्यापैकी आहे. त्यांची स्वतःची मशीद आहे आणि त्यांना त्यांच्या धर्माचे पालन करण्याचे पूर्ण स्वातंत्र्य आहे. (तिबेटी लोकांच्या सर्वांत चांगल्या वैशिष्ट्यांपैकी एक म्हणजे इतर धर्मांबद्दलची त्यांची सहिष्णुता (Tolerance). त्यांच्या मठवासी धर्मशासनाने (Theocracy) कधीही काफिरांचे (Infidels) धर्मांतर (Conversion) इच्छिले नाही.) बहुतांश मुस्लिम भारतातून येऊन स्थायिक झाले आहेत आणि तिबेटी लोकांमध्ये मिसळून गेले आहेत. त्यांच्या धार्मिक उत्साहामुळे (Zeal) आधी तर त्यांनी मागणी केली की त्यांच्या तिबेटी पत्नींचे धर्मांतर करू दिले जावे, पण इथे तिबेटी सरकारने हस्तक्षेप केला आणि ही अट ठेवली की स्थानिक महिला मुस्लिमांशी तेव्हाच लग्न करू शकतात जेव्हा त्या त्यांच्या धर्मावर ठाम राहतील.

या सणात सर्व प्रकारचे लोक सामील होतात. लद्दाखी, भूटानी, मंगोल, सिक्किमी, कझाक यांच्या व्यतिरिक्त सर्व शेजारील जमातींचे (Tribes) प्रतिनिधी इथे येतात. यामध्ये कुकू-नोर प्रांताचे चिनी मुस्लिम हुई-हुई (Hui-

Hui) यांचाही समावेश आहे. हे लोक लिंगखोरच्या बाहेर एका विशेष भागात असलेल्या कत्तलखान्यांचे मालक आहेत. बौद्ध लोक त्यांना यासाठी नापसंत करतात कारण ते प्राण्यांची हत्या करतात, पण त्यांना त्यांचे स्वतःचे पूजास्थान ठेवण्याची परवानगी आहे. समारंभाच्या शेवटी उच्चभ्रू आणि प्रतिष्ठित लोक एका शानदार मिरवणुकीसह शहराकडे परत येतात. सामान्य लोक रस्त्याच्या कडेला उभे राहून त्यांच्या दुय्यम-देवतांच्या भव्यतेचे कौतुक करतात. ते उत्साहाने भरलेले आहेत आणि भाविक दीर्घकाळ या जबरदस्त सोहळ्यांना आठवत राहतील. त्यांना आठवेल की राजा देवता स्वतः त्यांच्यासमोर प्रकट झाले होते. कामाचे जीवन पुन्हा सुरू झाले आहे. दुकाने उघडली आहेत आणि पूर्वीसारखीच घासाघीस सुरू झाली आहे. रस्त्याच्या कोपऱ्यांवर फासे (Dice) खेळणारे दिसू लागले आहेत आणि कुत्रे, जे 'लेंटेन' (Lenten - एक प्रकारचा उपवास) उपवासाच्या काळात लिंगखोरच्या बाहेरील भागात गेले होते, शहरात परत आले आहेत.

आमचे जीवन शांततेत चालले होते. उन्हाळा आला. माझा सायटिकाचा त्रास बरा झाला आणि आमच्या हद्दपारीबद्दल कोणीही काहीही बोलले नाही. मी इंग्रज डॉक्टरकडून नियमित उपचार घेत होतो, पण आता मी बागेत काम करू शकत होतो. आणि माझ्याकडे करण्यासाठी खूप काही होते, कारण जेव्हा लोकांना हे समजले की मीच त्सारोंगच्या बागेत कारंजे लावले आहे, तेव्हा एकामागून एक अनेक मान्यवर येऊ लागले आणि मला अशाच प्रकारचे काम करण्याचा आग्रह करू लागले.

औफशनाइटर कालवा बनवण्याच्या कामात खूप व्यस्त होते. सकाळपासून संध्याकाळपर्यंत ते त्यांच्या कामातच लागलेले असायचे, कारण काम फक्त सणांच्या दिवशीच बंद व्हायचे. हे सुदैवाचे होते की त्यांना भिक्षूंनी कामावर ठेवले होते. कारण जरी देशाच्या प्रशासनात उच्चभ्रू वर्गाची महत्त्वाची भूमिका असते, तरीही भिक्षूंचा एक छोटा गटच प्रत्येक प्रकरणात अंतिम निर्णय घेतो. याच कारणामुळे जेव्हा एके दिवशी मला त्सेड्रुंगच्या (Tsedrung) बागेत बोलावण्यात आले तेव्हा मला अजिबात समाधान वाटले नाही.

या संस्थेचे भिक्षू अधिकारी एक प्रकारचा मठवासी क्रम (Order - संघ) बनवतात. आपल्या समुदायाबद्दल पूर्णपणे एकनिष्ठ (Loyal) असल्यामुळे ते धर्मनिरपेक्ष अधिकाऱ्यांपेक्षा कितीतरी अधिक शक्तिशाली बनले आहेत. ते दलाई लामांच्या जवळच्या गटाचा (Entourage) भाग आहेत, आणि त्यांचे सर्व खाजगी सेवक याच क्र मात समाविष्ट आहेत. त्यांचे व्यवस्थापक, त्यांचे शिक्षक आणि त्यांचे खाजगी संरक्षक (Protectors) सर्व उच्च पदाचे त्सेड्रुंग भिक्षू आहेत. याव्यतिरिक्त दलाई लामा त्यांच्या समुदायाच्या हितांवर चर्चा करण्यासाठी दररोज होणाऱ्या बैठकांमध्ये भाग घेतात.

या क्रमात समाविष्ट असलेल्या अधिकाऱ्यांना कठोर प्रशिक्षण (Training) दिले जाते. त्यांची शाळा पोटालाच्या पूर्व विंगमध्ये स्थित आहे आणि त्यांचे शिक्षक परंपरेनुसार (Tradition) मिंड्रोलिंगच्या (Mindroling) प्रसिद्ध मठातून येतात. हे तिबेटी सुलेखन (Calligraphy) आणि व्याकरणात तरबेज असतात. कोणीही शाळेत प्रवेश घेऊ शकतो, पण या व्यवस्था क्रमात सामील होणे खूप कठीण असते. अनेक शतकांपासून चालत आलेल्या एका नियमानुसार, त्सेड्रुंग व्यवस्था क्रमाच्या सदस्यांची संख्या १७५ पेक्षा जास्त नसावी.

जेव्हा विद्यार्थी अठरा वर्षांचा होतो आणि त्याच्या परीक्षा उत्तीर्ण करतो, तेव्हा तो प्रभावशाली संरक्षणासह (Patronage) व्यवस्था क्रमात प्रवेश करू शकतो. जर तो पुरेशा प्रमाणात सक्षम असेल, तर तो खालून सुरुवात करून तिसऱ्या क्रमापर्यंत पोहोचू शकतो. त्सेड्रुंग भिक्षू लाल टोपी व्यतिरिक्त, त्यांच्या पदाशी संबंधित विशिष्ट कपडे घालतात. त्सेड्रुंग शाळेचे बहुतांश विद्यार्थी सामान्य लोकांमधून येतात आणि ते वंशपरंपरागत (Hereditary) उच्चभ्रूंच्या प्रभावासाठी एक उपयुक्त विरोधी पक्ष (Counterpoise) प्रदान करतात. त्यांच्याकडे कार्याचे एक विस्तृत क्षेत्र आहे, कारण कोणतेही सरकारी कार्यालय असे नाही ज्यामध्ये प्रत्येक सामान्य माणसासाठी किमान एक मठवासी अधिकारी नसेल. दुहेरी नियंत्रणाची (Dual Control) ही प्रणाली हुकूमशाही शक्तीच्या वापराच्या विरुद्ध एक विमा (Insurance) मानली जाते, जो सरंजामशाहीच्या (Feudalism) कायमस्वरूपी धोक्यांपैकी एक आहे.

मला ह्याय चेंबरलेनने बोलावणे पाठवले. त्यांनी सुचवले की मी त्सेड्रुंगच्या बागेची नवीन प्रकारे व्यवस्था करावी. ही माझ्यासाठी एक उत्तम संधी होती. मला सांगण्यात आले की दलाई लामांच्या बागेतही काही बदल केले जाणार आहेत, आणि जर माझे काम समाधानकारक आढळले तर मला तिथे कामावर ठेवले जाऊ शकते. मी वेळ न दवडता पूर्ण उत्साहाने काम करायला सुरुवात केली. त्यांनी माझ्या हाताखाली अनेक लोक ठेवले आणि आम्ही लवकरच काम सुरू केले. आता माझ्याकडे तरुण रईसांना वैयक्तिकरित्या इंग्रजी आणि गणित शिकवण्यासाठी वेळ नव्हता.

मी आता ल्हासामधील आमच्या स्थितीबद्दल आश्वस्त होऊ लागलो होतो, कारण आता आम्हाला प्रभावशाली सुरक्षा प्राप्त होती, पण तेव्हाच मला एक भयानक धक्का बसला. एके दिवशी सकाळी परराष्ट्र मंत्रालयातील उच्च अधिकारी श्री किबुब आम्हाला भेटायला आले आणि ते चार तिबेटी लोकांपैकी शेवटचे होते, ज्यांनी अनेक वर्षांपूर्वी रग्बीचे प्रशिक्षण घेतले होते. जेव्हा ते आमच्याकडे आले तेव्हा ते अस्वस्थ दिसत होते. अनेक वेळा माफी मागितल्यानंतर आणि खेद व्यक्त केल्यानंतर त्यांनी आम्हाला सांगितले की इंग्रज डॉक्टरने आता प्रमाणित केले आहे की मी प्रवास करण्यासाठी तंदुरुस्त आहे आणि सरकार इच्छिते की आम्ही त्वरित प्रस्थान करावे. पुष्टीदाखल त्यांनी आम्हाला प्रमाणपत्र दाखवले, ज्यामध्ये लिहिले होते की जरी मी पूर्णपणे बरा झालेलो नाही, पण आता प्रवास केल्यामुळे माझ्या जीवाला कोणताही धोका होणार नाही.

हा माझ्यासाठी आणि औफशनाइटरसाठी एक थक्क करणारा आणि अनपेक्षित धक्का होता. आम्ही स्वतःला सावरले आणि अत्यंत नम्रतेने आणि शांतपणे आमची बाजू मांडण्याचा प्रयत्न केला. आम्ही समजावून सांगितले की माझा आजार कधीही पुन्हा उद्भवू शकतो. जर, एका कठीण प्रवासाच्या मध्यभागी मला वाटले की मी एक पाऊलही पुढे टाकू शकत नाही, तर मी काय करेन? याव्यतिरिक्त भारतात उन्हाळ्याचा ऋतू नुकताच सुरू झाला होता. जो व्यक्ती इतक्या दीर्घकाळापासून तिबेटच्या निरोगी डोंगराळ हवेत राहत आहे, त्याला वातावरणातील या बदलामुळे नक्कीच नुकसान होईल. आणि आम्हाला सर्वोच्च अधिकाऱ्यांनी जी कामे सोपवली आहेत, त्यांचे काय

होईल? अखेर ही कामे पूर्ण करण्यासाठी आम्ही बांधील होतो. आम्ही वचन दिले की सरकारला आणखी एक याचिका सादर करू.

या दिवसानंतर आमच्याकडे आमच्या हद्दपारीची कोणतीही बातमी आली नाही, जरी काही काळ आम्ही दररोज अशा प्रकारच्या आदेशाची वाट पाहत राहिलो.

यादरम्यान ल्हासा आम्हाला आपलेसे वाटू लागले आणि लोकांनाही आमची सवय झाली होती. आता आमच्याकडे जिज्ञासू लोकांची ये-जा बंद झाली होती. आता फक्त मित्रच भेटायला येत असत. ब्रिटिश दूतावासाला खात्री पटली होती की आम्ही धोकादायक लोक नाही आहोत, कारण जरी दिल्लीने आम्हाला शरण येण्यास सांगितले होते, पण या मुद्द्यावर जोर दिला गेला नाही. तिबेटी अधिकाऱ्यांनी आम्हाला आश्वस्त केले की आम्हाला अवांछित मानले गेलेले नाही.

आता आम्ही इतके कमवू लागलो होतो की आता आम्हाला त्सारोंगच्या आदरातिथ्यावर विसंबून राहावे लागत नव्हते. कामाच्या दरम्यान आम्ही अनेक मित्र बनवले आणि वेळ खूप लवकर निघून गेला. आम्हाला फक्त घरून येणाऱ्या पत्रांची वाट पाहत असायचो. दोन वर्षांहून अधिक काळ लोटला होता, आम्हाला आमच्या घर-कुटुंबाबद्दल कोणतीही माहिती मिळाली नव्हती. तरीही आम्ही स्वतःला हे विचार करून सांत्वन देत होतो की आमचे जीवन खूप चांगले आहे आणि आमच्याकडे समाधानी असण्याची अनेक कारणे आहेत. आमच्या डोक्यावर एक चांगले छत होते आणि आता आम्हाला जगण्यासाठी संघर्ष करावा लागत नव्हता. आम्हाला पाश्चात्य सभ्यतेच्या उपकरणांची उणीव भासली नाही. युरोपच्या उलथापालथ भरलेल्या जीवनापासून आम्ही खूप दूर होतो. अनेकदा जेव्हा आम्ही बसून रेडिओवर आमच्या देशातून येणाऱ्या बातम्या ऐकायचो तेव्हा निराश करणाऱ्या बातम्यांनी दुःख व्हायचे. मायदेशी परतण्याचे कोणतेही कारण दिसत नव्हते.

१०

ल्हासामधील जीवन - १

महान मातेचा सर्वांत लहान मुलगा - नोरबुलिंगकाचा प्रवास - तिबेटी धर्म - दुष्काळ आणि गडोंगची भविष्यवाणी - दैनंदिन जीवन - डॉक्टर, आरोग्यदाता आणि भविष्यवेत्ते.

जेव्हा दलाई लामांच्या आई-वडिलांच्या घरी आयोजित केलेल्या पहिल्या अधिकृत पार्टीमध्ये मी सहभागी झालो, तेव्हा माझे मागील सर्व अनुभव फिके पडले. हा योगायोगच होता की मी तिथे उपस्थित होतो. मी बागेत काम करत होतो. मला काही नवीन वाफे तयार करायचे होते, तेव्हाच महान मातेने मला बोलावले आणि सांगितले की मी माझे काम सोडून त्यांच्या पाहुण्यांसोबत सहभागी व्हावे. थोड्याशा संकोचाने मी त्या शानदार गर्दीत सामील झालो. सुमारे तीस उच्चभ्रू त्यांच्या उत्तम पोशाखात तिथे जमले होते आणि हे एक शानदार दृश्य होते. ही मेजवानी आमच्या यजमानीच्या सर्वांत लहान मुलाच्या जन्माचा आनंद साजरा करण्यासाठी दिली गेली होती. मुलाचा जन्म तीन दिवसांपूर्वी झाला होता. मी संकोचत शुभेच्छा दिल्या आणि एक पांढरा स्कार्फ दिला. हा मी कोणाकडून तरी उसना घेऊन आलो होतो. महान माता शालीनतेने हसल्या. त्यांना खोलीत निर्धास्तपणे फिरताना आणि आपल्या पाहुण्यांचे स्वागत-सत्कार करताना पाहणे अद्भुत होते. इथल्या महिला बाळंतपणानंतर चमत्कारिक वेगाने बऱ्या होतात. मुलाच्या जन्मावरून गोंधळ घातला जात नाही. डॉक्टर बोलावला जात नाही, महिला एकमेकींना मदत

करतात. प्रत्येक महिलेला अभिमान असतो की तिला खूप मुले आहेत आणि सर्व निरोगी आहेत. आई नेहमी मुलांना स्वतःचे दूध पाजते आणि कधी-कधी तीन किंवा चार वर्षांपर्यंतही त्यांना दूध पाजत राहते.

जेव्हा एखादे मूल कोण्या उच्चभ्रू कुटुंबात जन्म घेते, तेव्हा बाळाला लगेच एक विशेष दाई मिळते. ती दिवस असो वा रात्र, बाळासोबतच राहते, त्याला एकटे सोडत नाही. मुलाच्या जन्मानंतर मोठे उत्सव साजरे केले जातात, पण आपल्या नामकरण समारंभासारखे काही नसते, कोणताही गॉडफादर येत नाही. बाळाला त्याचे नाव (किंवा एकापेक्षा जास्त नावे, कारण प्रत्येक मुलाची अनेक नावे असतात) देण्यापूर्वी आई-वडील एका लामाचा सल्ला घेतात. लामा मुलाच्या ज्योतिषीय पैलूंचा अभ्यास केल्यानंतरच ठरवतो की बाळाला कोणते नाव द्यावे. जर नंतर मुलाला एखादा गंभीर आजार झाला, तर त्याला नवीन नावे देण्याची प्रथा आहे. माझ्या एका प्रौढ मित्राला आमांशाचे झटके आले. त्यानंतर त्याने आपले नाव बदलले होते. या गोष्टीवरून मी नेहमीच गोंधळात पडायचो.

दलाई लामांच्या लहान भावाच्या जन्माच्या उत्सवात शानदार मेजवानी दिली गेली आणि त्यात आम्हालाही आमंत्रित करण्यात आले. या मेजवानीत अग्रक्रमाच्या आधारावर लहान-लहान टेबलांवर आणि गाद्यांवर निमंत्रितांना बसवण्यात आले होते. सलग एकामागून एक दोन तासांपर्यंत पदार्थ वाढले गेले. मी चाळीसपर्यंत मोजणी केली होती, पण केवळ एवढेच नव्हते. अशा प्रकारच्या रात्रीच्या जेवणाचा आनंद घेण्यासाठी विशेष प्रशिक्षणाची आवश्यकता असते. मला आठवते की आम्हाला वाढल्या गेलेल्या पदार्थांमध्ये अनेक प्रकारचे भारतीय मसालेदार पदार्थ सामील होते आणि शेवटी नूडल्सचा सूप दिला गेला. पेयांमध्ये इतर पदार्थांसोबतच बिअर, व्हिस्की आणि वाईन देण्यात आली. जेवण संपेपर्यंत अनेक पाहुणे नशेत तर्र झाले होते, पण तिबेटमध्ये हे वाईट मानले जात नाही.

मेजवानीनंतर लगेचच पार्टी संपली. यजमानांनी उपलब्ध करून दिलेले घोडे आणि नोकर पाहुण्यांना घरी पोहोचवण्यासाठी बाहेर वाट पाहत होते. आम्हाला आणखी अनेक पार्ट्यांचे निमंत्रण मिळत चालले होते. कोणती निमंत्रणे गांभीर्याने दिली जात होती आणि कोणती केवळ औपचारिकतेसाठी दिली जात होती, हे आम्हाला समजून घ्यायचे होते.

औफशनाइटर आणि मला अनेकदा या कुटुंबात आमंत्रित केले जायचे आणि लवकरच मी लोबसांग समतेनसोबत मैत्रीच्या नात्यात बांधलो गेलो. या आकर्षक तरुणाने नुकतेच एक भिक्षू म्हणून आपले करिअर सुरू केले होते. दलाई लामांचा भाऊ म्हणून त्याच्यासाठी शानदार शक्यता होत्या. पुढे जाऊन तो आपला भाऊ आणि सरकार यांच्यातील मध्यस्थ म्हणून एक मोठी भूमिका निभावणार होता. पण एका मोठ्या पदाचे ओझे आधीच त्याच्यावर जड वाटू लागले होते. तो आपल्या मनाने मित्रांची निवड करू शकत नव्हता. तो जे काही करायचा आणि जिथेही जायचा, त्यावरून वेगवेगळे निष्कर्ष काढले जायचे. जेव्हा तो कोण्या अधिकृत प्रसंगी कोण्या उच्च पदाधिकाऱ्याला बोलावयचा, तेव्हा त्याच्या खोलीत येण्याने एक विचित्र शांतता पसरायची आणि सर्व लोक, इथपर्यंत की कॅबिनेट मंत्रीही, राजा देवतेच्या भावाबद्दल आदर दर्शवण्यासाठी आपल्या जागेवरून उभे राहायचे. या गोष्टी कोणत्याही तरुणाला विचलित करू शकत होत्या, पण लोबसंग समतेनने कधीही आपला तोल गमावला नाही, नम्रच राहिला.

हा तरुण अनेकदा माझ्याशी आपल्या लहान भावाबद्दल बोलायचा, जो पोटालामध्ये एकाकी जीवन जगत होता. मी आधीच अनुभवले होते की जेव्हा दलाई लामांची आकृती महालाच्या छतावर फिरताना दिसायची, तेव्हा पार्ट्यांमध्ये आलेले सर्व पाहुणे लपायचे. लोबसांगने मला याबद्दल एक हृदयस्पर्शी गोष्ट सांगितली. तरुण देवतेकडे अनेक उत्तम दुर्बिणी आणि फिल्ड-ग्लासेस होत्या आणि शहरात आपल्या लोकांची दिनचर्या आणि कामकाज पाहणे त्यांना खूप आवडायचे. त्यांच्यासाठी पोटाला एक सोनेरी तुरुंग होता. ते दररोज अनेक तास महालाच्या अंधाऱ्या खोल्यांमध्ये प्रार्थना करायचे आणि खूप वेळ अभ्यास करण्यात घालवायचे. त्यांच्याकडे मोकळा वेळ खूप कमी होता आणि खूप कमी सुख-सुविधा होत्या. जेव्हा कोण्या मौजमजेच्या पार्टीत आलेल्या पाहुण्यांना वाटायचे की कोणी त्यांच्याकडे पाहत आहे, तेव्हा ते शक्य तितक्या लवकर नजरेआड व्हायचे. ते आपल्या त्या तरुण शासकाचे हृदय दुखावू इच्छित नव्हते, जो कधीही लक्ष विचलित करणाऱ्या अशा कोणत्याही मौजमजेचा भाग बनू शकत नाही!

लोबसंग समतेन त्यांचा एकमेव मित्र आणि विश्वासू होता आणि प्रत्येक वेळी त्यांना भेटू शकत होता. तो त्यांच्या आणि बाह्य जगातील दुवा म्हणून काम करत असे आणि बाह्य जगातील हालचालींपासून त्याला आपल्या भावाला अवगत करावे लागत असे. लोबसंगकडून मला समजले की त्यांना आमच्या उपक्रमांमध्ये खूप रस होता आणि जेव्हा मी बागेत काम करायचो तेव्हा ते अनेकदा मला दुर्बिणीतून पाहायचे. त्याने मला हेही सांगितले की त्याचे भाऊ नोरबुलिंगकामधील त्यांच्या उन्हाळी निवासस्थानात जाण्यासाठी खूप उत्सुक होते. चांगले हवामान आले होते आणि पोटालामध्ये ते स्वतःला बंदी असल्यासारखे अनुभवत होते. बाहेर पडून व्यायाम करू इच्छित होते.

आता वाळूच्या वादळांचा हंगाम संपला होता आणि पीचच्या झाडांवर फुले फुलत होती. आजूबाजूच्या शिखरांवर उरलेला बर्फ गरम उन्हात चमकत होता. यामुळे वसंत ऋतू एक अनोखे आकर्षण देत होता. एके दिवशी अधिकृतपणे उन्हाळ्याच्या हंगामाची सुरुवात घोषित करण्यात आली आणि आता उन्हाळ्याचे कपडे घातले जाऊ शकत होते. कोणतीही व्यक्ती जेव्हा वाटेल तेव्हा आपले लोकरीचे कपडे काढून ठेवू शकत नव्हती. दरवर्षी, शकुनांचा विचार केल्यानंतर एक दिवस निश्चित केला जायचा ज्या दिवशी उच्चभ्रू आणि भिक्षू उन्हाळ्याचे कपडे घालायचे. हवामान खूप आधीच गरम झाले असले, किंवा बर्फवृष्टी किंवा वादळाची शक्यता असली तरी. याने काही फरक पडत नव्हता. उन्हाळ्याचे कपडे ठरलेल्या तारखेपासूनच घातले गेले पाहिजेत. हीच गोष्ट शरद ऋतूतही होते. हिवाळ्याचे कपडे घालण्यासाठीही अधिकृतपणे घोषणा होते. मी सतत लोकांकडून हवामानाबद्दल तक्रारी ऐकत राहायचो की बदल खूप लवकर किंवा खूप उशिरा झाला आहे आणि लोक थंडीने कुडकुडत आहेत किंवा गोठून जात आहेत.

पोशाख बदलण्यासोबतच एक समारंभही होतो जो अनेक तास चालतो. सेवक नवीन कपडे आपल्या पाठीवर बांधून आणतात. भिक्षूंसाठी कपडे बदलणे अधिक कठीण नसते. ते फक्त त्यांच्या फरच्या किनारी असलेल्या टोप्यांच्या जागी प्लेटच्या आकाराची पेपर-मॅशे टोपी घालतात. जेव्हा प्रत्येकजण अचानक नवीन कपड्यांमध्ये दिसतो तेव्हा संपूर्ण शहराचे रूपच बदलते.

तसे, लोकांना पोशाख बदलण्याची आणखी एक संधी मिळते. हे तेव्हा होते, जेव्हा संपूर्ण अधिकृत जग दलाई लामांसोबत समर गार्डनमध्ये एका भव्य मिरवणुकीत सामील होते. औफशनाइटर आणि मी हे पाहण्यासाठी उत्सुक होतो. आम्हाला वाटले की यामध्ये आम्हाला जिवंत बुद्धाचे जवळून दर्शन घेता येईल.

हा उन्हाळ्याचा एक शानदार दिवस होता. संपूर्ण शहर पश्चिम गेटमधून दोन मैलांच्या अंतरावर निघाले. या ठिकाणी पोटाला आणि नोरबुलिंगका महाल वेगळे होतात. गर्दी इतकी होती की धक्का-बुक्कीशिवाय इथे पायी चालणे कठीण होते.

शानदार गर्दीचे फोटो काढण्यासाठी माझ्याकडे कॅमेरा नव्हता आणि या गोष्टीचा मला खेद होता. अर्थात या दृश्याला केवळ एक रंगीत चित्रपटच योग्य न्याय देऊ शकला असता. हा सर्वांसाठी आनंदाचा दिवस होता, उन्हाळ्याचा पहिला दिवस, आणि मी त्या मुलाचा विचार करून खूश होत होतो ज्याचा उदास तुरुंग एका सुंदर बागेत बदलणार होता. त्याच्या आयुष्यात खूप कमी सूर्यप्रकाश होता. पोटाला पॅलेस बाहेरून जेवढा शानदार आणि भव्य आहे, निवासस्थान म्हणून तो अतिशय अंधारमय आणि गैरसोयीचा आहे. हे शक्य आहे की सर्व राजा देवतांना लवकरात लवकर तिथून जाण्यात आनंद झाला असेल, कारण नोरबुलिंगकाच्या उन्हाळी बागेतील निवासस्थानाची योजना सातव्या दलाई लामांच्या राज्यकारभाराच्या वेळीच बनवली गेली होती, पण ती तेराव्या दलाई लामांच्या राज्यकारभारातच पूर्ण होऊ शकली.

हे राजे एक महान सुधारक आणि त्याचबरोबर आधुनिक विचारांचे व्यक्ती होते. त्यांनी स्वतःसाठी तीन गाड्या आयात केल्या होत्या. या गाड्या सीमेपर्यंत अनेक तुकड्यांमध्ये पोहोचवल्या गेल्या आणि हमाल व याकच्या मदतीने पर्वतांवरून राजधानीत नेल्या गेल्या. इथे एका भारतीय प्रशिक्षित मेकॅनिकने त्या पुन्हा जोडल्या. या माणसाला मग महामहिमांचा ड्रायव्हर म्हणून नियुक्त केले गेले. तो अनेकदा माझ्याशी त्याच्या त्या तीन कार्सचा दुःखी मनाने उल्लेख करायचा. या दोन ऑस्टिन आणि एक डॉज होत्या. या आता एका शेडमध्ये असुरक्षितपणे बेकार उभ्या होत्या. थोड्या काळासाठी

त्या तिबेटमध्ये खळबळ बनल्या होत्या आणि आता त्या आपल्या स्वर्गवासी मालकाचा शोक करत गंज खात होत्या. तेराव्या दलाई लामांनी आपल्या हिवाळ्यातील तुरुंगातून पळून जाण्यासाठी कशा प्रकारे आपल्या कार्सचा वापर केला, याची कथा आजही लोकांना हसवते. शरद ऋतूत ते थाटामाटात आणि समारंभपूर्वक पोटाला परतत असत, पण जशी गर्दी रस्त्यावरून हटायची, ते एका कारमध्ये बसून नोरबुलिंगकाला परत जायचे.

आम्हाला तांब्याच्या शिंगांची आणि तुतारीची धून ऐकू आली. मिरवणूक जवळ आली. गर्दीचा गोंधळ शांत झाला आणि एक शांतता पसरली. कारण स्तंभाचे टोक दिसत होते. सेवा करणाऱ्या भिक्षूंच्या एका गटाने आघाडीची रांग बनवली. ते आपल्यासोबत राजा देवतेचे वैयक्तिक सामान गाठोड्यांमध्ये बांधून नेत होते. प्रत्येक गाठोडे पिवळ्या रेशमी कपड्यात गुंडाळले होते. पिवळा रंग सुधारित लामावादी चर्चचा रंग आहे, ज्याला येलो चर्च देखील म्हटले जाते. एका जुन्या आख्यायिकेमध्ये सांगितले आहे की हा रंग का निवडला गेला होता.

तिबेटमधील बौद्ध धर्माचे महान सुधारक त्सोंग कापा, शाक्य मठात प्रवेशाच्या दिवशी, नवप्रवर्तकांच्या रांगेच्या शेवटी उभे होते. जेव्हा त्यांना वस्त्र घालण्याची वेळ आली तेव्हा लाल टोप्या संपल्या होत्या. ते टोपीशिवाय राहू नयेत, म्हणून कोणीतरी जी टोपी हातात आली, तीच त्यांना घातली. योगायोगाने ती टोपी पिवळी होती. त्सोंग कापा नेहमी तीच घालत राहिले आणि अशा प्रकारे पिवळ्या रंगाला सुधारित चर्चचा रंग म्हणून स्वीकारले गेले. दलाई लामा नेहमी स्वागत समारंभ आणि उत्सवांमध्ये पिवळ्या रंगाची रेशमी टोपी घालत आणि त्यांच्याकडून दररोज वापरल्या जाणाऱ्या सर्व वस्तू याच रंगाच्या असत. पिवळ्या रंगाचा वापर एक विशेषाधिकार होता आणि तो केवळ त्यांच्याकडेच होता.

लवकरच आम्ही पाहिले की राजा देवतेच्या आवडत्या पक्ष्यांचे पिंजरे नेले जात आहेत. मधे-मधे एक पोपट तिबेटी भाषेत स्वागताचे काही शब्द म्हणायचा. भाविकांची गर्दी याला आपल्या देवाची एक वैयक्तिक भेट मानून स्वीकारत होती. सेवकांच्या मागे-मागे काही अंतरावर बॅनर्स घेऊन भिक्षू येतात. या बॅनर्सवर काही संदेशाच्या रूपात काही ओळी लिहिलेल्या

होत्या. यानंतर जुन्या काळातील चमकदार पोशाख घातलेले आणि जुन्या काळातील वाद्ये वाजवणाऱ्या घोडदळातील संगीतकारांचा एक गट येतो. आपल्या वाद्यांतून ते काही विचित्र आवाज काढत होते. त्यांच्यामागे त्सेड्रुंग संप्रदायातील भिक्षूंची एक फौजही घोड्यावर स्वार होती आणि त्यांना त्यांच्या पदक्रमानुसार व्यवस्थित करण्यात आले होते. त्यांच्यामागे दलाई लामांच्या आवडत्या घोड्यांना नेणारे लोक होते, जे शानदारपणे सजवलेले होते. त्यांचे लगाम पिवळे होते आणि त्यांचे लगाम व खोगीर शुद्ध सोन्याचे होते.

मग राजा देवतेच्या घराण्यातील वरिष्ठ सदस्यांचा आणि उच्च मान्यवरांचा एक गट आला. यांच्यापैकी सर्वजण मठाधीश दर्जाचे भिक्षू होते. आई-वडील आणि भाऊ व बहिणी सोडून केवळ या लोकांकडेच दलाई लामांशी बोलण्याचा अधिकार आहे. त्यांच्यासोबत-सोबत धडधाकट अंगरक्षक चालत होते. यांच्यापैकी कोणाचीही उंची सहा फूट सहा इंच पेक्षा कमी नव्हती आणि त्यांच्यापैकी एक तर आठ फूट उंच होता. त्यांची शरीरयष्टी खूप भयानक होती आणि ते त्यांच्या हातात लांब चाबूक घेऊन चालत होते. इतक्या गर्दीत बस त्यांचाच आवाज ऐकू येत होता. ते बुलंद आवाजात गर्दीतून रस्ता बनवण्यासाठी आणि आपल्या टोप्या काढण्यासाठी सांगत होते. हा स्पष्टपणे समारंभाचा एक भागच होता, कारण लोक आधीच रस्त्याच्या कडेला मस्तक झुकवून आणि हात जोडून शांतपणे उभे होते. त्यानंतर सैन्याचे कमांडर-इन-चीफ आले. त्यांनी सलामीच्या वेळी आपली तलवार पकडली. इतर मान्यवरांच्या रेशमी आणि ब्रोकेडच्या कपड्यांच्या तुलनेत त्यांचा खाकी गणवेश खूपच सामान्य दिसत होता. कारण त्यांना त्यांच्या पोशाखाची सजावट निवडण्याचे स्वातंत्र्य होते, त्यामुळे त्यांच्या पदाचा बिल्ला आणि इतर बिल्ले सोन्याचे बनलेले होते. डोक्यावर एक सन-हेल्मेट होता.

आणि आता जिवंत बुद्धाची पिवळ्या, रेशमी पडद्यांनी सजलेली पालखी येत होती. ती सूर्याच्या प्रकाशात सोन्यासारखी चमकत होती. पालखी उचलणारे भोई हिरवे रेशमी झगे घातले होते. हे छत्तीस होते. त्यांनी लाल प्लेटसारख्या टोप्या घातल्या होत्या. एक भिक्षू पालखीवर मोराच्या पिसांपासून बनलेली एक विशाल सप्तरंगी छत्री धरून होता. संपूर्ण दृश्य अत्यंत मनमोहक होते.

आमच्या आजूबाजूला असलेल्या सर्व लोकांची डोकी श्रद्धेने झुकलेली होती आणि कोणीही आपले डोळे वर उचलण्याचे धाडस केले नाही. फक्त औफशनाइटर आणि मीच कदाचित थोडेसे मस्तक झुकवले असेल. आम्हाला तर दलाई लामांना पाहायचेच होते! आणि ते उपस्थित झाले. आपल्या पालखीच्या काचेच्या मागून हसत आम्हाला प्रणाम करत होते. त्यांच्या सुंदर चेहऱ्यात आकर्षण आणि गरिमा होती, पण त्यांचे हसणे कोण्या मुलासारखे होते. आम्ही अंदाज लावला की तेही आम्हाला पाहण्यासाठी उत्सुक होते.

मिरवणूक आपल्या शिखरावर पोहोचली होती. आता धर्मनिरपेक्ष अधिकारी आले. चारही कॅबिनेट मंत्री राजाच्या दोन्ही बाजूंना शानदार घोड्यांवर स्वार होते. त्यांच्या मागे एक आणखी शानदार पालखी होती. ज्यावर रीजेंट ताग्त्रा ग्याल्तसाप रिन्पोछे बसले होते. यांना 'टायगर रॉक' म्हटले जायचे आणि त्यांचे वय सत्तर वर्षे होते. त्यांनी अतिशय रुक्षपणे इकडे-तिकडे पाहिले. अभिवादनाला हसून उत्तर दिले नाही. असे वाटत होते की त्यांनी लोकांना पाहिलेच नाही. ते त्यांच्या कर्तव्यांच्या पालनात कडक आणि कठोर आहेत. त्यांचे जितके मित्र आहेत, तितकेच शत्रूही आहेत. त्यांच्या नंतर राज्याच्या तीन स्तंभांचे प्रतिनिधी, सेरा, ड्रेबुंग आणि गंडेनचे मठाधीश स्वार होते. मग पदानुक्रमानुसार उच्चभ्रू लोक आले, प्रत्येक गटाने त्यांच्या दर्जानुसार पोशाख घातला होता.

या गोंधळाच्या मध्ये मला अचानक ओळखीची धून ऐकू आली. यात कोणतीही शंका नाही, ही धून ब्रिटिश राष्ट्रगीताची होती! अंगरक्षकांचा गट मार्गाच्या मध्यभागी आपली जागा घेऊ चुकला होता आणि रॉयल चेअर कदाचित त्यांच्या जवळ आली असेल. म्हणून, देवतेला सन्मान देण्यासाठी त्यांनी 'गॉड सेव्ह द क्वीन' वाजवले. मी सहसा याला अधिक चांगल्या प्रकारे वाजताना ऐकले आहे, पण या धूनने मला थक्क केले. मला नंतर समजले की बँडमास्टरने भारतीय सैन्यात प्रशिक्षण घेतले होते. त्याने पाहिले होते की ही धून सर्व समारंभांमध्ये प्रमुखतेने वाजवली जाते, म्हणून तो ती शिकून आला. ही तिबेटी शब्दांमध्ये बसवली गेली होती, पण मी त्यांना गाताना ऐकले नाही. ब्रास बँडने या कमी प्रचलित धूनमध्ये ट्रम्पेट्सचे काही स्वर चुकीचे वाजवले

पण, एकंदरीत राष्ट्रगीत सन्मानजनक पद्धतीने संपवले. यानंतर पोलीस बँडच्या पाइपर्सनी स्कॉटिश धून वाजवली.

तिबेटी संगीतात हार्मनी नसते, पण त्याच्या धून आमच्या कानांना सुखावतात. मिरवणूक समर पॅलेसच्या दरवाजाच्या मागे गेली आणि गर्दी पांगली. बहुतांश लोकांनी दिवसाचा बाकीचा वेळ मोकळ्या हवेत मटरगस्ती करत घालवला. भटके मेंढीच्या कातड्याने बनलेल्या गरम झग्यात घाम गाळत आपले तंबू हटवतात आणि चांगथांगमध्ये त्यांच्या उंच घरांकडे निघतात. कोणताही तिबेटी उन्हाळ्यात भारताच्या तीर्थयात्रेवर जाण्यासाठी उत्सुक नसतो आणि कोणताही भटका गरम हवामानात स्वतःच्या इच्छेने ल्हासाला येत नाही. राजधानी समुद्रसपाटीपासून केवळ बारा हजार फूट वर आहे, आणि भटके पंधरा हजार फुटांच्या उंचीवर राहतात. त्यांना इथली उष्णता त्रास देते.

आम्ही जे काही पाहिले त्याने आम्ही खूप प्रभावित झालो. आम्ही मिरवणुकीत सत्तेचे जे विभाजन पाहिले त्यापेक्षा उत्तम उदाहरण दुसरे काही असू शकत नव्हते. यात दलाई लामा आणि रीजेंट शिखरावर विराजमान होते आणि विविध श्रेणींचे लोक क्रमानुसार खाली होते. भिक्षू सर्वांत पुढे चालत होते, हे त्यांच्या राज्यात त्यांच्या सत्तेचे आणि शक्तीचे महत्त्वपूर्ण लक्षण होते.

धर्म राज्याच्या जडणघडणीचा गाभा आहे. चांगथांगच्या दूरच्या भागांतून यात्रेकरू वर्षातून एकदा होणाऱ्या धार्मिक श्रद्धेच्या या शानदार प्रदर्शनाला पाहण्यासाठी खूप कष्ट सहन करून येतात. इथे पाच दिवस राहून ही स्मृती जपतात. तिबेटी लोकांचे दैनंदिन जीवन धार्मिक विश्वास आणि श्रद्धेने चालते. ते पवित्र मंत्र पुटपुटत राहतात. प्रार्थना-चक्र न थांबता फिरत राहतात, घरांच्या छतांवर आणि पर्वतीय खिंडींच्या शिखरांवर प्रार्थना-पताका फडकत राहतात. पाऊस, वादळ, सर्व नैसर्गिक घटना, बर्फाने झाकलेल्या पर्वतांची एकाकी शिखरे देवतांच्या सार्वत्रिक उपस्थितीची साक्ष देतात. देवतांचा राग गारांच्या पावसाने प्रकट होतो आणि त्यांची दया जमिनीच्या सुपीकतेने आणि उत्पादन क्षमतेने प्रदर्शित होते. लोकांचे जीवन ईश्वरीय इच्छेने नियंत्रित होते, ज्याचे अर्थ लामा लावतात. कोणतेही काम सुरू

करण्यापूर्वी ते शकुन-अपशकुन पाहतात. देवतांकडे सतत प्रार्थना करतात, त्यांना प्रसन्न करतात किंवा धन्यवाद देतात. प्रार्थनेचे दिवे सर्वत्र जळत राहतात, उच्चभ्रूंच्या हवेल्यांमध्ये आणि भटक्यांच्या तंबूतही. एकच श्रद्धा त्यांना प्रज्वलित ठेवते. तिबेटमध्ये ऐहिक अस्तित्वाला काहीही महत्त्व नाही आणि मृत्यूची कोणतीही भीती नाही. माणसांना माहित आहे की ते पुन्हा जन्म घेतील. पुढच्या जन्मी उच्च अस्तित्वाची आशा करतात, जी या जन्मात पवित्र आचरणाद्वारे मिळवली जाऊ शकते. मठ सर्वांत मोठे न्यायालय आहे, आणि अगदी सामान्य भिक्षूंचाही लोकांकडून सन्मान केला जातो आणि त्याला कुशो या उपाधीने संबोधित केले जाते, जणू तो उच्चभ्रू वर्गाचा सदस्य असावा. प्रत्येक कुटुंबात किमान एक मुलगा मठाप्रती श्रद्धेचे प्रतीक म्हणून आणि मुलाला जीवनात चांगली सुरुवात देण्यासाठी मठात समर्पित केला जातो.

इतक्या वर्षांत मी कधीही अशा कोणत्याही व्यक्तीला भेटलो नाही ज्याने बुद्धांच्या शिक्षणाच्या सत्यतेबद्दल थोडीशीही शंका व्यक्त केली असेल. हे खरे आहे की यांच्यात अनेक संप्रदाय आहेत, पण ते केवळ बाह्य रूपात भिन्न आहेत. प्रत्येकाच्या हृदयात धार्मिक भावना आहेत आणि त्यांना कोणीही अनुभवू शकतो. देशात थोडा वेळ राहिल्यानंतर कोणीही व्यक्ती विचार न करता माशीलाही मारू शकत नाही. आणि मी कधीही कोणत्याही तिबेटीच्या उपस्थितीत अशा कोणत्याही किड्याला चिरडले नाही, जो मला त्रास देत असेल. या प्रकरणांमध्ये लोकांचा दृष्टिकोन खऱ्या अर्थाने हृदयस्पर्शी राहतो. जर पिकनिकमध्ये कोणतीही मुंगी कोणाच्या कपड्यांवर रेंगाळते, तर तिला हळूच उचलून खाली ठेवले जाते. जर एखादी माशी चहाच्या कपात पडली तर ही खूप मोठी आपत्ती असते. माशीला कोणत्याही परिस्थितीत बुडण्यापासून वाचवतात, कारण हा कोणाच्या तरी मृत आजीचा पुनर्जन्म असू शकतो. हिवाळ्यात ते माशांना वाचवण्यासाठी तलावांमधील गोठलेला बर्फ तोडतात, जेणेकरून त्या त्यात गोठून मरू नयेत. आणि, उन्हाळ्यात ते या माशांना तलाव सुकण्यापूर्वी वाचवतात. जो जेवढे अधिक जीवन वाचवू शकतो, तो तितकाच खूश राहतो.

माझ्या वांगडिला मित्राचा एक अनुभव मी कधीही विसरू शकत नाही. आम्ही एके दिवशी चिनी रेस्टॉरंटमध्ये गेलो. हे इथले एकमेव चिनी रेस्टॉरंट

होते. आणि तिथे एक बदक पळताना पाहिले. उघडपणे त्याला शिजवले जाणार होते. वांगडिलाने लगेच त्याच्या खिशातून मोठ्या किमतीची एक नोट काढली आणि रेस्टॉरंटच्या मालकाला देऊन तो पक्षी विकत घेतला. मग त्याने त्याच्या नोकराला हे बदक त्याच्या घरी पोहोचवण्यास सांगितले. आणि त्यानंतर अनेक वर्षे मी त्या भाग्यवान पक्ष्याला माझ्या मित्राच्या घरी फिरताना पाहत होतो.

सर्व जिवंत प्राण्यांप्रती असलेल्या या दृष्टिकोनाचे एक उदाहरण, बांधकाम कामांत लागलेल्या लोकांसाठी जारी करण्यात आलेला एक आदेश होता. हा आदेश संपूर्ण देशासाठी त्या तीन वर्षांसाठी होता जेव्हा तरुण दलाई लामा ध्यानात मग्न होते. असे म्हटले गेले की बांधकामाच्या वेळी कीटक-किडे सहजपणे मारले जाऊ शकतात, आणि म्हणूनच सामान्य बांधकाम निषिद्ध होते. नंतर, जेव्हा मी माती खोदण्याच्या कामाचा प्रभारी होतो, तेव्हा मी माझ्या स्वतःच्या डोळ्यांनी पाहिले की कसे फावड्याने माती काढताना मजूर लक्षपूर्वक पाहून कीटक-किड्यांना दूर हटवत होते.

या सिद्धांतावरून हा निष्कर्ष निघतो की तिबेटमध्ये मृत्युदंड नाही. हत्येला सर्वांत जघन्य गुन्हा मानले जाते, पण खुन्याला केवळ फटके मारले जातात आणि त्याच्या पायात बेड्या घातल्या जातात. हे खरे आहे की फटके मारणे खऱ्या अर्थाने मृत्युदंडापेक्षा कमी मानवी आहे, कारण ही शिक्षा पाश्चात्य लोक देतात. पीडित अनेकदा शिक्षा दिल्यानंतर वेदनादायक मृत्यू पावतो, पण धार्मिक सिद्धांताचे उल्लंघन होत नाही. साखळ्यांमध्ये बांधलेल्या जन्मठेपेची शिक्षा मिळालेल्या गुन्हेगारांना एकतर राज्याच्या तुरुंगात बंद केले जाते किंवा त्यांना जिल्हा गव्हर्नरकडे पाठवले जाते. गव्हर्नर त्यांच्या कोठडीसाठी जबाबदार असतो. यांचे नशीब निश्चितपणे तुरुंगात बंद असलेल्या गुन्हेगारांपेक्षा चांगले असते ज्यांना केवळ बुद्धाच्या जन्म आणि परिनिर्वाणाच्या दिवशीच तुरुंगातून बाहेर काढले जाते. यावेळी ते साखळ्यांमध्ये बांधलेल्या सहकारी कैद्यांसोबत लिंगखोरमध्ये भीक मागू शकतात.

चोरी आणि अनेक छोट्या-मोठ्या गुन्ह्यांसाठी आरोपीला सार्वजनिकरीत्या फटके मारले जातात. गुन्हेगाराच्या गळ्यात एक पाटी

लटकवली जाते ज्यावर त्याचा गुन्हा लिहिलेला असतो आणि त्याला काही दिवस एका खास प्रकारच्या खांबाजवळ उभे राहावे लागते. इथे दानशूर लोक येतात आणि त्याला खाण्यापिण्याचे साहित्य देऊन जातात. जेव्हा चोर किंवा दरोडेखोर पकडले जातात तेव्हा सामान्यतः त्यांना हात किंवा पाय कापण्याची शिक्षा दिली जाते. मी हे पाहून घाबरून गेलो की कशा प्रकारे जखमेला निर्जंतुक केले जाते. कापलेल्या अवयवाला उकळत्या लोण्यात बुडवले जाते आणि तिथेच ठेवले जाते. पण यामुळे वाईट काम करणाऱ्यांना भीती वाटत नाही. एका गव्हर्नरने मला अशा गुन्हेगारांबद्दल सांगितले जे शिक्षेसाठी आपला हात निर्लज्जपणे पुढे करतात आणि काही आठवड्यांनंतर पुन्हा गुन्हेगारीच्या जगात परततात. ल्हासामध्ये आता शिक्षेचे असे क्रूर मार्ग बंद करण्यात आले आहेत.

राजकीय गुन्ह्यांसाठी शिक्षा खूप कडक आहेत. लोक अजूनही तेंगयेंगच्या त्या भिक्षूंची चर्चा करतात ज्यांनी चाळीस वर्षांपूर्वी चिनी लोकांसोबत तडजोड करण्याचा प्रयत्न केला होता. त्यांच्या मठाला उद्ध्वस्त करण्यात आले आणि त्यांची नावे मिटवली गेली.

तिबेटमध्ये कायद्याच्या न्यायालयांची कोणतीही संघटित व्यवस्था नाही. गुन्ह्यांच्या तपासाचे काम दोन किंवा तीन उच्चभ्रू व्यक्तींवर सोपवले जाते, पण दुर्दैवाने यामध्ये भ्रष्टाचार खूप आहे. खऱ्या अर्थाने फार कमी उच्चभ्रू लोक प्रामाणिक असतात. लाच म्हणून मिळालेली रक्कम अनेक लोक सरंजामशाही व्यवस्थेच्या विशेषाधिकारांचा भाग मानतात. जर कोण्या प्रतिवादीला वाटत असेल की त्याला अनुचितपणे दोषी ठरवण्यात आले आहे, तर त्याला दलाई लामांकडे अपील करण्याची परवानगी आहे. जर तो इथून निर्दोष सिद्ध झाला, तर त्याला क्षमा मिळते आणि जर नाही, तर त्याची शिक्षा दुप्पट केली जाते.

ल्हासामध्ये सिटी मॅजिस्ट्रेट कायमस्वरूपी न्यायाधीश म्हणून कार्य करतात. फक्त, नवीन वर्षानंतरच्या एकवीस दिवसांसाठी सर्व अधिकार भिक्षूंना दिले जातात. मॅजिस्ट्रेटच्या मदतीसाठी काही मूल्यमापक असतात आणि ते खूप व्यस्त राहतात, कारण यात्रेकरूंसोबतच अनेक वाईट चारित्र्याचे लोकही राजधानीत येत राहतात.

दलाई लामा त्यांच्या उन्हाळी निवासस्थानात गेल्यानंतर हवामान गरम झाले, पण खूप जास्त नाही. या हंगामात दिवसाचे तापमान कधीही पंच्याऐंशी अंश फॅरेनहाइटच्या वर जात नाही आणि रात्री थंड असतात. हवा खूप कोरडी असते आणि पाऊस खूप कमी पडतो. लवकरच प्रत्येकजण पावसासाठी प्रार्थना करू लागतो. ल्हासाच्या आजूबाजूला अनेक झरे आहेत, पण जवळजवळ दरवर्षी ते सुकतात. तेव्हा लोकांना त्यांचे पाणी काइचू नदीतून आणावे लागते. हे हिमनद्यांमधून स्वच्छ आणि थंड होऊन खाली येते.

जेव्हा झरे वाहणे बंद होतात आणि जवचे शेत सुकतात, तेव्हा सरकार हा आदेश देते की जोपर्यंत हा आदेश मागे घेतला जात नाही, प्रत्येक नागरिकाने रस्त्यांवर पाणी टाकावे. लगेच संपूर्ण शहर व्यस्त होते आणि प्रत्येकजण मडकी आणि बादल्या घेऊन नदीकडे धावतो आणि पाणी भरून शहरात परत आणतो. उच्चभ्रू लोक पाणी आणण्यासाठी त्यांच्या नोकरांना पाठवतात, पण जेव्हा ते पाणी घेऊन येतात, तेव्हा ते रस्त्यांवर आणि त्यांच्या शेजाऱ्यांवर टाकण्यात हातभार लावतात. हा एक नियमित जल उत्सव असतो ज्यामध्ये सर्वजण उच्च-नीच असा भेदभाव न करता भाग घेतात. खिडक्या आणि छतांवरून पाण्याचे फवारे वाटसरूंच्या डोक्यावर पडतात, आणि जर कोणी पूर्णपणे भिजला तरी वाईट मानत नाही. मुले याचा पुरेपूर आनंद लुटतात. माझ्या बाबतीत सांगायचे तर, मी उंच आणि विशिष्ट असल्यामुळे काही जास्तच भिजत असे.

जेव्हा रस्त्यावर पाण्याची लढाई सुरू असते, तिबेटमध्ये पाऊस पाडणाऱ्या गॅडोंगच्या सर्वांत प्रसिद्ध भविष्यवेत्त्याला दलाई लामांच्या बागेत बोलावले जाते. इथे सरकारचे सर्वोच्च अधिकारी एकत्र येतात आणि सर्वांत मोठे लामा स्वतः या सोहळ्याचे अध्यक्षस्थान भूषवतात. पाऊस पाडणारा भिक्षू, लवकरच ध्यान लावून दुसऱ्या जगात जातो. त्याचे हात-पाय हलू लागतात आणि तो विचित्र प्रकारचे आवाज काढतो. त्या वेळी मठाच्या अधिकाऱ्यांपैकी एक या भविष्यवेत्त्याला पावसाची खात्री देण्याची आणि पीक वाचवण्याची विनंती करतो. या माणसाच्या हालचाली आणखी उन्मादपूर्ण होतात. तो मोठ्या आवाजात बडबडू लागतो. एक लिपिक संदेश

लिहून काढतो आणि तो कॅबिनेट मंत्र्यांना सोपवतो. यादरम्यान भविष्यवेत्ता दुसऱ्या जगातून परत येतो, बेशुद्ध होऊन जमिनीवर पडतो आणि त्याला बाहेर नेले जाते.

या सादरीकरणानंतर ल्हासामध्ये प्रत्येकजण उत्सुकतेने पावसाची वाट पाहतो. आणि पाऊस पडतोही. मग कोणी चमत्कारांवर विश्वास ठेवो किंवा तार्किक स्पष्टीकरण शोधो, खरे तर हे आहे की या नाटकाच्या सादरीकरणानंतर लगेचच, नेहमी पाऊस पडतो. तिबेटी लोकांना यात कोणतीही शंका राहत नाही की रक्षक देवता त्या वेळी त्या व्यक्तीच्या शरीरात प्रवेश करते, जेव्हा तो समाधी अवस्थेत असतो. देवता लोकांच्या प्रार्थना ऐकतात आणि त्यांना अनुग्रहित करतात.

लोकांच्या या स्पष्टीकरणाने मी समाधानी झालो नाही आणि मी एक वैज्ञानिक उपाय शोधण्याचा प्रयत्न केला. मी विचार करू लागलो की कदाचित रस्त्यांवर खूप जास्त पाणी टाकल्यामुळे बाष्पीभवन झाले असेल किंवा मान्सूनचा पाऊस तिबेटच्या उंच भागात पसरला असेल. ब्रिटिश दूतावासाने एक हवामान केंद्र स्थापन केले होते आणि वैज्ञानिक पद्धतीने पावसाचे मोजमाप केले होते. सरासरी दरवर्षी सुमारे चौदा इंच पाऊस पडायचा आणि बहुतांश याच हंगामात पडायचा. नंतर औफशनाइटरने काइचुवर एक जल-मापक स्थापित केला आणि दरवर्षी जवळजवळ त्याच दिवशी नदीच्या पातळीत पहिली वाढ नोंदवली. जर औफशनाइटरने पाऊस पाडणाऱ्याच्या पद्धतींचे पालन केले असते तर तो एक यशस्वी भविष्यवेत्ता म्हणून प्रस्थापित होऊ शकला असता.

जुन्या काळी ल्हासामध्ये पाऊस खूप जास्त पडत असावा. तिथे मोठी-मोठी जंगले असावीत, ज्यामुळे पाऊस आणि थंडीचे हवामान बनून राहायचे. शतकानुशतके जंगलतोडीने खूप नुकसान केले होते. ल्हासा आपल्या गवताळ मैदाने आणि विलो व चिनारच्या झाडांसह, काइचुच्या वृक्षहीन खोऱ्यात एक हिरवेगार मरुद्यान होते.

ल्हासामध्ये लोक आम्हाला सतत आमंत्रित करत राहिले आणि अनेकदा सल्ला घेत राहिले. अशा प्रकारे आम्हाला शहराला सर्व बाजूंनी पाहण्याची

संधी मिळाली. आमच्याकडे सार्वजनिक प्रशासन आणि कौटुंबिक जीवन, विविध दृष्टिकोन, शिष्टाचार आणि नैतिकतेचे मुद्दे अभ्यासण्याची संधी होती. दररोज काहीतरी नवीन घडत होते आणि अनेक रहस्ये उलगडत होती, पण सर्वच नाही. आमच्याबद्दल एक गोष्ट निश्चितपणे बदलली होती की आता आम्ही बाहेरचे नव्हतो. आम्ही लोकांच्या जीवनाचा भाग होतो.

स्नानाचा हंगाम आला होता. वृद्ध आणि तरुण, लहान-मोठे सर्व नदी किनारी बनलेल्या बागांमध्ये येऊ लागले आणि उथळ पाण्यात पोहण्याचा आणि पॅडलिंगचा आनंद लुटू लागले होते. काही लोक आपले टेंट लावून आरामदायक पिकनिक पार्ट्यांचे आयोजन करत होते. मोठ्या अभिमानाने आपल्या पोहण्याच्या कपड्यांचे प्रदर्शन करणाऱ्या अनेक तरुणींनाही पाहता येत होते. यांनी भारतात राहून शिक्षण घेतले आहे. पिकनिक साजरे करणारे, पाण्यात खेळणारे लोक मधे-मधे अनेक प्रकारच्या खेळांचा आनंदही लुटायचे. आणि दर संध्याकाळी तिथे उपस्थित असलेले लोक देवाचे आभार मानत धूपही जाळायचे.

एक कुशल जलतरणपटू असल्यामुळे माझे खूप कौतुक झाले. तिबेटी लोकांना पोहण्याबद्दल जास्त माहिती नाही, कारण पाणी खूप थंड असते यात ते पोहणे शिकू शकत नाहीत. जे लोक पोहू शकतात, ते फक्त स्वतःला पाण्याच्या वर ठेवू शकतात. पण त्यांच्यात एक तज्ज्ञ देखील होता. त्याने मला पोहण्यासाठी आमंत्रित केले, नक्कीच या विचाराने की मी माझे कौशल्य दाखवावे, पण माझ्या सायटिकाच्या वेदनांमुळे पोहणे माझ्यासाठी एक वेदनादायक छंद बनले होते. पाणी खूप थंड होते. याचे तापमान कधीही पन्नास अंश फॅरेनहाइटच्या वर जात नाही. कधी-कधी मी माझ्या मित्रांना आनंद देण्यासाठी बुडी मारायचो, पण अनेकदा जात नव्हतो. तरीही अशा अनेक संधी आल्या, जेव्हा माझ्या उपस्थितीमुळे लोकांना फायदा झाला. मी तीन लोकांना बुडण्यापासून वाचवले होते. नदीत काही ठिकाणी भोवरे होते आणि हे धोकादायक असतात.

एके दिवशी मला परराष्ट्र मंत्री सुरखांग आणि त्यांच्या कुटुंबाने आमंत्रित केले होते. त्यांनी पाण्याच्या किनाऱ्यावर आपला तंबू लावला होता. मंत्र्याचा एकुलता एक मुलगा जिग्मे (ज्याचा अर्थ आहे निडर) भारतातून आपल्या घरी

आला होता. त्याला शाळेला सुट्ट्या होत्या. त्याने शाळेतच पोहायला शिकले होते. मी प्रवाहाच्या दिशेने पोहत होतो, तेव्हाच मला अचानक आरडाओरडा ऐकू आला. किनाऱ्यावर उभे असलेले लोक पाण्याकडे बोट दाखवत होते. मी पटकन पोहत किनाऱ्यावर पोहोचलो आणि तंबूकडे धावलो. तिथून मी पाहिले की जिग्मे एका भोवऱ्यात गोल-गोल फिरत होता. मी लगेच पाण्यात उडी मारली आणि जरी भोवऱ्याने मलाही पकडले होते. पण मी एक चांगला जलतरणपटू होतो आणि बेशुद्ध मुलाला पकडून किनाऱ्यापर्यंत आणण्यात यशस्वी झालो. मी पोहण्याचा प्रशिक्षक देखील राहिलो होतो, त्यामुळे मला त्याला शुद्धीवर कसे आणायचे हे माहित होते. काही वेळातच तो पुन्हा श्वास घेऊ लागला. साहजिकच त्याचे वडील खूप खूश झाले. आनंदाने त्यांच्या डोळ्यांतून अश्रू वाहत होते. त्यांनी ज्या प्रकारे माझ्याप्रती कृतज्ञता व्यक्त केली, त्यामुळे मी भारावून गेलो. मी एक जीव वाचवला होता आणि लोक याला एक मोठे पुण्याचे काम मानत होते.

या घटनेच्या परिणामी सुरखांग कुटुंबासोबत माझे संबंध जवळचे झाले आणि मला एका अशा विवाह समारंभात सहभागी होण्याची संधी मिळाली जो तिबेटमध्येही अगदी असामान्य होता.

मंत्री आपल्या पहिल्या पत्नीपासून वेगळे झाले होते. जिग्मे त्यांच्या दुसऱ्या पत्नीपासून झाला होता आणि ती या जगात नव्हती. सुरखांग आता एका स्वतःपेक्षा कमी पदावर असलेल्या उच्चभ्रू व्यक्तीच्या तरुण पत्नीसोबत राहत होते. विवाह करारात जिग्मेला तिसरा पती म्हणून दाखवले होते, कारण त्याच्या वडिलांना आपली सर्व संपत्ती आपल्या विधवेला द्यायची नव्हती. अशाच प्रकारची गुंतागुंत अनेक कुटुंबांमध्ये पाहायला मिळते. एकदा मला एक असे प्रकरण पाहायला मिळाले ज्यामध्ये एक आई आपल्याच मुलीची वहिनी होती. तिबेटमध्ये बहुपत्नीत्व आणि बहुपतित्व पाहायला मिळते, पण बहुतांश लोक एकच विवाह करतात.

जेव्हा एखाद्या पुरुषाला अनेक पत्नी असतात, तेव्हा त्यांच्यासोबतचे त्याचे नाते मुस्लिम हरममध्ये प्रचलित असलेल्या नात्यांपेक्षा वेगळे असते. एका पुरुषासाठी त्या घरातील अनेक मुलींशी लग्न करणे ही सामान्य गोष्ट आहे, ज्या घरात कोणताही मुलगा आणि वारस नाही. ही व्यवस्था कुटुंबाची

संपत्ती विखुरण्यापासून वाचवते. आमचे यजमान त्सारोंग यांनी तीन बहिणींशी लग्न केले होते आणि दलाई लामांकडून याची परवानगी घेतली होती.

या युत्यांमधून अनेकदा असामान्य नातेसंबंध बनतात तरीही तिबेटमध्ये विवाह-विच्छेदाचे प्रमाण आपल्याकडील प्रमाणापेक्षा कमीच आहे. हे बऱ्याच अंशी या कारणामुळे आहे, कारण हे लोक आपल्या भावनांना स्वतःवर हावी होऊ देऊ इच्छित नाहीत. जेव्हा अनेक भाऊ एकच पत्नी वाटून घेतात, तेव्हा सर्वांत मोठा भाऊ नेहमी घराचा मालक असतो आणि बाकीच्यांना केवळ तेव्हाच अधिकार मिळतात जेव्हा तो बाहेर असतो किंवा दुसरीकडे मौजमजा करत असतो. पण कोणाचेही नुकसान होत नाही. अनेक पुरुष मठांमध्ये ब्रह्मचारी जीवन जगतात. प्रत्येक गावात एक मठ असतो. चुकीच्या संबंधांतून जन्मलेल्या मुलांना वारसाहक्काचा कोणताही अधिकार नसतो, आणि सर्व संपत्ती कायदेशीर पत्नीच्या मुलांनाच मिळते. त्यामुळे हे इतके महत्त्वाचे नाही की भावांपैकी मुलाचा पिता कोण आहे. मोठी गोष्ट ही आहे की संपत्ती कुटुंबातच राहते.

तिबेटला जास्त लोकसंख्येच्या नुकसानांबद्दल काहीही माहिती नाही. शतकानुशतके इथली लोकसंख्या जवळजवळ स्थिर राहिली आहे. बहुपतित्व आणि मठवादाच्या प्रथांव्यतिरिक्त बालमृत्यू दर देखील या स्थितीत योगदान देतो. माझा अंदाज आहे की तिबेटी लोकांमध्ये जगण्याची सरासरी अपेक्षा केवळ तीस वर्षे आहे. बालमृत्यू दर खूप जास्त आहे आणि अधिकाऱ्यांच्या संपूर्ण गटात केवळ एकच व्यक्ती सत्तर वर्षांचा आहे.

मी तिबेटबद्दल अनेक पुस्तकांमध्ये वाचले होते की यजमान आपल्या पाहुण्यासमोर आपली पत्नी किंवा मुलगी सादर करतो. जर मी यावर विश्वास ठेवला असता, तर माझी खूप निराशा झाली असती. अर्थात, जगाच्या प्रत्येक भागात बदचलन मुली आढळतात, आणि अगदी ल्हासामध्ये देखील काही सुंदऱ्या आहेत ज्या प्रेमाचा व्यवसाय करतात.

जुन्या काळी विवाह आई-वडिलांद्वारे ठरवले जायचे, पण आज तरुण वर्ग आपला जोडीदार स्वतः निवडतो. ते खूप लहान वयात लग्न करतात, मुली सोळाव्या वर्षी आणि मुले सतराव्या किंवा अठराव्या वर्षी. उच्चभ्रू वर्ग केवळ

आपल्याच वर्गात लग्न करू शकतो आणि या नियमाचे काटेकोरपणे पालन केले जाते. अंतःप्रजननापासून वाचण्यासाठी सात पिढ्यांनंतरच नातेवाईकांमध्ये लग्न होऊ शकते. दलाई लामा एकटेच या नियमांमध्ये अपवादाची परवानगी देऊ शकतात. कधी-कधी लोकांच्या योग्य व्यक्तींना उच्चभ्रू वर्गात पदोन्नती दिली जाते, ज्यामुळे सुमारे दोनशे कुटुंबांच्या छोट्याशा उच्चभ्रू गटात थोडे नवीन रक्त येते.

घटस्फोट क्वचितच होतात आणि याला सरकारद्वारे मान्यता मिळायला हवी. बेवफा पती-पत्नीवर खूप कठोर शिक्षा लादली जाते, उदाहरणार्थ नाक कापले जाते. पण, खऱ्या अर्थाने, मी कधीही असे कोणतेही प्रकरण ऐकले नाही, जिथे ही शिक्षा दिली गेली असेल. लोकांनी एकदा मला नाक नसलेली एक म्हातारी स्त्री दाखवली. या महिलेबद्दल आरोप करण्यात आला होता की ती बेवफाईत पकडली गेली होती. पण हे सिफिलीसचेही प्रकरण असू शकते.

तिबेटमध्ये गुप्तरोग खूप सामान्य आहेत. ल्हासामध्ये अनेक प्रकरणे समोर येतात, पण त्यांना जास्त महत्त्व दिले जात नाही. त्यांच्याकडे सामान्यतः दुर्लक्ष केले जाते आणि डॉक्टरांना तेव्हा बोलावले जाते, जेव्हा खूप उशीर झालेला असतो. मेडिकल स्कूलच्या भिक्षूंना पाऱ्याची प्राचीन उपचार पद्धती माहित आहे.

जर वैद्यकीय आणि स्वच्छतेच्या स्थितीत सुधारणा झाली तर तिबेटच्या भविष्यासाठी कितीतरी काही केले जाऊ शकते! देशाला शस्त्रक्रियेबद्दल अजिबात माहिती नाही. औफशनाइटर आणि मी अपेंडिसायटिसच्या हल्ल्याच्या विचारानेच घाबरून जायचो. प्रत्येक संशयास्पद वेदना आम्हाला घाबरवत असे. विसाव्या शतकात या आजाराने कोणी कसे मरू शकतो. तिबेटी लोकांना मानवी शरीरावर होणाऱ्या ऑपरेशन्सबद्दल काहीच माहित नाही. त्यांना फक्त गळू फोडणेच माहित आहे. त्याचप्रमाणे, कारावासात उपकरणांच्या वापराचीही माहिती नसते. तिबेटी लोकांचा शस्त्रक्रियेशी एकमेव संबंध मृतदेहांची चिरफाड करणाऱ्या लोकांच्या उपक्रमांशी आहे. यावरून नातेवाईकांना अनेकदा मृत्यूचे कारण समजते. किंवा जेव्हा चिरफाड करणाऱ्यांना कोण्या मृतदेहात काही मनोरंजक वैशिष्ट्य आढळते तेव्हा ते मेडिकलच्या विद्यार्थ्यांना कळवतात.

दुर्दैवाने सर्व मेडिसिन स्कूल्स प्रगतीच्या विरोधात आहेत. बुद्ध आणि त्यांच्या अनुयायांनी शिकवलेले सिद्धांत सर्वोच्च कायदा आहेत, ज्यांच्याशी छेडछाड केली जाऊ शकत नाही. दोन विद्यालये आहेत, एक छोटा चाग्पोरी किंवा आयर्न माउंटनवर स्थित आहे, आणि दुसरा शहराच्या खाली. प्रत्येक मठ अनेक बुद्धिमान तरुणांना या शाळांमध्ये पाठवतो. अभ्यासक्रम दहा ते पंधरा वर्षे चालतो. विद्वान वृद्ध भिक्षू विद्यार्थ्यांना शिक्षण देतात. हे मांडी घालून आपल्या पाट्या गुडघ्यांवर ठेवतात. अनेकदा भिंतींवर रंगीत चित्रे प्रदर्शित केली जाते. एक शिक्षक जेव्हा चित्रांच्या माध्यमातून एका विशिष्ट वनस्पतीमुळे होणाऱ्या विषबाधेची लक्षणे समजावून सांगत होते तेव्हा मीही तिथे उपस्थित होतो. विद्यार्थ्यांना वनस्पती, लक्षणे, उपचार आणि त्यांच्या प्रतिक्रियांचे चित्र दाखवले गेले होते. अगदी तसेच जसे आपल्या शाळांमध्ये भिंतींवर चित्रे असतात.

खगोलशास्त्र, वैद्यकीय विज्ञानाचा एक अविभाज्य भाग आहे. मेडिसिन स्कूल्समध्ये वार्षिक चंद्र दिनदर्शिका तयार केली जाते. सूर्य आणि चंद्राची ग्रहणे काळजीपूर्वक नोंदवली जातात आणि मासिक आणि वार्षिक हवामान अंदाज तयार केले जातात.

शरद ऋतूत संपूर्ण शाळा पर्वतांवर औषधी वनस्पतींच्या शोधात निघून जाते. विद्यार्थ्यांना या दरम्यान खूप व्यस्त ठेवले जाते पण ते या मोहिमेचा पुरेपूर आनंद घेतात. दररोज ते एका नवीन ठिकाणी मुक्काम ठोकतात आणि त्यांच्या भ्रमंतीच्या शेवटी ते त्यांच्या अवजड याकसोबत ट्रा येरपाला जातात. हे तिबेटच्या सर्वांत पवित्र ठिकाणांपैकी एक आहे. यामध्ये एका प्रकारचे मंदिर आहे ज्यामध्ये औषधी वनस्पती निवडून वाळवल्या जातात. हिवाळ्यात या लहान भिक्षूंपैकी सर्वांत तरुण भिक्षूंना वाळलेल्या वनस्पती वाटून पावडर बनवावी लागते, ज्याला शाळेचे प्रभारी मठाधीश काळजीपूर्वक लेबल केलेल्या हवाबंद चामड्याच्या पिशव्यांमध्ये ठेवतात. या शाळा औषधांच्या दुकानांप्रमाणे देखील काम करतात. इथून कोणतीही व्यक्ती मोफत किंवा भेट म्हणून औषध मिळवू शकते. तिबेटी लोकांकडे औषधी वनस्पती आणि त्यांच्या उपचारात्मक गुणधर्मांचे खरोखरच प्रगत ज्ञान आहे. मी अनेकदा

त्यांचा आधार घेतला आहे. त्यांच्या गोळ्यांनी मला सायटिकामध्ये काही विशेष फायदा झाला नाही, पण मी त्यांच्या हर्बल चहाने अनेक वेळा सर्दी आणि तापापासून सुटका मिळवली.

ल्हासाच्या मेडिकल स्कूलचे मठाधीश दलाई लामांचे खाजगी डॉक्टर देखील असतात. हे एक सन्माननीय पण धोकादायक पद आहे. जेव्हा तेराव्या दलाई लामांचे चोवन्नव्या वर्षी निधन झाले, तेव्हा सार्वजनिक स्तरावर अनेक शंका व्यक्त केल्या गेल्या आणि त्या वेळचे मठाधीश नशीबवान होते की त्यांना केवळ पदच गमवावे लागले, जीव वाचला. त्यांना फटके मारण्याची शिक्षाही मिळू शकली असती.

शहरे आणि मठांमध्ये देवीपासून बचावाची लस तर लावली जाऊ शकते, पण कोणत्याही इतर प्रकारच्या लसी दिल्या जात नव्हत्या. महामारी पसरल्यानंतर प्रतिबंधात्मक उपचारांच्या अभावी अनेक लोकांचे प्राण जातात. तिबेटवासीयांना जी गोष्ट वाचवते, ती म्हणजे तिथले थंड हवामान आणि शुद्ध डोंगराळ हवा. पण जागोजागीची घाण आणि स्वच्छतेची दयनीय स्थिती निश्चितपणे भयंकर संकटांना जन्म देते. आम्ही हवामानानुसार उत्तम स्वच्छतेच्या गरजेचा प्रचार केला आणि ल्हासासाठी जलनिस्सारणाची योजना बनवली. अंधश्रद्धा हा इथला मोठा शत्रू आहे. आम्हाला आढळले की लोकांना मेडिसिन स्कूलच्या भिक्षूंच्या सेवा घेण्यापेक्षा भिक्षूंचा आशीर्वाद घेण्यावर आणि श्रद्धेवर आधारित उपचारांवर अधिक विश्वास होता. लामा अनेकदा त्यांच्या रुग्णांना त्यांची पवित्र थुंकी लावतात. त्सम्पा, लोणी आणि कोण्या संत पुरुषाच्या मूत्राने एका प्रकारची लापशी बनवली जाते आणि आजारी लोकांना दिली जाते. लाकडापासून बनलेल्या विशेष प्रकारच्या प्रार्थना मोहरांना पवित्र पाण्यात बुडवून वेदना असलेल्या ठिकाणी लावले जाते. याने कोणालाही नुकसान होत नाही. यांच्यासाठी आजाराच्या उपचारासाठी दलाई लामांशी संबंधित वस्तूंहून अधिक मोठी कोणतीही गोष्ट नसते. सर्व उच्चभ्रू लोक मला तेराव्या दलाई लामांच्या मूर्ती मोठ्या अभिमानाने दाखवायचे, ज्यांना काळजीपूर्वक छोट्या-छोट्या रेशमी पिशव्यांमध्ये शिवून ठेवले होते. त्सारोंगकडे त्यांच्या खाजगी वापराच्या अनेक वस्तू होत्या. मला हे पाहून

आश्चर्य वाटले की त्सारोंग आणि त्यांचा मुलगा सुशिक्षित असूनही इतके अंधश्रद्धाळू होते की ते या अवशेषांना खूप महत्त्व देत होते.

अनेक पुरुष आणि महिला भविष्यवाणी करून आणि लोकांची कुंडली बनवून जीवन जगतात. ल्हासाच्या रस्त्यांचे वैशिष्ट्य म्हणजे म्हाताऱ्या महिला यात्रेकरूंच्या मार्गाच्या कडेला बसतात आणि किरकोळ पैसे घेऊन लोकांचे भविष्य सांगतात. त्या तुम्हाला तुमची जन्मतारीख विचारतात, त्यांच्या माळेच्या मदतीने काही हिशोब लावतात आणि तुम्ही त्यांच्या शब्दांतून सांत्वन मिळवून तुमच्या वाटेवर पुढे जाता. लोकांना सर्वांत जास्त विश्वास लामांच्या आणि अवतारांच्या भविष्य सांगण्याच्या शक्तींवर असतो. कोणतीही व्यक्ती शकुन-अपशकुन पाहिल्याशिवाय कोणतेही काम करत नाही. कोणतीही व्यक्ती तीर्थयात्रेवर जाण्याबद्दल किंवा कोणतेही नवीन पद स्वीकारण्याबद्दल तोपर्यंत विचार करत नाही जोपर्यंत हे जाणून घेत नाही की कोणत्या तारखेला काम सुरू करणे त्याच्यासाठी शुभ राहील.

काही काळापूर्वी ल्हासामध्ये एक खूप प्रसिद्ध लामा राहत होते, ज्यांचे दौरे आणि सल्लामसलत महिन्यांपूर्वीच बुक व्हायचे. ते त्यांच्या शिष्यांसोबत जागोजागी प्रवास करायचे आणि लोक त्यांचा पाहुणचार करायचे. त्यांचे चाहते त्यांना इतक्या भेटवस्तू द्यायचे की लामा आणि त्यांच्या गटाचा उदरनिर्वाह खूप आरामात व्हायचा. त्यांची इतकी मोठी प्रतिष्ठा होती की इंग्रज रेडिओ ऑपरेटर मिस्टर फॉक्स यांनीही लामांना त्यांच्या घरी बोलावले होते. ते सांधेदुखीमुळे त्रस्त झाले होते. पण बिचाऱ्या फॉक्सची पाळी आली नाही कारण त्यांच्या येण्यापूर्वीच म्हाताऱ्या लामांचा मृत्यू झाला.

म्हातारे लामा मूळतः एक सामान्य भिक्षू होते. वीस वर्षे एका मोठ्या मठात अभ्यास केल्यानंतर, त्यांनी त्यांच्या परीक्षा शानदार पद्धतीने उत्तीर्ण केल्या आणि अनेक वर्षे एका आश्रमात राहिले. ते त्या एकांत कोठड्यांपैकी एकात राहायचे ज्या संपूर्ण देशात जागोजागी बनवलेल्या आहेत. इथे भिक्षू त्यांच्या ध्यानाचा काळ घालवतात. त्यांच्यापैकी अनेक त्यांच्या शिष्यांच्या मदतीने स्वतःला चार भिंतीत बंद करून घेतात आणि केवळ त्सम्पा आणि चहावर जगतात. हे भिक्षू आदर्श जीवनासाठी लोकांमध्ये चर्चेत आले. त्यांनी

कधीही मांसाहार केला नाही, अगदी अंड्यांचाही त्याग केला. त्यांच्याबद्दल असे म्हटले जायचे की त्यांना कधीही झोपेची गरज भासली नाही आणि त्यांनी कधीही बेडचा वापर केला नाही. या शेवटच्या गोष्टीची तर मी पुष्टी करू शकतो, कारण ते एकदा तीन दिवस माझ्याकडे राहिले होते. त्यांच्याबद्दल असेही म्हटले जायचे की ते चमत्कार करायचे. एकदा त्यांच्या हातातून निघालेल्या शक्तिशाली ठिणगीने हातात पकडलेली माळ जळली होती. त्यांनी ल्हासा शहराला बुद्धाची एक मोठी सोन्याची मूर्ती भेट दिली. ही मूर्ती त्या भिक्षूने त्यांच्या रुग्णांकडून आणि चाहत्यांकडून मिळालेल्या भेटवस्तू आणि योगदानातून बनवली होती.

तिबेटमध्ये केवळ एकच महिला अवतार होत्या. त्यांचे नाव 'थंडरबोल्ट सो' होते. मी अनेकदा त्यांना समारंभांदरम्यान बरखोरमध्ये पाहायचो. त्या तेव्हा सोळा वर्षांची एक सामान्य दिसणारी विद्यार्थिनी होत्या, ज्यांनी ननचा पोशाख घातला होता. त्या तिबेटची सर्वांत पवित्र महिला मानल्या जात असत आणि त्या जिथेही जायच्या, लोक त्यांच्याकडून आशीर्वाद मागायचे. नंतर त्या यमद्रोक सरोवराच्या किनाऱ्यावरील एका मठाच्या मठाधीश बनल्या.

ल्हासा नेहमी साधू-संत आणि लामांबद्दलच्या तर्कवितर्क आणि कथांनी भरलेले असायचे, आणि मी आनंदाने त्यांच्या काही चमत्कारांची चाचणी घेत राहायचो. पण लोकांच्या भावनांना दुखावले नाही पाहिजे. तिबेटी लोक त्यांच्या भावनांमध्ये खूश होते आणि त्यांनी कधीही औफशनाइटर किंवा माझे धर्मांतर करण्याचा प्रयत्न केला नाही. आम्हीही त्यांच्या चालीरीतींचा अभ्यास करत असू. प्रेक्षक म्हणून त्यांच्या मंदिरांमध्ये जात असू आणि शिष्टाचारानुसार पांढरे रेशमी स्कार्फ देखील भेट देऊन समाधानी होत असू.

११

ल्हासामधील जीवन - २

राज ज्योतिषी - ल्हासामध्ये शरद ऋतू - माझी नाताळची पार्टी - तिबेटमधील परदेशी आणि त्यांचे जीवन.

ज्याप्रमाणे लोक दैनंदिन जीवनातील समस्यांवर मात करण्यासाठी सल्ला आणि मदतीसाठी लामा आणि ज्योतिष्यांचा आधार घेतात, त्याचप्रमाणे सरकारही महत्त्वाचे निर्णय घेण्यापूर्वी राज्याच्या ज्योतिष्याचा सल्ला घेते. एकदा मी माझा मित्र वांगडिला याला मला अधिकृत सल्लामसलतीसाठी घेऊन जाण्यास सांगितले. आणि म्हणूनच एका सकाळी आम्ही नेचुंग मठाकडे निघालो. त्यावेळी एक एकोणीस वर्षांचा भिक्षू ज्योतिषी होता.

या ज्योतिष्याचे संगोपन सामान्य परिस्थितीत झाले होते, पण एक माध्यम म्हणून त्याने आपल्या कौशल्याचा इतका चांगला वापर केला की लोक त्याच्याकडे आकर्षित होत असत. त्याचे तंत्र त्याच्या पूर्वाश्रमीच्या (ज्यांनी विद्यमान दलाई लामांच्या शोधात सहकार्य केले होते) ज्योतिष्याइतके प्रभावी नव्हते, पण त्याच्याकडून खूप अपेक्षा होत्या. मी अनेकदा विचार करतो की ही अभूतपूर्व एकाग्रताच होती का जिच्यामुळे तो इतक्या लोकांच्या गर्दीतही लगेच ध्यानस्थ होऊ शकत होता. किंवा त्याने गुंगीचे औषध किंवा इतर उपायांचा वापर केला होता. एक ज्योतिषी म्हणून काम करण्यासाठी भिक्षूला आपल्या शरीरातून आपला आत्मा बाहेर काढण्यास सक्षम असले पाहिजे, जेणेकरून मंदिरातील देवता त्याच्यावर ताबा मिळवू शकतील आणि

त्याच्या तोंडातून स्वतः बोलू शकतील. त्या क्षणी देव त्याच्यात प्रगट होतात. हा तिबेटी लोकांचा विश्वास आहे, आणि वांगडूलाला याच्या सत्यतेवर पूर्ण विश्वास होता.

मठ पाच मैल दूर होता. आम्ही मठापर्यंतच्या प्रवासात या विषयांवर चर्चा केली. मंदिराच्या प्रवेशद्वारावर अस्वस्थ करणाऱ्या संगीताने आमचे स्वागत केले. आतले दृश्य भयंकर होते. हवेत धूपाचा गुदमरवणारा धूर भरलेला होता. त्या तरुण भिक्षूला नुकतेच त्याच्या खाजगी खोलीतून त्या अशुभ मंदिरात नेण्यात आले होते. त्याने आपल्या छातीवर धातूचा एक गोल आरसा धारण केला होता. सेवकांनी त्याला रेशमी वस्त्रे घातली आणि त्याच्या सिंहासनापर्यंत नेले. मग सर्वजण मागे हटले. संगीताच्या गंभीर आवाजाशिवाय दुसरे काहीच ऐकू येत नव्हते. तो तरुण भिक्षू लक्ष केंद्रित करू लागला. मी त्याला लक्षपूर्वक पाहिले, मी त्याच्याकडे एकटक पाहत होतो. त्याच्या चेहऱ्यावरील कोणतीही हालचाल माझ्यापासून लपलेली नव्हती. असे वाटत होते जणू त्याच्यातील जीवन संपत आहे. आता तो पूर्णपणे निश्चल होता, त्याचा चेहरा एक मुखवटा बनला होता, जो लोकांकडे घुरघुरून पाहत होता. मग अचानक, जणू त्याला विजेचा धक्का लागल्यासारखे, त्याचे शरीर धनुष्यासारखे वरच्या दिशेने वळले. पाहणारे थक्क झाले. देवाने त्याला आपल्या ताब्यात घेतले होते. हे माध्यम थरथरू लागले, त्याचे संपूर्ण शरीर कापू लागले आणि त्याच्या कपाळावर घामाचे थेंब उमटले. सेवक त्याच्याजवळ गेले आणि त्याच्या डोक्यावर एक खूप मोठा, शानदार मुकुट घातला. हा इतका जड होता की तो उचलण्यासाठी दोन माणसांची गरज लागली. भिक्षूचे सडपातळ शरीर त्याच्या अवाढव्य मुकुटाच्या वजनाने सिंहासनाच्या गाद्यांमध्ये आणखीनच रुतले. यात आश्चर्य नाही की ही माध्यमे लहान वयातच मरण पावतात. या सत्रांचा आध्यात्मिक आणि शारीरिक ताण जीवघेणा असावा.

भिक्षू आणखी वेगाने कापू लागला. जड ओझ्याने लादलेले त्याचे डोके इकडे-तिकडे हलत होते, आणि त्याचे डोळे बाहेर येत होते. त्याचा चेहरा सुजलेला होता आणि लाल-लाल डाग पडले होते. त्याच्या घट्ट आवळलेल्या दातांमधून फुसफुसण्याचे आवाज येत होते. अचानक तो उडी मारून उठला. सेवक त्याला मदत करण्यासाठी धावले, पण तो त्यांच्यापासून सुटला आणि

तुतारीच्या शोकपूर्ण ध्वनीसोबत एक विचित्र परदेशी नृत्य करत फिरू लागला. संगीताशिवाय त्याचे विव्हळणे आणि दात खाण्याचे-ओरडण्याचे आवाजच मंदिरात ऐकू येत होते. आता त्याने आपल्या अंगठ्यात घातलेल्या मोठ्या कडीने आपल्या चकचकीत छातीवर मारण्यास सुरुवात केली. यामुळे असा एक खट-खट आवाज झाला ज्याने ढोलांचा धीमा आवाज दबला गेला. मग तो एका पायावर गोल फिरला, विशाल मुकुटाच्या वजनासह तो सरळ उभा होता. याच मुकुटाला आतापर्यंत दोन माणसे मोठ्या मुश्किलीने उचलू शकत होती. सेवकांनी त्याच्या हाताच्या तळव्यांमध्ये जवचे दाणे भरले, जे त्याने प्रेक्षकांच्या थक्क झालेल्या गर्दीत फेकले. सर्वजण त्याच्यासमोर झुकले आणि मला भीती वाटत होती की कुठेतरी मी घुसखोर तर मानला जाणार नाही. हे माध्यम शांत झाले. सेवकांनी त्याला घट्ट पकडले आणि एक कॅबिनेट मंत्री त्याच्यासमोर आला आणि त्याच्या डोक्यावर स्कार्फ टाकला. मग त्याने राज्यपालाची नियुक्ती, एका नवीन अवताराचा शोध, युद्ध आणि शांततेशी संबंधित प्रश्नांबद्दल विचारण्यास सुरुवात केली. हे प्रश्न कॅबिनेटद्वारे काळजीपूर्वक तयार केले गेले होते. ज्योतिषाला या सर्व मुद्द्यांवर आपले मत देण्यास सांगण्यात आले. माध्यमाला बडबडायला सुरुवात करण्यापूर्वी, अनेकदा प्रश्न अनेक वेळा विचारावा लागत असे. मी त्याचे शब्द समजून घेण्याचा प्रयत्न केला, पण काहीच समजले नाही. जेव्हा मंत्री नम्रपणे उत्तरे समजून घेण्याचा प्रयत्न करत होते, तेव्हा एका वृद्ध भिक्षूने त्याचे बोलणे पेनाने लिहून काढले. त्याने आपल्या आयुष्यात शेकडो वेळा असे केले होते, कारण तो दिवंगत ज्योतिषाचा सचिवही होता. मला संशय येत होता की कदाचित खरा ज्योतिषी तो सचिवच असावा. त्याने जी उत्तरे लिहिली ती अस्पष्ट होती, पण एक उपाय सुचवला ज्याचे पालन केले जावे आणि मंत्रिमंडळाला जबाबदारीतून मुक्त केले. जेव्हा एखादा ज्योतिषी सतत वाईट सल्ला देतो, तेव्हा त्याला त्याच्या पदावरून मुक्त केले जाते. हे मला नेहमी अतार्किक वाटत असे. देवाने माध्यमाशी संवाद साधला की नाही?

धोके असूनही, राज ज्योतिषाच्या पदाची मोठी मागणी असते. यासोबत दलमा चे पद जोडलेले असते, जे उच्चभ्रूंच्या क्रमात तिसऱ्या पदाच्या बरोबरीचे असते, आणि याचा धारक नेचुंगच्या मठाचा पुजारी असतो आणि त्याचे सर्व लाभ घेतो.

मंत्र्यांनी ज्योतिषाला विचारलेले शेवटचे प्रश्न अनुत्तरितच राहिले. काय तो थकला होता की देवाचा मूड खराब झाला होता?

मी मंदिरातून बाहेर आलो आणि प्रखर उन्हात उभा राहिलो. मी जे काही पाहिले होते, त्याने मी थक्क झालो होतो. या अनुभवाने माझी युरोपियन मानसिकता चक्रावून गेली. यानंतर मी ज्योतिषाच्या अनेक सल्लामसलत सत्रांमध्ये भाग घेतला, पण मी कधीही या कोड्याचे उत्तर शोधू शकलो नाही.

माझ्यासाठी सामान्य जीवनात राज ज्योतिषाला भेटणे हा नेहमीच एक विचित्र अनुभव असायचा. मी कधीही त्याच्यासोबत एकाच टेबलावर बसण्याची आणि त्याला नूडल सूप भुरक्या मारून पिताना ऐकण्याची सवय करून घेऊ शकलो नाही. जेव्हा आम्ही रस्त्यावर भेटायचो तेव्हा मी त्याच्या सन्मानार्थ माझी टोपी काढायचो, तोही वाकून हसायचा. त्याचा चेहरा देखणा होता. त्याचा हा चेहरा परमानंदाच्या त्या स्थितीतील लाल डाग असलेल्या, वेड्यावाकड्या चेहऱ्याशी अजिबात जुळत नव्हता. राज ज्योतिषी आणखी एका प्रसंगी मोठी भूमिका बजावतो, तो म्हणजे तथाकथित महान मिरवणूक जेव्हा दलाई लामांना चर्चला भेट देण्यासाठी शहरात नेले जाते. या समारंभाला समर गार्डनच्या मिरवणुकीपासून वेगळे सांगण्यासाठी ग्रेट प्रोसेशन म्हटले जाते.

या प्रसंगी संपूर्ण ल्हासा रस्त्यावर उतरला आहे. कुठेही उभे राहायला जागा मिळत नव्हती. मोकळ्या मैदानाच्या कोपऱ्यात एक तंबू उभारला आहे आणि त्याच्या आजूबाजूला भिक्षू पहारेकरी तैनात आहेत, जे नेहमीप्रमाणे आपल्या चाबकाने लोकांना नियंत्रित करण्यात मग्न आहेत. या तंबूत एक मोठे रहस्य लपलेले होते. खरं तर, यात नेचुंगचा दलमा समाधीत जाण्याची तयारी करत होता. यादरम्यान राजा देवता आपल्या पालखीत आपल्या छत्तीस वाहकांसह हळूहळू येतात. त्यांचा काफिला तंबूसमोर थांबतो. यातून देव-प्रेरित भिक्षू अडखळत बाहेर येतो. त्याचा चेहरा सुजलेला आहे, त्याच्या तोंडातून फुसफुसण्याचे आवाज येत आहेत, आणि त्याच्या डोक्यावरील साफा इतका वजनदार आहे की त्याच्या भाराने तो खाली पडत होता. पालखी वाहणाऱ्यांना एका बाजूला होण्याचा इशारा करत तो रांग मोडतो आणि पालखीला आपल्या खांद्यांच्या साहाय्याने मागे ढकलण्याचा प्रयत्न करतो. यादरम्यान दलमा बेशुद्ध

होऊन जमिनीवर पडतो आणि त्याला एका गवताच्या ढिगाऱ्याजवळ नेले जाते. मग मिरवणूक आपल्या आलिशान मार्गावर पुढे जाते. मी या अनुष्ठानाचा खरा अर्थ समजू शकलो नाही. शक्यतो याचा हेतू जिवंत बुद्धाच्या उच्च शक्तींप्रती रक्षक देवतेची अधीनता प्रतीकात्मक पद्धतीने दाखवणे हा असावा.

ल्हासामध्ये राज ज्योतिषी आणि पाऊस पाडणारा भिक्षू यांच्याव्यतिरिक्त किमान सहा माध्यमे आहेत, ज्यामध्ये एका म्हाताऱ्या महिलेचाही समावेश आहे. तिला एका रक्षक देवीचा अवतार मानले जाते. ती किरकोळ रकमेच्या बदल्यात ध्यानस्थ होण्यासाठी तयार असायची. काही-काही दिवशी ती आपले हे सादरीकरण दिवसातून चार-चार वेळा करत असे!

अशी माध्यमे देखील आहेत जी ध्यानाच्या स्थितीत असताना लांब-लांब तलवारींना गोल आकारात वाकवू शकतात. माझे अनेक मित्र अशा तलवारी त्यांच्या घरातील वेदींसमोर ठेवतात. मीही असेच काही करण्याचा प्रयत्न केला पण यशस्वी होऊ शकलो नाही.

राज ज्योतिष्यांचा सल्ला घेण्याची सुरुवात बौद्ध काळापूर्वी झाली होती, जेव्हा देवतांसमोर मानवी बळी दिले जात असत. मला वाटते की त्या सुरुवातीच्या दिवसांपासून हे अनुष्ठान जवळजवळ त्याच रूपात चालू आहे. मी नेहमीच या अलौकिक सादरीकरणांनी खूप प्रभावित व्हायचो, पण हे विचार करून आनंद झाला की माझे स्वतःचे निर्णय कोण्या ज्योतिष्याच्या हुकमाच्या अधीन नव्हते.

शरद ऋतू येईपर्यंत आम्ही ल्हासामध्ये अनेक महिने घालवले होते आणि पूर्णपणे तिथल्या वातावरणाशी एकरूप झालो होतो. हा वर्षातील सर्वांत चांगला ऋतू असतो. ज्या बागांमध्ये मी काम केले होते त्यामध्ये फुले फुलू लागली होती आणि झाडांना फळे येऊ लागली होती. बाजार शानदार टोमॅटो आणि बोरांनी सजलेले होते आणि याच हंगामात उच्चभ्रू वर्ग त्यांच्या शानदार पार्ट्या देतो. पार्ट्यांमध्ये आपल्या पाहुण्यांसाठी अनेक प्रकारचे पदार्थ सादर केले जातात.

फिरण्यासाठी-भटकण्यासाठी ही योग्य वेळ होती, पण दुर्दैवाने कोणताही तिबेटी आनंदासाठी पर्वतांवर चढत नाही. विशेष दिवशी भिक्षू एखाद्या पवित्र पर्वत शिखरावर तीर्थयात्रेवर जातात, आणि देवतांना प्रसन्न

करण्यासाठी उच्चभ्रू लोक त्यांच्या सेवकांना त्यांच्यासोबत पाठवतात. ते शिखरांवर धूप जाळतात. पर्वतांचे शिखर प्रार्थनांनी घुमून जाते आणि नवीन पताका फडकवल्या जातात. कावळे त्सम्पाचा प्रसाद खाण्यासाठी इकडे-तिकडे उडत राहतात. हे जोडणे गरजेचे आहे की पर्वतांमध्ये दोन-तीन दिवस घालवल्यानंतर प्रत्येकजण शहरात परत येऊन खूश दिसतो.

औफशनाइटर आणि मी आजूबाजूच्या सर्व शिखरांवर चढण्याचा निर्णय घेतला. ती आकर्षक होती आणि त्यांची चढाई करण्यात कोणतीही तांत्रिक अडचण नव्हती. तिथून दूर-दूरपर्यंत सुहावने दृश्य पाहिले जाऊ शकत होते. इथून आम्ही दक्षिण दिशेला हिमालय पाहू शकत होतो, आणि आमच्या अगदी जवळ न्येनचेन तांगला पर्वतरांगेची तेवीस हजार फूट उंच चोटी होती, ज्यावर आम्ही आठ महिन्यांपूर्वी ल्हासाला येताना चढलो होतो.

शहरातून कोणतेही ग्लेशियर दिसत नाही. ही धारणा की तिबेटमध्ये सर्वत्र बर्फच बर्फ मिळते, खरी नाही. आम्हाला स्कीइंग करायचे होते, पण जर आम्ही घरी बनवलेल्या स्कीसोबत आमचा जुना प्रयोग पुन्हा करू शकलो असतो, तरीही अंतर खूप जास्त होते. आम्हाला घोडे, टेंट आणि नोकरांची गरज भासली असती. निर्जन भागात कोणत्याही प्रकारचा खेळ खेळणे हा खूप महागडा सौदा असतो.

त्यामुळे आम्हाला पर्वतारोहण मोहिमांवरच समाधान मानावे लागले. आमचे उपकरण व्यावसायिक नव्हते. आम्ही सैन्याचे बूट घातले होते आणि अमेरिकन डीलर्सद्वारे तिबेटला विकल्या जाणाऱ्या छोट्या दुकानात विकले जाणारे कपडे खरेदी केले होते. ते आमच्यासाठी पुरेसे होते. ज्या वेगाने आम्ही आमच्या मोहिमा पूर्ण करत होतो, त्यामुळे तिबेटी लोक खूप आश्चर्यचकित झाले होते. एकदा मला माझ्या मित्रांसाठी एका पर्वताच्या शिखरावर धूपाचा धूर करावा लागला होता, जेणेकरून ते त्यांच्या घरांच्या छतावरून ते पाहू शकतील. अन्यथा कोणीही हे विश्वास ठेवला नसता की आम्ही खरोखर तिथे पोहोचलो आहोत. औफशनाइटर आणि मी एका दिवसात तितके अंतर पायी चालून पार करत असू जेवढे आमच्या मित्रांचे नोकर तीन दिवसात पार करत असत. पहिला तिबेटी ज्याच्या मनात मी पर्वतांच्या सफरीसाठी काही उत्साह निर्माण करण्यात यशस्वी झालो, तो माझा मित्र वांगडिला होता. जो खूप

चांगला साथीदार बनू शकत होता. नंतर आमचे दुसरे मित्रही आमच्यासोबत आले आणि सर्वांनी या दृश्यांचा पुरेपूर आनंद घेतला.

माझी आवडती मोहीम ल्हासापासून काही दिवसांच्या पायी अंतरावर असलेले एक छोटे डोंगराळ सरोवर होते. पहिल्यांदा मी तिथे पावसाळ्याच्या हंगामात गेलो होतो, जेव्हा ही भीती होती की पाणी वाहून शहरात भरेल. एका प्राचीन आख्यायिकेनुसार हे सरोवर एका भूमिगत कालव्याद्वारे एका भूमिगत सरोवराशी जोडलेले आहे. याबद्दल असे म्हटले जाते की हे चर्चच्या खाली अस्तित्वात आहे. दरवर्षी सरकार आत्म्यांना प्रसन्न करण्यासाठी भिक्षूंना पाठवायची. ते प्रार्थना करत आणि स्वतःसोबत नैवेद्य घेऊन जात असत. यात्रेकरूही तिथे जात आणि पाण्यात अंगठ्या आणि नाणी फेकत. सरोवराच्या काठावर काही दगडांच्या झोपड्या होत्या, ज्यामध्ये कोणीही राहू शकत होते. मी पाहिले की सरोवरामुळे शहराच्या सुरक्षेला थोडासाही धोका नव्हता. ही एक शांत, रमणीय छोटीशी जागा होती. रानटी मेंढ्या, हरणे आणि कोल्ह्यांचे कळप आरामात इकडे-तिकडे फिरत राहायचे. आणि निळ्या आकाशात गिधाडे आपली भरारी घेत राहायची. या सर्व प्राण्यांना माणसापासून कोणताही धोका नव्हता. पवित्र शहराच्या आजूबाजूला कोणीही शिकार करण्याचे धाडस करू शकत नाही. सरोवराभोवतीच्या वनस्पती कोणत्याही वनस्पतिशास्त्रज्ञाच्या उत्सुकतेचा विषय असू शकतात. किनाऱ्यावर अद्भुत पिवळे आणि निळे फुले असलेले पॉपीचे झाड उगवते. ही तिबेटची एक प्रजाती आहे, जी तुम्हाला इतरत्र केवळ केवमध्येच मिळेल.

या मोहिमांमुळे माझी खेळ-कूदची इच्छा पूर्ण झाली नाही. मी विचार करत राहिलो की मी आणखी काय करू शकतो. आणि शेवटी माझ्या मनात टेनिस कोर्ट बनवण्याचा विचार आला. माझ्या या विचाराने बऱ्याच लोकांमध्ये रस निर्माण केला आणि ल्हासा टेनिस क्लबच्या संभाव्य सदस्यांची एक यादी तयार करण्यात आली. मी काही रक्कमही आधीच गोळा करून ठेवली होती. सदस्यांची यादी खूप प्रभावी होती आणि जवळजवळ आंतरराष्ट्रीय दर्जाची होती. यामध्ये भारतीय, सिक्कीमी, नेपाळी आणि अर्थातच, ल्हासाचे अनेक तरुण सामील होते. फुटबॉलप्रती सरकारचा दृष्टिकोन पाहता ते सुरुवातीला यात सामील होण्यास कचरत होते. पण मी हे सांगून त्यांची भीती दूर केली की

टेनिस हा असा खेळ आहे जो प्रेक्षकांना आकर्षित करत नाही किंवा वादाचे कारण बनत नाही. चर्चलाही हे समजले पाहिजे की या खेळामुळे नुकसान होत नाही. याशिवाय, ब्रिटिश दूतावासात आधीपासूनच एक टेनिस कोर्ट होते.

मग मी कामगारांना कामावर लावले आणि त्यांना नदीजवळ जमिनीचा एक तुकडा सपाट करण्यास सांगितले. कोर्टसाठी योग्य प्रकारची माती शोधणे सोपे नव्हते, पण एका महिन्यात हे सर्व तयार झाले. मला माझ्या कामाचा खूप अभिमान होता. आम्ही आधीच भारतातून नेट, रॅकेट आणि चेंडू मागवले होते आणि आम्ही ल्हासा टेनिस क्लबची सुरुवात करण्यासाठी एका छोट्याशा पार्टीचे आयोजन केले. बॉल बॉय बनण्यासाठी मुलांमध्ये तीव्र स्पर्धा होती. ते अननुभवी होते, कारण त्यांनी यापूर्वी कधीही चेंडूला स्पर्श केला नव्हता. पण जेव्हा आम्ही ब्रिटिश लीगेशनच्या सदस्यांना आमच्यासोबत खेळण्यासाठी आमंत्रित केले, तेव्हा नेपाळी मिशनच्या अंगरक्षकाचे सैनिक आले आणि त्यांनी आमच्यासाठी चेंडू फील्ड केले. त्यांना त्यांच्या शानदार गणवेशात इकडे-तिकडे धावताना पाहणे मोठे रोमांचकारी होते.

लवकरच आमच्याकडे पुरेसे खेळाडू जमा झाले. निःसंशयपणे सर्वांत चांगले खेळाडू चिनी दूतावासाचे सचिव श्री लियू होते. मग ब्रिटिश प्रतिनिधी रिचर्डसन आले. ते सडपातळ स्कॉटिश व्यक्ती होते. त्यांच्या व्यावसायिक कामात खूप कडक. त्यांना बागकामाचा मोठा छंद होता. त्यांच्या घरी फुले आणि भाज्यांची शानदार बाग होती. जेव्हा कोणी त्यांना भेटायला जायचे, तेव्हा त्याला वाटायचे की तो परीकथेच्या जगात आहे.

टेनिस खेळण्यामुळे सामाजिक संवादाच्या नवीन संधी मिळायच्या. पार्ट्या आयोजित केल्या जायच्या, कधी आमच्या कोर्टवर तर कधी ब्रिटिश दूतावासात. पार्टीनंतर आम्ही चहा प्यायचो आणि ब्रिज खेळायचो. मी या बैठकांना माझे रविवारचे सामाजिक कार्यक्रम मानत होतो आणि त्यांची आनंदाने वाट पाहत होतो. यामध्ये शालीनतेने कपडे घालावे लागायचे आणि काही क्षणांसाठी असे वाटायचे की आपण त्याच वातावरणात परत पोहोचलो आहोत जिथून आपण आलो होतो. माझा मित्र वांगडिलाने या खेळात आपली योग्यता सिद्ध केली. तो एक उत्साही टेनिस खेळाडू होता आणि ब्रिजमध्ये एक उत्कृष्ट साथीदार.

आमच्या टेनिस कोर्टचा आणखी एक फायदा होता. आम्ही वर्षभर यावर खेळू शकत होतो. पण धुळीच्या वादळाच्या हंगामात आम्हाला सावध राहावे लागायचे. आम्ही कोर्टला तारच्या जाळ्यांऐवजी उंच पडद्यांनी घेरले होते. म्हणून जेव्हा आम्ही पोटालावर धुळीचे ढग जमा होताना पाहायचो, तेव्हा आम्हाला शक्य तितक्या लवकर ते खाली उतरावे लागायचे, जेणेकरून ते वादळात उडून जाऊ नयेत.

शरद ऋतूत तिबेटी लोक पतंग उडवण्याच्या शतकानुशतके जुन्या परंपरेचे पालन करतात. ते मोठ्या आवडीने पतंग उडवतात. जेव्हा पाऊस संपतो आणि हवामान स्वच्छ होते, तेव्हा बाजारात सर्वत्र चमकदार रंगीबेरंगी पतंगी दिसू लागतात. पतंगबाजी ऑगस्ट महिन्याच्या पहिल्या दिवशी वेळेवर सुरू होते. पण हा आपल्यासारखा फक्त मुलांचा खेळ नाही. पहिल्या दिवशी एक समारंभ होतो. हा खूप लोकप्रिय आहे आणि सामान्य लोकांप्रमाणे उच्चभ्रू लोकही यात सामील होण्यास उत्सुक असतात. पहिली पतंग पोटालाच्या वरून उडते आणि खूप लवकरच आकाश पतंगींनी भरून जाते. मुले आणि मोठे सर्व बुद्धीबळ किंवा टेनिस चॅम्पियनसारख्या सखोल एकाग्रतेने छतांवर उभे राहून पतंग उडवतात. पतंगी मांजाने उडवल्या जातात. यात एकमेकांची पतंग कापली जाते. प्रतिस्पर्ध्याची पतंग कापली गेल्यावर छतांवरून आनंदाने किंकाळ्या मारल्या जातात. कापलेली पतंग हळूहळू खाली पडते आणि मुले त्यावर झडप घालतात. आता ही त्यांची होते. एक महिनाभर हा खेळ चालतो. जेव्हा ज्याला वेळ मिळतो, तो पतंग उडवतो. मग हवामान बदलते आणि पतंगी अचानक गायब होतात.

एके दिवशी जेव्हा मी बाजारात फिरून-फिरून पतंगी पाहत होतो तेव्हा एक विचित्र गोष्ट घडली. एक अनोळखी व्यक्ती माझ्याकडे आला आणि मला एक घड्याळ विकण्याचा प्रयत्न करू लागला. म्हणजेच, घड्याळाचे अवशेष. हे भाग जुने आणि गंजलेले होते, डायल नव्हता. तो माणूस म्हणाला की घड्याळ तुटले आहे आणि आता त्याच्या काही कामाचे नाही. एक युरोपियन असल्याकारणाने, कदाचित मला ते दुरुस्त करायला येत असावे. मी माझ्या इच्छेनुसार काहीही देऊ शकत होतो. मी घड्याळाचे तुकडे माझ्या हातात घेतले आणि लगेच ओळखले. हे औफशनाइटरचे मनगटी घड्याळ होते, जे

त्याने तेव्हा विकले होते जेव्हा आम्ही पश्चिम तिबेटमध्ये होतो. हे वॉटरटाईट रोलेक्स घड्याळ होते. नंगा पर्वत मोहिमेदरम्यान तो हे स्वतःसोबत घेऊन गेला होता. औफशनाइटरने जड अंतःकरणाने हे कोणालातरी दिले होते. मी विचार केला की त्याला हे परत घ्यायला आवडेल, जरी हे जुन्यासारखे बनू शकत नसले, तरीही मला या घड्याळाबद्दल उत्सुकता होती. मी हे एका हुशार मुस्लिम कारागिराला दुरुस्त करण्यासाठी दिले. तो हे दुरुस्त करण्याबाबत खूप उत्साही होता आणि लवकरच त्याने हे घड्याळ पुन्हा चालू केले. मी हे वाढदिवसाची भेट म्हणून औफशनाइटरला परत दिले. हे घड्याळ पाहून त्याला किती आनंद झाला, हे शब्दांत सांगता येणार नाही.

शरद ऋतूत मोठे-मोठे घोडे-बाजार भरतात. शेकडो घोड्यांनी भरलेला काफिला वायव्य चीनच्या सीलिंगमधून येतो. इथे खूप घासाघीस होते. यात तिबेटी लोक खूप निपुण आहेत. चांगल्या प्राण्यांसाठी जास्त किंमत मोजली जाते. उच्चभ्रू लोक त्यांच्या गोठ्यात उत्कृष्ट घोडे ठेवणे पसंत करतात आणि दरवर्षी सवारीसाठी एक नवीन शुद्ध वंशाचा घोडा घेण्यावर भर देतात. अर्थात केवळ श्रीमंत लोकच इतके महागडे घोडे खरेदी करू शकतात. सामान्य लोक जर सवारी करतही असतील तर यासाठी तिबेटी खेचरांचा वापर करतात. पण उच्चभ्रू लोकांकडून अपेक्षा असते की त्यांनी चांगल्या घोड्यांवर पैसे खर्च करावेत. जेव्हा ते घोडदौडीला निघतात तेव्हा आपल्यासोबत घोडेस्वार नोकर घेऊन निघतात. उदाहरणार्थ, एका कॅबिनेट मंत्र्यासोबत सहा गणवेशधारी घोडेस्वार असले पाहिजेत. एक उच्चभ्रू व्यक्ती आपल्या दर्जानुसार घोडे ठेवतो. काहींकडे तर वीस-वीस घोडे असतात.

मी अनेकदा महिलांना घोडदौड करताना पाहिले आहे. त्यांचे स्कर्ट इतके रुंद असतात की त्या सहजपणे घोडदौड करू शकतात. त्या अनेकदा त्यांच्या पतीसोबत अनेक आठवडे चालणाऱ्या प्रवासावर जातात. जसे की तीर्थयात्रेवर जाणे किंवा कोणतेही नवीन पदभार स्वीकारण्यासाठी जाणे. या उन्हापासून वाचण्यासाठी मोठी टोपी घालतात आणि त्यांच्या चेहऱ्यावर गडद तपकिरी रंगाच्या झाडाचा रस चोळतात. आपले तोंड स्कार्फने झाकून घेतात. जेव्हा त्या या मेकअपमध्ये रस्त्यांवर चालतात, तेव्हा सर्व महिला एकसारख्या दिसतात. आणि अशा प्रसंगी मित्रांना न ओळखल्यामुळे मी अनेक चुका केल्या आहेत.

या लांब घोडदौडीच्या प्रवासादरम्यान लहान मुले त्यांच्या दायांच्या मांडीवर बसतात आणि मोठी मुले एका प्रकारच्या पाळण्यात बसतात, ज्यामध्ये लाकडी पट्ट्या लागलेल्या असतात. यामुळे ते पडत नाहीत.

डिसेंबरच्या सुरुवातीला आमचा वेळ खूप रोमांचक पद्धतीने गेला. चंद्रग्रहणाची भविष्यवाणी केली गेली होती आणि संध्याकाळपासूनच लोक छतांवर जमा झाले होते आणि उत्सुकतेने या दृश्याची वाट पाहत होते. जेव्हा पृथ्वीची सावली हळूहळू चंद्राच्या चेहऱ्यावर पसरू लागली, तेव्हा संपूर्ण शहरात एक विशिष्ट प्रकारची पुटपुट घुमू लागली. लवकरच सर्व लोक चंद्रासमोर उभ्या असलेल्या दुष्ट राक्षसाला घाबरवण्यासाठी टाळ्या वाजवून जोर-जोरात ओरडू लागले. जेव्हा ग्रहण संपले तेव्हा लोक आनंदाने त्यांच्या घरी परतले आणि राक्षसावरील विजयाचा आनंद साजरा करण्यासाठी अनेक प्रकारचे खेळ खेळले.

ख्रिसमस जवळ येत होता आणि मी विचार केला की लोकांना का आश्चर्यचकित करू नये. मी माझ्या मित्रांना ख्रिसमस ट्री आणि भेटवस्तू असलेली एक खरी ख्रिसमस पार्टी देऊ इच्छित होतो. मला लोकांकडून इतकी सहानुभूती आणि आदरातिथ्य मिळाले होते की मी बदल्यात माझ्या मित्रांना थोडासा आनंद देऊ इच्छित होतो. तयारीमध्ये मी खूप व्यस्त राहिलो. माझा मित्र त्रेथोंगने मला काही दिवसांसाठी त्याचे घर दिले होते. त्याचे दिवंगत वडील मंत्री होते. मी प्रशिक्षित नोकर आणि आचाऱ्यांना कामावर ठेवले आणि माझ्या पाहुण्यांसाठी इलेक्ट्रिक टॉर्च, पेन-नाइफ, टेबल-टेनिस सेट आणि फॅमिली गेम्स यांसारख्या छोट्या-छोट्या भेटवस्तू खरेदी केल्या. मी माझे यजमान त्सारोंग आणि त्यांच्या कुटुंबाला विशेष भेटवस्तू देण्याचा विचार केला. मुख्य आकर्षण ख्रिसमस ट्री होता. मिसेस मॅककार्थी त्सारोंग यांनी मला एका सुंदर कुंडीत लावलेले ज्युनिपरचे रोप उसने दिले आणि मी ते मेणबत्त्या, सफरचंद, सुकामेवा आणि मिठाईने सजवले. हे अगदी खऱ्या झाडासारखे दिसत होते.

जसे ल्हासामध्ये साधारणपणे होते, पार्टी सकाळी सुरू झाली. मित्र वांगडूलाने मला समारंभाचे संचालन करण्यात मदत केली कारण मला

अजूनही भीती वाटत होती की मी सामाजिक शिष्टाचारात काही चूक तर करणार नाही ना. माझ्या पाहुण्यांना मोठी उत्सुकता होती. त्यांनी ख्रिसमस ट्रीला चहुबाजूंनी पाहिले. त्याच्या खाली ठेवलेल्या पाकिटांकडे पाहिले. प्रत्येकजण उत्साह आणि उत्सुकतेने भरलेला होता, जसे घरात मुले उत्साहित राहतात. आम्ही पूर्ण दिवस खाण्या-पिण्यात आणि खेळण्यात घालवला आणि जेव्हा अंधार झाला तेव्हा मी माझ्या पाहुण्यांना दुसऱ्या खोलीत जाण्यास सांगितले. यानंतर मी ख्रिसमस-ट्री प्रकाशित केला आणि वांगडूलाने आपला फर-कोट उलटा घातला आणि सांता क्लॉजची भूमिका निभावली. आम्ही 'सायलेंट नाईट' गाण्याचा रेकॉर्ड वाजवला, दरवाजा उघडला आणि माझे पाहुणे झाडाभोवती जमा झाले. ते आश्चर्यचकित होते. मिस्टर लियूने गाण्याची जबाबदारी घेतली आणि काही पाहुणे जे इंग्रजी शाळांमध्ये शिकले होते, तेही त्या धूनशी परिचित होते आणि त्यांच्यासोबत गाण्यात सामील झाले. हे एक अद्भुत दृश्य होते. आशियाच्या हृदयस्थानी स्थित विविध जातींचे लोक ख्रिसमस ट्रीच्या भोवती एकत्र आले आणि त्यांच्या घरात गायले जाणारे ख्रिसमस गाणे गात होते. मी माझ्या भावना मोठ्या चांगल्या प्रकारे नियंत्रित करायला शिकलो होतो, पण या प्रसंगी माझ्या डोळ्यांतून अश्रू वाहू लागले आणि मला अचानक घराची आठवण येऊ लागली.

माझ्या पाहुण्यांचा आनंद आणि त्यांच्या ख्रिसमस भेटवस्तू मिळाल्यावर त्यांनी व्यक्त केलेला आनंद आणि थोड्या दारूच्या मदतीने मी माझ्या घराच्या आठवणी विसरू शकलो. माझ्या मित्रांनी निरोप घेताना मला वारंवार सांगितले की त्यांनी आमच्या जर्मन 'न्यू इयर' चा पुरेपूर आनंद लुटला.

एका वर्षापूर्वी आम्ही चांगथांगच्या निर्जन, नापीक भागात व्हाईट ब्रेडच्या दोन तुकड्यांनाच ख्रिसमसची उत्तम भेट समजलो होतो. आज आम्ही एका अशा टेबलाभोवती बसलो होतो जे चांगल्या-चांगल्या गोष्टींनी सजलेले होते आणि आमच्या आजूबाजूला मित्र होते. आम्हाला आमच्या नशिबाविषयी तक्रार करण्याचा कोणताही अधिकार नव्हता.

आम्ही एकोणीसशे सत्तेचाळीसच्या नवीन वर्षाचा आनंद साजरा करण्यासाठी काही विशेष केले नाही. औफशनाइटरने त्याच्या कालव्याचे काम पूर्ण केले होते आणि आता त्याला आणखी एक नवीन काम पूर्ण करायचे

होते. ल्हासामध्ये एक जुना वीज प्रकल्प होता. हा आता अतिशय दुर्लक्षित अवस्थेत होता आणि त्याचा कोणताही उपयोग होत नव्हता. कामाच्या दिवशी टांकसाळीत मशीन्स चालू ठेवण्यासाठीच वीज पुरेशी असायची, पण केवळ शनिवारीच खाजगी घरांच्या गरजांसाठी पुरेशी वीज उपलब्ध असायची.

तिबेटमध्ये त्यांच्या नोटा छापल्या जातात आणि नाणीही पाडली जातात. सांग हे नाणेशास्त्रीय एकक आहे. याला दशांश रूपात शो आणि कर्मामध्ये विभागले आणि उपविभागले जाते. कागदी चलन मजबूत देशी कागदापासून बनवले जाते. हे चलन चकचकीत आणि वॉटरमार्क असलेले असते. संख्या अतिशय कुशलतेने हाताने रंगवल्या जातात आणि संख्यांची नक्कल केली जाऊ शकत नाही. फसवणुकीचे सर्व प्रयत्न आतापर्यंत अयशस्वी झाले आहेत. बँक नोटा खूप चांगल्या दिसतात. सोन्या, चांदी आणि तांब्याची नाणीही वापरली जातात. त्यांच्यावर तिबेटचे प्रतीक-पर्वत आणि सिंह कोरलेले आहेत. हे टपाल तिकिटांवरही उगवत्या सूर्याच्या बाजूला दिसतात.

कारण टांकसाळीचे काम विजेवर अवलंबून होते, त्यामुळे औफशनाइटरशी संपर्क साधण्यात आला आणि विचारण्यात आले की ते जुन्या प्रकल्पाची दुरुस्ती करू शकतात का. ते अधिकाऱ्यांना हे पटवून देण्यात यशस्वी झाले की या दुरुस्तीतून काहीही साध्य होणार नाही. चांगले होईल की काइचू नदीच्या जल-शक्तीचा वापर केला जावा. विद्यमान प्रकल्प मुख्य प्रवाहाची एक छोटी उपनदी असलेल्या एका बारीक जलधारेचा वापर करत होता. ही भीती व्यक्त केली गेली की जर पवित्र नदीच्या पाण्याचा अशा प्रकारच्या उद्देशासाठी गैरवापर केला गेला तर देव ल्हासाला शिक्षा देतील आणि याचा दोष औफशनाइटरवर जाईल. औफशनाइटर अधिकाऱ्यांना समजवण्यात यशस्वी झाले. त्याला त्वरित सर्वेक्षण सुरू करण्याचे निर्देश देण्यात आले आणि दररोज येण्या-जाण्यासाठी लांब अंतर कापणे टाळण्यासाठी औफशनाइटरने शहराबाहेर एका ग्रामीण भागात बांधलेल्या एका शानदार घरात एक खोली घेतली.

आता आम्ही एकमेकांना खूप कमी भेटायचो. माझ्या शिकवण्याच्या कामामुळे मी शहरातच राहायचो आणि मी टेनिसही शिकवायचो. माझे सर्व विद्यार्थी, मग ते मोठे असोत की छोटे, बऱ्यापैकी चांगली प्रगती करत होते.

पण दुर्दैवाने तिबेटी लोकांमध्ये चिकाटी दिसत नाही. कोणतेही नवीन काम शिकण्याचा किंवा करण्याचा सुरुवातीला तर मोठा उत्साह दाखवतात आणि लवकरच त्यांची आवड संपून जायची. याच कारणामुळे माझे जुने विद्यार्थी टिकत नव्हते, पण नवीन नक्की मिळायचे. मी यावर समाधानी नव्हतो. ज्या चांगल्या कुटुंबातील मुलांना मी शिकवत होतो ती नक्कीच हुशार आणि जागरूक आणि समजूतदारही होती. भारतीय शाळांमध्ये बुद्धिमत्तेच्या बाबतीत तिबेटी विद्यार्थ्यांना युरोपियन लोकांच्या बरोबरीचे मानले जाते. हे विसरता कामा नये की त्यांना त्यांच्या शिक्षकांची भाषा शिकावी लागते. या कमतरतेनंतरही ते अनेकदा वर्गात अव्वल राहतात. दार्जिलिंगच्या सेंट जोसेफ कॉलेजमध्ये ल्हासाचा एक मुलगा होता, जो केवळ शाळेतील सर्वांत चांगला विद्यार्थी नव्हता, तर सर्व खेळांमध्ये चॅम्पियनही होता. आपल्या लोकांना शिकवण्याव्यतिरिक्त मी माझे उत्पन्न वाढवण्याचे अनेक इतर मार्ग शोधून काढले होते. ल्हासामध्ये तर तुम्ही रस्त्यावर उभे राहूनही पैसे कमवू शकता. बस थोडेफार काम करावे लागते. उदाहरणार्थ मी ताजे दूध आणि लोण्याची डेअरी उघडू शकलो असतो किंवा भारतातून बर्फ बनवणारी मशीन मागवू शकलो असतो. घड्याळदुरुस्त करणारे, चांभार आणि माळ्यांची मोठी मागणी होती आणि जर कोणाला इंग्रजी येत असेल तर व्यापारी घराण्यांमध्ये नोकरी सहज मिळायची. पण आमचा हेतू दुकानदार बनण्याचा किंवा केवळ पैसे कमवण्याचा नव्हता. आम्हाला असे काम हवे होते ज्यातून आम्हाला समाधानही मिळेल. आणि सर्वांत महत्त्वाचे आम्हाला वाटायचे की आम्ही सरकारसाठी उपयोगी ठरावे आणि अशा प्रकारे काही अंशी त्यांच्या आदरातिथ्याच्या उपकाराची परतफेड करू शकू. आमच्याकडून सर्व प्रकारच्या विषयांवर सल्ला घेतला जायचा आणि आम्ही त्यांची मदत करून खूप खूश व्हायचो. पण आम्हाला प्रत्येक कामात निपुण समजले जायचे आणि कधी-कधी आमच्याकडून अशा प्रकरणांमध्येही सल्ला मागितला जायचा, ज्यांची आम्हाला अजिबात माहिती नसायची. आम्ही लाजिरवाण्या स्थितीत अडकायचो.

एकदा आम्हाला एका मंदिरात मूर्तींवर पुन्हा सोन्याचा मुलामा देण्यासाठी बोलावले होते. सुदैवाने आम्हाला त्सारोंगच्या अथांग लायब्ररीतील एका पुस्तकात सोन्याच्या कणांपासून सोन्याचा रंग तयार करण्याचा फॉर्म्युला

मिळाला. यासाठी आम्हाला भारतातून अनेक प्रकारची रसायने मागवावी लागली, कारण ल्हासाचे सुवर्णकार त्यांच्या व्यवसायाशी संबंधित रहस्ये जगजाहीर करू इच्छित नाहीत.

तिबेटमध्ये सोन्याचे खूप साठे आहेत, पण इथल्या लोकांना खाणकामाचे आधुनिक मार्ग माहित नाहीत. प्राचीन काळापासून ते चांगथांगमध्ये हरणाच्या शिंगांनी माती खोदत आले आहेत. एका इंग्रजाने एकदा मला सांगितले होते की तिबेटी लोकांनी जी माती चाळली आहे, त्यावर आधुनिक पद्धतींनी प्रक्रिया करणे कदाचित फायदेशीर ठरेल. आज अनेक प्रांतांना त्यांचा कर सोन्याच्या धुळीत भरावा लागतो. पण जमिनीच्या देवतांना नाराज करण्याच्या आणि सूडाच्या भावनेला भडकवण्याच्या भीतीने जेवढी आवश्यक आहे, तेवढीच खोदाई केली जाते. आणि अशा प्रकारे पुन्हा एकदा प्रगती मंदावते.

आशियातील अनेक महान नद्यांचा उगम तिबेटमध्ये आहे आणि त्या पर्वतांमधून सोने घेऊन खाली येतात. पण जोपर्यंत नद्या शेजारील देशांपर्यंत पोहोचत नाहीत, तोपर्यंत त्यांचे सोने काढले जात नाही. सोन्याची चाळण तिबेटच्या केवळ त्याच भागांत केली जाते, जिथे यातून फायदा होतो. पूर्व तिबेटमध्ये अशा नद्या आहेत ज्यांच्या प्रवाहांनी कुंडाच्या आकृत्या बनवल्या आहेत. या ठिकाणी सोन्याचे कण आपोआप जमा होतात आणि फक्त वेळोवेळी ते काढण्यासाठी जावे लागते. सरकारसाठी सोन्याच्या या नैसर्गिक चाळणीचे काम जिल्हा गव्हर्नरची जबाबदारी असते.

मला नेहमी आश्चर्य वाटते की कोणीही या खजिन्यांचा खाजगी फायद्यासाठी वापर करण्याचा विचार का नाही केला. जेव्हा तुम्ही ल्हासाच्या आजूबाजूच्या कोणत्याही जलधारेत डुबकी मारून पोहता, तेव्हा तुम्हाला सूर्याच्या प्रकाशात सोन्याचे कण चमकताना दिसू शकतात. पण देशाच्या अनेक इतर भागांप्रमाणे या नैसर्गिक संपत्तीचा वापर होऊ शकलेला नाही, मुख्यत्वे यासाठी कारण तिबेटी लोक या तुलनेने सोप्या कामाला खूप कष्टाचे मानतात.

ल्हासामधील आमच्या दुसऱ्या तिबेटी नववर्षाच्या अगदी आधी, तीन वर्षांनंतर आम्हाला आमच्या घरून पहिले पत्र मिळाले. चिठ्ठ्या येण्यास खूप वेळ लागत होता. लिफाफ्यांपैकी एकावर रेकजाविकचे टपाल तिकीट होते

आणि ते जगभर फिरून आले होते. कल्पना करा की आम्हाला हे जाणून किती आनंद झाला असेल की अखेरीस दूरवर असलेली आमची मातृभूमी आणि आम्ही जिथे राहत होतो त्या 'जगाच्या छता' दरम्यान संवादाचे एक साधन आमच्यासाठी उपलब्ध होते. दुर्दैवाने संवादाचे हे माध्यम खूप विकसित होऊ शकले नाही आणि आम्ही जेवढी वर्षे तिबेटमध्ये राहिलो, यात कोणतीही विशेष सुधारणा झाली नाही. युरोपमधून मिळालेल्या बातम्या उत्साहवर्धक नव्हत्या. खऱ्या अर्थाने या बातम्यांनी आमची ही इच्छा अधिक बळकट केली की आम्ही जिथे आहोत, तिथेच राहावे आणि ल्हासामध्ये आपले एक घर बनवावे. आम्हा दोघांपैकी कोणाचेही आमच्या जुन्या घरांशी खूप जवळचे नाते नव्हते. जगाच्या या शांत कोपऱ्यात घालवलेल्या वेळेचा आमच्या चारित्र्यावर एक विधायक प्रभाव पडला होता. आम्ही तिबेटी लोकांचा स्वभाव आणि मानसिकता समजून गेलो होतो आणि इथल्या भाषेबद्दलची आमची समज देखील खूप विकसित झाली होती. आम्ही आता नम्रतेने संवादाचे मार्ग समजून गेलो होतो.

एक छोटा वायरलेस सेट आम्हाला बाह्य जगाशी जोडून ठेवायचा. हा मला एका मंत्र्याने भेट दिला होता. ते माझ्याकडून जगभरातील रंजक राजकीय बातम्या, विशेषतः मध्य आशियाशी जोडलेल्या बातम्या जाणून घेऊ इच्छित होते. या छोट्याशा पेटीतून अतिशय स्पष्ट आणि कोणत्याही अडथळ्याशिवाय संदेश प्राप्त करणे एक अद्भुत अनुभव होता. आम्हाला स्वतःला आठवण करून द्यावी लागायची की ल्हासामध्ये विजेवर चालणारी ड्रिल असणारे दंतवैद्य नाहीत. इथे ट्रामवे नव्हते, विजेवर चालणारी उपकरणे असणारे हेअरड्रेसर नव्हते. खऱ्या अर्थाने, वायरलेस उपकरणामध्ये अडथळा आणणारी कोणतीही गोष्ट नव्हती.

मी दररोज सर्वांत आधी बातम्या ऐकायचो आणि अनेकदा निराश आणि हताश व्हायचो. मला आश्चर्य वाटायचे की अखेर लोक कशाकशा गोष्टींना महत्त्वाचे मानतात. इथे याकची चालच जीवनाचा वेग निश्चित करते आणि असे हजारो वर्षांपासून होत आले आहे. काय तिबेट आपल्या परिवर्तनाने अधिक आनंदी होईल? भारताकडे जाणारा एक चांगला मोटार

मार्ग निःसंशयपणे लोकांचे जीवनमान खूप उंचावेल, पण अस्तित्वाचा वेग वाढवल्याने लोकांची शांतता आणि आराम हिरावला जाऊ शकतो. कोणालाही असे शोध लावण्यास भाग पाडू नये जे लोकांच्या विकासाच्या टप्प्यापेक्षा खूप पुढे आहेत. इथे एक चांगली म्हण सांगितली जाते- 'कोणीही तळमजल्यापासून सुरुवात केल्याशिवाय पोटालाच्या पाचव्या मजल्यापर्यंत पोहोचू शकत नाही.'

हा एक प्रश्न आहे की तिबेटी संस्कृती आणि जीवनशैली आधुनिक तंत्रज्ञानाच्या फायद्यांना संतुलित करण्यापेक्षा अधिक काही नाही. पश्चिमेत तिबेटी लोकांसारखे शिष्टाचार कुठे आहेत? इथे कोणालाही आपला 'सन्मान' गमावण्याची भीती नाही, कोणालाही दुसऱ्याचा अपमान करण्याची परवानगी नाही आणि आक्रमकतेचा तर मागमूसही नाही. अगदी राजकीय शत्रूही एकमेकांशी आदर आणि नम्रतेने वागतात आणि रस्त्यावर भेटल्यावर एकमेकांचे प्रेमाने अभिवादन करतात. उच्च वर्गातील महिला सुसंस्कृत आणि सुंदर असतात. त्यांचे कपडे त्यांची आवड दर्शवतात आणि त्या उत्कृष्ट यजमान असतात. जर आम्हा दोन अविवाहित लोकांनी आमच्या घरात एक किंवा अधिक महिलांना आमच्या घराची काळजी घेण्यासाठी ठेवले असते तर लोकांनी याला स्वाभाविक मानले असते. आमच्या मित्रांनी सुचवले होते की आम्ही किमान एक महिला साथीदार तरी ठेवायलाच हवी. एकटेपणाच्या क्षणांमध्ये मी अनेकदा या विचारावर मंथन करत राहायचो, पण कारण मला एक नाही अनेक मुली आकर्षक वाटल्या त्यामुळे मी कोण्या एकासोबत बांधले जाण्याचे मन बनवू शकलो नाही. आध्यात्मिक स्तरावर सहमतीची शक्यता खूप कमी होती. याशिवाय संयुक्त जीवन मला समाधानी करू शकत नव्हते. मला माझ्या देशातील कोण्या स्त्रीला पत्नी बनवण्यात आनंद झाला असता, पण आधी तर मी असे करू शकत नव्हतो आणि नंतर राजकारणही हस्तक्षेप करते.

म्हणूनच मी एकटाच राहिलो आणि जेव्हा नंतर मी दलाई लामांशी जवळचा संपर्क प्रस्थापित केला, तेव्हा माझे स्वातंत्र्य माझ्यासाठी खूप फायदेशीर ठरले. जर मी विवाहित असतो तर भिक्षूंना कदाचित आमच्या

भेटी आणि बैठका आणखी जास्त नावडल्या असत्या. ते कडक ब्रह्मचर्याचे पालन करतात आणि महिलांशी कोणत्याही प्रकारचे संबंध ठेवण्यास मनाई आहे. दुर्दैवाने इथे समलैंगिकता खूप सामान्य आहे. याला या गोष्टीचा पुरावा मानूनही दुर्लक्षित केले जाते की जे भिक्षू यामध्ये अडकतात त्यांच्या जीवनात महिलांची कोणतीही भूमिका नसते. अनेकदा असेही होते की काही भिक्षू महिलांच्या प्रेमात पडतात आणि त्यांच्याशी लग्न करण्यासाठी संन्यस्त जीवनातून मुक्ती मागतात. त्यांचा प्रस्ताव अतिशय सहजतेने स्वीकारला जातो. जर एखादा भिक्षू उच्चभ्रू कुटुंबातील असेल, तर पवित्र संघ सोडल्यावर त्याला मठात जे पद प्राप्त होते, त्यानुसार दुसरे पद प्राप्त होते. जर तो सामान्य कुटुंबातील असेल तर त्याला त्याचे पद गमवावे लागते, पण साधारणपणे तो व्यापार करून आपला उदरनिर्वाह करू शकतो. जे भिक्षू संघ सोडण्याची परवानगी न मागता महिलांसोबत संबंध ठेवतात, त्यांना कडक शिक्षा दिली जाते.

माझ्या स्वेच्छेच्या एकटेपणामुळे माझा वेळ खूप लवकर निघून जायचा. माझा रिकामा वेळ वाचण्यात आणि लोकांना भेटण्यात जायचा. औफशनाइटर आणि मी एकत्र राहत नव्हतो तरीही आम्ही दोघे नियमितपणे एकमेकांना भेटायचो. आमच्यासाठी आपापसात विचारविनिमय करणे गरजेचे होते. आम्ही आमच्या कार्यकलापांवर पूर्णपणे समाधानी नव्हतो आणि कधीकधी विचार करायचो की आम्ही आमच्या वेळेचा अधिक चांगला वापर करू शकत नाही का. या जवळजवळ अस्पर्शित देशात खूप काही शोधले जाऊ शकत होते. आम्ही अनेकदा ल्हासा सोडून, जसे आम्ही यापूर्वी कधी केले होते, देशभरात गरीब यात्रेकरूंच्या रूपात जागोजागी भटकत तिबेटला जाणून घेण्याबद्दल विचार करायचो. कोणत्याही युरोपियनने यापूर्वी कधीही असे केले नव्हते. औफशनाइटर नेहमी अद्भुत रहस्यमय अंतर्देशीय समुद्र नामत्सोच्या किनाऱ्यावर एक वर्ष घालवण्याचे आणि त्याच्या भरती-ओहोटीचा अभ्यास करण्याचे स्वप्न पाहत असत.

तिबेटमधील आमच्या जीवनातील हळूहळू नावीन्य संपून गेले, पण आम्ही स्वतःला भाग्यवान मानत राहिलो. सरकारी कार्यालयांकडून अनेकदा

आम्हाला अनुवादासाठी ती पत्रे मिळायची जी जगभरातून इथे येत असत. वेगवेगळ्या व्यवसायांशी संबंधित लोक पत्रे लिहायचे. बहुतांश पत्रे देशात प्रवेशाची परवानगी मागणारे अर्ज असायचे. बरेचसे अर्जदार देशाला जाणून घेण्याच्या उद्देशाने अन्न आणि निवासाच्या बदल्यात सरकारसाठी काम करण्याची ऑफर द्यायचे. काही लोक क्षयरोगाने ग्रस्त होते, जे तिबेटच्या डोंगराळ हवेचा लाभ घेऊन आरोग्य सुधारू इच्छित होते. आरोग्याशी संबंधित अर्जांना नेहमी उत्तर दिले जायचे आणि सोबत दलाई लामांचे आशीर्वाद आणि शुभेच्छा दिल्या जायच्या आणि भेट म्हणून काही रक्कमही पाठवली जायची. इतर अर्जांना कधीही कोणतेही उत्तर पाठवले गेले नाही आणि कोणालाही तिबेटला येण्याची परवानगी मिळाली नाही. कारण होते तिबेटला निषिद्ध भूमी म्हणून सादर करणे.

ल्हासातील माझ्या पाच वर्षांच्या मुक्कामादरम्यान मी सातापेक्षा जास्त परदेशी लोकांना भेटलो नाही.

एकोणीसशे सत्तेचाळीस मध्ये, ब्रिटिश दूतावासाच्या शिफारशीवरून अमौरी डे रिएनकोर्ट नावाच्या एका फ्रेंच पत्रकाराला अधिकृतपणे आमंत्रित करण्यात आले होते. तो ल्हासामध्ये तीन आठवडे राहिला. एक वर्षानंतर प्रसिद्ध तिबेटी अभ्यासक प्रोफेसर टुची रोमवरून आले. ही त्यांची तिबेटची सातवी भेट होती, पण ल्हासाची पहिली. त्यांना तिबेटच्या इतिहासाचे आणि सभ्यतेचे सर्वांत मोठे तज्ज्ञ मानले जायचे आणि त्यांनी अनेक तिबेटी पुस्तकांचे भाषांतर करण्यासोबतच अनेक मूळ रचना देखील प्रकाशित केल्या होत्या. चिनी, नेपाळी, भारतीय आणि तिबेटी त्यांच्या इतिहासाच्या ज्ञानाने चकित व्हायचे. मी अनेकदा पार्ट्यांमध्ये त्यांना भेटायचो आणि एकदा एका मोठ्या सभेत त्यांनी पृथ्वीच्या आकाराबद्दलच्या एका वादात माझ्याविरुद्ध तिबेटी लोकांची बाजू घेऊन मला विचित्र परिस्थितीत टाकले. तिबेटमध्ये पारंपरिक मान्यता आहे की पृथ्वी एका चपट्या चकतीसारखी आहे. पार्टीमध्ये यावर वाद सुरू होता आणि मी पृथ्वीच्या गोलाकार असण्याच्या सिद्धांताच्या बाजूने उभा होतो. माझ्या युक्तिवादांनी तिबेटी लोक पटल्यासारखे वाटत होते आणि मी प्रोफेसर टुचींना मला पाठिंबा देण्याची विनंती केली. त्यांच्या संशयास्पद वृत्तीने मला खूप आश्चर्य वाटले. ते म्हणाले की सर्व शास्त्रज्ञांनी त्यांच्या

सिद्धांतांमध्ये सतत सुधारणा करत राहायला हवे आणि एक दिवस तिबेटी सिद्धांतही खरा ठरू शकतो! सर्व लोक हसले कारण त्यांना हे माहित होते की मी भूगोल शिकवतो. प्रोफेसर टुची ल्हासामध्ये आठ दिवस राहिले आणि मग तिबेटच्या सर्वांत प्रसिद्ध मठांपैकी एक, सम्येच्या भेटीवर निघाले. ज्यानंतर ते देश सोडून गेले आणि सोबत वैज्ञानिक नमुने आणि पोटाला प्रेसची अनेक मौल्यवान पुस्तके देखील घेऊन गेले.

ल्हासाला येणारे आणखी एक रंजक अभ्यागत लोवेल थॉमस आणि त्यांचा मुलगा होते. हे अमेरिकन लोक एकोणीसशे एकोणपन्नास मध्ये आले होते. ते देखील एक आठवडा राहिले आणि त्यांच्या सन्मानार्थ आयोजित केलेल्या अनेक स्वागत समारंभांमध्ये सामील झाले. त्यांनी दलाई लामांशी भेट घेतली. त्या दोघांकडे सिने-कॅमेरे होते आणि त्यांनी काही शानदार फोटो काढले. मुलाने पत्रकारितेशी जोडलेले एक शानदार बेस्ट-सेलर पुस्तक लिहिले. वडील अमेरिकेत एक रेडिओ समालोचक होते. त्यांनी त्यांच्या भविष्यातील चर्चांचे ध्वनिमुद्रण केले. मला त्यांच्या शानदार फोटोग्राफिक उपकरणांचा आणि विशेषतः त्यांच्याकडील फिल्म्सच्या मुबलकतेचा खूप हेवा वाटायचा. जवळपास त्याच वेळी मी वांगडूलासोबत मिळून एक लायका कॅमेरा खरेदी केला होता, पण आमच्याकडे नेहमी फिल्म्सची कमतरता असायची. या अमेरिकनांनी मला दोन रंगीत फिल्म्स भेट दिल्या, ज्या माझ्या पहिल्या आणि एकमेव फिल्म्स होत्या.

यावेळी राजकीय परिस्थितीमुळे दोन्ही अमेरिकनांना तिबेटमध्ये येण्याची परवानगी मिळाली होती. चीनचा धमकावण्याचा पारंपारिक दृष्टिकोन कायम होता. प्रत्येक चिनी सरकार, मग ते शाही असो, राष्ट्रीय असो किंवा कम्युनिस्ट, नेहमी तिबेटला एक चिनी प्रांत म्हणून मानण्याचा दावा करत असे. हा दिखावा तिबेटी लोकांच्या इच्छांच्या अगदी विरुद्ध होता. ते त्यांच्या स्वातंत्र्यावर प्रेम करत होते आणि त्याचा आनंद घेण्यास पात्र होते. परिणामी सरकारने दोन्ही अमेरिकनांना प्रवेश देण्याचा निर्णय घेतला. या दोघांनी तिबेटी स्वातंत्र्याच्या बाजूने एक जागतिक प्रचार मोहीम चालवण्याचा विडा उचलला.

सरकारच्या या चार पाहुण्यांव्यतिरिक्त एक इंग्रज अभियंता आणि एक मेकॅनिक देखील व्यावसायिक मोहिमेवर तिबेटला आले होते. अभियंता जनरल इलेक्ट्रिक कंपनीत काम करत होता आणि त्याचे काम विजेच्या कामासाठी नवीन मशीन्स लावणे होते. त्याने औफशनाइटरने केलेल्या कामाची खूप प्रशंसा केली. मेकॅनिक नेडबेलोफ एक पांढरा रशियन होता जो क्रांतीपासून आशियामध्ये भटकत होता. तो शेवटी डेहराडूनमध्ये आमच्या नजरकैदेच्या छावणीत आला होता आणि एकोणीसशे सत्तेचाळीस मध्ये त्याला रशियाला परत पाठवले जाणार होते. आपला जीव वाचवण्यासाठी तो तिबेटकडे पळाला होता पण सीमेवर त्याला पुन्हा अटक करण्यात आली. शेवटी हे ठरले की त्याला सिक्कीममध्येच राहू दिले जावे, कारण तो एक कुशल मेकॅनिक होता. तिथून त्याला जुन्या वीज प्रकल्पाच्या मशीन्सच्या दुरुस्तीसाठी ल्हासाला बोलावण्यात आले, पण त्याच्या येण्याच्या काही महिन्यांनंतरच चीनच्या लाल सैन्याने तिबेटवर हल्ला केला आणि त्याला पुन्हा एकदा पळावे लागले. मला वाटते की तो शेवटी ऑस्ट्रेलियाला पोहोचला. तो आयुष्यभर पळतच राहिला. तो एक साहसी व्यक्ती होता आणि धोक्यांनी आणि अडचणींनी त्याला त्रास होत नव्हता, तो त्याला सरावला होता.

भारताच्या स्वातंत्र्याच्या घोषणेनंतर ल्हासामधील ब्रिटिश कर्मचाऱ्यांची जागा भारतीयांनी घेतली, पण मिस्टर रिचर्डसन सप्टेंबर एकोणीसशे पन्नास पर्यंत राहिले, कारण भारतीयांकडे त्यांच्या पदासाठी कोणताही प्रशिक्षित उमेदवार नव्हता. रेजिनाल्ड फॉक्स यांना तिबेटी सरकारने त्यांचे रेडिओ ऑपरेटर म्हणून नियुक्त केले. त्यांना सर्व महत्त्वाच्या धोरणात्मक केंद्रांवर वायरलेस स्टेशन लावण्याचे निर्देश देण्यात आले होते, कारण चीनच्या सैन्याकडून अचानक आक्रमणाचा धोका दररोज वाढत होता. पूर्व तिबेटच्या केंद्रबिंदू चामडोसाठी एका विश्वासार्ह व्यक्तीची गरज होती आणि फॉक्स, रॉबर्ट फोर्ड नावाच्या एका तरुण इंग्रजाला घेऊन आले. मी त्याच्याशी थोडाफार परिचित होतो. तो नृत्याचा शौकीन होता आणि त्याने ल्हासामध्ये साम्बाची सुरुवात केली. तिबेटी पार्ट्यांमध्ये खूप नृत्य व्हायचे. राष्ट्रीय नृत्ये खूप लोकप्रिय होती, पण फॉक्स-ट्रॉट देखील पसंत केले जायचे. जरी वृद्धांना ते आवडत नसे. त्यांना वाटायचे की डान्स पार्टनर्सचे इतके जवळ येणे ठीक नाही.

फोर्ड एका मोठ्या काफिल्यासोबत चामडोसाठी रवाना झाला आणि लवकरच कोणीही त्याच्याशी वायरलेस टेलिफोनवर बोलू शकत असे. असे दिसते की जगभरातील रेडिओ शौकीनांनी दूरवर असलेल्या या चौकीतील या युरोपियनशी बोलण्याची शर्यत लागली होती आणि फोर्ड आणि फॉक्सला खूप सारी पत्रे आणि भेटवस्तू मिळाल्या. दुर्दैवाने फोर्डने या मैत्रीपूर्ण संभाषणांच्या ज्या नोट्स बनवल्या, त्या नंतर त्याच्यासाठी नुकसानकारक ठरल्या. चिनी आक्रमकांपासून वाचण्यासाठी पळताना त्याला पकडण्यात आले. त्याच्याविरुद्ध निराधार आरोप लावले गेले. त्याच्यावर इतर गोष्टींबरोबरच एका लामाला विष दिल्याचा आरोपही लावण्यात आला आणि त्याच्या नोटबुकमध्ये नोंदवलेल्या गोष्टींना हेरगिरी म्हटले गेले. हा संवेदनशील आणि पूर्णपणे निष्पाप तरुण अजूनही चिनी लोकांचा कैदी आहे, जरी पेकिंगमधील ब्रिटिश राजदूताने त्याला सोडवण्यासाठी खूप प्रयत्न केले.

तिबेटमधील माझ्या मुक्कामादरम्यान मी आणखी एका गोऱ्या व्यक्तीला भेटलो- अमेरिकन बेसाक. नंतर मी सांगेन की त्याच्यासोबत काय घडले.

१२

बंडाचा प्रयत्न

दलाई लामांचे दर्शन - सेराच्या भिक्षूंचा कट - बुद्धांच्या स्मृतिप्रीत्यर्थ धार्मिक उत्सव...

जेव्हा ल्हासामध्ये माझे दुसरे तिबेटी नववर्ष आले तेव्हा मी सुरुवातीपासूनच या सणाच्या सर्व सोहळ्यांमध्ये भाग घेतला. हजारो लोक शहरात आले आणि ल्हासा एका खूप मोठ्या तळासारखे वाटत होते. या वर्षी त्यांनी 'फायर-पिग इयर' च्या सुरुवातीचा आनंद साजरा केला. सोहळ्यांची भव्यता मागील वर्षापेक्षा काही कमी नव्हती आणि निश्चितपणे मला त्या कार्यक्रमांमध्ये विशेष रस होता ज्यांना मी माझ्या आजारपणामुळे मागील वर्षी मुकलो होतो. ज्या सादरीकरणाची मला खूप चांगली आठवण आहे, ती ऐतिहासिक वेशभूषेत एका हजार सैनिकांची मिरवणूक होती. ही प्रथा एका ऐतिहासिक घटनेची आठवण करून देते. खूप पूर्वी ल्हासावर कूच करणारी एक मुस्लिम फौज न्येनचेन तांगला पर्वतरांगेच्या पायथ्याशी मुसळधार बर्फाच्या वादळात अडकून पूर्णपणे बर्फाने झाकली गेली होती. या भागातील पोनपोने विजयी भावनेने गोठलेल्या सैनिकांची शस्त्रे आणि चिलखत ल्हासाला आणली. आता त्यांना दरवर्षी बाहेर काढले जाते आणि एक हजार सैनिक त्यांचे प्रदर्शन करतात. जुने ध्वज उंच करून फिरवले जात आहेत, हेल्मेटवरील उर्दूतील मजकूर उन्हाच्या किरणांना परावर्तित करत होते. अरुंद गल्ल्यांमध्ये जुन्या बंदुकांच्या आवाजाचा घुमट ऐकू येत होता. एकंदरीत या जुन्या शहरात मध्ययुगीन

वैभवाचे एक दुर्मिळ प्रदर्शन होत होते. परेड इतक्या शानदार पद्धतीने आयोजित केली गेली होती की ती एक अचूक ऐतिहासिक पुनर्सादरीकरण ऐवजी वास्तविकतेचा भास देत होती. दोन जनरलांच्या नेतृत्वाखाली सैनिकांनी शहराच्या कडेला एका मोकळ्या जागेवर बरखोरमध्ये मार्च केला. तिथे एक प्रचंड अग्नी प्रज्वलित करण्यात आला होता आणि हजारो लोक त्यांची वाट पाहत होते. या अग्नीत लोणी आणि धान्यांच्या असंख्य आहुतींमुळे भयंकर ज्वाला उठत होत्या. गर्दी मंत्रमुग्ध होऊन प्रदर्शन पाहत होती, तर भिक्षूंनी मृत्यूची डोकी आणि वाईट आत्म्यांच्या प्रतीकांना अग्नीत स्वाहा केले. तोफांनी पर्वत शिखरांच्या दिशेने सलामी दिली. परमोच्च क्षण तो होता जेव्हा ज्योतिषी भिक्षू अडखळत अग्नीकडे गेला आणि काही काळ जंगली नृत्य केल्यानंतर कोसळला. निष्क्रिय होऊन तमाशा पाहणाऱ्या लोकांना जागे करण्याचा क्षण होता. ते आनंदाने ओरडू लागले आणि विविध प्रकारचे हावभाव करू लागले.

एकोणीसशे एकोणचाळीस मध्ये तिबेटमध्ये आलेल्या एकमेव जर्मन मोहिमेचे सदस्य या उत्सवाला उपस्थित होते. ते मोठ्या मुश्किलीने आपला जीव वाचवू शकले होते, कारण त्यांनी ज्योतिषाला चित्रित करण्याचे धाडस केले होते आणि गर्दीने लगेचच त्यांच्यावर दगडफेक करण्यास सुरुवात केली होती. त्यांना बागेच्या भिंती आणि छतांवरून पळून जावे लागले होते. गर्दीने हे सर्व ना कोणत्या राजकीय भावनेतून प्रेरित होऊन केले होते आणि ना त्यांच्या मनात कोणत्याही प्रकारची परदेशी द्वेष भावना होती. हा हल्ला लोकांच्या कट्टर धार्मिक निष्ठेतून प्रेरित होता. नंतर, जेव्हा मी दलाई लामांसाठी फिल्म्स शूट करत होतो, तेव्हा मला खूप सावध राहावे लागले. जवळजवळ नेहमीच रोमांचक दृश्ये सादर व्हायची आणि मला खूप आनंद झाला, जेव्हा मी माझ्या पद्धतीनुसार काही शॉट्स घेण्यात यशस्वी झालो.

या नवीन वर्षाच्या उत्सवादरम्यान एका उच्च पदस्थ अधिकाऱ्याने आम्हाला कळवले की आम्ही महामहिमांच्या स्वागत यादीत समाविष्ट होतो. जरी आम्ही तरुण देवतेला अनेक वेळा पाहिले होते आणि मिरवणुकांच्या दरम्यान त्यांच्या हसण्याने आम्ही सन्मानित झालो होतो, पण आता आम्ही पोटाला पॅलेसमध्ये त्यांच्यासमोर उपस्थित राहण्याच्या शक्यतेने खूप उत्साहित होतो. मला वाटले की हे आमंत्रण आमच्यासाठी खूप महत्त्वाचे असावे आणि

खऱ्या अर्थाने हा त्या मार्गाचा प्रस्थान बिंदू बनला ज्याने मला तरुण राजा देवतेसोबत जवळीकतेकडे नेले.

अंधारे कॉरिडोर्स, ज्यांच्या भिंती रक्षक देवतांच्या विचित्र चित्रांनी सजलेल्या होत्या, तळमजल्यावरील इमारतींमधून आम्हाला एका अंगणाकडे घेऊन गेले. तिथून अनेक मजले उंच उभ्या पायऱ्या सपाट छतापर्यंत घेऊन जायच्या. अभ्यागताला या पायऱ्यांवरून खूप सावधगिरीने आणि शांतपणे चढावे लागत असे. वर, आधीच मोठी गर्दी जमलेली होती, कारण प्रत्येकाला नवीन वर्षाला महान व्यक्तीचा आशीर्वाद मिळवण्याचा अधिकार आहे.

छतावर सोन्याचा मुलामा असलेल्या छतांच्या अनेक छोट्या इमारती होत्या. या दलाई लामांच्या खोल्या होत्या. भिक्षूंच्या नेतृत्वाखालील विश्वासू लोकांची एक लांब वळणदार रांग हळूहळू एका दरवाजाकडे पुढे सरकत होती. आम्ही दोघे भिक्षूंच्या अगदी मागे आलो. जेव्हा आम्ही प्रेक्षक कक्षात पोहोचलो तेव्हा आम्ही जिवंत बुद्धाला पाहण्यासाठी आमच्या माना उंचावल्या, खरे तर गर्दी खूप जास्त होती आणि लोकांचे डोकेच डोके दिसत होते. आणि त्यांनीही, क्षणभरासाठी आपली गरिमा विसरून. ज्या दोन अनोळखी लोकांबद्दल त्यांनी खूप काही ऐकले होते, त्यांची एक झलक पाहण्यासाठी त्यांनीही उत्सुकतेने वर पाहिले.

बुद्धाच्या मुद्रेत, थोडे पुढे झुकलेले, दलाई लामा महागड्या जरीच्या कापडाने झाकलेल्या सिंहासनावर बसले होते. ते तासनतास बसून आपल्या भक्तांना येताना-जाताना पाहत असत. आणि जेव्हा भक्त त्यांच्यासमोरून जात तेव्हा ते त्यांना आशीर्वाद देत असत. सिंहासनाखाली पैशांच्या पिशव्या, रेशमी कपडे आणि शेकडो पांढरे स्कार्फ ठेवलेले होते. आम्हाला माहित होते की आम्हाला आमचे स्कार्फ थेट दलाई लामांना द्यायचे नाहीत, एक मठाधीश आमच्याकडून ते घेईल. जेव्हा आम्ही स्वतःला दलाई लामांसमोर नतमस्तक झालेले पाहिले तेव्हा मी वर पाहण्याचा मोह टाळू शकलो नाही. दलाई लामांच्या आकर्षक चेहऱ्यावर एक उत्सुक, निरागस हास्य चमकले आणि आशीर्वादात त्यांचा उंचावलेला हात एक क्षणासाठी माझ्या डोक्यावर ठेवण्यात आला. सर्व काही क्षणभरात झाले. एक-दोन क्षणात आम्ही थोड्या खालच्या सिंहासनासमोर पोहोचलो, ज्यावर रीजेंट बसले होते. त्यांनीही

आशीर्वादात आपला हात आमच्यावर ठेवला आणि मग एका मठाधीशाने आमच्या गळ्यात लाल स्कार्फ घातले आणि आम्हाला गाद्यांवर बसण्यास सांगितले. तांदूळ आणि चहा वाढला गेला आणि परंपरेचे पालन करत आम्ही देवतांना नैवेद्य म्हणून धान्याचे काही दाणे जमिनीवर विखुरले.

शांतपणे, एका कोपऱ्यात बसून आम्ही अद्भुत दृश्य पाहू शकत होतो. तरुण राजा देवतेचा आशीर्वाद घेण्यासाठी लोकांची गर्दी उसळली होती. ते डोके झुकवून आणि जीभ बाहेर काढून जात होते. कोणीही वर पाहण्याची हिंमत केली नाही. या सर्वांवर हात ठेवण्याऐवजी रेशमी झाडूचा हलका स्पर्श करण्यात आला. कोणताही अभ्यागत रिकाम्या हाताने आला नव्हता. काही लोक केवळ सुती स्कार्फ घेऊन आले, पण काही यात्रेकरू आपल्यासोबत अनेक भेटवस्तू लादून आणले होते. प्रत्येक नैवेद्य खजिनदार लगेच नोंदवून घेत होते. सामग्री जर वापरण्यायोग्य वाटली तर ती पोटालाच्या घरगुती भांडारासाठी दिली जात होती. असंख्य रेशमी स्कार्फ नंतर विकले जातात किंवा ॲथलेटिक स्पर्धांमध्ये बक्षीस विजेत्यांना दिले जातात. धन-नैवेद्य दलाई लामांची खाजगी संपत्ती म्हणून राहते. ही सामग्री पोटालाच्या सोन्या-चांदीच्या खजिन्यात ठेवली जाते, ज्यामध्ये शतकानुशतके अफाट धन-संपत्ती जमा झाली आहे.

भेटवस्तूंपेक्षाही अधिक महत्त्वाचे या सर्व लोकांच्या चेहऱ्यावर दिसणारा भक्तीभाव आहे. अनेकांसाठी हा त्यांच्या आयुष्यातील सर्वांत मोठा क्षण आहे. ते अनेकदा शेकडो मैलांची तीर्थयात्रा करून इथे येतात. धूळ-माखलेले असतात आणि कधी-कधी गुडघ्यांवरही चालत येतात. काहींनी तर राजा देवतेचा आशीर्वाद मिळवण्यासाठी महिने आणि वर्षे थंडी आणि भूक सहन केली आहे. मला वाटले की अशा भक्तीभावासाठी रेशमी झाडूचा स्पर्श हे एक छोटेसे बक्षीस होते, पण जेव्हा एका भिक्षूने प्रत्येक यात्रेकरूच्या गळ्यात एक चमकदार स्कार्फ घातला, तेव्हा त्यांच्या चेहऱ्यावरील परमानंदाचा भाव सहजपणे पाहिला आणि अनुभवला जाऊ शकत होता. ते हे स्कार्फ आयुष्यभर लॉकेटमध्ये जपून ठेवतात किंवा पाकिटात ठेवतात. ते मानतात की आशीर्वादात मिळालेला हा स्कार्फ त्यांना वाईट गोष्टींपासून वाचवेल. स्कार्फची गुणवत्ता प्राप्तकर्त्याच्या दर्जानुसार असते, पण त्यांच्यापैकी प्रत्येकात रहस्यमयी तिहेरी गाठ असते. हे गाठ असलेले स्कार्फ भिक्षूंकडून तयार केले

जातात, पण मंत्री आणि सर्वोच्च पदस्थ मठाधीशांसाठी दलाई लामा स्वतः गाठ बांधतात. उदबत्ती आणि तुपाच्या दिव्यांच्या सुगंधाने भरलेल्या या गर्दीने भरलेल्या खोलीचे वातावरण काही काळानंतर गुदमरवणारे झाले. आणि जेव्हा समारंभ संपला तेव्हा आम्हाला खूप आनंद झाला.

जसे शेवटचे यात्रेकरू खोलीतून बाहेर पडले, दलाई लामा उठले आणि आपल्या सेवकांच्या मदतीने आपल्या खाजगी खोलीत गेले. आम्ही डोके झुकवून शांतपणे उभे राहिलो. जेव्हा आम्ही जात होतो, तेव्हा एक भिक्षू आला आणि आम्हा दोघांना एक नवीन शंभर-सांगची नोट दिली, ज्यावर लिहिले होते 'ग्यालपो रिम्पोचेची सोर रे' (ही शासकाकडून मिळालेली एक अनमोल भेट आहे.)

आम्ही या भावनाभिव्यक्तीने खूप आश्चर्यचकित झालो, विशेषतः जेव्हा आम्हाला समजले की आतापर्यंत कोणालाही या रूपात भेट मिळाली नव्हती. ही ल्हासाची खासियत होती की शहरातील प्रत्येकाला आमच्या सन्मानाबद्दल माहीत होते. आम्हाला कोणालाही सांगण्याची गरजच पडली नाही. आम्ही या नोटा अनेक वर्षे ताईत म्हणून जपून ठेवल्या आणि जेव्हा आम्ही शेवटी तिबेटमधून परतलो तेव्हा आम्ही मान्य केले की या नोटांनी आम्हाला निराश केले नाही.

प्रेक्षक निघून गेल्यानंतर आम्ही यात्रेकरूंसोबत पोटालाची अनेक पवित्र ठिकाणे पाहिली. पोटाला ही जगातील सर्वांत भव्य इमारतींपैकी एक आहे, जिचे वर्तमान स्वरूप सुमारे तीनशे वर्षांपूर्वी पाचव्या दलाई लामांनी बनवले होते. यापूर्वी या ठिकाणी तिबेटच्या राजांचा एक किल्ला होता, जो मंगोलांनी त्यांच्या एका आक्रमणादरम्यान नष्ट केला होता. मोठे-मोठे दगड मजुरांद्वारे तिथे आणले जायचे. कुशल गवंडी ते कापायचे. कोणत्याही तांत्रिक उपकरणांच्या मदतीशिवाय या दगडांना इमारतीचे स्वरूप दिले गेले होते. जेव्हा पाचव्या दलाई लामांचा अचानक मृत्यू झाला, तेव्हा हा धोका होता की हे काम कधीच पूर्ण होऊ शकणार नाही. रीजेंटने महामहिमांच्या मृत्यूची बातमी रोखून धरली. त्यांना विश्वास नव्हता की या दुःखद बातमीनंतर या कठीण कामाला लोक पूर्ण करतील. त्यांना लोकांच्या निष्ठेवर शंका होती. प्रथम अशी घोषणा करण्यात आली की ते गंभीर आजारी आहेत आणि मग असे सांगण्यात आले की त्यांनी ध्यानस्थ होण्यासाठी स्वतःला जगापासून वेगळे केले आहे. ही फसवणूक दहा

वर्षे चालू राहिली, जोपर्यंत महाल बनून तयार झाला नाही. आज जेव्हा कोणी ही अनोखी इमारत पाहतो, तेव्हा आपण ती फसवणूक रास्त मानून माफ करू शकतो. अखेर या फसवणुकीनेच ही इमारत शक्य केली.

आम्ही पोटालाच्या छतावर त्या शासकाची समाधी पाहिली, ज्यांनी या इमारतीचे बांधकाम करवले होते. पाचव्या दलाई लामांचे अवशेष इतर देवता राजांच्या मंदिरांजवळ एका मंदिरात ठेवलेले आहेत.

यापैकी सात समाध्या अशा आहेत ज्यांसमोर भिक्षू बसतात आणि ढोल-नगाड्यांच्या मधुर ध्वनीसह प्रार्थना करतात. जर कोणाला स्तूपापर्यंत पोहोचायचे असेल तर त्याला उभ्या पायऱ्या चढाव्या लागतात. हे एक धोकादायक काम आहे. खूप कमी प्रकाश आहे, आणि पायऱ्या घाण आणि निसरड्या आहेत. सर्वांत मोठा स्तूप तेराव्या दलाई लामांचा आहे, जो महालाच्या खूप खोलात बनलेला आहे. याच्या भिंतींना सोन्याने मढवण्यासाठी एक टनाहून जास्त सोन्याचा वापर केला गेला होता.

अनेक मंदिरे पाहिल्यानंतर आम्ही पोटालाच्या पश्चिम भागात पोहोचलो, जिथे अडीचशे भिक्षू राहतात. या भागाला नामग्येल्रात्संग म्हटले जाते. हा अरुंद आहे आणि युरोपियन लोकांच्या नजरेत आकर्षक नाही, पण त्याच्या छोट्या खिडक्यांतून दिसणारे बाहेरील दृश्य त्याच्या आतील उदासी आणि गैरसोयीची भरपाई करते. मी हे पाहून आश्चर्यचकित झालो की या उंचीवरून ल्हासा आपली दाट लोकवस्ती आणि सपाट छतांसह किती आकर्षक दिसते. आम्ही इतक्या उंचीवर होतो की अरुंद गल्ल्यांची घाण आम्हाला दिसली नाही.

पुढच्या काही वर्षांत मला पोटालामध्ये राहण्याच्या अनेक संधी मिळाल्या. मी तिथे राहणाऱ्या मित्रांचा पाहुणा म्हणून जायचो. माझा अंदाज आहे की या धार्मिक किल्ल्यातील जीवन मध्ययुगीन महालासारखे आहे. क्वचितच एखादी वस्तू आजच्या काळातील असेल. संध्याकाळी खजिनदाराच्या देखरेखीखाली सर्व दरवाजे बंद केले जातात, ज्यानंतर पहारेकरी संपूर्ण महालात हे पाहण्यासाठी जातात की सर्व काही ठीकठाक आहे की नाही. कॉरिडॉरमध्ये घुमणारी त्यांची हाक या दमट शांततेत एकमेव आवाज असतो. रात्री लांब आणि शांत असतात.

प्रत्येकजण लवकर झोपतो. शहरात उशिरा रात्रीपर्यंत कोणतीही पार्टी किंवा मनोरंजन नसते. पवित्र आत्म्यांच्या मंदिरांतून नश्वरतेचे एक सखोल आणि गंभीर वातावरण निर्माण होते, ज्यामुळे संपूर्ण महाल एका विशाल समाधीसारखा वाटतो. तरुण शासक आपल्या उन्हाळी बागेत जाताना का खूश असतो, हे मी चांगल्या प्रकारे समजू शकतो. आई-वडील किंवा समवयस्क साथीदारांशिवाय एकटे मूल पोटालामध्ये एक नीरस जीवन व्यतीत करते. या तरुणाचे मनोरंजन केवळ तेव्हाच होते जेव्हा त्याचा स्वतःचा भाऊ लोबसांग समतेन कधी-कधी त्याला भेटायला येतो. मोठा भाऊ आपल्या आई-वडिलांच्या वतीने शुभेच्छा घेऊन यायचा आणि त्याला शहरातील सर्व बातम्या सांगायचा.

दलाई लामांकडे एक हत्ती आहे, जो देशातील एकमेव हत्ती आहे, जो नेपाळच्या महाराजांनी त्यांना भेट दिला होता. नेपाळमध्ये राजा देवतेचे अनेक धार्मिक अनुयायी आहेत. अनेक नेपाळी तिबेटच्या मठांमध्ये येतात आणि आपले जीवन धर्माला समर्पित करतात. ते मठांमध्ये वेगवेगळे समुदाय बनवतात आणि खूप योग्य शिष्य मानले जातात. खरे तर महाराजांनी दलाई लामांना त्यांच्या सन्मानाचे प्रतीक म्हणून दोन हत्ती दिले होते, पण त्यापैकी एक हिमालयाच्या प्रवासादरम्यान जिवंत वाचला नाही. जरी ल्हासापर्यंत सातशे मैलांचा रस्ता साफ करण्यात आला होता. या प्राण्यांसाठी सर्व मुक्कामांवर विशेष गोठे तयार करण्यात आले होते, या सुविधेमुळे दोन्ही तर नाही पण एक हत्ती सुरक्षितपणे ल्हासाला पोहोचला. कोणीही यापूर्वी कधीही इतका अवाढव्य प्राणी पाहिला नव्हता. ते त्याला 'लांगचेन रिम्पोछे' म्हणायचे. पोटालाच्या उत्तरेकडील टोकाला हत्तीच्या राहण्याची व्यवस्था करण्यात आली होती आणि तो अनेकदा मौल्यवान जरीच्या वस्त्रांनी सजून मिरवणुकीत भाग घ्यायचा. घोडेस्वार त्यांचे घोडे या हत्तीपासून दूर ठेवायचे, कारण त्यांचे घोडे या अवाढव्य प्राण्याला सरावलेले नव्हते.

नवीन वर्षाच्या उत्सवादरम्यान दलाई लामांच्या वडिलांचे निधन झाले. त्यांना वाचवण्यासाठी सर्वतोपरी प्रयत्न करण्यात आले होते. भिक्षू आणि वैद्यांनी सर्व प्रकारचे उपाय वापरून पाहिले होते. त्यांनी एक बाहुलीही तयार केली होती ज्यामध्ये त्यांनी रुग्णाचा आजार भरण्याचा उपाय केला आणि मग तिला नदीच्या किनारी मोठ्या थाटामाटात जाळून टाकले. पण कोणताही

फायदा झाला नाही. माझ्या मते चांगले झाले असते की त्यांनी कोण्या इंग्रज डॉक्टरला बोलावले असते. पण अर्थातच दलाई लामांच्या कुटुंबाने नेहमीच सनातनीपणाचा आदर्श प्रस्थापित केला पाहिजे आणि संकटाच्या वेळी पारंपारिक वर्तनापासून विचलित होऊ नये.

त्यांचा मृतदेह परंपरेनुसार शहराबाहेर एका पवित्र ठिकाणी नेण्यात आला. तिथे त्याचे तुकडे-तुकडे करून पक्ष्यांसाठी टाकून देण्यात आला. तिबेटी लोक मृतात्म्यासाठी शोक करत नाहीत. विरहाचे दुःख पुनर्जन्माच्या शक्यतेमुळे कमी होते आणि बौद्धांना मृत्यूची भीती वाटत नाही. एकोणपन्नास दिवसांपर्यंत लोण्याचे दिवे लावले जातात, ज्यानंतर मृताच्या घरात प्रार्थना केली जाते. आणि अशा प्रकारे या जीवनाचा अंत होतो. काही काळानंतर विधवा किंवा विधुर दुसरा विवाह करू शकतात आणि जीवन पुन्हा एकदा आपली गती पकडते.

एकोणीसशे सत्तेचाळीस मध्ये ल्हासामध्ये एक छोटेसे यादवी युद्ध झाले होते. माजी रीजेंट रिटिंग रिम्पोछे, ज्यांनी स्वेच्छेने आपल्या पदाचा राजीनामा दिला होता, पुन्हा एकदा सत्तेत परतण्यासाठी उत्सुक होते. सामान्य लोक आणि अधिकाऱ्यांमध्ये रिटिंगचे अनेक समर्थक होते. या लोकांनी त्यांच्या उत्तराधिकाऱ्याच्या विरुद्ध द्वेषाच्या भावना निर्माण केल्या. ते रिटिंगला पुन्हा सत्तेत पाहू इच्छित होते. त्यांनी कारवाई करण्याचा निर्णय घेतला. बंडाचा प्रयत्न बॉम्बसारख्या आधुनिक उपायाने केला जाणार होता. हा बॉम्ब एका उच्च मठवासी अधिकाऱ्याच्या घरात एका अज्ञात चाहत्याकडून भेट म्हणून दिला गेला होता. पण पार्सल रीजेंटपर्यंत पोहोचण्यापूर्वीच, त्याच्या आतील मशीनचा स्फोट झाला. सुदैवाने कोणीही मारले गेले नाही. या अयशस्वी प्रयत्नामुळे कटाचा उलगडा झाला. ऊर्जा आणि उत्साहाने भरलेले टॅगट्रा रिम्पोछे यांनी त्वरित निर्णय घेऊन काम केले. एका मंत्र्याच्या नेतृत्वाखालील एका छोट्या सैन्याने रिटिंगच्या मठावर चाल केली आणि माजी रीजेंटला अटक केली. सेराच्या मठातील भिक्षूंनी या कारवाईविरुद्ध बंड केले आणि शहरात दहशत पसरली. व्यापाऱ्यांनी त्यांच्या दुकानांवर नाकेबंदी केली आणि त्यांचे सामान सुरक्षित काढले. नेपाळी लोक त्यांचे मौल्यवान सामान घेऊन

त्यांच्या दूतावासात आश्रय घेऊ लागले. उच्चभ्रूंनी त्यांच्या घरांचे दरवाजे बंद केले आणि त्यांच्या नोकरांना शस्त्रे दिली. संपूर्ण शहर सतर्क होते.

औफशनाइटरने सैन्याच्या जवानांना रिटिंगच्या दिशेने मार्च करताना पाहिले होते आणि आपल्या ग्रामीण घरातून शहरात धावत आले. जिथे त्यांनी आणि मी झारोंगच्या हवेलीच्या संरक्षणाची योजना आखली होती. लोक राजकीय संकटापेक्षा कमी घाबरले होते, त्यांना अधिक भीती या गोष्टीची होती की सेराचे भिक्षू, ज्यांची संख्या हजारोंमध्ये होती, ते ल्हासावर तुटून पडतील आणि लूटमार करतील. काही असेही लोक होते ज्यांचा सैन्यावर विश्वास नव्हता. जरी सैन्य काही प्रमाणात आधुनिक शस्त्रांनी सज्ज होते. ल्हासाच्या इतिहासात लष्करी क्रांत्या ही काही नवीन घटना नव्हती.

एक कैदी म्हणून रिटिंगच्या आगमनाची मोठ्या उत्साहाने वाट पाहिली जात होती, पण यादरम्यान त्यांना गुप्तपणे पोटाला पोहोचवण्यात आले होते. ज्या भिक्षूंनी त्यांना मुक्त करण्याची योजना आखली होती, या कारवाईने त्यांना चकमा दिला, पण खऱ्या अर्थाने, ज्या क्षणी त्यांच्या नेत्याला अटक करण्यात आली, त्याच क्षणी त्यांच्या मोहिमेला अपयश आले होते. ते मोठे कट्टर होते आणि त्यांनी शरणागती पत्करण्यास नकार दिला आणि लवकरच भीषण गोळीबार सुरू झाला. शेवटी सैनिकांनी भिक्षूंवर मात केली आणि राजधानीत शांतता प्रस्थापित झाली. आठवड्यांपर्यंत अधिकारी दोषींची शिक्षा ठरवत राहिले आणि अनेक लोकांना शिक्षा दिली गेली.

जरी गोळ्यांचा आवाज अजून शहरात पूर्णपणे थांबला नव्हता की बंडखोर माजी-रीजेंटच्या मृत्यूची बातमी शहरात वणव्यासारखी पसरली. ज्या प्रकारे त्यांचा मृत्यू झाला त्यावरून अफवा आणि तर्कांचा दौर सुरू झाला. अनेक लोकांनी विचार केला की ते राजकीय हत्येचे बळी ठरले, पण बहुतांश लोकांचे म्हणणे होते की हट्टीपणा आणि अतिमहत्त्वाकांक्षा हे त्यांच्या मृत्यूचे कारण होते. शहरात अचानक त्यांनी केलेल्या चमत्कारांच्या अविश्वसनीय कथांची चर्चा होऊ लागली. लोकांचा विश्वास होता की त्यांच्याकडे अलौकिक शक्ती होत्या. असे सांगितले जाते की एकदा एक यात्रेकरू मातीच्या भांड्यात अन्न शिजवत होता आणि अचानक अन्न उकळून बाहेर पडू लागले तेव्हा या रीजेंटने आपल्या हातांनी गरम भांडे चुलीवरून उतरवले होते.

सरकारने अफवांची पुष्टी किंवा खंडन करण्यास नकार दिला. कदाचित फार कमी लोकांना माहित होते की खरोखर काय घडले होते. दिवंगत रीजेंटने त्यांच्या कार्यकाळात अनेक शत्रू बनवले होते. एकदा त्यांनी बंडाचा कट रचणाऱ्या एका मंत्र्याचे डोळे फोडले होते. आता त्यांना या गुन्ह्याची शिक्षा मिळाली होती. जसे राजकीय उलथापालथीदरम्यान सामान्यतः होते, इतरांच्या गुन्ह्याची शिक्षा अनेकदा निर्दोष लोकांना भोगावी लागते. रेटिंगच्या आवडत्या लोकांना त्यांच्या पदावरून हटवण्यात आले. त्यांच्या पक्षातील एका प्रमुख व्यक्तीने तर आत्महत्या केली. तिबेटमधील माझ्या संपूर्ण मुक्कामादरम्यान मी आत्महत्येचे हे एकमेव प्रकरण ऐकले.

दोषींसाठी तुरुंगात पुरेशी जागा नव्हती, त्यामुळे उच्चभ्रूंना त्यांना ठेवण्याची आणि कोठडीत ठेवण्याची जबाबदारी घ्यावी लागली. परिणामी, जवळजवळ प्रत्येक घरात बेड्यांनी जखडलेला एक गुन्हेगार मिळायचा. जोपर्यंत दलाई लामांनी अधिकृतपणे शासकाची सत्ता स्वीकारली नाही, तोपर्यंत राजकीय आणि कायद्याच्या सामान्य गुन्हेगारांना माफी दिली गेली नाही. सेराचे बहुतांश भिक्षू चीनला पळून गेले होते. सामान्यतः असे व्हायचे की जेव्हा तिबेटमध्ये बंड व्हायचे तेव्हा चिनी लोकांचीही यात भूमिका असायची. बंडखोरांची सर्व संपत्ती सरकारद्वारे जप्त करण्यात आली आणि सार्वजनिक लिलावात विकली गेली. रिम्पोछेचे घर आणि तंबू उद्‌ध्वस्त करण्यात आले आणि त्यांची सुंदर फळांची झाडे दुसऱ्या बागांमध्ये लावली गेली. सैनिकांनी मठाची पूर्णपणे नासधूस केली आणि त्यानंतर अनेक आठवडे बाजारांमध्ये सोन्याचे पेले, जरीचे शानदार कपडे आणि इतर मौल्यवान गोष्टी मिळत राहिल्या. रिटिंगच्या संपत्तीच्या विक्रीतून तिजोरीला लाखो रुपये मिळाले. त्यांच्याकडे असलेल्या सामानांमध्ये इंग्रजी लोकरीच्या सामानांचे शेकडो गाठोडे आणि रेशीम आणि जरीचे आठशे पोशाख सामील होते. यावरून समजते की तिबेटमध्ये कोणी किती श्रीमंत बनू शकतो. रिटिंग एक असे व्यक्ती होते ज्यांची कोणतीही पार्श्वभूमी नव्हती. त्यांचे करिअर तेव्हा सुरू झाले, जेव्हा एका मुलाच्या रूपात त्यांना अवतार म्हणून ओळखले गेले होते.

१३

सरकारकडून जबाबदारी मिळाली

शानदार बागेत काम करणे - माझ्या स्वतःच्या घरात - जागतिक राजकारणाचा तिबेटवरही प्रभाव - दलाई लामांची मठांना भेट - तिबेटच्या कृषीविषयक समस्या - आम्ही स्केटिंग सुरू केले.

तिबेटी वर्षाच्या चौथ्या महिन्यात बुद्धांचा जन्म आणि परिनिर्वाण स्मरणार्थ आयोजित धार्मिक सोहळ्यांनी बंडाची वाईट स्मृती पुसून टाकली. शरद ऋतूत आम्हाला सरकारकडून शहराचा एक नवीन नकाशा तयार करण्यासाठी बोलावण्यात आले होते. औफशनाइटरने त्याचे काम थांबवले आणि आम्ही मिळून सर्वेक्षण करायला सुरुवात केली. शहराचा आतापर्यंत कोणताही योग्य नकाशा बनवला गेला नव्हता. गेल्या शतकात भारतातील गुप्तहेर आपल्यासोबत काही कच्चे नकाशे घेऊन गेले होते, पण ते केवळ स्मरणशक्तीच्या आधारावर बनवलेले होते आणि पूर्णपणे चुकीचे होते. आता आम्हाला त्सारोंगचे थिओडोलाइट वापरता येऊ लागले होते आणि आम्ही मोजमाप करण्यासाठी या पवित्र शहराच्या सर्व भागांचा दौरा-पाहणी केली. आम्ही केवळ सकाळी लवकरच काम करू शकत होतो, कारण जशी रस्त्यांवर वर्दळ सुरू व्हायची, उत्सुक लोकांची गर्दी आम्हाला गराडा घालायची. आम्हाला सरकारकडून दोन पोलीस कर्मचारी देण्यात आले होते, कारण आम्ही एकटे लोकांना रोखू शकत नव्हतो. पण तरीही आम्हाला काम करण्यात अडचण तर आलीच. वाटसरूंना

औफशनाइटरच्या सर्व्हे ग्लासमधून पाहायला मज्जा यायची. अर्थात ते चुकीच्या बाजूने पाहत असत. आणि अशा प्रकारे आमच्या कामात मोठा अडथळा यायचा. सकाळच्या बोचऱ्या थंडीत घाणेरड्या गल्ल्यांमधून जाणे हे काही मजेशीर काम नव्हते आणि आम्हाला आमच्या सर्वेक्षणासाठी माहिती गोळा करण्यासाठी संपूर्ण हिवाळाभर काम करावे लागले. आम्हाला छतांवर चढावे लागले, जेणेकरून वेगवेगळ्या ब्लॉक्समधील घरांवर खुणा करता येतील आणि मला तिबेटी लिपीत एक हजारहून अधिक वेगवेगळ्या घरमालकांची नावे गोळा करावी लागली. जेव्हा दलाई लामा आणि सर्व महत्त्वाच्या सरकारी अधिकाऱ्यांसाठी प्रती तयार झाल्या, तेव्हा एक नवीन मनोरंजक खेळ सुरू झाला. लोकांनी नकाशा वाचायला शिकले आणि त्यावर आपली घरे पाहून त्यांना आनंद झाला.

यावेळी सरकारच्या मनात एक आधुनिक सांडपाणी आणि वीज व्यवस्था प्रस्थापित करण्याचा विचार होता. आणि याची जबाबदारी त्यांना औफशनाइटर आणि मला द्यायची होती. आम्हा दोघांनीही या विषयांच्या तंत्रज्ञानाचा अभ्यास केला नव्हता, पण माझ्या साथीदाराला गणिताचे खूप चांगले ज्ञान होते. कृषी अभियांत्रिकीचे शिक्षण घेताना त्याला गणितही शिकावे लागले होते. आणि, साहजिकच, जेव्हा आम्हाला कोणतीही अडचण यायची तेव्हा आम्ही संबंधित पाठ्यपुस्तकांचा आधार घेत असू. औफशनाइटरला आधीपासूनच मासिक पगार दिला जात होता, आणि मला एकोणीसशे अठ्ठेचाळीस मध्ये पगारी अधिकारी म्हणून नियुक्ती मिळाली. मी माझे नियुक्तीपत्र आजही जपून ठेवले आहे आणि मला आजही त्याचा अभिमान वाटतो.

दलाई लामांच्या भेटीनंतर काही महिन्यांनी मला मध्यरात्री नोरबुलिंगका पॅलेसमध्ये बोलावण्यात आले आणि सांगण्यात आले की नदीचे वाढते पाणी समर पॅलेसच्या आत शिरण्याचा धोका आहे. मान्सूनच्या पावसाने संथपणे वाहणाऱ्या जलधारेला कल्पनेपलीकडील वेगाने एका वेगवान नदीत रूपांतरित केले होते. अनेक ठिकाणी तर तिचे पात्र एका मैलाहूनही जास्त रुंद झाले होते. जेव्हा मी घटनास्थळी पोहोचलो तेव्हा मी पाहिले की जुना तटबंध तुटण्याच्या मार्गावर होता. मुसळधार पाऊस आणि अंगरक्षकांच्या

कंदिलाच्या अंधुक प्रकाशात माझ्या सूचनेनुसार एक नवीन धरण बांधण्याचे काम सुरू करण्यात आले. आम्ही जुना बांध इतका मजबूत करण्यात यशस्वी झालो की तूर्तास तरी नदीचे पाणी तो नष्ट करू शकत नव्हते. आणि दुसऱ्या दिवशी मी बाजारात मिळणारी तागाची पोती खरेदी केली आणि ती माती आणि गवताने भरली. पाचशे सैनिक आणि मजुरांनी खूप जास्त दबावाखाली काम केले आणि आम्ही जुने धरण तुटण्यापूर्वीच नवीन सुरक्षा व्यवस्था उभारण्यात यशस्वी झालो.

त्याच वेळी गडोंगहून हवामानाचा अंदाज वर्तवणाऱ्याला बोलावण्यात आले आणि पुढचे काही दिवस तो राजवाड्याच्या मैदानावरील एका घरात माझा शेजारी बनून राहिला. आम्हा दोघांचे ध्येय एकच होते-पुरावर नियंत्रण मिळवणे. हे सुदैव होते की आम्हाला केवळ भविष्यवेत्त्यावर अवलंबून राहावे लागले नाही आणि आमच्याकडे काम करण्यासाठी हजारो हातांची पर्यायी ताकद होती. जसे धरणावर माती टाकण्याचे काम अंतिम टप्प्यात होते, भविष्यवेत्ता डगमगत किनाऱ्यावर आला आणि नाचू लागला. त्याच दिवशी पाऊस थांबला, पूर ओसरला आणि आम्हा दोघांचे दलाई लामांकडून कौतुक झाले.

नंतर मला विचारण्यात आले की मी दरवर्षी समर पॅलेसला धोक्यात टाकणारा पूर रोखण्यासाठी काही कायमस्वरूपी उपाय करू शकतो का. मी आनंदाने संमती दिली, कारण मला विश्वास होता की औफशनाइटरच्या मदतीने मी पुराचे पाणी नियंत्रित करण्यासाठी काही उपाय शोधून काढीनच. मला माहीत होते की तिबेटी लोक नेहमी त्यांची धरणे उभ्या भिंतींसारखी बांधायचे आणि यामुळेच त्यांच्यात सहजपणे तडे जायचे.

आम्ही एकोणीसशे अठ्ठेचाळीस च्या वसंत ऋतूत काम सुरू केले होते आणि ते मान्सूनपूर्वी पूर्ण करायचे होते. मला पाचशे सैनिक आणि एक हजार हमालांची एक तुकडी देण्यात आली होती. तिबेटमध्ये कोणत्याही कंत्राटदाराकडे एवढे लोक कधीच नव्हते. मी आणखी एका नवीन गोष्टीचा आग्रह धरला आणि सरकारला खात्री दिली की जर मजुरांकडून विनामोबदला काम करून घेतले नाही तर काम खूप लवकर पूर्ण होईल.

त्यामुळे प्रत्येक मजुराला त्याचा रोजचा पगार मिळू लागला आणि लोक मनापासून काम करत होते. अर्थात तिबेटी कामगारांच्या उत्पादन क्षमतेची तुलना युरोपियन लोकांशी केली जाऊ शकत नाही. तिबेटी लोकांची शारीरिक क्षमता आमच्या मजुरांच्या तुलनेत खूपच कमी होती. त्यांचा संथ वेग पाहून मी अधीर झालो आणि जेव्हा कुदळ पकडून त्यांना खोदकाम करायला शिकवले तेव्हा ते आश्चर्याने माझ्याकडे पाहू लागले. कामात अनेकदा व्यत्यय आले, काम थांबायचेही. जर कोणाला कुदळीवर किडा सापडला तर गोंधळ उडायचा. माती एका बाजूला फेकली जायची आणि त्या जिवाला सुरक्षित जागी ठेवले जायचे.

मला वाटते लोकांच्या कमी उत्पादकतेचे कारण त्यांचा अपुरा आहार हेच असावे. गरीब माणूस सामान्यतः त्सम्पा, लोणी घातलेला चहा आणि थोडासा मुळा आणि मिरचीवरच आपले पोट भरतो. दिवसभर ते चहा बनवण्यात मग्न असायचे, प्रत्येकाला त्याचा वाटा मिळायचा आणि दुपारी सूप दिले जायचे.

माझे सैनिक आणि हमालांशिवाय माझ्याकडे चाळीस याकच्या कातड्यापासून बनवलेल्या होड्यांचा ताफा होता. नाविकांनाही चांभारांप्रमाणे दुय्यम दर्जाचे नागरिक समजले जायचे. कारण ते याकच्या कातड्यापासून बनवलेल्या होड्या चालवायचे. त्यांच्याशी कसा व्यवहार केला जातो, याचे एक उदाहरण मला आठवते. सम्ये मठाकडे जाताना एका दलाई लामांनी ती खिंड ओलांडली होती, जिथून नाविक नेहमी नदीकडे जायचे. राजा देवता गेल्यानंतर खिंड पवित्र झाली आणि तेव्हापासून कोणत्याही नाविकाला तिचा वापर करण्याची परवानगी नव्हती. त्यांच्या होड्या आपल्या पाठीवर लादून त्यांना खूप उंच आणि अधिक कठीण खिंडीतून जावे लागायचे. यामुळे त्यांचा वेळ आणि ऊर्जा वाया जायची. होड्यांचे वजन दोनशे पाउंडपेक्षा जास्त असते आणि खिंडी नेहमी सोळा हजार फुटांपेक्षा जास्त उंच असतात. यावरून अंदाज लावता येतो की तिबेटमध्ये लोकांच्या दैनंदिन जीवनावर धर्माचा किती मोठा प्रभाव आहे. मला नेहमी हे पाहून वाईट वाटायचे की लोक त्यांच्या होड्या पाठीवर लादून नदीच्या किनाऱ्याने चालतात. ते संथ आणि मोजक्या पावलांनी नदीच्या किनाऱ्याने चालत असत. ते कधीही प्रवाहाच्या विरुद्ध दिशेने होडी

चालवू शकत नव्हते. प्रत्येक नाविकामागे एक मेंढी असायची जिच्या पाठीवर सामान लादलेले असायचे. मेंढ्याही कुत्र्यांसारख्याच प्रशिक्षित होत्या. त्यांना कोणत्याही मार्गदर्शनाची गरज नसायची आणि जेव्हा त्यांचा मालक पुन्हा पाण्यात उतरायचा तेव्हा ती स्वतःच होडीत उडी मारायची.

धरणाच्या बांधकामात उपयोगी पडणाऱ्या चाळीस होड्यांना वरच्या खाणीतून ग्रॅनाइट आणावे लागायचे. होड्यांसाठी हे काही सोपे काम नव्हते. दगडांना तुटण्यापासून वाचवण्यासाठी त्यांच्या होड्यांच्या कडा मजबूत कराव्या लागायच्या. नाविक धडधाकट शरीराचे होते आणि त्यांचा पगार इतर कामगारांच्या तुलनेत जास्त होता. मी पाहिले की ते इतर 'दुय्यम दर्जाच्या नागरिकां' प्रमाणे नम्र नव्हते. त्यांनी त्यांची स्वतःची एक युनियन बनवली होती आणि तिच्याशी जोडलेले असण्याचा त्यांना अभिमान वाटायचा.

एक सुखद योगायोग जुळून आला आणि ट्रेडिनच्या पोनपोला माझा सहकारी बनावे लागले. त्याचे काम होते रोज संध्याकाळी पगार वाटणे. आम्ही एकमेकांसोबत पूर्वी खूप चांगला वेळ घालवला होता आणि आम्ही चांगल्या आठवणी जपल्या होत्या. आम्ही अनेकदा ट्रेडिनमध्ये घालवलेल्या वेळेची आठवण काढायचो. माझ्यासाठी ती वाईट वेळ होती! पण आज मी त्या काळावर हसू शकतो. जेव्हा आम्ही पहिल्यांदा भेटलो होतो तेव्हा तो वीस नोकरांसह तपासणीसाठी बाहेर पडला होता आणि आमच्याशी मोठ्या सौजन्याने आणि नम्रतेने वागला होता. कोणी विचार केला होता की एखाद्या दिवशी आम्ही एकत्र काम करू आणि मी कमी-अधिक प्रमाणात त्याचा बॉस बनेन? आम्ही चार वर्षांपूर्वी भेटलो होतो, हे विचार करून मला खूप आश्चर्य वाटायचे. या चार वर्षांत मी अर्धा तिबेटी बनलो आहे! मी अनेकदा स्वतःला अस्सल तिबेटी हावभाव करताना पाहिले आहे. हे हावभाव मी दिवसातून शंभर वेळा पाहायचो आणि नकळत त्यांची नक्कल करू लागायचो. कारण माझे काम पवित्र बागेची देखभाल करणे हे होते, त्यामुळे माझे बॉस सर्वोच्च पदाचे भिक्षू होते. सरकारही माझ्या उपक्रमांमध्ये खूप रस घ्यायची. अनेक प्रसंगी संपूर्ण मंत्रिमंडळ त्यांचे सचिव आणि नोकरांसह काम पाहायला आले आणि आमच्या यशाबद्दल आम्हा दोघांचे अभिनंदन केले. सोबतच आम्हाला सन्मान म्हणून भेटवस्तूत स्कार्फ आणि रक्कमही

दिली. या प्रसंगी कामगारांनाही पैसे वाटण्यात आले आणि त्यांना अर्धी सुट्टी देण्यात आली.

माझी धरणे खरोखरच जूनमध्येच तयार झाली होती, अगदी वेळेवर, कारण पहिल्या पुराचे पाणी लवकरच खाली आले होते. त्या वर्षी नदीची पाण्याची पातळी खूप जास्त होती, पण धरणांनी त्यांचे काम केले. ज्या जमिनीवर पूर्वी पूर यायचा, तिथे आम्ही विलोची झाडे लावली, ज्यांची ताजी हिरवी पाने समर गार्डनचे सौंदर्य आणखी वाढवायची.

जेव्हा मी शानदार शाही बागेच्या सुरक्षेसाठी तटबंध बांधण्याच्या कामात व्यस्त होतो, तेव्हा मला अनेकदा उच्च मठवासी अधिकाऱ्यांकडून जेवणासाठी आणि रात्री थांबण्यासाठी आमंत्रित केले जायचे. मी निश्चितपणे पहिला युरोपियन होतो ज्याला पोटाला आणि समर गार्डन निवासस्थानात राहण्याची परवानगी मिळाली होती. अशा प्रकारे मला विस्तीर्ण मैदाने, फळांची शानदार झाडे आणि सुळक्याच्या आकाराची झाडे पाहण्याची आणि कौतुक करण्याची अनेक संधी मिळाली. झाडे आणि रोपांच्या या विविध प्रजाती तिबेटच्या सर्व भागांतून आणल्या गेल्या होत्या. अनेक माळी फुले आणि झाडांची काळजी घ्यायचे आणि रस्ते व्यवस्थित ठेवायचे. बाग एका उंच भिंतीने वेढलेली आहे, पण तिबेटी पोशाख घातलेल्या अभ्यागतांना इथे येण्यास मनाई नाही. दोन शिपाई गेटवर येणाऱ्यांची तपासणी करतात आणि पाहतात की कोणीही युरोपियन टोपी किंवा बूट घालून पार्कमध्ये घुसू नये. त्यांनी मला या नियमातून सूट दिली होती. पण गार्डन पार्ट्यांमध्ये मला फरने तयार केलेली टोपी घालावीच लागायची. रक्षक चौथ्या दर्जाच्या आणि त्याहून वरील उच्चभ्रूंना शस्त्रांची सलामी द्यायचे. मलाही सलामी दिली जायची.

पार्कच्या मध्यभागी दलाई लामांची खासगी बाग आहे, जी एका उंच पिवळ्या भिंतीने वेढलेली आहे. यात दोन दरवाजे आहेत, ज्यांवर सैनिकांचा कडक पहारा आहे. इथून दलाई लामांशिवाय केवळ त्यांचे संरक्षक म्हणून नियुक्त मठाधीशच जाऊ शकतात. अगदी कॅबिनेट मंत्र्यांनाही प्रवेश दिला जात नाही. शानदार वृक्षांच्या पानांमधून मंदिरांच्या सोनेरी छतांची झलक दिसते, पण मोरांची किंकाळी ही एकमेव अशी वाद्य आहे जी बाह्य जगापर्यंत

पोहोचू शकते. कोणालाही माहित नाही की या अंतर्गत अभयारण्यात काय घडते. अनेक यात्रेकरू ही भिंत पाहायला येतात आणि तिच्याभोवती घड्याळाच्या काट्यांच्या दिशेने जाणाऱ्या मार्गावर प्रदक्षिणा घालतात. भिंतीत थोड्या-थोड्या अंतरावर कुत्र्यांसाठी निवासस्थाने बनवली आहेत, यामध्ये राहणारे रानटी, लांब केसांचे प्राणी कोणाच्याही जवळ आल्यावर भुंकतात. याकच्या केसांपासून बनवलेले चाबूक कुत्र्यांना हल्ला करण्यापासून रोखतात, पण त्यांची कर्कश गुरगुर या शांततापूर्ण जगात एक बेसूर आवाजासारखी वाटते. नंतर, जेव्हा मला पिवळ्या भिंतीच्या दरवाजातून गुप्त बागेत प्रवेश करण्याचे भाग्य लाभले, तेव्हा मी या उग्र प्राण्यांशी बऱ्यापैकी मैत्री केली.

दरवर्षी आतल्या बागेच्या बाहेर दगडांनी बनलेल्या एका मोठ्या मंचावर नाट्य सादरीकरणे होतात. सूर्योदयापासून सूर्यास्तापर्यंत सात दिवस चालणारी नाटके पाहण्यासाठी लोकांची मोठी गर्दी येते. नाटके पुरुष अभिनेत्यांच्या गटांद्वारे केली जातात आणि जवळजवळ पूर्णपणे धार्मिक स्वरूपाची असतात. अभिनेते व्यावसायिक नसतात. ते लोकांमधूनच येतात आणि सर्व प्रकारच्या व्यवसायांशी जोडलेले असतात. जेव्हा नाटक-सप्ताह संपतो तेव्हा ते खाजगी जीवनात परत जातात. तीच नाटके वर्षानुवर्षे खेळली जातात. संवादांचे गायन केले जाते आणि ड्रम आणि बासरीचा एक ऑर्केस्ट्रा नृत्यासाठी ताल निश्चित करतो. केवळ विनोदासाठी संवाद बोलले जातात. सुंदर आणि मौल्यवान पोशाख सरकारकडून दिले जातात आणि ते समर पॅलेसमध्ये ठेवले जातात.

अभिनेत्यांच्या सात गटांपैकी एक, ग्युमालुंगमा आपल्या विडंबनासाठी प्रसिद्ध आहे. हा एकमेव गट होता ज्याची मी खरोखर प्रशंसा करायचो. त्यांच्या स्पष्टवक्तेपणावर कोणालाही आश्चर्य वाटल्याशिवाय राहू शकत नव्हते. हे लोकांच्या विनोदबुद्धीचे आणि बुद्धिमत्तेचे प्रमाण आहे की ते त्यांच्या कमकुवतपणाची आणि अगदी त्यांच्या धार्मिक संस्थांचीही चेष्टा करू शकतात. ते नृत्य आणि समाधीसोबत ज्योतिष्यांवरही व्यंग करतात, ज्यावर प्रेक्षकांच्या खूप टाळ्या पडतात. पुरुष ननच्या वेशात दिसतात आणि भिक्षा मागणाऱ्या महिलांची अतिशय हास्यास्पद शैलीत नक्कल करतात. जेव्हा भिक्षू आणि नन मंचावर एकत्र मस्करी करायला लागतात, तेव्हा हसू रोखणे कठीण

होते आणि प्रेक्षकांमध्ये बसलेल्या कडक स्वभावाच्या मठाधीशांचेही हसता-हसता डोळे पाणावतात.

दलाई लामा पिवळ्या भिंतीच्या मागे बागेत बनलेल्या एका मंडपाच्या पहिल्या मजल्यावर एका खिडकीला लागलेल्या एका जाळीदार पडद्यामागून ही सादरीकरणे पाहतात. अधिकारी मंचाच्या दोन्ही बाजूंना टेंटमध्ये बसतात. दुपारच्या वेळी दलाई लामांच्या स्वयंपाकघरात सामान्य लोकांसाठी जेवण तयार होते. जेवणासाठी प्रेक्षक आपल्या शासकाच्या खिडकीसमोरून जातात.

जेव्हा नाटक-सप्ताह संपतो, तेव्हा अभिनेत्यांना उच्चभ्रू लोकांच्या घरांमध्ये आणि मठांमध्ये या नाटकांच्या सादरीकरणासाठी आमंत्रित केले जाते. अशा प्रकारे नाट्य हंगाम एक महिनाभर चालतो. सादरीकरणादरम्यान सुव्यवस्था राखण्यासाठी पोलिसांना अनेकदा हस्तक्षेप करावा लागतो.

या वर्षी माझ्या वैयक्तिक परिस्थितीत खूप सुधारणा झाली होती. मी आत्मनिर्भर होतो आणि मला वाटायचे की आता मी माझे स्वतःचे घर मिळवण्यास पात्र होतो. स्वतःचे घर असल्याने मी अधिक मुक्तपणे जीवन जगू शकेन. मी त्सारोंगचा जन्मभर ऋणी राहीन, ज्याने आम्हाला त्याच्या घरात आश्रय दिला आणि ल्हासामध्ये पाय रोवण्यास आमची मदत केली होती. कारण मी पैसे कमवत होतो, त्यामुळे मी त्याला भाडे देत होतो. अलीकडेच मला अनेक मित्रांकडून असे प्रस्ताव आले होते ज्यात ते त्यांची बाग आणि नोकर-चाकरांसह घर भाड्याने देऊ इच्छित होते. हे लोक तात्पुरते इकडे-तिकडे स्थलांतरित झाले होते.

मी शेवटी परराष्ट्र मंत्री स्टरखांग यांचे एक घर भाड्याने घेण्याचे ठरवले. तिबेटी लोकांनुसार, ही शहरातील सर्वांत आधुनिक इमारतींपैकी एक होती. तिच्या भिंती खूप उंच होत्या आणि पुढच्या भागात छोट्या-छोट्या काचा लावलेल्या होत्या. पण माझ्या गरजांनुसार खोल्या खूप जास्त होत्या. या समस्येवर सहजपणे मात करता येऊ शकत होती. ज्यांची मला गरज नव्हती, त्या खोल्या मी बंद करून टाकल्या आणि बाकीच्या खोल्यांचा वापर करू लागलो. मी माझ्या बेडरूमसाठी ती खोली निवडली, जिथे सकाळचे सर्वांत जास्त ऊन यायचे. माझ्या बेडजवळ माझा वायरलेस ठेवलेला होता आणि

भिंतींवर मी अल्पाइन कॅलेंडर लावले. हे कदाचित स्विस घड्याळांच्या एका खेपेसोबत ल्हासाला पोहोचले असावे. कपाटे आणि पेट्या चमकदार रंगाच्या आणि कोरीव काम केलेल्या होत्या. अगदी तसेच जसे की आमच्या शेतकऱ्यांच्या घरांमध्ये असतात. फरशा दगडांच्या होत्या आणि माझा नोकर त्यांना काचेसारख्या चकचकीत ठेवायचा. तो त्यांच्यावर मेणबत्तीचा गुळगुळीतपणा लावायचा आणि मग लोकरीचे बूट घालून खोल्यांमध्ये घसरायचा. कामाचे काम, मजेची मजा. प्रत्येक खोलीत रंगीबेरंगी गालिचे अंथरलेले होते. ल्हासामध्ये छते खांबांवर टिकलेली असतात, त्यामुळे घरांमधील गालिचे सहसा लहान असतात. ल्हासाचे गालिचे विणकर खूप प्रसिद्ध आहेत आणि ते श्रीमंतांच्या घरात जाऊन जागेवरच हवा तसा गालिचा विणून देतात. ते त्यांचा ताणा-बाणा घेऊन येतात, जमिनीवर बसून लोकरीने शानदार डिझाइनमध्ये विणतात. त्यांची बोटे ड्रॅगन, मोर, फुले यांसारख्या वेगवेगळ्या डिझाइन्स बनवतात. हे गालिचे पिढ्यानपिढ्या टिकतात. लोकर खूप टिकाऊ असते आणि तिला भूतानची साल, हिरव्या अक्रोडची साले आणि सझयाच्या रसाने रंगवले जाते. यापासून विणलेले गालिचे शतकानुशतके आपला रंग बदलत नाहीत.

मी माझ्या लिव्हिंग रूमसाठी एक रायटिंग-टेबल आणि एक मोठा ड्रॉइंग-बोर्ड बनवून घेतला होता. स्थानिक वयस्कर सुतार जुन्या फर्निचरच्या तुकड्यांपासून नवीन वस्तू बनवण्यात खूप तरबेज असतात, पण जेव्हा काहीतरी नवीन बनवण्याची वेळ येते तेव्हा त्यांचे कौशल्य कमी पडते. मोठ्या खेदाची गोष्ट आहे की सर्व प्रकारच्या हस्तकला आणि व्यवसायांमध्ये सर्जनशील क्षमतेकडे दुर्लक्ष केले जाते, आणि ना तर शाळांमध्ये आणि ना खाजगी उद्योगांमध्ये नवीन प्रयोगांना प्रोत्साहन दिले जाते.

माझ्या लिव्हिंग रूममध्ये एक पूजा-स्थान होते. माझे नोकर याची विशेष भक्तीभावाने काळजी घ्यायचे. दररोज देवतांसाठी ताज्या पाण्याने सात वाट्या भरल्या जायच्या. रात्रंदिवस तुपाचे दिवे जळत असायचे. मला नेहमी चोरांची भीती वाटायची, कारण मूर्तींवर शुद्ध सोने आणि फिरोज्याने सजलेले मुकुट चढवलेले होते. सुदैवाने माझे नोकर खूप विश्वासू होते आणि माझ्या मुक्कामादरम्यान एकही वस्तू गहाळ झाली नाही.

इतर लोकांप्रमाणे, माझ्या छतावरही प्रत्येक कोपऱ्यात प्रार्थना ध्वज लावण्यासाठी एक-एक झाड होते. यापैकीच एका झाडावर मी माझ्या वायरलेसचा एरियल लावला होता. प्रत्येक घरात धूप जाळण्यासाठी मातीचे भांडे आणि इतर शुभ गोष्टी असतात आणि मी या गोष्टीची विशेष काळजी घ्यायचो की सर्व काही चांगल्या प्रकारे, सन्मानपूर्वक ठेवले जावे आणि कोणत्याही राष्ट्रीय रीतिरिवाजाचे उल्लंघन किंवा दुर्लक्ष होऊ नये.

माझे घर लवकरच एक खरे घर बनले. कामानंतर किंवा लोकांना भेटून परत येणे माझ्यासाठी नेहमीच एक मोठा आनंदाचा भाग होता. माझा नोकर न्यिमा गरम पाणी आणि चहासोबत माझी वाट पाहत असायचा आणि सर्व काही स्वच्छ, शांत आणि आरामदायक असायचे. मला माझी गोपनीयता जपण्यात थोडी अडचण यायची, कारण तिबेटमध्ये नोकरांची सवय असते की ते बोलावल्यावर लगेच हजर होतात आणि पूर्वसूचनेशिवाय खोलीच्या आत येऊन चहा देऊ लागतात. न्यिमा माझा खूप आदर करायचा, पण तो माझ्याशी खूप जास्त जोडलेला होता आणि जेव्हाही मी रात्री बाहेर जायचो, तेव्हा तो माझ्या यजमानाच्या घराच्या गेटवर माझी वाट पाहत राहायचा, जरी मी त्याला झोपायला सांगितले असले तरी. त्याला भीती होती की घरी परतताना कोणी माझ्यावर हल्ला करू शकतो, आणि म्हणूनच तो नेहमी एक रिव्हॉल्व्हर आणि तलवार घेऊन यायचा आणि आपल्या मालकासाठी आपला जीव धोक्यात घालण्यास तयार असायचा. मी त्याच्या या समर्पणावर नाराजी व्यक्त करू शकत नव्हतो.

त्याची पत्नी आणि मुले घरातच राहायचे. तिबेटी लोक आपल्या मुलांवर किती प्रेम करतात, या कुटुंबाने याचे उदाहरण दिले. जर न्यिमाचे कोणतेही मूल आजारी पडले तर तो त्याच्यासाठी आपल्या घरी चांगल्यात चांगल्या लामाला बोलावण्यात कोणतीही कसर सोडत नसे. माझ्या नोकरांना निरोगी ठेवण्यासाठी मी माझ्या परीने जे काही करू शकत होतो, ते मी केले. कारण मला माझ्या आजूबाजूला आनंदी चेहरे पाहायला आवडायचे. मी त्यांना लसीकरण आणि उपचारांसाठी भारतीय परदेशी मिशनमध्ये पाठवू शकत होतो. पण मला नेहमी त्यांच्या पाठीमागे लागावे लागायचे, कारण तिबेटी लोक साधारणपणे प्रौढांच्या आजाराकडे लक्ष देत नाहीत.

माझ्या वैयक्तिक नोकराव्यतिरिक्त, ज्याला पाच पाउंड मासिक पगार मिळायचा, सरकारने मला एक संदेशवाहक आणि एक रक्षक देखील दिला होता. कारण मी नोरबुंगकामध्ये काम करत होतो, त्यामुळे मला जेव्हाही गरज असायची, मी शाही गोठ्यातून एक घोडा मागवू शकत होतो. खऱ्या अर्थाने मला दररोज एका वेगळ्या घोड्यावर सवारी करावी लागायची, कारण गोठ्याच्या मालकाला या गोष्टीची काळजी घ्यावी लागायची की कोणत्याही घोड्याने जास्त काम करू नये. जर त्यांच्यापैकी कोणताही घोडा आजारी पडला तर त्याला आपले पद गमवावे लागू शकत होते. मला या बदलामुळे त्रास व्हायचा. घोडे नेहमी नोरबुंगकाच्या सुंदर कुरणांमध्ये गवत चरत असायचे, आणि जेव्हा ते शहराच्या अरुंद गल्ल्या आणि गर्दीत यायचे, तेव्हा ते बिथरायचे. शेवटी मला पूर्ण एक आठवडा एकाच घोड्यावर सवारी करण्याची आणि फक्त तीन घोडे बदलण्याची परवानगी मिळाली. याचे कारण असे होते की मी आणि माझे घोडे एकमेकांना सरावू शकू. माझ्या घोड्यांवर शाही लगाम होता आणि जेव्हा मी त्यांच्यावर स्वार असायचो, तेव्हा सैद्धांतिकदृष्ट्या मला पोटालापर्यंत किंवा त्याच्या आजूबाजूला फिरण्याचा अधिकार होता. असे करणे मंत्र्यांसाठीही निषिद्ध होते.

मी मिस्टर रिचर्डसनच्या अनुभवाचा फायदा घेतला आणि सकाळ-संध्याकाळ बागकाम करू लागलो. आणि माझ्या मेहनतीला लवकरच फळ आले. पहिल्या वर्षी मी टोमॅटो, फुलकोबी, लेट्युस आणि कोबी पिकवण्यात यशस्वी झालो. इतक्या उत्तम दर्जाचा भाजीपाला पिकवणे हा एक अनोखा अनुभव होता. पण असे करणे खरोखर खूप सोपे होते. फक्त या गोष्टीची काळजी घेणे आवश्यक होते की मुळांना पुरेसा ओलावा मिळत राहील. कोरडी हवा आणि कडक उन्हाने मग एक असे सुखद गरम वातावरण तयार केले ज्यामध्ये सर्व काही शानदार पद्धतीने बहरले. झाडांना पाणी देणे इतके सोपे नव्हते, कारण इथे प्रेशर पाईप नसतात आणि बागेत फवारणी करण्यासाठी पाईपचा वापर करता येत नाही. तुम्हाला अशा प्रकारे वाफे बनवावे लागतात की त्यातून पाणी सतत वाहत राहील. बागेत मदत करण्यासाठी माझ्याकडे दोन महिला सहाय्यक होत्या. त्यांनी सर्व खुरपणी केली आणि सर्व तण नष्ट झाले. याचा खूप फायदा झाला. या जमिनीत फळे-फुले वेगाने वाढतात,

आणि मेहनतीचे फळ खूप चांगले मिळते. सत्तर चौरस यार्डच्या एका बागेतून मी दोन क्विंटलपेक्षा जास्त टोमॅटो घेतले. यापैकी काही टोमॅटोचे वजन तर दोनशे ग्रॅमपर्यंत होते. इतर भाज्याही उत्तम प्रकारे बहरल्या.

याच काळात आम्हाला जागतिक राजकारणाचा प्रभाव शांततापूर्ण शहर ल्हासामध्येही जाणवू लागला. चीनमधील गृहयुद्धाने आणखीनच अस्वस्थता निर्माण केली होती आणि ही भीती होती की ल्हासामध्ये राहणाऱ्या चिनी रहिवाशांमध्ये समस्या निर्माण होऊ शकतात. तिबेट स्वतःला चिनी राजकारणापासून वेगळे मानतो हे दाखवून देण्यासाठी सरकारने एके दिवशी चिनी मंत्र्याला बडतर्फ करण्याचा निर्णय घेतला. या निर्णयाचा सुमारे शंभर लोकांवर परिणाम झाला, ज्याविरुद्ध कोणतेही अपील केले जाऊ शकत नव्हते.

तिबेटी अधिकाऱ्यांनी त्यांच्या विशिष्ट शासन-कौशल्याचा परिचय दिला. जेव्हा चिनी रेडिओ ऑपरेटर टेनिस खेळत होता, तेव्हा त्यांनी ती वेळ निवडली जेणेकरून त्याच्या घरी जाऊन त्याचा ट्रान्समिटिंग सेट ताब्यात घेता येईल. जेव्हा त्याला त्याच्या प्रमुखाच्या हकालपट्टीच्या आदेशाबद्दल समजले, तेव्हा तो चिनी सरकारशी संवाद साधू शकला नाही. शहरातील टपाल आणि टेलिग्राफ कार्यालये पंधरवड्यासाठी बंद करण्यात आली आणि जगाला वाटले की तिबेटमध्ये पुन्हा गृहयुद्ध सुरू झाले आहे.

हद्दपार केलेल्या चिनी मुत्सद्दींसोबत अत्यंत शिष्टाचाराने वागण्यात आले आणि त्यांच्यासाठी निरोप समारंभ आयोजित करण्यात आला. त्यांना त्यांचे तिबेटी चलन अनुकूल दराने रुपयांमध्ये बदलण्याची परवानगी देण्यात आली आणि त्यांना भारतीय सीमेपर्यंत मोफत वाहतुकीची सुविधा देण्यात आली. त्यांना नेमकं काय झालंय हे नीट समजलं नाही, पण इथून जाण्याचं सगळ्यांनाच दुःख होतं. त्यापैकी बहुतेक चीन किंवा फॉर्मोसा (तैवान) ला परतले. काही थेट पेकिंगला गेले, जिथे माओ त्से-तुंग यांनी आधीच त्यांचे सरकार स्थापन केले होते.

अशा प्रकारे चीन आणि तिबेटमधील शतकानुशतकांचा जुना वाद पुन्हा सुरू झाला. कम्युनिस्ट चीनने मंत्री आणि त्यांच्या कर्मचाऱ्यांची

हकालपट्टी हा अपमान मानला, तर तिबेटने असे करून तटस्थतेचा संकेत दिला होता. ल्हासाला हे जाणवू लागले होते की चीन, तिबेटच्या स्वातंत्र्यासाठी आणि तिबेटी धर्मासाठी एक गंभीर धोका बनेल. लोकांनी ज्योतिषाच्या भविष्यवाणीचा हवाला दिला आणि विविध नैसर्गिक घटनांकडे बोट दाखवले ज्यांनी त्यांच्या भीतीची पुष्टी केल्यासारखे वाटत होते. एकोणीसशे अठ्ठेचाळीस च्या महान धूमकेतूची घटना धोक्याचा संकेत मानली जात होती. मलाही चिंता वाटत होती, पण माझी चिंता एका गंभीर अंदाजावर आधारित होती. मला आशियाचे भविष्य अंधकारमय वाटत होते.

जवळपास याच वेळी सरकारने चार उच्च अधिकाऱ्यांना जगभ्रमणासाठी पाठवण्याचा निर्णय घेतला. या मोहिमेच्या सदस्यांची निवड त्यांच्या संस्कृती आणि पुरोगामी विचारांच्या आधारे करण्यात आली होती, कारण जगाला हे दाखवून द्यायचे होते की तिबेट हा एक सुसंस्कृत देश आहे.

या मोहिमेचे नेतृत्व अर्थ-सचिव शेकाब्पा करत होते. इतर सदस्यांमध्ये चांगख्यिम्पा नावाचा एक भिक्षू, एक श्रीमंत व्यापारी पंगदत्संग आणि परराष्ट्र मंत्र्यांचा मुलगा जनरल सुरखांग यांचा समावेश होता. पंगदत्संग आणि जनरल सुरखांग खूप चांगली इंग्रजी बोलायचे आणि त्यांना पाश्चात्य राहणीमान आणि चालीरीतींची थोडीफार माहितीही होती. सरकारने त्यांच्यासाठी उत्कृष्ट दर्जाचे युरोपियन सूट, ओव्हरकोट आणि बाकीची साधनसामग्री उपलब्ध करून दिली. याशिवाय ते आपल्यासोबत शानदार रेशमी कपडेही घेऊन गेले होते जे अधिकृत स्वागत समारंभांमध्ये घातले जायचे, कारण त्यांना एक राष्ट्रीय शिष्टमंडळ म्हणून प्रवास करायचा होता. ते आधी भारतात गेले आणि तिथून विमानाने चीनला गेले. काही काळ त्या देशात राहिल्यानंतर ते विमानाने फिलिपाइन्स आणि हवाईमार्गे सॅन फ्रान्सिस्कोला पोहोचले. अमेरिकेत ते अनेक ठिकाणी थांबले आणि अनेक कारखान्यांना भेटी दिल्या, विशेषतः जे तिबेटी कच्च्या मालाचा वापर करत होते.

युरोपमध्येही त्यांचा कार्यक्रम काहीसा असाच होता. त्यांनी सुमारे दोन वर्षे प्रवास केला आणि त्यांच्याकडून येणाऱ्या प्रत्येक पत्राने ल्हासामध्ये उत्साहाचे वातावरण निर्माण व्हायचे. जेव्हा ते परतले तोपर्यंत या देशाला

तिबेटी लोकरीचे नवीन खरेदीदार मिळाले होते आणि ते आपल्यासोबत कृषी यंत्रसामग्री, हातमाग, गालिचे बनवणाऱ्या मशिन्सच्या खूप साऱ्या शक्यता घेऊन आले होते. त्यांच्या सामानात एक तुटलेली जीपही होती जी तेराव्या दलाई लामांच्या ड्रायव्हरने दुरुस्त केली. ती एकदा चालवली गेली आणि मग लोकांच्या नजरेआड केली गेली. यानंतर अनेक उच्चभ्रूंच्या मनात कार खरेदी करण्याची इच्छा निर्माण झाली असेल, पण कदाचित अजून वेळ आली नव्हती. अमेरिकेत या मोहिमेने सोन्याच्या विटा खरेदी केल्या, ज्या कडेकोट बंदोबस्तात ल्हासाला आणल्या गेल्या. जेव्हा चारही प्रतिनिधी त्यांच्या विश्व प्रवासाचा आनंद लुटत होते, तेव्हा आशियातील राजकीय परिस्थिती खूप बदलली होती. भारताला स्वातंत्र्य मिळाले होते, कम्युनिस्टांनी संपूर्ण चीनवर ताबा मिळवला होता पण या घटनांचा ल्हासामध्ये कोणताही विशेष परिणाम झाला नाही, जिथे दलाई लामांच्या मठांच्या पारंपारिक भेटीला जागतिक राजकारणापेक्षा अधिक महत्त्वाचे मानले जात होते.

प्रत्येक तरुण दलाई लामांना अधिकृतपणे सज्ञान होण्यापूर्वी ड्रेबुंग आणि सेराच्या मठांना भेट द्यावी लागते. इथे ते धार्मिक चर्चेत भाग घेऊन परिपक्वतेचा पुरावा देतात. या भेटीची तयारी अनेक महिन्यांपासून चर्चेचा मुख्य विषय होती. साहजिकच, महामहिमांसोबत उच्चभ्रू लोकही होते आणि ड्रेबुंगच्या भिक्षूंनी त्यांच्या आणि त्यांच्या सेवकांच्या राहण्यासाठी एक विशेष राजवाडा बांधला होता.

एके दिवशी मिरवणूक पारंपारिक थाटामाटासह मठाकडे निघाली. हे अंतर पाच मैलांचे होते. इथे ड्रेबुंगच्या चार प्रमुख मठाधीशांनी एका शानदार तुकडीसह दिव्य अतिथीचे स्वागत केले आणि त्यांना त्यांच्या राजवाड्यात नेले. त्याच दिवशी मीही ड्रेबुंगला गेलो, कारण ज्या भिक्षूंशी माझी मैत्री होती, त्यापैकी काहींनी मला उत्सवादरम्यान तिथे उपस्थित राहण्यासाठी आमंत्रित केले होते. मला नेहमीच मठाचे जीवन आतून जाणून घ्यायचे होते. आतापर्यंत, इतर कोणत्याही यात्रेकरूप्रमाणे, मी मंदिरे आणि बागांवर केवळ ओझरती नजर टाकली होती. माझे मित्र मला दगडांनी बनलेल्या एकाच आकाराच्या घरांपैकी एकात घेऊन गेले. इथे माझ्या राहण्याची व्यवस्था करण्यात आली

होती. पेमा नावाचा एक भिक्षू जो लवकरच आपली अंतिम परीक्षा देणार होता आणि ज्याचे आधीपासूनच अनेक शिष्य होते, त्याने माझा मार्गदर्शक बनून मला याची रूपरेषा आणि संस्थेबद्दल समजावून सांगितले. या व्यवस्थेची आणि आपल्या कोणत्याही धार्मिक संस्थेची तुलना केली जाऊ शकत नाही. असे वाटले जणू या मठांच्या भिंतींमागे घड्याळाचे काटे हजार वर्षे मागे गेले आहेत. इथे असे काहीही नाही जे दर्शवेल की तुम्ही विसाव्या शतकात राहत आहात. इमारतींच्या जाड तपकिरी भिंती शतकानुशतके जुन्या वाटत होत्या आणि शिळे लोणी आणि अस्वच्छ झालेल्या भिक्षूंचा उग्र वास दगडांच्या कोरीव कामात खोलवर मुरलेला जाणवत होता.

प्रत्येक घरात पन्नास-साठ लोक राहत होते आणि घराला छोट्या-छोट्या कोठड्यांमध्ये विभागले होते. प्रत्येक मजल्यावर स्वयंपाकघर आणि भरपूर जेवण होते. सरासरी भिक्षूला कोणतेही इतर ऐहिक समाधान मिळत नाही, पण जास्त हुशार भिक्षू त्यांच्या अभ्यासाच्या मोबदल्यात उच्च पदांवर पोहोचू शकतात. यांच्याकडे त्यांचे तुपाचे दिवे आणि एक प्रतीक किंवा कदाचित एक ताईत याशिवाय कोणतीही खाजगी मालमत्ता नसते. आरामासाठी एक साधासा बेडच मिळतो. आज्ञापालन हा आवश्यक नियम आहे. विद्यार्थी मठात मुले म्हणून प्रवेश करतात आणि लगेच लाल टोपी घालतात, जी त्यांना त्यांच्या उर्वरित आयुष्यासाठी घालावी लागते. सुरुवातीच्या वर्षांत त्यांना त्यांच्या शिक्षकांची सेवा करावी लागते. हुशार भिक्षू लिहायला-वाचायला शिकतात आणि परीक्षांना बसतात. केवळ काहीच जण एका वर्गातून दुसऱ्या वर्गात उत्तीर्ण होण्यात यशस्वी होतात. बहुतांश नोकर वर्गातच राहतात. काहीच लोक असतात जे तीस-चाळीस वर्षे बुद्धांच्या शिकवणीचा अभ्यास केल्यानंतर अंतिम परीक्षा पास करू शकतात. मग ते मठातील सर्वोच्च पदांवर नियुक्तीसाठी पात्र असतात. मठ धार्मिक शिक्षणासाठी सर्वोच्च विद्यालय असतात आणि सर्व पूर्णपणे धार्मिक संस्थांच्या कर्मचाऱ्यांची निवड या मठांच्या पदवीधरांमधून केली जाते. सरकारचे मठवासी अधिकारी त्सेडुंग स्कूलमध्ये आपले शिक्षण घेतात.

मठवासी शाळांच्या अंतिम परीक्षा वर्षातून एकदा सार्वजनिकरीत्या चर्चमध्ये आयोजित केल्या जातात. संपूर्ण तिबेटमधून केवळ बावीस

उमेदवारांना परीक्षेत प्रवेश दिला जातो. दलाई लामांच्या स्वतःच्या शिक्षकांच्या मार्गदर्शनाखाली आयोजित एका कठीण तोंडी परीक्षेनंतर, पाच सर्वोत्कृष्ट उमेदवारांना सर्वोच्च मठवासी ग्रेडमध्ये पदोन्नती दिली जाते. जो विद्यार्थी पहिला उत्तीर्ण होतो, तो एक संन्यासी बनू शकतो आणि धार्मिक अभ्यासासाठी समर्पित होऊ शकतो, किंवा तो एखाद्या दिवशी रीजेंट बनण्याच्या शक्यतेसह सार्वजनिक जीवनात प्रवेश करू शकतो. असे क्वचितच घडते, कारण ते उच्च पद साधारणपणे अवतारांसाठी राखीव असते, पण अशीही उदाहरणे समोर आली आहेत ज्यात लोकांच्या मधील एखादी व्यक्ती, जी ना तर कोणती उच्चभ्रू होती आणि ना कोणती जिवंत बुद्ध - या महान पदावर नियुक्त केली गेली. गेल्या वेळी असे एकोणीसशे दहा मध्ये झाले होते, जेव्हा तेराव्या दलाई लामांनी आक्रमक चिनी लोकांपासून वाचण्यासाठी भारतात पलायन केले आणि त्यांचे प्रतिनिधित्व करण्यासाठी एक प्रतिनिधी नियुक्त केला जाणार होता.

ड्रेबुंगच्या दहा हजार भिक्षूंना अनेक गटांमध्ये विभागले गेले आहे, ज्यापैकी प्रत्येकाचे स्वतःचे मंदिर आणि बाग आहे. इथे ते सकाळच्या वेळी सामूहिक धार्मिक अभ्यास करतात, ज्यानंतर त्यांना लोणी घातलेला चहा आणि सूप मिळते. दुपारी अभ्यासासाठी त्यांच्या घरी परततात. तथापि, त्यांच्याकडे फेरफटका मारण्यासाठी आणि खेळ खेळण्यासाठी पुरेसा मोकळा वेळ असतो. त्यांना स्वतःसाठी कोणतेही जेवण बनवण्याचीही परवानगी आहे. गटांना त्यांच्या मूळ स्थानांनुसार शक्य तितके व्यवस्थित केले जाते. काही घरांमध्ये तुम्हाला फक्त मंगोलियन किंवा नेपाळी किंवा शिगात्सेसारख्या कोण्या विशेष शहरातील विद्यार्थी मिळतील.

मठाच्या आत, अर्थातच, कोणत्याही जिवंत प्राण्याला मारले जाऊ शकत नाही, पण थंड हवामानामुळे काही प्रमाणात मांसाहारही आवश्यक असतो, त्यामुळे समाजाच्या वतीने याकचे सुकलेले मांस पाठवले जाते. आणि, ताजे मांस अनेकदा शेजारच्या गावांमधून मिळते.

मोफत अन्न आणि निवासाव्यतिरिक्त भिक्षूंना सरकारी अनुदान आणि यात्रेकरूंच्या भेटवस्तूंमधून मिळणाऱ्या रकमेतून खिशाचा खर्च निघून

जातो. तथापि, जेव्हा कोण्या भिक्षूकडे असाधारण देणगी असते, तेव्हा तो साधारणपणे उच्चभ्रू किंवा श्रीमंत व्यापाऱ्यांमध्ये एखादा आश्रयदाता शोधून काढतो. तिबेटचा मठ खूप समृद्ध आहे, बहुतांश जमिनीचा मालक तोच आहे. विशाल मालमत्तेचा महसूल मठांना मिळतो. प्रत्येक मठाचा आपला व्यापारी असतो. जो गरजेच्या वस्तू खरेदी करतो. मठ आणि त्यांच्या रहिवाशांच्या देखभालीवर खूप मोठी रक्कम खर्च केली जाते. मी एकदा एका भिक्षूला खात्यांच्या व्यवहाराचे कामकाज पाहण्यास मदत केली होती तेव्हा मला समजले की वर्षाच्या पहिल्या महिन्यात, ज्यामध्ये सर्व भिक्षू ल्हासामध्ये राहतात, सरकार त्यांना तीन टन चहा आणि पन्नास टन लोणी उपलब्ध करून देते, याव्यतिरिक्त खिशाच्या खर्चासाठी सुमारे चाळीस हजार पौंडांपेक्षा जास्त देते.

लाल टोपी वाले सर्व भाऊ सज्जन आणि विद्वान नसतात. त्यांच्यात अनेक कडक आणि असभ्यही असतात, ज्यांना शिस्त लावण्यासाठी चाबूक पुरेसा नसतो. सर्वांत वाईट लोक डोब-डोब किंवा भिक्षू सैनिकांच्या अनधिकृत संघटनेशी जोडलेले असतात. ते लाल बाजूबंद घालतात आणि आपल्या चेहऱ्यावर काजळी फासतात. आपल्या बेल्टमध्ये ते एक मोठी चावी लटकवतात जिचा वापर ते सोटा किंवा क्षेपणास्त्रासारखा करू शकतात आणि त्यांच्या खिशात अनेकदा धारदार चाकू असतो. त्यांच्यापैकी अनेक नामचीन गुंडही आहेत. ते मोठ्या निर्लज्जपणाने चालतात आणि ते हल्ला करण्यात वेगवान असतात. समजूतदार लोक त्यांच्यापासून दूर राहतात. चिनी कम्युनिस्टांविरुद्धच्या युद्धात त्यांनी एक बटालियन बनवली होती ज्याच्या दुस्साहसाची मोठी चर्चा झाली होती. शांततेच्या काळातही ते त्यांच्या अतिरिक्त ऊर्जेचा वापर करत राहतात, कारण विविध मठांचे डोब-डोब नेहमी एकमेकांशी लढत-भिडत राहतात. इथे हे लिहिणे योग्य ठरेल की त्यांचे आपापसातील मतभेद नेहमी हिंसेने सुटत नाहीत. त्यांचा काही उग्रपणा प्रतिस्पर्धी मठांमध्ये होणाऱ्या क्रीडा स्पर्धांमध्येही खर्च होतो. ड्रेबुंग साधारणपणे विजेता असतो, कारण त्याच्याकडे आपल्या प्रतिस्पर्ध्यांच्या तुलनेत अधिक चांगले खेळाडू आहेत. एक माजी क्रीडा प्रशिक्षक म्हणून मी अनेकदा ड्रेबुंगला जायचो आणि भिक्षू नेहमी मला पाहून खूश व्हायचे. हे

तिबेटमधील एकमेव ठिकाण होते जिथे मला ॲथलेटिक शरीरयष्टी आणि पिळदार स्नायू असलेले पुरुष मिळाले.

ड्रेबुंग, सेरा आणि गंडेनचे उत्कृष्ट मठ राज्याचे तीन स्तंभ आहेत आणि हे तिबेटच्या राजकीय जीवनात निर्णायक भूमिका बजावतात. त्यांचे मठाधीश, आठ सरकारी अधिकाऱ्यांसोबत मिळून राष्ट्रीय सभेचे अध्यक्षस्थान भूषवतात. या धार्मिक नेत्यांच्या संमतीशिवाय कोणताही निर्णय घेतला जात नाही. त्यांच्या हस्तक्षेपामुळे अनेक पुरोगामी विचार प्रत्यक्षात येण्यापासून रोखलेही गेले आहेत. एकेकाळी ते औफशनाइटर आणि मला त्यांच्या मार्गातील काटा समजायचे, पण जेव्हा त्यांनी पाहिले की आमची कोणतीही राजकीय महत्त्वाकांक्षा नाही आणि आम्ही स्वतःला देशाच्या चालीरीतींशी जुळवून घेतले आहे आणि आम्ही अशी कामे करतो ज्यातून त्यांनाही फायदा होतो, तेव्हा त्यांनी आमचा विरोध करणे थांबवले.

प्रत्येक लामा, आणि तिबेटमध्ये असे एक हजारहून अधिक लामा आहेत, यांना मठात शिक्षण घ्यावे लागते. हे अवतार यात्रेकरूंसाठी आकर्षणाचे केंद्र बनून राहतात. हजारोच्या संख्येने येणारे यात्रेकरू त्यांना भेटायला आणि त्यांचा आशीर्वाद मिळवायला येतात.

दलाई लामांच्या ड्रेबुंग भेटीदरम्यानही हे अवतार सर्व समारंभांमध्ये सहभागी झाले आणि पुढच्या सीटवर बसले. वाटले जणू देवतांची एक नियमित सभा होत आहे! यादरम्यान, दररोज मठाच्या सावलीदार बागांमध्ये शासक आणि कोण्या एका मठाधीश यांच्यात धार्मिक चर्चा व्हायची. हे लामावादाच्या धार्मिक जीवनातील सर्वांत जिव्हाळ्याच्या उपक्रमांपैकी एक आहे, आणि मला अजिबात अपेक्षा नव्हती की मी कधी यात सहभागी होऊ शकेन.

तरीही, एके दिवशी जेव्हा मी लोबसांगसोबत नाश्ता करत होतो, त्याने मला विचारले की मी त्याच्यासोबत येऊ इच्छितो का. मी त्याच्या या अनपेक्षित वर्तनाचा ऋणी आहे की मला एका अशा घटनाक्रमाचा साक्षीदार होण्याचे भाग्य लाभले, ज्याला कोणत्याही इतर धर्माच्या व्यक्तीने निश्चितपणे कधीही पाहिले नसेल. कारण मी दलाई लामांच्या भावासोबत होतो, त्यामुळे

मला कोणीही एकांत बागेत प्रवेश करण्यापासून रोखले नाही. एक विचित्र दृश्य समोर आले. झाडांच्या एका झुपक्यामध्ये मोठ्या संख्येने लाल टोपी घातलेले भिक्षू बसले होते. कदाचित त्यांची संख्या दोन हजार असावी. ते खडीवर बसले होते, जेव्हा की एका उंच ठिकाणाहून दलाई लामा त्यांना उपदेश करत होते. पहिल्यांदाच मी त्यांचा बालसुलभ आवाज स्पष्टपणे ऐकला. त्यांनी कोणत्याही संकोचाशिवाय आणि एका प्रौढ व्यक्तीसारख्या भरपूर आत्मविश्वासाने आपले म्हणणे मांडले. हे त्यांचे पहिले सार्वजनिक सादरीकरण होते. चौदा वर्षांचा मुलगा अनेक वर्षांपासून अभ्यास करत होता आणि आता त्याच्या ज्ञानाची परीक्षा अत्यंत महत्त्वाच्या श्रोत्यांसमोर होत होती. या प्रथम उपस्थितीचे परिणाम निर्णायक ठरू शकत होते. हे खरे आहे की या मुलाला कधीही आपले निर्धारित करिअर सोडण्याची परवानगी दिली जाणार नाही, पण त्या दिवशीचे त्याचे सादरीकरण हे दाखवून देईल की तो भिक्षूंचे साधन बनणार होता की त्यांचा शासक. त्याचे सर्व पूर्ववर्ती पाचव्या आणि तेराव्या दलाई लामांइतके पात्र नव्हते. त्यांच्यापैकी अनेक आपल्या संपूर्ण आयुष्यात त्या लोकांच्या हातातील बाहुले बनून राहिले ज्यांनी त्यांना प्रशिक्षित केले होते, आणि देशाचे भाग्य रीजेंट्सद्वारे नियंत्रित केले गेले. लोक या मुलाच्या बुद्धिमत्तेला चमत्कारी मानायचे. असे म्हटले जायचे की त्याला कोणतेही पुस्तक वाचताच ते तोंडपाठ व्हायचे. आणि हे सर्वांना ज्ञात होते की हा मुलगा दीर्घकाळापासून आपल्या देशात घडणाऱ्या प्रत्येक घटनेत रस घेत होता आणि राष्ट्रीय सभेच्या निर्णयांची टीका किंवा स्तुती करत होता.

आता जेव्हा वाद-विवादाची वेळ आली, तेव्हा मी पाहिले की त्यांची योग्यता आणि क्षमतांचे अतिशयोक्तीपूर्ण वर्णन केले गेले नव्हते. दलाई लामा खडीवर खाली बसले होते, जेणेकरून त्यांच्या जन्माच्या श्रेष्ठत्वावर भर दिला जाऊ नये, तर ज्या मठाधीशाच्या मठात चर्चा होत होती, ते त्यांच्यासमोर उभे होते आणि पारंपारिक हावभावांसह त्यांना प्रश्न विचारत होते. दलाई लामांनी त्यांना विचारलेल्या सर्व प्रश्नांची, अगदी 'छेडणाऱ्या' प्रश्नांचीही तत्परतेने आणि पूर्ण विनोदबुद्धीने उत्तरे दिली आणि एका क्षणासाठीही त्यांच्या चेहऱ्यावरील भाव बदलले नाहीत. थोड्या वेळानंतर प्रतिस्पर्ध्यांनी आपली जागा बदलली आणि दलाई लामांनी आपल्यासमोर बसलेल्या मठाधीशाला

प्रश्न विचारले. कोणीही समजू शकत होते की या तरुण बुद्धाला त्यांची बुद्धिमत्ता दाखवण्यासाठी तयार केले गेले नव्हते. ही बुद्धिमत्ता दाखवण्याची वास्तविक स्पर्धा होती ज्यामध्ये मठाधीशही अडचणीत आले होते.

वाद-विवाद जेव्हा संपला, तरुण राजा देवता पुन्हा एकदा आपल्या सुवर्ण सिंहासनावर बसले आणि त्यांच्या आईने, ज्या तिथे उपस्थित असलेल्या एकमेव स्त्री होत्या, त्यांना सुवर्ण कपात चहा दिला. त्यांनी माझ्याकडे एक मैत्रीपूर्ण नजर टाकली जसे की ते त्यांच्या सादरीकरणासाठी माझी मान्यता मागत असावेत. माझ्याबद्दल सांगायचे तर, मी जे काही पाहिले आणि ऐकले, त्याने मी खूप प्रभावित झालो आणि एका सामान्य कुटुंबातून आलेल्या या तरुणाच्या समजूतदारपणाचे खरे कौतुक केले. त्यांनी त्यांच्या युक्तिवादांनी मला पुनर्जन्मावर विश्वास ठेवण्यासाठी जवळजवळ तयार केले होते.

धार्मिक वाद-विवादाच्या शेवटी सर्वांनी सामूहिक प्रार्थना केली. ही प्रार्थना बराच वेळ चालली. त्यानंतर दलाई लामा आपल्या मठाधीशांसोबत राजवाड्यात परतले. मला नेहमी दलाई लामांची थकलेली चाल विचार करण्यास भाग पाडायची. आता मला समजले की हा अनुष्ठानाचा भाग आहे आणि या सर्व वेगवेगळ्या हालचाली निर्धारित आहेत. याला बुद्धांच्या चालीची नक्कल मानले जाते आणि सोबतच याला दलाई लामांची गरिमा वाढवण्यासाठीही बनवले गेले आहे.

मला या अनोख्या समारंभाचे काही फोटो काढायचे होते, पण चांगलेच झाले की माझ्याकडे माझा कॅमेरा नव्हता. मी स्वतःला भाग्यवान समजतो. कारण, दुसऱ्या दिवशी जेव्हा माझ्या मित्र वांगडूलाने (याबद्दल मला काहीच माहीत नव्हते) दलाई लामांचा फोटो काढण्याचा प्रयत्न केला तेव्हा खूप गोंधळ झाला. त्याने एक फोटो काढलाच होता की एका भिक्षूने नाराजी व्यक्त केली आणि शिव्याशाप दिले. वांगडूलाला रीजेंटच्या सचिवासमोर उभे केले गेले आणि त्याची मोठी चौकशी करण्यात आली. माझ्या मित्राच्या गुन्ह्याची शिक्षा म्हणून त्याला अपमानित करण्यात आले आणि चेतावणी देण्यात आली की तो भाग्यवान आहे की त्याला त्याच्या पदावरून हटवले जात नाहीये. याशिवाय त्याचा कॅमेरा जप्त करण्यात आला. तो पाचव्या दर्जाचा एक उच्चभ्रू व्यक्ती

होता आणि एका माजी रीजेंटचा पुतण्या होता, तरीही इतके कठोर वर्तन केले गेले. काही काळ भिक्षूंमध्ये याच घटनेची चर्चा चालत राहिली, पण वांगडूलाने या प्रकरणाला अतिशय शांततेत घेतले, कोणतीही तीव्र प्रतिक्रिया नव्हती. त्याला अधिकृत जीवनातील चढ-उतारांबद्दल सर्व माहित होते.

दलाई लामांच्या कार्यक्रमाचा पुढचा भाग माउंट ग्याम्बे उत्सेच्या शिखरावर चढाई करणे हा होता, जे सतरा हजार फुटांपेक्षा अधिक उंच शिखर आहे आणि ड्रेबुंग मठापेक्षाही उंच आहे.

एके दिवशी सकाळी घोडेस्वारांचा मोठा काफिला निघाला. यामध्ये किमान एक हजार माणसे आणि अनेक शे घोडे होते. पहिले लक्ष्य पर्वताच्या अर्ध्या रस्त्यावर एक मुक्काम बनवणे हे होते. दलाई लामांच्या घोड्याला दोन मुख्य रखवालदार हाकत होते. वाटेत अनेक विश्रांतीची ठिकाणे तयार करण्यात आली होती. यापैकी प्रत्येकावर गालिचे अंथरले होते, सिंहासने ठेवली होती. संध्याकाळच्या वेळेपर्यंत काफिला अर्ध्या रस्त्यावर पोहोचला. सुरक्षित पोहोचल्याबद्दल धन्यवाद म्हणून धूप जाळण्यात आली आणि प्रार्थना करण्यात आली. या ठिकाणी तंबू लावले गेले होते, आणि इथे गटाच्या सदस्यांनी रात्र काढली. दुसऱ्या दिवशीच्या प्रवासासाठी याक तयार करण्यात आले होते आणि पहाटेपूर्वी दलाई लामा आणि त्यांचे उच्च मान्यवर शिखरावर पोहोचण्यासाठी निघाले. ड्रेबुंगच्या भिक्षूंनी या तीर्थयात्रेसाठी आधीच एका प्रकारचा रस्ता तयार करून ठेवला होता. जेव्हा गट शिखरावर पोहोचला, तेव्हा प्रार्थना करण्यात आल्या आणि देवतांना प्रसाद अर्पण करण्यात आला.

खाली दरीत लोकांची गर्दी जमली होती. सर्वजण त्या क्षणाची वाट पाहत होते, जेव्हा धूपाचा धूर शिखरावरून उठेल. त्यांना माहित होते की त्यांचे शासक तिथे त्यांच्या लोकांच्या कल्याणासाठी प्रार्थना करत आहेत. मी स्वतः एक दिवस आधीच शिखरावर पोहोचलो होतो आणि आता अंतर ठेवून, लपून समारंभ पाहत होतो. इतर प्रेक्षकांमध्ये कावळे आणि इतर प्रकारच्या पक्ष्यांचे थवे होते. ते त्सम्पा आणि लोण्याचा सुगंध ओळखू शकत होते. ते अवशेषांवर झडप मारण्यासाठी, काव-काव करत वाट पाहत होते. दलाई लामांसोबत आलेले बहुतांश लोक पहिल्यांदाच पर्वताच्या शिखरावर पोहोचले

होते. गटातील तरुण सदस्यांना हा अनुभव खूप आवडला आणि त्यांनी एकमेकांशी हे सुंदर दृश्य वेगवेगळ्या प्रकारे शेअर केले. याउलट वृद्ध भिक्षू आणि अधिकाऱ्यांना आजूबाजूचे सौंदर्य पाहण्यात रस नव्हता. यांच्यापैकी बहुतांश धडधाकट आणि लठ्ठ होते. ते थकून बसले होते आणि त्यांचे नोकर त्यांची सेवा करत होते.

त्याच दिवशी गटाने मठात परतण्याचा प्रवास केला. काही दिवसांनंतर दलाई लामांनी सेराच्या मठाला भेट दिली आणि अशाच प्रकारच्या सार्वजनिक वाद-विवादात भाग घेतला. भिक्षूंच्या अलीकडच्या बंडाच्या पार्श्वभूमीवर त्यांच्या सल्लागारांना सेराच्या भेटीबाबत काही शंका होत्या. पण या मठाने त्यांचे ज्या उत्साहाने स्वागत केले तो या गोष्टीचा पुरावा होता की ते सर्व प्रकारच्या विवादांच्या आणि आपापसातील भांडणांच्या वर होते.

यादरम्यान माझे जीवन सुरळीत गतीने चालू राहिले. मी सरकारच्या सेवेत होतो. मी वर्तमानपत्रांमधून बातम्या आणि लेखांचे भाषांतर करायचो आणि कधी-कधी छोटी धरणे आणि सिंचनासाठी कालवे बनवायचो. मी नियमितपणे शहराबाहेर सुरू असलेल्या औफशनाइटरच्या कालवे बांधणीचे काम पाहण्यासाठी जायचो. या खोदाईदरम्यान त्याने काही अतिशय रंजक शोध लावला होता. कामगारांना खोदाईदरम्यान मातीच्या भांड्यांचे तुकडे सापडले होते, ज्यांना औफशनाइटरने काळजीपूर्वक गोळा केले होते आणि सर्व तुकड्यांना एकामागून एक काळजीपूर्वक जोडायला सुरुवात केली होती. या दुरुस्तीतून त्याला एक अतिशय सुंदर फुलदाणी आणि सुरई मिळाली. हे आजच्या काळातील फुलदाण्या आणि सुरईपेक्षा पूर्णपणे वेगळ्या आकाराचे होते. यानंतर त्याने कामगारांना या शोधासाठी बक्षीस दिले आणि त्यांना आदेश दिला की पुढील खोदाई अत्यंत काळजीपूर्वक केली जावी आणि जर त्यांना कोणतीही रंजक गोष्ट सापडली तर लगेच त्याला बोलावले जावे. दर आठवड्याला काही ना काही शोध लागायचा. कबरी उघडायच्या, ज्यामध्ये पूर्णपणे सुरक्षित सांगाडे मिळायचे आणि त्यांच्याजवळ वाट्या आणि मौल्यवान खडे ठेवलेले मिळायचे. माझ्या साथीदाराने आपला रिकामा वेळ घालवण्यासाठी एक नवीन काम शोधून काढले होते. त्याने आपल्या या

संग्रहाला जपण्यात खूप मेहनत केली. हा हजारो वर्षे जुना होता. त्याला या संग्रहाचा खूप अभिमान होता आणि असे असायलाही हवे होते, कारण तो पहिला व्यक्ती होता ज्याच्या हाती तिबेटी सभ्यतेचे पुरावे लागले होते. ज्या लामांचा त्याने सल्ला घेतला त्यांच्यापैकी कोणीही त्याच्या शोधांबद्दल माहिती देऊ शकला नाही. जुन्या इतिहासाच्या पुस्तकांमध्ये त्या युगाचा कोणताही उल्लेख नव्हता ज्यामध्ये तिबेटी आपल्या मृतांना दफन करायचे आणि त्यांच्या कबरीत भेटवस्तू ठेवायचे.

औफशनाइटरला आपले शोध भारतातील पुरातत्व संग्रहालयात ठेवायचे होते आणि जेव्हा चिनी कम्युनिस्टांनी तिबेटवर आक्रमण केले तेव्हा आम्ही त्या गोळा केलेल्या वस्तू काळजीपूर्वक पॅक करून आमच्यासोबत घेऊन गेलो.

काही काळानंतरच मला ल्हासाच्या बाहेर पडण्याची आणि देशाच्या एका नवीन भागाबद्दल काही जाणून घेण्याची अनपेक्षित संधी मिळाली. काही मित्रांनी मला त्यांच्या जहागिऱ्या पाहण्यासाठी आमंत्रित केले. ते माझ्याकडून सल्ला घेऊ इच्छित होते की त्यांच्यात कशा प्रकारे सुधारणा केली जाऊ शकते. त्यांनी मला सरकारकडून रजा मिळवून दिली आणि मी एकापाठोपाठ अनेक जहागिऱ्यांचा दौरा केला. इथली परिस्थिती मध्ययुगीन होती. शेतकरी अजूनही लोखंडी फाळ असलेल्या लाकडी नांगराचा वापर करायचे. हे 'झो' द्वारे ओढले जायचे. (झो, बैल आणि याक यांच्यातील एक संकरित प्रजाती आहे आणि बऱ्यापैकी ओझे वाहू शकतो. हा याकसारखा दिसतो आणि गाईंसारखे दूध देतो ज्यामध्ये चरबीचे प्रमाण जास्त असते. हे दूध महाग असते.)

तिबेटी लोकांनी त्यांच्या शेतांना पाणी देण्याच्या समस्येकडे लक्ष दिले नव्हते. वसंत ऋतूत सामान्यतः शेत सुकू लागतात, पण कोणीही बर्फाळ झरे आणि नद्यांमधून जमिनीवर पाणी आणण्याचा विचार करत नाही.

जमीनदारांच्या जहागिऱ्या अनेकदा खूप मोठ्या-मोठ्या असतात. कधी-कधी तर एका जहागिरीला इथून तिथपर्यंत पाहण्यात पूर्ण दिवस निघून जातो.

प्रत्येक जहागिरीत अनेक दास असतात. त्यांना त्यांच्या फायद्यासाठी शेती करण्यासाठी काही शेत दिले जातात, पण त्यांना त्यांच्या जमीनदारासाठी ठराविक वेळ ठरवलेले काम करावेच लागते. जहागिरीचे व्यवस्थापक अनेकदा जमीनदाराचे विश्वासू नोकर असतात. हे या दासांवर छोट्या राजांसारखे हुकूम चालवतात. त्यांचा आपला मालक ल्हासामध्ये राहतो, जिथे तो सरकारसाठी काम करतो आणि त्याच्याकडे आपल्या संपत्तीची चिंता करण्यासाठी वेळ नसतो. या अधिकाऱ्यांना त्यांच्या सार्वजनिक सेवांसाठी अनेकदा बक्षीस म्हणून जमीन दिली जाते, आणि असे अनेक मोठे अधिकारी आहेत ज्यांना त्यांच्या करिअरमध्ये वीसपेक्षा जास्त मोठी शेते दिली गेली आहेत. ज्या अधिकाऱ्याला पदावरून हटवले जाते, त्याला जहागिऱ्यांमधूनही बेदखल केले जाते आणि त्याची संपत्ती सरकारच्या हातात जाते. तरीही अशी अनेक कुटुंबे आहेत जी शतकानुशतके आपल्या महालांमध्ये राहत आहेत. त्यांच्या पूर्वजांनी अनेकदा दऱ्यांवर बनलेल्या खडकाळ टेकड्यांवर किल्ले बनवून घेतले होते. महालांमध्ये जतन करून ठेवलेली प्राचीन शस्त्रे त्यांच्या पूर्वीच्या मालकांच्या युद्धप्रियतेची साक्ष देतात. यांना मंगोलांच्या हल्ल्यांविरुद्ध स्वतःला वाचवण्यासाठी नेहमी तयार राहावे लागायचे.

मी अनेक आठवड्यांपर्यंत दौरे करत राहिलो आणि ल्हासामधील जीवनानंतर अनोळखी भागांत फिरणे हा एक चांगला बदल होता. मी नेहमी घोड्याची सवारी करत नव्हतो. कधी-कधी विशाल ब्रह्मपुत्रा नदीत याकच्या कातड्यापासून बनवलेल्या होडीत पोहत असे आणि आकर्षक मठांना पाहण्यासाठी थांबायचो आणि त्यांचे फोटो काढायचो.

जेव्हा मी ल्हासाला परतलो तेव्हा हिवाळ्याचा ऋतू आला होता. काइचुची छोटी उपनदी आधीच गोठली होती आणि याने आम्हाला काही नवीन विचार करण्यास भाग पाडले. दलाई लामांचे भाऊ आणि त्यांच्या मित्रांसोबत आम्ही एक छोटासा स्केटिंग क्लब बनवला. तिबेटमध्ये यापूर्वीही ब्रिटिश दूतावासाचे काही कर्मचारी स्केटिंगचा सराव करायचे. त्यांना पाहून तिबेटवासीयांना खूप आश्चर्य वाटायचे. इथून जाताना त्यांनी आपले स्केट्स त्यांच्या नोकरांना दिले

होते. आम्ही ते विकत घेतले. आमची सुरुवात मोठी मजेशीर होती आणि नेहमी खूप प्रेक्षक आम्हाला पाहून हसायचे आणि विचार करायचे की आता कोण पुढचा असेल जो डोक्यावर पडेल किंवा बर्फ तोडून पुढे निघेल. स्केटिंग शिकण्याचा हट्ट धरलेल्या मुलांचे आई-वडील आपल्या मुलांच्या उत्साहामुळे घाबरलेले होते.

खेळापासून दूर राहणारी जुन्या काळातील उच्चभ्रू कुटुंबे याची कल्पनाही करू शकत नव्हती की कोणी कोणी आपल्या बुटांच्या तळव्यांना चाकू बांधून बर्फावर घसरू इच्छितो.

१४

संकटासाठी सज्ज होणारा तिबेट

जिवंत बुद्धासाठी छायाचित्रकार - तिबेटी आदरातिथ्य - सैन्याची पुनर्रचना आणि धर्म पालनाची उत्कटता, प्रिंटिंग प्रेस आणि पुस्तके - मी दलाई लामांसाठी एक सिनेमा-हॉल बांधून घेतो

दलाई लामांनी त्यांच्या भावाकडून आमच्या नवीन खेळाबद्दल ऐकले होते, पण दुर्दैवाने आमची स्केटिंग रिंग पोटालाच्या छतावरून दिसत नव्हती. त्यांना आम्हाला बर्फावर स्केटिंग करताना पाहायचे होते, पण हे अशक्य होते. म्हणून त्यांनी मला त्यांचा सिने-कॅमेरा पाठवला आणि स्केटिंग रिंग आणि त्यावर स्केटिंग करणाऱ्या खेळाडूंचे चित्रीकरण करण्याचे निर्देश दिले. कारण मी यापूर्वी कधीही फिल्म-पिक्चर काढले नव्हते त्यामुळे, कामाला सुरुवात करण्यापूर्वी नियमावली आणि निर्देशांचा काळजीपूर्वक अभ्यास केला. मग मी पिक्चर तयार केले आणि फिल्म डेव्हलप करण्यासाठी परराष्ट्र मंत्रालयाच्या माध्यमातून भारतात पाठवली. दोन महिन्यांत ही फिल्म दलाई लामांच्या हातात होती. पिक्चरचा निकाल खूप चांगला होता. या फिल्मच्या माध्यमातून मी तिबेटच्या तरुण शासकासोबत माझा पहिला वैयक्तिक संपर्क प्रस्थापित केला. आणि, पुढे जाऊन ते माझे जवळचे मित्र बनले.

त्यानंतर लगेचच लोबसंगने मला सांगितले की त्यांच्या भावाची इच्छा आहे की मी त्यांच्यासाठी वेगवेगळ्या समारंभांचे आणि सणांच्या दृश्यांचे चित्रीकरण करावे. मी हे पाहून आश्चर्यचकित झालो की त्यांना या

छायाचित्रांमध्ये किती जास्त रस होता. ते नेहमी मला अचूक निर्देश पाठवायचे. कधी-कधी लेखी स्वरूपात तर कधी-कधी लोबसंग समतेनच्या माध्यमातून तोंडी. त्यांनी मला सल्ला दिला की काही पोझिशन्समध्ये प्रकाशाचा योग्य वापर कसा केला जाऊ शकतो, किंवा ते ही माहिती पाठवायचे की अमुक समारंभ योग्य वेळी सुरू होणार आहे. मीही त्यांना निरोप पाठवू शकत होतो की मिरवणुकीदरम्यान त्यांनी आपली नजर माझ्या कॅमेराकडे ठेवावी.

साहजिकच मी या समारंभांदरम्यान प्रयत्न करायचो की लोकांना स्पष्टपणे दिसणार नाही. त्यांनीही हे आवश्यक समजले आणि मला पार्श्वभूमीत राहण्यास सांगितले, आणि सांगितले की जर मला असे करता आले नाही तर मी छायाचित्र काढू नये. अर्थात मी लोकांच्या नजरेतून वाचू शकत नव्हतो, पण जसे लोकांना समजले की मी परमपूज्यांच्या निर्देशांनुसार फिल्म बनवत होतो आणि फोटो काढत होतो, तेव्हा माझ्या कामात कोणताही अडथळा आला नाही. खऱ्या अर्थाने खुंखार डोब-डोबच्या सदस्यांनी अनेकदा माझ्यासाठी गर्दीतून रस्ता बनवला जेणेकरून मला व्हिजन बनवणे सोपे होईल. आणि जेव्हा मी त्यांना माझ्यासाठी पोझ द्यायला सांगायचो, तेव्हा ते मोठ्या सौजन्याने माझे म्हणणे मान्य करायचे. अशा प्रकारे मी मोठ्या संख्येने धार्मिक समारंभांची छायाचित्रे काढू शकलो. सिने-कॅमेरा व्यतिरिक्त मी नेहमी माझ्यासोबत माझा लेइका कॅमेराही ठेवायचो आणि मी स्वतःसाठीही अनेक उत्कृष्ट छायाचित्रे काढली.

मी चर्चची काही सुंदर छायाचित्रे घेतली. याला त्सुक ला खांग म्हटले जाते. हे सातव्या शतकात बांधले गेले होते आणि यात बुद्धाची मूर्ती ठेवलेली आहे. ही मूर्ती तिबेटची सर्वांत मौल्यवान मूर्ती आहे. हे मंदिर प्रसिद्ध राजा श्रींगत्सन गम्पोच्या काळापासून अस्तित्वात आहे. त्यांच्या दोन पत्नी राजकन्या होत्या आणि दोघीही बुद्ध तत्त्वज्ञानाला मानणाऱ्या होत्या. त्यापैकी एक नेपाळहून आली होती आणि तिने ल्हासाचे दुसरे सर्वांत मोठे मंदिर, रामोचेची स्थापना केली. तर दुसरी पत्नी एक चिनी होती आणि तिने आपल्यासोबत सोन्याची मूर्ती आणली होती. प्राचीन धर्माचे पालन करणाऱ्या राजाने आपल्या पत्नींमुळे बौद्ध धर्म स्वीकारला. आणि हा राजधर्म बनला. मग त्यांनी चर्चमध्ये सोन्याची मूर्ती ठेवली. या इमारतीतही पोटालासारखेच

दोष आहेत. बाहेरून हे भव्य आणि आकर्षक आहे, पण आतून खूप अंधार आहे. इथे खजिना ठेवलेला आहे आणि इथे दररोज नैवेद्यही दाखवला जातो. ज्या मंत्र्याची नियुक्ती केली जाते त्याला संतांच्या मूर्तींसाठी रेशमी भरतकाम केलेले नवीन कपडे आणि शुद्ध सोन्याचे लोणी ठेवण्याचे भांडे खरेदी करावे लागते. दिव्यांमध्ये सतत भरपूर लोणी जाळले जाते. ज्यामुळे उन्हाळ्यात आणि हिवाळ्यात हे दुर्गंधीयुक्त धुराने भरलेले असते. नैवेद्याचा फायदा घेणारे एकमेव प्राणी उंदीर असतात. हजारोच्या संख्येने उंदीर जड रेशमी पडद्यांवर चढतात-उतरतात आणि वाट्यांमध्ये ठेवलेले लोणी आणि त्सम्पा खातात. मंदिरात अंधार असतो, बाहेरून प्रकाशाचा एक किरणही येत नाही आणि केवळ लोण्याचे दिवे आपला लुकलुकणारा प्रकाश पसरवतात. परम पवित्र स्थानाचे प्रवेशद्वार सामान्यतः एका जड लोखंडी पडद्याने बंद केले जाते, जे केवळ ठराविक वेळीच उघडले जाते.

एका अंधाऱ्या, अरुंद रस्त्यात मला छतावरून लटकलेली एक घंटा मिळाली. जेव्हा मी त्यावर 'वी प्रेज दी, गॉड' लिहिलेले पाहिले तेव्हा माझा माझ्या डोळ्यांवर विश्वासच बसला नाही. हे कदाचित त्या चॅपलचे शेवटचे अवशेष होते जे कॅथोलिक मिशनऱ्यांनी अनेक शतकांपूर्वी ल्हासामध्ये बांधले होते. त्यांच्यासाठी तिबेटमध्ये राहणे शक्य नव्हते आणि त्यांना तिथून जावे लागले होते. कदाचित त्यांच्या चर्चमध्ये या घंटेचे जतन तिबेटी लोकांच्या सर्व धर्मांबद्दल असलेल्या गाढ आदरानं केले गेले असेल. मला जेसुइट्स आणि कॅपुचिन्सच्या चॅपलबद्दल आणखी माहिती मिळवायला आवडले असते, पण इमारतीचा कोणताही मागमूस उरलेला नाही.

संध्याकाळी चर्चमध्ये भक्तांची गर्दी जमते. पडदा उठतो आणि बुद्धाच्या वेदीसमोर लांब रांग लागते. प्रत्येक भक्त मस्तक टेकवून मूर्तीला स्पर्श करतो आणि प्रसाद अर्पण करतो. एक भिक्षू केशराचे पवित्र पाणी भक्ताच्या हातात देतो. याचा काही भाग तो पितो आणि बाकीचा आपल्या डोक्यावर शिंपडतो. अनेक भिक्षू आपली पूर्ण पाच वर्षे चर्चमध्ये घालवतात. त्यांना इथे ठेवलेल्या खजिन्याची देखरेख करण्याची आणि दिव्यांमध्ये लोणी भरण्याची जबाबदारी सोपवली जाते.

एकदा चर्चमध्ये विजेचा प्रकाश करण्याचा प्रयत्न केला गेला होता, पण शॉर्ट सर्किटमुळे बिघाड झाला आणि या कामाशी जोडलेल्या सर्वांना हटवण्यात आले. यानंतर कृत्रिम प्रकाशाबद्दल कोणतीही चर्चा झाली नाही.

चर्चसमोर लॅगटोन असलेली एक छत आहे. याला आरशासारखे चकचकीत करून ठेवले जाते आणि एक हजार वर्षांहून अधिक काळापासून भक्त इथे प्रार्थना करण्यासाठी येत आहेत. ज्या प्रकारे इथले दगड घासले गेले आहेत आणि भक्तांच्या चेहऱ्यांवर जेवढी गाढ श्रद्धा दिसते, त्यावरून समजते की ल्हासामध्ये ख्रिश्चन मिशन कधीही यशस्वी का होऊ शकले नाही. कॅथोलिकांना धर्मांतरित करण्यासाठी रोमच्या प्रवासावर गेलेल्या ड्रेबुंगच्या एका लामाला आपल्या मिशनची निरर्थकता तेव्हा जाणवायची, जेव्हा ते पवित्र पायऱ्यांवर असंख्य यात्रेकरूंना गुडघ्यांवर चढताना पाहायचे आणि मग व्हॅटिकनमधून हार मानून परतायचे. ख्रिश्चन धर्म आणि बौद्ध धर्मात खूप समानता आहे. ते दोन्ही या जगात नम्र राहण्याचा उपदेश देतात. पण आजच्या स्थितीत एक फरक आहे. तिबेटमध्ये लोकांना सकाळपासून रात्रीपर्यंत 'सभ्यतेचा' हवाला दिला जात नाही. इथे व्यक्तीकडे धर्मात स्वतःला व्यस्त ठेवण्यासाठी आणि आपल्या आत्म्याला आपले म्हणण्यासाठी वेळ असतो. इथे धर्मच व्यक्तीच्या जीवनात सर्वांत महत्त्वाचा असतो, जसा जुन्या काळी पश्चिमेत असायचा.

भिकारी चर्चच्या दरवाजाजवळ येऊन बसतात. त्यांना चांगलेच माहित आहे की माणूस देवाच्या दरबारात दानशूर आणि नम्र बनतो. तिबेटमध्ये, बहुतांश इतर ठिकाणांप्रमाणे भिकाऱ्यांची समस्या आहे. जेव्हा मी धरण बांधत होतो तेव्हा सरकारने धडधाकट भिकाऱ्यांना कामावर लावण्याचा निर्णय घेतला. त्यांनी ल्हासातील हजार भिकाऱ्यांना एकत्र केले आणि त्यापैकी सातशे लोकांची निवड केली जे कामासाठी योग्य होते. त्यांना कामावर ठेवण्यात आले आणि त्यांना जेवण आणि त्यांच्या कामासाठी मोबदला दिला गेला. दुसऱ्या दिवशी त्यापैकी केवळ निम्मेच आले आणि काही दिवसांनंतर तेही गायब झाले. लोक कामाच्या अभावी किंवा मजबुरीने भिकारी बनत नाहीत, आणि बहुतांश प्रकरणांमध्ये शारीरिक कमतरताही नसते. हा निव्वळ आळस आहे. तिबेटमध्ये भीक मागून चांगला उदरनिर्वाह

करता येतो आणि कोणीही भिकाऱ्याला आपल्या दारावरून हाकलून लावत नाही. दोन तास 'काम' करून कोण्या भिकाऱ्याला प्रत्येक घरातून थोडासा त्सम्पा आणि एक पैसापर्यंत मिळून जातो. इतके त्याच्यासाठी पूर्ण दिवस चालवण्यासाठी पुरेसे असते. मग तो कोण्या भिंतीला टेकून आरामात बसतो किंवा मग गाढ झोपी जातो. अनेक भिकाऱ्यांना भयंकर आजार असतात आणि हे लोक सहानुभूतीस पात्र असतात, पण ते आपल्या व्यंगाचा फायदा घेऊन वाटसरूंकडून पैसे उकळतात.

तिबेटी जीवनातील सर्वांत आकर्षक वैशिष्ट्यांपैकी एक म्हणजे आपल्या मित्रांना भेटायला जाणे आणि त्यांना दूरपर्यंत निरोप द्यायला जाणे. जेव्हा एखादी व्यक्ती कुठे जाते, तेव्हा त्याचे मित्र अनेकदा शहरापासून अनेक मैल दूर त्याच्या वाटेवर एक तंबू लावतात आणि जेवणासह तिथे त्याची वाट पाहतात. मित्राला पांढरा स्कार्फ आणि शुभेच्छा दिल्याशिवाय निरोप दिला जात नाही. जेव्हा तो परत येतो तेव्हाही हीच प्रथा पाळली जाते. कधीकधी असे होते की घरी परतताना त्याचे अनेक ठिकाणी स्वागत केले जाते. सकाळी कदाचित त्याला सर्वांत आधी पोटाला दिसतो, पण शहरात प्रवेश करताना त्याचे स्वागत करणारे मित्र त्याला एकामागून एक तंबूमध्ये थांबवतात आणि तो संध्याकाळ होण्यापूर्वी ल्हासाला पोहोचूच शकत नाही. त्याचे मित्र आणि त्यांचे नोकर त्याच्या साध्याशा काफिल्याला शानदार रूप देतात. या स्वागत-सत्कारामुळे तो या आनंदात घरी परततो की त्याला कोणी विसरलेले नाही.

जेव्हा परदेशी येतात तेव्हा परराष्ट्र मंत्रालयाचा एक प्रतिनिधी त्यांना भेटतो, जो मंत्र्याच्या वतीने त्यांचे अभिवादन करतो आणि त्यांच्या राहण्याची आणि मनोरंजनाची व्यवस्था करतो. नवीन राजदूतांचे लष्करी सन्मानासह स्वागत केले जाते आणि कॅबिनेटच्या एका प्रतिनिधीकडून रेशमी स्कार्फ भेट दिला जातो. ल्हासामध्ये पाहुण्यांसाठी एक विशेष क्वार्टर आहे, जिथे त्यांना आणि त्यांच्या नोकरांना आणि त्यांच्यासोबत आणलेल्या प्राण्यांना थांबवले जाते, आणि त्यांना भेटवस्तूही दिल्या जातात. हे म्हणणे योग्य ठरेल की जगातील कोणत्याही देशात पाहुण्यांचे इतके स्वागत-सत्कार होत नाही, जितके इथे केले जाते.

युद्धादरम्यान भारतातून चीनला जाताना विमाने अनेकदा आपला रस्ता भरकटायची. हा कदाचित जगातील सर्वांत कठीण हवाई मार्ग आहे, कारण हिमालयातून जाताना पायलट्सच्या बुद्धीची आणि अनुभवाची सर्वांत मोठी परीक्षा असते. एकदा आपली दिशा चुकल्यावर योग्य मार्गावर येणे खूप कठीण असते, कारण तिबेटमध्ये पुरेसे नकाशे नाहीत.

एका रात्री पवित्र शहरात मोटर्सचा गडगडाट ऐकू आला आणि सामान्य लोकांमध्ये खळबळ उडाली. दोन दिवसांनंतर साम्येवरून बातमी आली की पाच अमेरिकन पॅराशूटने तिथे उतरले आहेत. सरकारने त्यांना भारतात परतताना ल्हासाला येण्यासाठी आमंत्रित केले. शहराबाहेर कोण्या एका ठिकाणी तंबूमध्ये त्यांचे स्वागत करण्यात आले आणि लोणी घातलेला चहा आणि स्कार्फने त्यांचे हार्दिक स्वागत करण्यात आले, ज्याने ते खूप आश्चर्यचकित झाले असतील. आम्हाला ल्हासामध्ये सांगण्यात आले की ते पूर्णपणे भरकटले होते आणि त्यांच्या विमानाचे पंख न्येनचेन तांगलाच्या बर्फाळ उतारांवर आदळले होते. यानंतर ते परत फिरू लागले, पण हे पाहून की त्यांच्याकडे भारतापर्यंत पोहोचण्यासाठी खूप कमी इंधन आहे, त्यांनी आपले विमान नष्ट करण्याचा आणि उडी मारण्याचा निर्णय घेतला. ते सुरक्षितपणे खाली आले फक्त त्यांच्या पायाला दुखापत झाली आणि एकाचा हात मोडला होता. ल्हासामध्ये थोडा वेळ थांबल्यानंतर, सरकारने त्यांना घोड्यांवर बसवून भारतीय सीमेवर पोहोचवले आणि तिबेटमधील प्रवासादरम्यान त्यांना शक्य तितका आराम दिला गेला.

युद्धादरम्यान तिबेटमध्ये उतरणाऱ्या इतर अमेरिकन विमानांचे कर्मचारी इतके नशीबवान नव्हते. पूर्व तिबेटमध्ये दोन अपघातग्रस्त विमानांचे अवशेष सापडले होते. कर्मचारी वर्गाचे सर्व सदस्य मारले गेले होते. आणखी एक विमान हिमालयाच्या दक्षिणेस एका अशा प्रांतात अपघातग्रस्त झाले असावे ज्याचे रहिवासी रानटी लोक आहेत. हे लोक बौद्ध नाहीत, तर विवस्त्र राहणारे रानटी लोक आहेत जे विषारी बाणांचा वापर करतात. जेव्हा त्यांना मीठ आणि मण्यांची गरज असते तेव्हा ते जंगलातून बाहेर पडतात, कातडे आणि कस्तुरीच्या बदल्यात ही सामग्री घेऊन जातात. अशाच एका प्रसंगी त्यांनी काही अशा वस्तू भेट दिल्या, ज्या केवळ एका अमेरिकन विमानातूनच येऊ

शकल्या असत्या. या अपघाताबद्दल कोणालाही अधिक माहिती नव्हती. मला अपघातस्थळाच्या शोधात हाँगकाँगला जायचे होते, पण ते इथून खूप दूर होते.

तिबेटची राजकीय परिस्थिती हळूहळू बिघडत चालली होती. चिनी लोकांनी आधीच पेकिंगमध्ये घोषणा केली होती की ते तिबेटला 'आजाद' करणार आहेत. इथपर्यंत की ल्हासामध्येही लोकांना या धोक्याच्या गंभीरतेबद्दल कोणतीही शंका नव्हती. चीनमध्ये रेड्सने नेहमी तेच केले जे म्हटले.

तिबेटी सरकारने एका कॅबिनेट मंत्र्याच्या देखरेखीखाली सैन्याची पुनर्रचना करण्याचे काम वेगवान केले. तिबेटकडे एक स्थायी सैन्य होते, ज्यामध्ये प्रत्येक जिल्हा आपल्या रहिवाशांच्या संख्येच्या प्रमाणात आपला वाटा द्यायचा. अनिवार्य लष्करी सेवेची ही संकल्पना आपल्या संकल्पनेपेक्षा अशा प्रकारे वेगळी आहे की आपल्या देशाला केवळ लष्करी संख्येत रस आहे, व्यक्तींमध्ये नाही. सैन्यात भरती होण्यासाठी बोलावलेल्या व्यक्तीला सैन्यात बदली सैनिक मिळू शकतो. अनेकदा हे बदली सैनिक आयुष्यभर सैन्यातच राहतात.

लष्करी प्रशिक्षकांनी भारतात सेवा दिली आहे आणि आधुनिक शस्त्रांचा वापर करणे जाणतात. आतापर्यंत सैन्याचे आदेश तिबेटी, हिंदी आणि इंग्रजी भाषेत दिले जायचे. नवीन संरक्षण मंत्र्यांचा पहिला निर्णय हा होता की सर्व आदेश तिबेटी भाषेतच दिले जावेत. 'गॉड सेव्ह द क्वीन' च्या जागी एक नवीन राष्ट्रगीत तयार करण्यात आले. ही धून आतापर्यंत महत्त्वाच्या लष्करी परेड्समध्ये वाजवली जायची. या गीतात तिबेटच्या स्वातंत्र्याचे महिमामंडन आणि त्याचे महान शासक दलाई लामांना आदरांजली समाविष्ट होती.

ल्हासाच्या आजूबाजूच्या सपाट चराऊ जमिनींना सैनिकांसाठी प्रशिक्षण केंद्रांमध्ये बदलण्यात आले. नवीन रेजिमेंट बनवण्यात आल्या आणि नॅशनल असेंब्लीने आणखी एक हजार लोकांना तयार करण्यासाठी अमीर वर्गाला बोलावण्याचा निर्णय घेतला. हे त्यांच्यावर सोडण्यात आले की त्यांनी वैयक्तिकरित्या भरती व्हावे किंवा पर्याय शोधून द्यावा. भिक्षूंच्या अधिकाऱ्यांना आणि नागरी अधिकाऱ्यांना प्रशिक्षण देण्यात आले. देशभक्तीचा उत्साह शिगेला पोहोचला होता.

आधीच्या शांततापूर्ण दिवसांमध्ये लोकांना सैन्याची फारशी पर्वा नव्हती. जिल्हा समुदायांना आपल्या तुकड्यांना जेवण आणि अतिरिक्त पगार द्यावा लागायचा. आता अधिकाऱ्यांनी स्थायी संस्थेचे महत्त्व ओळखले आणि अधिकारी व सैनिकांसाठी पगार निश्चित केला.

सुरुवातीला नवीन सैन्याच्या गरजा पूर्ण करणे सोपे नव्हते. परिवहन व्यवस्थेचा भार वाढला. गरजेचे धान्य अनेकदा दूर-दूरच्या गोदामांमधून आणावे लागायचे. ज्या-ज्या भागात पिके खूप जास्त यायची, तिथे-तिथे गोदामे बनवली गेली होती. ही खूप मोठी, खिडक्या नसलेली आणि दगडांनी बनलेली असतात. हवेच्या येण्या-जाण्यासाठी भिंतींना छिद्रे पाडली जातात. इथे हवा कोरडी असल्यामुळे धान्य दशकांपर्यंत सुरक्षित ठेवले जाऊ शकते. पण आता गोदामे भराभर रिकामी होऊ लागली, कारण जर युद्ध झाले तर सीमेजवळच अन्नसामग्री ठेवावी लागेल. तरीही, देशात अन्नपदार्थांच्या टंचाईचा धोका नव्हता. जर तिबेटच्या चहुबाजूला भिंत उभी केली, तर कोणतीही व्यक्ती थंडी किंवा उपासमारीने त्रस्त होणार नाही, कारण तीस लाखांच्या लोकसंख्येच्या गरजा पूर्ण करण्यासाठी प्रत्येक गोष्ट कोणत्या ना कोणत्या रूपात देशातच अस्तित्वात होती. लष्करी स्वयंपाकघरात भरपूर जेवण मिळायचे आणि सैनिकांना जो पगार मिळायचा त्यातून ते सिगारेट आणि चांग(बिअर) खरेदी करू शकायचे. सैनिक समाधानी होते.

तिबेटी सैन्यात अधिकारी आणि त्यांच्या हाताखालच्या सैनिकांमधील फरक ओळखणे सोपे आहे. जेवढे उंच पद असते, अधिकारी तितकीच अधिक सुवर्ण पदके घालतात. असे वाटते की त्यांच्या गणवेशाबाबत कोणताही निश्चित नियम नव्हता. मी एकदा एका जनरलाला पाहिले होते, ज्याच्या सोन्याच्या पदकांव्यतिरिक्त काही चमकणाऱ्या गोष्टीही लागलेल्या होत्या. त्या अधिकाऱ्याने कदाचित परदेशी चित्रे पाहून आपला गणवेश सजवला असावा, कारण ती तिबेटी लष्करी पदके नव्हती. मानपत्रे आणि पदकांऐवजी तिबेटी सैनिकाला ठोस बक्षिसे मिळतात. विजयानंतर त्याला लुटीचा माल बळकावण्याचा अधिकार असतो आणि म्हणूनच लूटमार करणे हा सामान्य नियम आहे. तथापि, जप्त केलेली शस्त्रे त्याला सोपवावी लागतात. या प्रणालीची उपयुक्तता डाकूंच्या विरुद्ध होणाऱ्या लढाईत चांगल्या प्रकारे

समजली जाऊ शकते. स्थानिक पोनपो जेव्हा दरोडेखोरांचा सामना करण्यास असमर्थ असतात, तेव्हा त्यांना सरकारकडे मदत मागण्याचा अधिकार आहे. आणि मग त्यांच्या मदतीसाठी छोट्या लष्करी तुकड्या पाठवल्या जातात. हे कमांडो डाकूंसोबत खूप निर्दयीपणे लढतात. सैनिकांची नजर लुटीवर असते आणि ते धोक्याकडे दुर्लक्ष करतात. युद्धात लुटलेल्या मालावर सैनिकांच्या अधिकारामुळे खूप अडचण निर्माण होते. एका प्रकरणात, ज्याच्याशी मी वैयक्तिकरित्या जोडलेला होतो, यामुळे अनेक जीव गेले.

जेव्हा चिनी कम्युनिस्टांनी तुर्कस्तानवर ताबा मिळवला, तेव्हा अमेरिकन वाणिज्यदूत मॅकियरन, बेसाक नावाचा एक तरुण अमेरिकन विद्यार्थी आणि तीन पांढऱ्या रशियनांसह तिबेटला पळून गेले. प्रथम त्यांनी भारतातील अमेरिकन दूतावासाला विनंती केली की त्यांनी तिबेटी सरकारकडून त्यांना प्रवासाच्या सुविधा मिळवून द्याव्यात. ल्हासामधून सर्व दिशांना संदेशवाहक पाठवले गेले जेणेकरून सीमा चौक्या आणि गस्त घालणाऱ्या तुकड्यांना निर्देश दिले जावेत की पळून जाणाऱ्या लोकांना कोणताही त्रास होऊ नये. गटाने एक छोटासा काफिला बनवून कुएन लुन पर्वतांचा प्रवास केला. त्यांच्या उंटांनी प्रवासात चांगली साथ दिली आणि त्यांनी रानटी गाढवांना मारून ताजे मांस मिळवले. दुर्दैवाने सरकारी संदेशवाहक त्या ठिकाणी उशिरा पोहोचला जिथून गटाला सीमा ओलांडायची होती. चौकीच्या सैनिकांनी एक डझन अवाढव्य उंटांना पाहून, कोणतीही पूर्वसूचना न देता काफिल्यावर गोळीबार केला, ज्यामुळे अमेरिकन वाणिज्यदूत आणि दोन रशियन जागीच ठार झाले. तिसरा रशियन जखमी झाला आणि केवळ बेसाकच वाचू शकला. त्याला बंदी बनवण्यात आले आणि जखमी व्यक्तीसह जवळच्या जिल्हा गव्हर्नरकडे नेण्यात आले. वाटेत दोन्ही व्यक्तींना सैनिकांकडून अपमानित करण्यात आले आणि धमकावण्यातही आले. सैनिकांनी लुटीचा माल आपापसात वाटून घेतला होता आणि फील्डग्लास आणि कॅमेरासारख्या मौल्यवान वस्तू मिळवून खूप खूश झाले होते. पुढच्या पोनपोकडे पोहोचण्यापूर्वी सरकारी दूत रक्षकांसह आला आणि आदेश दिला की अमेरिकन आणि त्यांच्या गटाला सरकारी पाहुण्यासारखी वागणूक दिली जावी. यामुळे त्यांचे वागणे बदलले. सैनिक नम्र झाले, पण नुकसानाची भरपाई केली जाऊ शकली

नाही. गव्हर्नरने ल्हासाला एक अहवाल पाठवला आणि बातमीने घाबरलेल्या अधिकाऱ्यांनी शक्य त्या सर्व प्रकारे आपली खेद व्यक्त करण्याचा पूर्ण प्रयत्न केला. बेसाक आणि त्याच्या जखमी साथीदाराला भेटण्यासाठी एका भारतीय प्रशिक्षित अर्दलीला भेटवस्तूंसह पाठवण्यात आले. त्यांना ल्हासाला येण्यासाठी आमंत्रित करण्यात आले आणि आधीच अटक करण्यात आलेल्या सैनिकांविरुद्ध फिर्यादी पक्षासाठी साक्ष देण्यासाठी सांगण्यात आले. एक उच्च अधिकारी जो थोडीफार इंग्रजी बोलायचा, येणाऱ्या प्रवाशांना भेटण्यासाठी निघाला. मीही त्याच्यासोबत गेलो. मी विचार केला की कदाचित तरुण अमेरिकन एका गोऱ्या व्यक्तीशी बोलण्यात सोयीस्कर वाटेल. मला ही देखील आशा होती की मी त्याला हा विश्वास पटवून देऊ शकेन की या घटनेसाठी सरकारला जबाबदार धरले जाऊ शकत नाही. सरकारला या घटनेबद्दल खूप खेद आहे. आम्ही त्या तरुणाला भर पावसात भेटलो. तो हॉप-पोलसारखा उंच होता आणि तिबेटी खेचर त्याच्यासमोर बटू वाटत होते. त्याला कसे वाटत असेल, याची मी कल्पना करू शकत होतो. एक छोटासा काफिला शत्रूपासून जीव वाचवत महिन्यांपासून रस्त्यांवर भटकत होता. आणि ज्या देशात त्यांनी आश्रय मागितला होता, तिथल्याच लोकांशी झालेल्या पहिल्या भेटीत त्याच्या गटातील तीन लोक मारले गेले.

ल्हासात एका बागेत त्यांच्या राहण्याची सोय करण्यात आली होती. तिथे एक तंबू उभारण्यात आला होता ज्यामध्ये त्यांच्यासाठी नवीन कपडे आणि बूट ठेवण्यात आले होते. त्यांची काळजी घेण्यासाठी एक आचारी आणि एक नोकर देण्यात आला होता. सुदैवाने रशियन नागरिक वसिलीफ गंभीर जखमी झाला नव्हता आणि तो लवकरच कुबड्यांच्या आधारे बागेत फेरफटका मारू लागला. हे दोन्ही पाहुणे ल्हासामध्ये एक महिना राहिले. या काळात मी बेसाकशी मैत्री केली. जरी सुरुवातीला तो या देशाला वाईट मानत होता, पण आता त्याच्या मनात कोणताही राग नव्हता. त्याने केवळ एवढेच म्हटले की जिल्हा गव्हर्नरकडे जाताना त्याच्याशी वाईट वर्तन करणाऱ्या सैनिकांना शिक्षा मिळाली पाहिजे. त्याला त्या लोकांना शिक्षा देताना उपस्थित राहण्याची विनंती करण्यात आली होती, जेणेकरून त्याला असे वाटू नये की त्याच्यासोबत फसवणूक झाली आहे. जेव्हा त्याने चाबकाचा मार पाहिला,

तेव्हा तो म्हणाला की शिक्षा कमी केली पाहिजे. त्याने दृश्याचे फोटो काढले, जे नंतर तिबेटी सरकारच्या योग्य दृष्टिकोनाचा पुरावा म्हणून लाइफमध्ये छापले गेले. मृतांना अंतिम सन्मान देण्यासाठी पाश्चात्य चालीरीतींनुसार पूर्ण व्यवस्था करण्यात आली होती. त्यामुळे आज चांगथांगमध्ये त्यांच्या कबरींवर लाकडाचे तीन क्रॉस उभे आहेत. बेसाकचे दलाई लामांनी स्वागत केले आणि त्यानंतर ते सिक्कीमसाठी रवाना झाले, जिथे त्यांच्या देशवासीयांनी त्यांचे स्वागत केले.

कठीण काळात आपला जीव वाचवण्यासाठी अनेक पळून आलेले लोक तिबेटला आले, पण या गटाइतका कमनशिबी कोणीही नव्हता. चांगथांगमधून येणारा उंटांचा आणखी एक काफिला एका मंगोल राजपुत्राचा होता. तो आपल्यासोबत आपल्या दोन पत्नींना घेऊन आला होता, एक पोलिश आणि दुसरी मंगोल. इतके लांबचे अंतर पार करून इथे आलेल्या या दोन्ही महिलांचे मी कौतुक करून थकत नव्हतो. मी त्या दोन सुंदर मुलांना पाहून आश्चर्यचकित झालो होतो ज्यांनी त्यांच्या आई-वडिलांप्रमाणेच या रस्ते प्रवासाच्या अडचणी सहन केल्या होत्या.

हे स्पष्ट होते की या कठीण काळात सरकार केवळ संरक्षणाच्या भौतिक साधनांनाच नाही, तर लोकांच्या आध्यात्मिक शक्तींनाही एकत्र करू इच्छित होती. देशातील सर्वांत शक्तिशाली घटक धर्माचे आवाहन करावे लागले. यासाठी नवीन अध्यादेश आणले गेले आणि नवीन अधिकारी नियुक्त केले गेले. अधिकाऱ्यांना धार्मिक मोहिमा आयोजित करण्यासाठी खूप पैसा आणि खुली सूट देण्यात आली. तिबेटच्या सर्व भिक्षूंना सार्वजनिक सेवांमध्ये भाग घेण्याचा आदेश देण्यात आला, ज्यामध्ये तिबेटी बायबल कांग्युरचे पठण केले जाणार होते. सर्वत्र नवीन प्रार्थना-पताका आणि प्रार्थना-चक्र स्थापित करण्यात आले. जुन्या पेट्यांमध्ये ठेवलेले दुर्मिळ आणि प्रभावी ताईत बाहेर काढले गेले. नैवेद्य दुप्पट करण्यात आला आणि सर्व पर्वतांवर धूपाचा धूर करण्यात आला. हवा प्रार्थना-चक्रांना फिरवत, स्वर्गाच्या सर्व कोपऱ्यांमध्ये रक्षक देवतांपर्यंत प्रार्थना पोहोचवत होती. लोक या दृढ-विश्वासाने धार्मिक कर्मकांड करत होते की धर्माची शक्ती त्यांच्या स्वातंत्र्याचे रक्षण करण्यासाठी पुरेशी आहे. यादरम्यान रेडिओ पेकिंग आधीच तिबेटी भाषेत संदेश पाठवत होता की तिबेट लवकरच मुक्त होईल.

धार्मिक उत्सवांमध्ये पूर्वीपेक्षा जास्त लोक जमा झाले. एकोणीसशे पन्नास च्या सुरुवातीच्या दिवसांत मी जो थाटमाट आणि भव्यता पाहिली होती, हा धार्मिक उत्साह त्याहूनही अधिक होता. असे वाटत होते जणू तिबेटची संपूर्ण लोकसंख्या ल्हासाच्या अरुंद गल्ल्यांमध्ये गोळा झाली आहे. पण मी हे विचार करूनही चिंतित होत होतो की त्यांची ही भावपूर्ण श्रद्धा कधीही सोनेरी देवतांना हलवू शकणार नाही. जर बाहेरून कोणतीही मदत मिळाली नाही, तर लवकरच तिबेटची शांतता भंग पावेल.

दलाई लामांनी मला पुन्हा एकदा सणांचे फोटो काढण्याचे काम सोपवले होते, त्यामुळे मी प्रत्येक दृश्य एका सोयीस्कर ठिकाणाहून पाहू शकत होतो. 'महान' नववर्ष उत्सवाच्या चार आठवड्यांनंतर एक 'छोटा' प्रार्थना उत्सव असतो जो केवळ दहा दिवस चालतो, पण याची भव्यता कदाचित 'महान' उत्सवापेक्षाही जास्त असते. यावेळी वसंत ऋतूची हिरवळ दिसू लागते आणि शहराचे स्वरूप अविस्मरणीयरीत्या सुंदर होते. हा उत्सव शोच्या रहिवाशांसाठी वर्षातील मुख्य आकर्षण असतो. शोच्या निवासस्थानावरून पोटालावरून एक विशाल बॅनर लटकवले जाते. हे बॅनर नक्कीच जगातील सर्वांत मोठे असते. याला ठरलेल्या जागी नेण्यासाठी आणि उघडण्यासाठी-लावण्यासाठी पन्नास भिक्षूंची गरज असते. हे तलम, शानदार रेशमापासून बनलेले असते यावर चमक-दमकसह देवतांच्या आकृत्या सजवल्या जातात. जेव्हा हे पोटालामधून प्रदर्शित केले जाते, तेव्हा एक उल्लासपूर्ण मिरवणूक त्सुग लाग खांगवरून शोच्या मठापर्यंत जाते आणि तिथे शानदार समारंभानंतर संपते. यानंतर एक मनोरंजक अनुष्ठान असते. भिक्षूंचे गट ढोलांच्या आवाजासह गोल-गोल फिरत आदिम नृत्य करतात. ते मुखवटे घालतात आणि हाडांपासून बनलेल्या दुर्मिळ, कोरीव दागिन्यांनी सजलेले असतात. लोक या विचित्र आकृत्यांना पाहून मंत्रमुग्ध होतात. कधी-कधी गर्दीत कुजबूज सुरू होते. कोणालातरी वाटते की त्याने तीनशे फूट उंच पोटालाच्या छतावर उभ्या असलेल्या दलाई लामांना पाहिले आहे, जे तिथून दुर्बिणीतून हा समारंभ पाहत आहेत.

पोटालाच्या पायथ्याशी असलेल्या शोमध्ये राजकीय मुद्रणालय आहे. एक उंच, अंधारी इमारत. इथून कधीही आवाज बाह्य जगात येत नाही. मशीन्सची खटखट होत नाही आणि केवळ भिक्षूंचे आवाजच घुमतात. लाकडाचे ठोकळे लांब-उंच कपाटांवर ठेवलेले आहेत. यांचा उपयोग केवळ तेव्हाच केला जातो जेव्हा एखादे नवीन पुस्तक छापले जाते. एक नवीन पुस्तक तयार करण्यासाठी खूप मेहनत करावी लागते. भिक्षूंना सर्वांत आधी हाताने लहान लाकडी फळ्या कापाव्या लागतात, कारण इथे करवती नाहीत, आणि मग बर्चवूडच्या फळ्यांवर एक-एक करून वळणदार अक्षरे कोरावी लागतात. जेव्हा ते तयार होतात तेव्हा त्यांना काळजीपूर्वक क्रमाने ठेवले जाते. प्रिंटरच्या शाईऐवजी ते काजळीच्या मिश्रणाचा वापर करतात, जे भिक्षू याकचे शेण जाळून बनवतात. इथे काम करणारे बहुतांश लोक हे काम करताना डोक्यापासून पायापर्यंत काळे होतात. शेवटी वेगवेगळ्या प्लेट्स हाताने बनवलेल्या तिबेटी कागदावर छापल्या जातात. पुस्तकांची बांधणी नसते. पुस्तक दोन्ही बाजूंनी छापलेले असते आणि दोन कोरीव लाकडी कव्हर्समध्ये बांधलेले असते. याची पृष्ठे मोकळी असतात. कोणीही व्यक्ती एकतर प्रिंटिंग प्रेसमधून पुस्तके मागवू शकतो किंवा बरखोरमधील कोण्या पुस्तक विक्रेत्याकडून खरेदी करू शकतो. घरी त्यांना साधारणपणे रेशमी कव्हरमध्ये ठेवले जाते आणि त्यांची काळजीपूर्वक देखभाल केली जाते. कारण त्यांचा विषय नेहमी धार्मिक असतो, त्यामुळे त्यांना खूप सन्मान दिला जातो आणि साधारणपणे घरातील पूजास्थळी ठेवले जाते. प्रत्येक उच्च श्रेणीच्या घरात संपूर्ण बायबल आणि तसेच स्पष्टीकरणाचे दोनशे खंड मिळतात. लोकांच्या मनात या पुस्तकांबद्दल मोठी श्रद्धा असते. दुसरीकडे ते त्या पुस्तकांना कमी लेखतात ज्यामध्ये आम्हाला रस असतो. मला एकदा तिबेटी भाषेत लिहिलेले एक महत्त्वाचे पुस्तक अतिशय अयोग्य ठिकाणी मिळाले. सुरुवातीची पृष्ठे गायब होती. मी हे पुस्तक मिळाल्याने खूप आनंदी होतो. याच पुस्तकाच्या दुसऱ्या प्रतीवरून मी या गायब असलेल्या पृष्ठांचा मजकूर हाताने लिहून काढला.

तिबेटी पुस्तकांची किंमत वापरलेल्या कागदाच्या गुणवत्तेवर अवलंबून असते. कांग्युर आणि त्याच्या स्पष्टीकरणांची किंमत एका चांगल्या घराइतकी किंवा एक डझन याकइतकी असते. शिगात्सेच्या शेजारी नार्थांगमध्ये एक

आणखी खूप मोठी प्रिंटिंग प्रेस आहे आणि जवळजवळ प्रत्येक मठात स्थानिक संतांच्या आणि त्यांच्या लामांच्या इतिहासावर पुस्तके छापण्यासाठी यंत्रे लावलेली आहेत.

तिबेटची संपूर्ण संस्कृती धर्माने प्रेरित आहे, जसे आपल्या देशांमध्ये सुरुवातीच्या काळात असायची. वास्तुकला आणि शिल्पकला, कविता आणि चित्रकलेच्या उत्कृष्ट कलाकृती श्रद्धेचे महिमामंडन करतात. या चर्चची शक्ती आणि प्रतिष्ठा अधोरेखित करतात. धर्म आणि विज्ञानामध्ये अद्याप कोणताही संघर्ष नाही आणि परिणामी बहुतांश पुस्तकांचा मजकूर धार्मिक कायदा, तत्त्वज्ञानाचे ज्ञान आणि अनुभवातून मिळालेल्या शहाणपणाचे मिश्रण आहे.

कविता आणि गाणी मुख्यत्वे हस्तलिखितात आहेत, जी वेगवेगळ्या, मोकळ्या पानांवर लिहिलेली आहेत. त्यांना बांधले गेलेले नाही. सहाव्या दलाई लामांच्या कविता या नियमाला अपवाद आहेत. त्यांच्या कवितांना एक खंड म्हणून छापले जाते. मी बाजारातून याची एक प्रत खरेदी केली आणि अनेक वेळा त्या वाचल्या आहेत. या कविता कवीच्या प्रेमाची ओढ योग्य प्रकारे व्यक्त करतात. मी या एकांत कैद्याच्या कवितांचे कौतुक करणारा एकमेव व्यक्ती नव्हतो, अनेक तिबेटी त्यांच्या मृत शासकाच्या कवितांवर प्रेम करतात. ते दलाई लामांच्या परंपरेतील एक मूळ व्यक्ती होते. ते स्त्रियांवर प्रेम करायचे आणि त्यांना भेटण्यासाठी वेष बदलून शहरात जायचे. त्यांच्या लोकांनी त्यांच्या काव्यमय आत्म्याच्या गरजा पूर्ण करण्याच्या त्यांच्या इच्छेवर कोणताही आक्षेप घेतला नाही.

कुशल भिक्षूंनी हस्तलिखितांच्या खूप साऱ्या प्रती बनवल्या आहेत. या मूळ प्रतींपेक्षाही जास्त महाग आहेत. या पुस्तकांचा विषय सामान्यतः सोपा आणि अनेकदा किस्से-कथांवर आधारित असतो. अनेक लोकप्रिय पुस्तकांमध्ये प्रसिद्ध तिबेटी हास्य लेखक अगु थोंपा यांनी लिहिलेल्या किस्से-कथांचा संग्रह देखील सामील आहे. त्यांनी त्यांच्या काळातील राजकीय आणि धार्मिक जीवनावर हास्य-विनोदाच्या शैलीत टिप्पणी केली होती आणि हे आजही खूप लोकप्रिय आहे. प्रत्येक पार्टीत कोणी ना कोणी व्यक्ती पाहुण्यांचे मनोरंजन करण्यासाठी त्यांची कोणती ना कोणती कथा सांगतो.

तिबेटी लोकांनी अगु थोंपा यांच्या रचनांना एक क्लासिक म्हणून नावाजले आहे आणि जेव्हा मी ल्हासामध्ये होतो तेव्हा शहरातील एका प्रमुख हास्य कलाकाराने त्यांच्या नावाचा उल्लेख केला होता.

दरवर्षी शरद ऋतूत ल्हासातील सर्व खाजगी घरे आणि मंदिरांची (अगदी पोटालाचीही) साफसफाई केली जाते, रंगरंगोटी होते. पोटालाच्या उंच-उंच भिंतींना रंगवणे एक धोकादायक काम आहे आणि दरवर्षी त्याच अनुभवी कामगारांना कामावर ठेवले जाते. हे लोक याकच्या केसांपासून बनवलेल्या दोऱ्यांवर लटकतात आणि छोट्या-छोट्या मातीच्या भांड्यांमध्ये रंग भरून भिंतींना रंगवतात. तुम्ही त्यांना महालाच्या भिंतींवर धोकादायक स्थितीत बसून काम करताना पाहू शकता. अनेक ठिकाणे अशी असतात जिथली धूळ-माती पावसाच्या पाण्याने सहजपणे निघत नाही, तिथे चुन्याचा जाड थर जमा होतो. ल्हासाच्या वर पोटालाच्या चमकदार भिंतींना निहाळणे एक अद्भुत अनुभव असतो.

मला खूप आनंद झाला जेव्हा दलाई लामांनी मला हे काम दाखवणारी एक फिल्म बनवण्याचे निर्देश दिले. यामुळे मला जगातील एक अनोखे काम रेकॉर्ड करण्याची संधी मिळाली. मी, सकाळी-सकाळी शो गावातून रंगकामाची बादली घेऊन येणाऱ्या महिलांच्या घोळक्यातून दगडाच्या उंच पायऱ्या चढून जायचो. भिंतींना नवीन रंग देण्यासाठी शंभर हमाल चौदा दिवसांपर्यंत काम करतात. त्यामुळे मला शॉट्ससाठी पुरेसा वेळ मिळाला आणि प्रभावी छायाचित्रे काढण्यासाठी शक्य त्या सर्व दिशांनी प्रयोग करण्याची संधी मिळाली. मला स्वर्ग आणि पृथ्वीच्या दरम्यान दोऱ्यांवर झुलणाऱ्या कामगारांचे चित्रीकरण करण्यात विशेष आनंद मिळाला. माझे काम करण्यासाठी मला महालाच्या कोणत्याही खोलीत जाण्याची परवानगी होती. त्यापैकी अनेक खोल्यांमध्ये घुप अंधार होता. त्यांच्या खिडक्या शतकानुशतके ठेवलेल्या लाकडाच्या ढिगाऱ्यामुळे बंद झाल्या होत्या. यामधून मला माझा रस्ता शोधण्यात मोठा संघर्ष करावा लागला. माझा प्रयत्न सार्थ ठरला. मला बुद्धाच्या जुन्या मूर्ती मिळाल्या ज्यांसमोर आता दिवा जळत नव्हता. धुळीच्या जाड थरांखाली अनेक शानदार पेंटिंग्ज दबलेली होती. माझ्या गाईडने महालाच्या तळघरात मला या अनोख्या इमारतीचे एक आणखी उल्लेखनीय वैशिष्ट्य दाखवले.

छताला आधार देणाऱ्या खांबांच्या खाली खिळे ठोकले गेले होते. वेळेसोबत कमकुवत होत असलेल्या उंच इमारतीचा काही भाग कोसळला होता, पण ल्हासाचे कुशल कारागीर याला त्याचे मूळ रूप देण्यात यशस्वी झाले. आधुनिक तंत्रज्ञानापासून अनभिज्ञ असलेल्या या लोकांचे हे एक शानदार प्रदर्शन होते. मी पोटालाच्या पेंटिंगची एक चांगली फिल्म बनवण्यात यशस्वी झालो आणि फिल्म डेव्हलप करण्यासाठी भारतात पाठवली गेली.

लोबसांग समतेनने एके दिवशी मला हे विचारून धक्का दिला की मी फिल्म दाखवण्यासाठी एक खोली बनवून देऊ शकतो का. त्यांच्या भावाची इच्छा होती की मी हे काम करावे. ल्हासामधील जीवनाने मला शिकवले होते की कोणाला 'नाही' म्हणू नये. जरी त्याला एखादे असे काम करण्यासाठीच का सांगितले गेले नसेल, जे करणे त्याला येत नसेल. औफशनाइटर आणि मी 'सर्व कामांत निपुण' मानले जायचो आणि आम्ही आधीच बऱ्याच कठीण समस्या सोडवल्या होत्या. जेव्हा मी हे समजून घेतले की दलाई लामांच्या प्रोजेक्टरला किती प्रमाणात वीज लागेल आणि प्रोजेक्टरला स्क्रीनपासून किती अंतरावर ठेवावे लागेल, तेव्हा मी मान्य केले की मी आता हे काम करण्यासाठी तयार आहे. यानंतर दलाई लामांच्या मठाधीश संरक्षकांनी मला अधिकृतपणे हे पूर्ण करण्याचे काम सोपवले. त्या वेळेपासून नोरबुलिंगकाच्या इनर गार्डनचे दरवाजे नेहमी माझ्यासाठी खुले राहू लागले. मी एकोणीसशे एकोणपन्नास-पन्नास च्या हिवाळ्यात काम सुरू केले. आतापर्यंत तरुण राजा पोटालाला परतले होते. सर्व इमारती पाहिल्यानंतर मी बागेच्या भिंतीच्या आतील भागाला लागून असलेले एक रिकामे घर निवडले. मी विचार केला की याला मी सिनेमा-थिएटरमध्ये बदलू शकेन. ल्हासाचे सर्वांत चांगले गवंडी आणि अंगरक्षकाचे सैनिक माझ्या सेवेत ठेवले गेले होते. मला महिलांना कामावर ठेवण्याची परवानगी नव्हती. त्यांच्या उपस्थितीने पवित्र स्थान अपवित्र झाले असते. मी छताला आधार देण्यासाठी लोखंडाच्या छोट्या-छोट्या पट्ट्यांना स्क्रूमध्ये घट्ट करून गर्डर्स बनवले, जेणेकरून पारंपारिक खांबांची गरज भासू नये. थिएटर साठ फूट लांब होते आणि मला प्रोजेक्टरसाठी एक स्टेज बनवायचा होता. याला खोलीच्या आतून आणि इमारतीच्या बाहेरून दोन्ही बाजूंनी पाहिले जाऊ शकत होते. थिएटरपासून

काही अंतरावर मी मोटर आणि जनरेटरसाठी एक पॉवर-हाऊस बनवले. मी हे दलाई लामांच्या इच्छेनुसार केले. त्यांना वाटत नव्हते की मोटरचा आवाज थिएटरमध्ये ऐकू यावा, कारण त्यांना वृद्ध रीजेंटला नाराज करायचे नव्हते (नोरबुलिंगकामध्ये सिनेमाची स्थापना करणे तसेही मोठे क्रांतिकारी पाऊल होते). मी एक्झॉस्ट पाईपसाठी एक विशेष खोली बनवली, ज्यामुळे आवाज खूप कमी झाला. कारण जुनी पेट्रोल मोटर पूर्णपणे विश्वासार्ह नव्हती, त्यामुळे मी प्रस्ताव ठेवला की गरज पडल्यास जनरेटर चालवण्यासाठी जीपचे इंजिन उपलब्ध करून दिले जावे. दलाई लामांनी सूचनेला मंजुरी दिली, आणि कारण त्यांची इच्छाच कायदा होती, त्यामुळे जीपला या उद्देशासाठी तयार केले गेले. सुरुवातीला आम्हाला काही अडचण आली, कारण बागेचा गेट जीपसाठी खूप अरुंद होता. तथापि, तरुण शासकाने परंपरेची पर्वा न करता प्रवेशद्वार रुंद करण्याचा आदेश दिला. जुन्या गेटच्या जागी एक नवीन गेट बनवला गेला आणि ऑपरेशनच्या सर्व खुणा लवकरात लवकर मिटवल्या गेल्या, जेणेकरून विकासाला विरोध करणाऱ्या लोकांना काहीही दिसू नये. या तरुण शासकाची सर्वांत चांगली गोष्ट ही होती की तो आपल्या आजूबाजूच्या लोकांची सहानुभूती न गमावता आपले विचार अमलात आणण्यास सक्षम होता.

तर, जीपला आपले छोटेसे घर मिळाले आणि जेव्हा जुनी मोटर संपावर जायची तेव्हा अनेकदा ही मदतीला यायची. तेराव्या दलाई लामांच्या ड्रायव्हरने वायरिंग करण्यात माझी मदत केली आणि लवकरच पूर्ण मशीन घड्याळाच्या काट्यासारखी चालू लागली. मी बागेतून आमच्या बांधकामाच्या सर्व खुणा मिटवण्यासाठी खूप मेहनत केली आणि कामगारांनी तुडवलेल्या वाफ्यांच्या जागी फुलांचे नवीन वाफे आणि पायवाटा बनवल्या गेल्या. आणि, अर्थातच, मी बागेला चांगल्या प्रकारे पाहण्याच्या या अनोख्या संधीचा पुरेपूर फायदा घेतला. डोक्यात कुठेतरी हा अंधुक विचार होता की भविष्यात मला इथे अतिथी म्हणून येण्याची संधी मिळत राहील.

जेव्हा वसंत ऋतू आला तेव्हा नोरबुलिंगकामध्ये अनुपम दृश्य होते. पीच आणि नाशपातीच्या झाडांना पूर्णपणे फुले आली होती. मोर अभिमानाने मैदानात फिरत होते आणि शेकडो कुंड्यांमध्ये लावलेली दुर्मिळ रोपे उन्हाचा

आनंद लुटत होती. पार्कच्या एका कोपऱ्यात एक छोटेसे प्राणीसंग्रहालय होते, पण बहुतांश पिंजरे रिकामे होते. केवळ काही रानटी मांजरी आणि रानबोके उरले होते. पूर्वी इथे चित्ते आणि अस्वल होते, पण त्यांची अरुंद गुहा त्यांना मानवली नाही आणि ते मरण पावले. दलाई लामांना भेट म्हणून अनेक जंगली प्राणी मिळाले होते, विशेषतः जखमी प्राणी, ज्यांना या शानदार बागेत सुरक्षित आश्रय मिळाला.

मंदिरांशिवाय झाडांखाली अनेक छोटी-छोटी घरेही बांधलेली होती. प्रत्येकाचा वापर एखाद्या विशिष्ट उद्देशासाठी केला जात असे. काहींमध्ये ध्यान केले जायचे, काहींचा वापर वाचण्यासाठी आणि अभ्यासासाठी केला जायचा. काही घरे भिक्षूंचे बैठकीचे ठिकाण होते. सर्वांत मोठी इमारत अनेक मजले उंच होती. ही बागेच्या मधोमध उभी होती आणि अर्धे मंदिर आणि अर्धे दलाई लामांचे निवासस्थान होती. माझ्या आवडीनुसार खिडक्या खूप लहान होत्या आणि मला या साध्याशा घरासाठी 'महाल' शब्दाचा वापर करणे खूप खुशामत करणारे वाटले. हे नक्कीच पोटालाच्या तुलनेत अधिक आकर्षक ठिकाण होते. पोटाला तर महाल कमी, तुरुंग जास्त वाटत होता, पण इथे खूप अंधार होता. बागही खूप चांगली नव्हती. झाडांची काळजी घेतली जात नव्हती. घनदाट जंगल बनले होते. इथे साफसफाई होत नव्हती. माळी तक्रार करायचे की मोठ्या झाडांच्या सावलीत फुले आणि फळे येत नाहीत. मला खूप आनंद झाला असता जर त्यांनी मला ही आतली बाग साफ करण्याची आणि पुन्हा व्यवस्थित करण्याची परवानगी दिली असती. तसे तर इथे अनेक माळी होते. पण कोणाचीही समज खूप चांगली नव्हती. मी उच्च अधिकाऱ्याला हे पटवून देण्यात यशस्वी झालो की काही झाडे तोडली पाहिजेत आणि मला ती तोडण्याच्या कामाची देखरेख करण्यासाठी सांगण्यात आले. माळ्यांना अशा प्रकारच्या कामाची खूप कमी समज होती. ते मुख्यत्वे कुंडीत फुले उगवण्यात व्यस्त होते. कुंड्यांना पूर्ण दिवस उघड्यावर सोडले जायचे आणि रात्री झाकून ठेवले जायचे.

या बागेच्या भिंतीत बनलेला एक दरवाजा थेट गोठ्याकडे उघडायचा. इथे दलाई लामांचे आवडते घोडे आणि एक गाढव ठेवले जायचे. हे त्यांना भेट म्हणून मिळाले होते. या प्राण्यांची मोठी काळजी घेतली जायची. हे मोठे

आरामाचे जीवन जगत होते. ते लठ्ठ आणि आराम-पसंत झाले होते, कारण त्यांच्या मालकाने कधीही त्यांच्यावर सवारी केली नव्हती, त्यांना कधीही पळवलेही गेले नव्हते.

दलाई लामांचे शिक्षक आणि खाजगी सेवक नोरबुलिंगका पार्कमध्ये पिवळ्या भिंतीच्या बाहेर बसायचे. ते आणि त्यांचे पाचशे सैनिक अंगरक्षक आरामदायक आणि अत्यंत स्वच्छ घरांमध्ये राहायचे. तेराव्या दलाई लामांनी आपल्या सैनिकांच्या कल्याणासाठी वैयक्तिक रस घेतला होता. त्यांनी त्यांना युरोपियन कटचा गणवेश मिळवून दिला होता आणि आपल्या एका मंडपातून त्यांना सराव करताना पाहत असत. मी हे पाहून चकित झालो की या सैनिकांचे केस इतर तिबेटी लोकांच्या विपरीत पाश्चात्य शैलीत कापलेले होते. तेरावे दलाई लामा कदाचित भारतातील त्यांच्या मुक्कामादरम्यान ब्रिटिश आणि भारतीय सैनिकांच्या शक्ल-सूरतने खूप प्रभावित झाले होते आणि त्यांनी आपले अंगरक्षक त्यांच्यासारखेच बनवले होते. अधिकारी छोट्या-छोट्या चांगल्या बंगल्यांमध्ये राहायचे. अधिकारी आणि सैनिकांचे काम सोपे होते. त्यांचे मुख्य काम पहारा देणे आणि औपचारिक मिरवणुकांमध्ये मार्च करणे हे होते.

दलाई लामा त्यांच्या उन्हाळी निवासस्थानी परतण्यापूर्वी खूप आधीच मी माझी इमारत तयार केली होती. मी विचार करत होतो की काय ते या थिएटरने खूश होतील का. मी लोबसांग समतेनकडून याबद्दल त्यांचे मत जाणून घेऊ शकत होतो. कारण तो तर नक्कीच पहिल्या सादरीकरणाला उपस्थित राहणारच होता. दलाई लामा कदाचित भारतीय दूतावासाच्या फिल्म-मॅनला उपकरण चालवण्यासाठी बोलावतील. दूतावास अनेकदा त्यांच्या पार्ट्यांमध्ये भारतीय आणि इंग्रजी फिल्म्स दाखवत असे आणि हे पाहून आनंद व्हायचा की तिबेटी लोक ही सादरीकरणे आणि विशेषतः परदेशातील दृश्ये दाखवणाऱ्या फिल्म्स बालसुलभ उत्साहाने पाहायचे. प्रश्न हा होता की तरुण शासक माझ्या तयार केलेल्या फिल्म्सवर कशी प्रतिक्रिया देतील.

मी साहजिकच पोटाला ते नोरबुलिंगकापर्यंतची मिरवणूक पाहण्यासाठी माझ्या सिने-कॅमेरासह उपस्थित होतो. मला समारंभाचे चित्रीकरण

करण्यासाठी योग्य जागा शोधण्यात नेहमीप्रमाणे अडचण आली. पण माझ्या मदतनीसाने माझे काम सोपे केले. तो खूप धडधाकट आणि उंच-पुरा व्यक्ती होता. त्याने माझे कॅमेरे सांभाळले आणि गर्दीने आम्हाला आत जाण्यासाठी रस्ता दिला. तो केवळ दिसायलाच भयंकर नव्हता, तर खरोखरच खूप शूर व्यक्ती होता. त्याचा एक किस्सा सांगतो.

कधी-कधी असे होते की बिबट्ये रस्ता चुकून ल्हासाच्या बागांमध्ये येतात. त्यांना मारले जात नाही, त्यामुळे लोक त्यांना जाळ्यात अडकवण्याचा किंवा कोणत्याही प्रकारच्या उपकरणाने पकडण्याचा प्रयत्न करतात. एके दिवशी एक बिबट्या या बागेत घुसला. चहुबाजूंनी त्रासलेला आणि पायात गोळी लागल्याने जखमी झाल्यानंतर त्याला एका कोपऱ्यात नेले गेले. त्याच्याजवळ जो कोणी जात होता, त्याच्यावर तो गुरगुरत होता. त्याची लाळ गळत होती. माझ्या मदतनीसाने अचानक त्याला आपल्या रिकाम्या हातांनी पकडले आणि तोपर्यंत पकडून ठेवले जोपर्यंत इतर सैनिक एक पोते घेऊन आले नाहीत. त्यांनी त्याला बळजबरीने त्यात घातले. त्या व्यक्तीचे पंजे वाईट रीतीने गोठले होते. या बिबट्याला दलाई लामांच्या प्राणीसंग्रहालयात ठेवण्यात आले, तिथे तो लवकरच मरण पावला.

जेव्हा दलाई लामांची पालखी माझ्या जवळून गेली आणि त्यांनी मला फिल्म बनवताना पाहिले तेव्हा ते हसले. माझा वैयक्तिक विचार होता की ते आपल्या छोट्याशा सिनेमासाठी स्वतःचे अभिनंदन करत होते, पण मला खात्री आहे की इतर कोणीही माझ्यासारखा विचार केला नसेल. तरीही एका एकाकी चौदा वर्षांच्या तरुणासाठी यापेक्षा अधिक स्वाभाविक काय असू शकते? मग माझ्या मदतनीसाचा नम्र आणि उल्हसित चेहरा पाहून मला आठवले की माझ्याशिवाय बाकी सर्वांसाठी तो एक एकाकी मुलगा नाही, तर एक देव होता.

१५

दलाई लामांचे शिक्षक

कुंडीनसोबत आमने-सामने - दलाई लामांचे मित्र आणि शिक्षक - तिबेटला लाल चीनची धमकी - भूकंप आणि इतर अपशकुन

नॉरबुलिंगकामध्ये दृश्यांचे चित्रीकरण केल्यानंतर मी हळूहळू घराकडे जात होतो. मी ल्हासाला जाण्यासाठी एक छोटा रस्ता पकडला होता. तेव्हाच मला एका उत्साहित अंगरक्षक सैनिकाने थांबवून सांगितले की माझा शोध घेतला जात होता आणि मला पुन्हा एकदा समर गार्डनकडे जावे लागेल. माझ्या मनात पहिला विचार हाच आला की कदाचित सिनेमा उपकरण खराब झाले असेल. कारण मी ही कल्पनाही करू शकत नव्हतो की तरुण शासक, जे अद्याप अल्पवयीन आहेत, सर्व परंपरांना बाजूला सारून मला भेटण्यासाठी बोलावतील. मी लगेच मागे वळलो आणि लवकरच नोरबुलिंगकामध्ये परत पोहोचलो, जिथे सर्व वातावरण शांत आणि स्थिर झाले होते. पिवळ्या दरवाजावर दोन भिक्षू माझी वाट पाहत होते. जसे त्यांनी मला पाहिले की त्यांनी मला भराभर पावले टाकण्याचा इशारा केला आणि जेव्हा मी त्यांच्याजवळ पोहोचलो तेव्हा त्यांनी मला आतल्या बागेत पोहोचवले. तिथे लोबसंग समतेन माझी वाट पाहत होते. त्यांनी मला कुजबुजत काहीतरी सांगितले आणि माझ्या हातात एक पांढरा स्कार्फ दिला. याबद्दल मला कोणतीही शंका नव्हती. मला त्यांच्या भावाला भेटायचे होते.

मी लगेच सिनेमाकडे वळलो, पण जसा दरवाजा उघडून आत जाऊ लागलो, माझ्यासमोर जिवंत बुद्धाला उभे असलेले पाहिले. मी आश्चर्यचकित झालो, पण लगेच मोठ्या नम्रतेने झुकून त्यांना भेट म्हणून स्कार्फ दिला. त्यांनी तो घेऊन आपल्या डाव्या हातात पकडला आणि मोठ्या उत्साहाने उजवा हात आशीर्वादासाठी उंचावला. हे हात उंचावून औपचारिक आशीर्वाद देण्याच्या क्रियेपेक्षा त्या तरुणाच्या भावनांची तीव्र अभिव्यक्ती अधिक वाटत होती, ज्याला शेवटी बाहेर पडण्याचा मार्ग मिळाला होता. थिएटरमध्ये तीन मठाधीश मान झुकवून प्रतीक्षेच्या मुद्रेत उभे होते. हे होते पावित्र्याचे रक्षक. मी त्या सर्वांना चांगल्या प्रकारे ओळखत होतो. त्यांनी माझ्या अभिवादनाला ज्या कोरडेपणाने उत्तर दिले, ते मी चांगल्या प्रकारे जाणवले. निश्चितपणे त्यांच्या कार्यक्षेत्रात ते मला घुसखोरी करण्याची परवानगी देत नव्हते, पण त्यांनी दलाई लामांच्या इच्छेचा विरोध करण्याची उघडपणे हिंमत दाखवली नाही.

तरुण शासकाचा दृष्टिकोन खूप सौहार्दपूर्ण होता. त्याच्या चेहऱ्यावर हास्य होते आणि त्याने एकापाठोपाठ एक अनेक प्रश्न विचारले. तो मला असा व्यक्ती वाटला जो वर्षानुवर्षे एकांतात वेगवेगळ्या समस्यांवर विचार करत होता आणि आता जेव्हा त्याच्याकडे बोलण्यासाठी कोणीतरी होते, तेव्हा त्याला एकाच वेळी त्या सर्व प्रश्नांची उत्तरे जाणून घ्यायची होती. या तरुण शासकाने मला उत्तराचा विचार करायला वेळही दिला नाही, तर मला प्रोजेक्टरकडे जाण्याचा आणि तो चित्रपट चालवण्याचा आग्रह धरला जो त्याला बऱ्याच काळापासून पाहायचा होता. हा जपानच्या शरणागतीचा एक माहितीपट होता. तो माझ्यासोबत उपकरणाजवळ आला आणि मठाधीशांना प्रेक्षक गॅलरीत बसण्यासाठी थिएटरमध्ये पाठवले.

त्या तरुणाला असे वाटले की मी प्रोजेक्टर चालवण्याच्या बाबतीत अननुभवी आहे, कारण त्याने अधीरतेने मला एका बाजूला ढकलले आणि फिल्म पकडून मला दाखवली. वाटले की तो माझ्यापेक्षा कितीतरी अधिक अनुभवी ऑपरेटर आहे. त्यांनी मला सांगितले की ते संपूर्ण हिवाळ्यात हा प्रोजेक्टर चालवण्याची पद्धत शिकण्यात व्यस्त होते. त्यांनी प्रोजेक्टरचे सुटे भाग वेगळे करून ते पुन्हा जोडून दाखवले. मी तेव्हा पहिल्यांदा पाहिले की

ते गोष्टींना हलक्यात घेण्याऐवजी त्यांच्या मुळापर्यंत जाणे पसंत करत होते. आणि म्हणूनच, नंतर अनेक चांगल्या वडिलांसारखे जे आपल्या मुलाचा आदर मिळवू इच्छितात, मी अनेकदा संध्याकाळी माझ्या माहितीची उजळणी करण्यासाठी, नवीन माहिती मिळवण्यासाठी अभ्यास करायचो. मी प्रत्येक प्रश्न गांभीर्याने आणि वैज्ञानिकदृष्ट्या समजून घेण्याचा पूर्ण प्रयत्न केला, कारण मला हे चांगले माहित होते की माझी उत्तरे पाश्चात्य जगाबद्दलच्या त्यांच्या ज्ञानाचा पाया बनतील.

तांत्रिक गोष्टींच्या समजुतीबद्दल त्यांच्या प्रतिभेने मला आमच्या पहिल्या भेटीतच थक्क केले होते. चौदा वर्षांच्या एका मुलासाठी प्रोजेक्टरला वेगवेगळे करणे आणि मग कोणत्याही मदतीशिवाय त्याला पुन्हा जोडणे हे एक शानदार सादरीकरण होते. यासाठीही कारण, ते इंग्रजी माहितीपत्रक वाचू शकत नव्हते. आता जेव्हा चित्रपट चांगल्या प्रकारे चालत होता, तेव्हा ते व्यवस्थेबद्दल खूप खूश होते पण माझ्या कामाचे मोकळेपणाने कौतुक करू शकत नव्हते. आम्ही प्रोजेक्टिंग-रूममध्ये एकत्र बसलो आणि भिंतीत बनलेल्या छिद्रांमधून चित्रपट पाहिला. त्यांनी जे काही पाहिले आणि ऐकले, त्यात त्यांना खूप आनंद मिळाला. ते अनेकदा उत्साहाने माझे हात पकडायचे. ते आयुष्यात पहिल्यांदाच कोण्या गोऱ्या माणसासोबत एकटे बसले होते, पण ते कोणत्याही प्रकारे लाजत नव्हते, आणि संकोचही करत नव्हते. जेव्हा ते पुढचा चित्रपट लावू लागले तेव्हा माझ्या हातात मायक्रोफोन दिला आणि आग्रह धरला की मी त्यात काहीतरी बोलावे. त्याच वेळी त्यांनी छिद्रातून डोकावून थिएटरमध्ये पाहिले, तिथे त्यांचे शिक्षक गालिच्यावर बसले होते. मी पाहू शकत होतो की ते लाऊडस्पीकरमधून अचानक आवाज आल्यावर योग्य मठाधीशांचे आश्चर्यचकित चेहरे पाहण्यासाठी किती उत्सुक होते. मी त्यांना निराश करू इच्छित नव्हतो म्हणून मी काल्पनिक प्रेक्षकांना त्यांच्या जागी बसून राहण्यास सांगितले, कारण आम्ही तिबेटच्या खळबळजनक दृश्यांचा पुढचा चित्रपट सादर करणार होतो. जेव्हा त्यांनी माझा आनंदी, बेफिकीर आवाज ऐकला तेव्हा भिक्षूंचे आश्चर्यचकित आणि अस्वस्थ चेहरे पाहून ते जोरजोरात हसले. दिव्य शासकाच्या उपस्थितीत आतापर्यंत अशी हलकीफुलकी, अनौपचारिक भाषा कधीही वापरली गेली

नव्हती. शासकाचे आनंदी डोळे सांगत होते की ते या परिस्थितीचा किती आनंद घेत होते.

त्यांनी मला ल्हासात बनवलेला चित्रपट चालवण्यास सांगितला. ते स्विचवर लक्ष ठेवून होते. निकाल पाहण्यासाठी मी देखील त्यांच्याइतकाच उत्सुक होतो, कारण हा माझा पहिला पूर्ण लांबीचा चित्रपट होता. जाणकार लोकांना यात त्रुटी दिसू शकत होत्या, पण आम्हाला हा बऱ्यापैकी समाधानकारक वाटला. यात 'छोव्या' नववर्ष उत्सवादरम्यान काढलेली छायाचित्रे होती. चमकणाऱ्या स्क्रीनवर जेव्हा मठाधीशांनी स्वतःला पाहिले तेव्हा तेही मर्यादा विसरले. या समारंभादरम्यान झोपलेल्या एका मंत्र्याचे चित्र जेव्हा स्क्रीनवर दिसले तेव्हा हशा पिकला. त्यांच्या हसण्यात कोणताही वाईट हेतू नव्हता, कारण प्रत्येक मठाधीशाला कधीकधी सतत चालणाऱ्या उत्सवांदरम्यान जागे राहावे लागायचे आणि या दरम्यान त्यांना झोप येणे साहजिकच होते. तरीही उच्च वर्गाला समजले असेल की दलाई लामांनी आपल्या मंत्र्याची कमकुवतपणा पाहिला आहे, कारण नंतर जेव्हाही मी माझ्या कॅमेरासोबत दिसायचो, तेव्हा सर्वजण व्यवस्थित बसून पोझ देऊ लागायचे.

बाकीच्या लोकांपेक्षा दलाई लामांनी या छायाचित्रांचा जास्त आनंद घेतला. त्यांची नेहमीची संथ चाल वेगवान आणि जिवंत झाली. त्यांनी प्रत्येक छायाचित्रावर उत्साहाने टिप्पणी केली. थोड्या वेळानंतर मी त्यांना तो चित्रपट चालवण्यास सांगितला जो त्यांनी स्वतः बनवला होता. त्यांनी अतिशय नम्रपणे सांगितले की हे चित्रपट पाहिल्यानंतर ते आता त्यांचे नवशिक्यासारखे प्रयत्न दाखवू इच्छित नाहीत. पण मी हे पाहण्यासाठी उत्सुक होतो की त्यांनी चित्रीकरणासाठी कोणते विषय निवडले आहेत आणि मी त्यांना त्यांच्या रोल स्क्रीनवर दाखवण्यासाठी राजी केले. अर्थातच, त्यांच्याकडे विषयांचा खूप मोठा पर्याय नव्हता. त्यांनी ल्हासाच्या दरीचे एक विस्तीर्ण लँडस्केप बनवले होते. हा चित्रपट त्यांनी खूप वेगाने पुढे नेला. मग गावातून जाणाऱ्या घोडेस्वार उच्चभ्रूंचे आणि काफिल्यांचे काही कमी प्रकाशातील चित्रपट आले. त्यांच्या आचाऱ्याचे जवळून घेतलेले चित्र दाखवते की त्यांना पोर्ट्रेट फिल्म घेणे आवडायचे. त्यांनी मला जो चित्रपट दाखवला होता, तो त्यांचा अगदी पहिला प्रयत्न होता आणि कोणत्याही निर्देश किंवा मदतीशिवाय बनवला गेला

होता. जेव्हा हा संपला तेव्हा त्यांनी मला मायक्रोफोनवर ही घोषणा करण्यास सांगितले की सादरीकरण संपले आहे. मग त्यांनी थिएटरमध्ये जाणारा दरवाजा उघडला, मठाधीशांना सांगितले की आता ते जाऊ शकतात आणि हात हलवून त्यांना निरोप दिला. मला समजले की ते दुसऱ्याच्या निर्देशांवर चालणारे बाहुले नव्हते. तर एक ठाम इच्छाशक्ती असलेली व्यक्ती होती, जो इतरांना निर्देश देऊ शकत होता.

जेव्हा आम्ही एकटे होतो तेव्हा आम्ही फिल्म्स हटवल्या आणि मशीन्सवर पिवळे कव्हर चढवले. मग आम्ही थिएटरमध्ये एका शानदार गालिच्यावर बसलो, जिथे उघड्या खिडक्यांमधून सूर्याचा प्रकाश येत होता. हे सुदैव होते की मला खूप आधीपासूनच मांडी घालून बसण्याची सवय होती, कारण दलाई लामांच्या घरातील फर्निचरमध्ये खुर्च्या आणि कुशन नाहीत. सुरुवातीला तर मला त्यांच्याकडून मिळालेले बसण्याचे निमंत्रण नाकारायचे होते. मला माहित होते की मंत्र्यांनीही त्यांच्या उपस्थितीत बसू नये, पण त्यांनी माझी बाही पकडून खाली बसवले, ज्यामुळे माझी शंका दूर झाली.

त्यांनी मला सांगितले की ते या भेटीची योजना बऱ्याच काळापासून बनवत होते, कारण त्यांना बाह्य जगाशी परिचित होण्याचा कोणताही इतर मार्ग सुचत नव्हता. त्यांना माहित होते की रीजेंट आक्षेप घेतील, पण ते ठाम होते आणि विरोधाच्या परिस्थितीत त्यांनी उत्तर देण्याचे मन बनवले होते. ते केवळ धार्मिक विषयांपासून पुढेही आपले ज्ञान वाढवण्यासाठी दृढ संकल्प होते आणि त्यांना वाटले की मीच एकमेव व्यक्ती आहे जो यात त्यांची मदत करू शकतो. त्यांना माहित नव्हते की मी एक पात्र शिक्षकही आहे आणि जर त्यांना हे माहित असते तर कदाचित ते इतके प्रभावित झाले नसते. त्यांनी माझे वय विचारले आणि हे जाणून आश्चर्यचकित झाले की मी केवळ सदतीस वर्षांचा होतो. अनेक तिबेटी लोकांप्रमाणे त्यांनाही वाटले की माझे 'पिवळे' केस माझ्या वाढत्या वयाची खूण आहेत. त्यांनी बालसुलभ कुतूहलाने माझ्या चेहऱ्यावरील वैशिष्ट्यांवर लक्ष दिले आणि माझ्या लांब नाकावरून मला चिडवलेही. जरी माझे नाक सामान्य आकाराचे होते, पण अनेकदा लहान नाक असलेल्या मंगोलांचे लक्ष वेधून घ्यायचे. शेवटी त्यांनी पाहिले की माझ्या हातांच्या पाठीमागे केस उगवत होते आणि एका मोठ्या हास्यासह

म्हणाले, 'हाइनरिक, तुम्ही माकडासारखे केसाळ आहात.' माझ्याकडे उत्तर तयार होते, कारण मला ती आख्यायिका माहित होती की तिबेटी लोक मानतात की त्यांची उत्पत्ती देवता चेनरेझी आणि एका महिला राक्षसीच्या मिलनामुळे झाली आहे. आपल्या राक्षसी प्रेयसीसोबत संबंध ठेवण्यापूर्वी चेनरेझीने एका माकडाचे रूप धारण केले होते आणि कारण दलाई लामा या देवतेच्या अवतारांपैकी एक आहेत, त्यामुळे मला वाटले की माझी तुलना एका माकडाशी करून त्यांनी खऱ्या अर्थाने माझी खुशामत केली होती. अशा प्रकारच्या टिप्पण्यांमुळे आम्ही मोकळेपणाने बोलू लागलो आणि आमच्यात कोणताही संकोच राहिला नाही. आता मला त्यांच्या व्यक्तिमत्त्वाचे आकर्षण जवळून जाणवले, ज्याचा मी माझ्या आधीच्या क्षणिक भेटींमध्ये केवळ अंदाजच लावला होता. त्यांचा रंग सरासरी तिबेटीच्या तुलनेत खूपच गोरा होता. त्यांचे डोळे, जे बहुतांश युरोपियन लोकांच्या डोळ्यांपेक्षा जास्त लहान नव्हते, अभिव्यक्ती, आकर्षण आणि जिवंतपणाने भरलेले होते. त्यांचे गाल उत्साहाने चमकत होते. त्यांचे कान त्यांच्या डोक्यापासून थोडे बाहेर आलेले होते. हे बुद्धाचे एक वैशिष्ट्य होते आणि, जसे मला नंतर समजले, हे त्या लक्षणांपैकी एक होते ज्याद्वारे यांना लहानपणीच एक अवतार म्हणून ओळखले गेले होते. त्यांचे केस सामान्यपेक्षा अधिक लांब होते. कदाचित ते पोटालाच्या थंडीपासून वाचण्यासाठी केस लांब ठेवत असत. ते त्यांच्या वयानुसार काही अधिक उंच होते आणि त्यांच्या आई-वडिलांच्या उंचीच्या जवळपास वाटत होते. त्यांच्या आई-वडिलांचे दोघांचेही व्यक्तिमत्त्व आकर्षक होते. दुर्दैवाने, अभ्यासासाठी दीर्घकाळ झुकून बसल्यामुळे त्यांना संतुलन राखण्यात अडचण यायची. त्यांचे हात अतिशय सुंदर आणि खानदानीपणा दर्शवणारे होते. हातांची बोटे लांब-लांब होती जी सामान्यतः शांत मुद्रेत असायची. मी पाहिले की जेव्हा मी माझ्या कोण्या गोष्टीवर भर देण्यासाठी कोणताही इशारा करायचो तेव्हा ते अनेकदा आश्चर्याने माझ्या हातांकडे पाहायचे. अशा प्रकारचे हावभाव तिबेटी लोकांसाठी पूर्णपणे नवीन गोष्ट आहे. ते नेहमी भिक्षूंचे लाल वस्त्र घालायचे. हे एकदा बुद्धांनी निर्धारित केले होते आणि त्यांची वेशभूषा कोणत्याही प्रकारे मठाच्या अधिकाऱ्यांपेक्षा वेगळी नव्हती.

वेळ पळत होता. असे वाटले जणू कोणते धरण फुटले असावे. त्यांनी खूप साऱ्या प्रश्नांची सरबत्ती केली. मी हे पाहून आश्चर्यचकित होतो की त्यांच्याकडे पुस्तके आणि वर्तमानपत्रांमधून मिळवलेले किती जास्त ज्ञान होते. त्यांच्याकडे दुसऱ्या महायुद्धाबद्दल लिहिलेले सात खंडांचे एक इंग्रजी पुस्तक होते, ज्याचे त्यांनी तिबेटीत भाषांतर करवून घेतले होते. ते विविध प्रकारची विमाने, कार आणि रणगाड्यांबद्दल जाणत होते. चर्चिल, आयझेनहॉवर आणि मोलोटोव्ह सारख्या व्यक्तींबद्दल त्यांना माहित होते, पण कारण त्यांच्याकडे त्यांच्या प्रश्नांची उत्तरे देणारे कोणीही नव्हते, त्यामुळे ते समजू शकत नव्हते की या व्यक्ती आणि घटना एकमेकांशी कशा जोडलेल्या आहेत. आता ते खूश होते, कारण त्यांना एक असा व्यक्ती मिळाला होता ज्यांच्यासमोर ते असे प्रश्न ठेवू शकत होते, ज्यांबद्दल त्यांच्या मनात वर्षानुवर्षे संभ्रम होता.

दुपारचे सुमारे तीन वाजले असतील, जेव्हा सोपोन खेंपो हे सांगण्यासाठी आले की जेवणाची वेळ झाली आहे. हे ते मठाधीश होते ज्यांचे कर्तव्य होते दलाई लामांच्या शारीरिक आरोग्याची काळजी घेणे. जेव्हा त्यांनी आपला निरोप दिला, तेव्हा मी लगेच उठून उभा राहिलो आणि निरोप घेण्यासाठी तयार झालो, पण राजा देवतेने मला पुन्हा खाली ओढून बसवले आणि मठाधीशांना सांगितले की त्यांनी नंतर यावे. मग त्यांनी अतिशय नम्रपणे एक वही काढली ज्याच्या कव्हरवर अनेक प्रकारची चित्रे होती आणि मला आपले काम दाखवले. मला आश्चर्य वाटले की ते लॅटिन वर्णमालेतील कॅपिटल अक्षरे लिहित होते. किती बहुमुखी प्रतिभा आणि किती प्रयत्न! कठोर धार्मिक अभ्यास, गुंतागुंतीच्या यांत्रिक उपकरणांमध्ये फेरबदल, आणि आता आधुनिक भाषा! त्यांनी आग्रह धरला की मी लगेचच त्यांना इंग्रजी शिकवायला सुरुवात करावी, उच्चार सुंदर तिबेटी अक्षरांमध्ये लिहावेत. आणखी एक तास गेला असेल, जेव्हा सोपोन खेंपो पुन्हा आले आणि यावेळी त्यांनी जेवण करण्याचा आग्रह धरला. त्यांच्या हातात केक, पांढरी ब्रेड आणि मेंढीच्या दुधापासून बनलेल्या पनीरची एक प्लेट होती. हे जेवण माझ्यासमोर ठेवण्यात आले. जेव्हा मी घेण्यास नकार देऊ पाहिला तेव्हा जेवण एका पांढऱ्या कपड्यात गुंडाळून देण्यात आले, जेणेकरून मी ते माझ्या घरी घेऊन जाऊ शकेन.

पण दलाई लामा अजूनही संवाद संपवू इच्छित नव्हते. त्यांनी जेवण वाढणाऱ्याला थोडा वेळ आणखी वाट पाहण्याची विनंती केली. मठाधीश सहमत झाले आणि त्यांच्याकडे प्रेमाने पाहत आमचा निरोप घेतला. मला वाटले की हे मठाधीश या मुलावर तितकेच प्रेम करत होते आणि तितकेच समर्पित होते, जसे की ते त्याचे वडील असावेत. या पांढऱ्या केसांच्या वृद्धाने तेराव्या दलाई लामांचीही याच नात्याने सेवा केली होती आणि आजही सेवेत कायम होते. ही त्यांच्या विश्वासार्हतेसाठी आणि निष्ठेसाठी एक मोठी आदरांजली होती, कारण तिबेटमध्ये जेव्हा मालक बदलतात, तेव्हा नोकरही बदलतात. दलाई लामांनी सुचवले की मी उन्हाळ्यात नोरबुंगकामध्ये राहणाऱ्या त्यांच्या कुटुंबाला भेटावे. त्यांनी मला सांगितले की जोपर्यंत ते मला बोलावणार नाहीत, तोपर्यंत मी माझ्या घरीच वाट पाहावी. जेव्हा मी त्यांच्या जवळून उठलो तेव्हा त्यांनी प्रेमाने माझ्याशी हस्तांदोलन केले. ही त्यांची एक नवीन हावभावाची पद्धत होती.

रिकाम्या असलेल्या बागेतून जाताना आणि गेट ढकलताना मला जाणवलेच नाही की मी तिबेटच्या राजा देवतेसोबत पाच तास घालवले आहेत. एका माळ्याने माझ्यामागे गेट बंद केले आणि गार्डने थोडे आश्चर्य व्यक्त करत मला सलाम केला. माझ्या आल्यानंतर अनेक गार्ड्स बदलले गेले होते. मी हळूहळू ल्हासाकडे परतत होतो आणि जर मी माझ्यासोबत खाण्याचे सामान नेत नसतो, तर मला वाटले असते की हे सर्व एक स्वप्न होते. जर मी माझ्या मित्रांना सांगितले असते की मी दलाई लामांसोबत एकांतात अनेक तास गप्पा मारल्या आहेत, तर कोण माझ्या बोलण्यावर विश्वास ठेवला असता?

सांगण्याची गरज नाही की मला ज्या नवीन जबाबदाऱ्या मिळाल्या होत्या, त्यामुळे मी खूप खूश होतो. या हुशार मुलाला-जो फ्रान्स, स्पेन आणि जर्मनीसारख्या मोठ्या देशाचा शासक होता-पाश्चात्य जगाच्या ज्ञान-विज्ञानाचे शिक्षण देणे एक सार्थ काम होते.

त्याच संध्याकाळी मी काही रिव्ह्यू पाहिले ज्यामध्ये जेट विमानांच्या निर्मितीबद्दल माहिती होती. याबद्दल माझ्या तरुण विद्यार्थ्याने त्या दिवशी मला

प्रश्न विचारले होते आणि याची उत्तरे माझ्याकडे तेव्हा नव्हती. मी माझ्या विद्यार्थ्याला वचन दिले होते की पुढच्या भेटीत मी याबद्दल माहिती देईन. मी माझी पाठ्यसामग्री तयार करण्यात लागलो होतो, कारण मला या उत्साही विद्यार्थ्यासाठी एक शिक्षण प्रणाली बनवायची होती.

त्यांच्या अतृप्त कुतूहलामुळे मला माझ्या कमकुवतपणाची जाणीव झाली. त्यांनी असे-असे प्रश्न विचारले, ज्यामुळे माझ्यासमोर नवीन क्षेत्रांचे दरवाजे उघडले. यापैकी अनेक प्रश्नांची उत्तरे मी माझ्या समजुतीनुसारच देऊ शकत होतो. उदाहरणार्थ, अणुबॉम्बवर चर्चा करण्यासाठी मला त्यांना बॉम्बच्या घटकांबद्दल सांगावे लागले. यावरून धातूंवर चर्चा सुरू झाली, ज्यासाठी तिबेटीमध्ये कोणताही सामान्य शब्द नाही, त्यामुळे मला धातूंच्या विविध प्रकारांबद्दल सविस्तर सांगावे लागले. एक असा विषय ज्याने, नक्कीच, प्रश्नांची सरबत्ती केली.

ल्हासामधील माझ्या जीवनाचा आता एक नवीन अध्याय सुरू झाला होता. माझ्या अस्तित्वाचे एक ध्येय निश्चित झाले होते. मी आता असमाधानी नव्हतो. अपूर्णत्व जाणवत नव्हते. मी माझ्या मागील जबाबदाऱ्या सोडल्या नव्हत्या. मी आजही मंत्रालयासाठी बातम्या गोळा करत होतो. मी आजही नकाशे बनवत होतो. पण आता दिवस खूप छोटे झाले होते आणि मी अनेकदा उशिरा रात्रीपर्यंत काम करायचो. माझ्याकडे मौजमजा आणि छंद पूर्ण करण्यासाठी खूप कमी वेळ होता, कारण जेव्हा दलाई लामा मला बोलवायचे, तेव्हा मला मोकळे राहावे लागायचे. सकाळी पार्ट्यांमध्ये जाणे बंद केले होते. पण हा कोणताही त्याग नव्हता. मी या गोष्टीने खूश होतो की माझ्या जीवनात एक ध्येय होते. मी माझ्या विद्यार्थ्यासोबत जे तास घालवले, ते माझ्यासाठी तितकेच शिक्षाप्रद होते जेवढे त्याच्यासाठी. त्याने मला तिबेटचा इतिहास आणि बुद्धांच्या शिकवणींबद्दल खूप काही शिकवले, तो या विषयांचा खरा तज्ज्ञ होता. आम्ही अनेकदा धार्मिक विषयांवर तासनतास वाद-विवाद करायचो आणि माझ्या विद्यार्थ्याला पूर्ण विश्वास होता की तो माझे बौद्ध धर्मात धर्मांतर करण्यात यशस्वी होईल. त्याने मला सांगितले की तो प्राचीन रहस्यांचे ज्ञान असलेल्या पुस्तकांचा अभ्यास करत होता, ज्याद्वारे शरीर आणि आत्मा

वेगळे केले जाऊ शकतात. तिबेटचा इतिहास अशा महापुरुषांच्या कथांनी भरलेला आहे ज्यांचे आत्मे त्यांच्या भौतिक शरीरापासून शेकडो मैल दूर जाऊन कार्य करत असत. दलाई लामांना पूर्ण विश्वास होता की आपल्या श्रद्धेच्या बळावर आणि निर्धारित अनुष्ठाने करून ते साम्येसारख्या खूप दूर स्थित ठिकाणीही काम करू शकतात. जेव्हा त्यांनी पुरेशी प्रगती केली, तेव्हा ते म्हणाले की ते मला तिथे पाठवतील आणि ल्हासामधून माझे मार्गदर्शन करतील. मला आठवते की मी त्यांना हसत म्हटले होते, 'ठीक आहे, कुंडीन, जेव्हा तुम्ही असे करू शकाल, तेव्हा मीही बौद्ध बनेन.'

दुर्दैवाने आम्ही हा प्रयोग करण्यात कधीच यशस्वी होऊ शकलो नाही. आमच्या मैत्रीची सुरुवात राजकीय ढगांमध्ये हरवली. पेकिंग रेडिओचा आवाज आणखीनच अहंकारी होत गेला आणि चियांग काई-शेक आपल्या सरकारसह आधीच फार्मोसाला परत गेले होते. ल्हासामध्ये राष्ट्रीय सभेने एकापाठोपाठ एक बैठका घेतल्या, नवीन सैन्य बनवले गेले, शो गावात परेड आणि लष्करी सराव केले गेले आणि दलाई लामांनी स्वतः सैन्याच्या नवीन ध्वजांची प्रतिष्ठापना केली.

इंग्रजी रेडिओ तज्ज्ञ फॉक्सकडे खूप काम होते, कारण प्रत्येक लष्करी तुकडीकडे किमान एक प्रसारण सेट असणे आवश्यक होते.

सर्व महत्त्वाचे राजकीय निर्णय घेणारी तिबेटी राष्ट्रीय सभा पन्नास धर्मनिरपेक्ष आणि मठवासी अधिकाऱ्यांनी बनलेली आहे. सभेचे अध्यक्षस्थान ड्रेबुंग, सेरा आणि गंडेनचे चार मठाधीश भूषवतात, ज्यापैकी प्रत्येकासोबत एक भिक्षू आणि एक वित्त सचिव जोडलेला असतो. राष्ट्रीय सभेचे इतर सदस्य, मग ते धर्मनिरपेक्ष असोत वा धार्मिक, वेगवेगळ्या सरकारी कार्यालयांशी संबंधित असतात, पण चारही कॅबिनेट मंत्र्यांपैकी कोणीही याचा सदस्य नसतो. प्रथा अशी आहे की मंत्रिमंडळाने एका जवळच्या कक्षात बैठक करावी आणि सभेचे सर्व निर्णय विना नकाराधिकाराने पाहावेत. सर्व प्रश्नांमध्ये अंतिम निर्णय दलाई लामांचा असतो किंवा, जर ते अजूनही अल्पवयीन असतील, तर त्यांचे स्थान रीजेंट घेतात. अर्थात कोणीही अशा उच्च अधिकाऱ्याकडून येणाऱ्या प्रस्तावावर चर्चा करण्याची हिंमतही करणार नाही.

काही वर्षांपूर्वीपर्यंत तथाकथित महान राष्ट्रीय सभा दरवर्षी बोलावली जायची. ही संस्था अधिकाऱ्यांसह शिंपी, गवंडी, सुतार यांसारख्या कारागिरांच्या संघटनांच्या प्रतिनिधींनी बनलेली होती. सुमारे पाचशे लोकांच्या या वार्षिक बैठका त्वरित बंद करण्यात आल्या. कायद्याचे पालन करण्याव्यतिरिक्त यांचे खऱ्या अर्थाने कोणतेही महत्त्व नव्हते. खऱ्या अर्थाने रीजेंटची सत्ता सर्वोच्च होती.

या कठीण काळात अनेकदा राज्याच्या ज्योतिषाचा सल्ला घेतला जायचा. त्यांच्या भविष्यवाण्या नकारात्मक असायच्या आणि त्यामुळे लोकांचे मनोधैर्य वाढत नसे. ते म्हणायचे, ‘उत्तर आणि पूर्वेकडील एका शक्तिशाली शत्रूपासून आपल्या पवित्र भूमीला धोका आहे.’ किंवा ‘आपला धर्म धोक्यात आहे.’ सर्व सल्लामसलत गुप्तपणे व्हायची, पण भविष्यवाण्या लोकांपर्यंत पोहोचायच्या आणि कुजबुजणाऱ्यांद्वारे दूर-दूरपर्यंत पसरायच्या. युद्ध आणि संकटाच्या काळात जसे साधारणपणे होते, संपूर्ण शहरात वेगवेगळ्या प्रकारच्या अफवा पसरू लागल्या आणि शत्रूची ताकद खूप जास्त वाढली. ज्योतिषांचे दिवस चांगले चालले होते, कारण ना केवळ देशाचे भविष्य टांगणीला लागले होते, तर प्रत्येकजण आपल्या वैयक्तिक फायद्याचा विचार करत होता. पूर्वीपेक्षा अधिक लोक देवतांच्या आश्रयाला जात होते, शकुन-अपशकुनाचा विचार करत होते आणि प्रत्येक घटनेला चांगला किंवा वाईट अर्थ देत होते. दूरदृष्टी असलेल्या लोकांनी आधीच आपला खजिना दक्षिणेला किंवा दूरच्या भागात पाठवण्यास सुरुवात केली होती. पण सामान्य लोकांचे मानणे होते की देवता त्यांची मदत करतील आणि कोणताही चमत्कार देशाला युद्धापासून वाचवेल.

राष्ट्रीय सभा अधिक गांभीर्याने विचार करत होती. त्यांना हे स्पष्ट झाले होते की फुटीरतावाद देशासाठी गंभीर धोका आहे. परदेशी राज्यांशी राजनैतिक संबंध प्रस्थापित करण्याची आणि संपूर्ण जगाला हे सांगण्याची वेळ आली होती की तिबेट स्वतंत्र होऊ इच्छितो. आतापर्यंत चीनचा हा दावा की तिबेट हा त्याचा एक प्रांत आहे, कोणत्याही विरोधाशिवाय कायम होता. वर्तमानपत्रे आणि ब्रॉडकास्टर्स देशाबद्दल काहीही बोलू शकत होते, तिबेटने आपल्या बाजूने कोणतेही उत्तर दिले नाही. पूर्ण तटस्थतेच्या आपल्या

धोरणानुसार सरकारने जगासमोर आपले विचार स्पष्ट करण्यास नकार दिला होता. आता या दृष्टिकोनाचा धोका ओळखला गेला आणि लोकांनी प्रचार-प्रसाराचे महत्त्व समजण्यास सुरुवात केली. दररोज रेडिओ ल्हासा तिबेटी, चिनी आणि इंग्रजी भाषेत आपले विचार प्रसारित करत असे. सरकारद्वारे बीजिंग, दिल्ली, वॉशिंग्टन आणि लंडनला जाण्यासाठी मिशन्स नियुक्त केले गेले होते. त्यांचे सदस्य मठवासी अधिकारी आणि तरुण उच्चभ्रू लोक होते ज्यांनी भारतात इंग्रजी शिकले होते. पण ते त्यांच्या सरकारद्वारे निर्णय न घेतल्यामुळे आणि महासत्तांद्वारे अडथळ्यामुळे भारताच्या पुढे कधीही जाऊ शकले नाहीत.

तरुण दलाई लामांना परिस्थितीच्या गंभीरतेची जाणीव होती, पण त्यांनी शांततापूर्ण परिणामाची आशा करणे थांबवले नाही. माझ्या भेटींदरम्यान मी पाहिले की भावी शासक राजकीय घटनांमध्ये किती जास्त रस घेत होते. आम्ही नेहमी आमच्या छोट्याशा सिनेमागृहात एकटेच भेटायचो आणि मी अनेकदा छोट्या-छोट्या गोष्टींवरून समजू शकायचो की त्यांना माझ्या येण्याची किती आतुरता असायची. कधीकधी ते आनंदाने डोलत आणि आपला हात पुढे करत बागेत धावत माझे अभिवादन करण्यासाठी येत असत. त्यांच्याप्रती माझा जिव्हाळा आणि या वस्तुस्थितीकडे दुर्लक्ष करून की ते मला आपला मित्र म्हणायचे, मी नेहमी तिबेटच्या भावी राजाप्रती आदर दाखवण्याची काळजी घेतली. त्यांनी मला इंग्रजी, भूगोल आणि गणिताचे शिक्षण देण्याची जबाबदारी सोपवली होती. याव्यतिरिक्त मला त्यांच्या सिनेमाची काळजी घ्यायची होती आणि त्यांना जगातील घटनांपासून अवगत करायचे होते. त्यांनी स्वतःहून माझा पगार वाढवला, जरी त्यांना अद्याप घटनात्मकदृष्ट्या आदेश देण्याचा अधिकार नव्हता, त्यांना केवळ ही इच्छा व्यक्त करायची होती की आदेशाचे पालन केले जावे.

ते त्यांच्या समजुतीच्या शक्तीने, त्यांच्या चिकाटीने आणि त्यांच्या परिश्रमाने मला सतत चकित करत राहायचे. जेव्हा मी त्यांना गृहपाठासाठी भाषांतर करण्यासाठी दहा वाक्ये द्यायचो, तेव्हा ते सामान्यतः वीस वाक्ये तयार करून आणायचे. ते भाषा शिकण्यात खूप वेगवान होते, जसे बहुतांश तिबेटी लोक असतात. उच्च वर्गातील लोकांसाठी आणि व्यापाऱ्यांसाठी

मंगोलियन, चिनी, नेपाळी आणि हिंदी बोलणे खूप सामान्य गोष्ट आहे. माझ्या शिष्याची सर्वांत मोठी अडचण 'एफ' अक्षराचा उच्चार करणे होती. हे अक्षर तिबेटीमध्ये नसते. कारण माझी इंग्रजी एकदम अचूक नव्हती, त्यामुळे आम्ही पोर्टेबल रेडिओवर इंग्रजी बातम्या ऐकायचो आणि डिक्टेशन स्पीडने बोलल्या गेलेल्या शब्दांचा लाभ घ्यायचो.

मला सांगण्यात आले होते की एका सरकारी कार्यालयात सीलबंद पेट्यांमध्ये इंग्रजी शाळेची पुस्तके ठेवलेली होती. मंत्रालयाला निर्देश दिले गेले आणि त्याच दिवशी पुस्तके नोरबुलिंगकाला पाठवली गेली. आम्ही थिएटरमध्ये त्यांच्यासाठी एक छोटीशी लायब्ररी बनवली. माझ्या शिष्याला या शोधावर खूप आनंद झाला. जेव्हा मी त्यांच्यातील उत्साह आणि ज्ञानाची तहान पाहिली तेव्हा मला माझ्या बालपणाबद्दल विचार करून खूप लाज वाटली.

तेराव्या दलाई लामांच्या संपत्तीत अनेक इंग्रजी पुस्तके आणि नकाशेही होते, पण मी पाहिले की ते खूप नवीन वाटत होते आणि उघडपणे वाचले गेले नव्हते. दिवंगत शासकाने भारत आणि चीनमधील त्यांच्या लांबच्या प्रवासादरम्यान खूप काही शिकले होते आणि सर चार्ल्स बेल यांच्याशी असलेल्या त्यांच्या मैत्रीमुळेच त्यांना पाश्चात्य जगाबद्दल माहिती मिळाली होती. मी आधीपासूनच या इंग्रजाच्या नावाने परिचित होतो आणि मी माझ्या नजरकैदेच्या दरम्यान त्यांची पुस्तकेही वाचली होती. ते तिबेटी स्वातंत्र्याचे एक मोठे समर्थक होते. सिक्कीम, तिबेट आणि भूतानचे राजकीय संपर्क अधिकारी म्हणून त्यांनी भारतासाठीच्या आपल्या लढ्यादरम्यान दलाई लामांना ओळखले होते. ही दोन व्यक्तींमधील जवळच्या मैत्रीची सुरुवात होती, जी अनेक वर्षे टिकली. सर चार्ल्स बेल निःसंशयपणे दलाई लामांच्या संपर्कात येणारे पहिले गोरे व्यक्ती होते.

माझा तरुण शिष्य अद्याप प्रवास करण्याच्या स्थितीत नव्हता, पण यामुळे विश्व भूगोलातील त्याची आवड कमी झाली नाही. लवकरच भूगोल त्याचा आवडता विषय बनला. मी त्याच्यासाठी जगाचे आणि आशिया तसेच तिबेटचे उत्तम नकाशे बनवले. आमच्याकडे एक पृथ्वीगोल (ग्लोब) होता,

ज्याच्या मदतीने मी त्याला समजावू शकलो की रेडिओ न्यू यॉर्क ल्हासापेक्षा अकरा तास मागे का होता. त्याला लवकरच सर्व देशांबद्दल आपुलकी वाटू लागली आणि तो काकेशसशी तितकाच परिचित झाला जितका हिमालयाशी. त्याला या गोष्टीचा विशेषतः अभिमान होता की जगातील सर्वांत उंच शिखर त्याच्या सीमेवर होते आणि अनेक तिबेटी लोकांप्रमाणे त्याला हे जाणून आश्चर्य वाटले की क्षेत्रफळात तो अनेक देशांपेक्षा मोठा होता.

या उन्हाळ्यात एका अप्रिय घटनेमुळे आमच्या अभ्यासात अडथळा आला. १५ ऑगस्ट रोजी एका भयंकर भूकंपाने पवित्र शहरात घबराट निर्माण केली. आणखी एक अपशकुन! लोक धूमकेतूमुळे निर्माण झालेल्या भीतीतून अजून सावरलेही नव्हते, जो गेल्या वर्षी आकाशात घोड्याच्या चमकणाऱ्या शेपटीसारखा रात्रंदिवस दिसत होता. वृद्ध लोकांना आठवत होते की मागील धूमकेतू चीनसोबत युद्ध घेऊन आला होता.

भूकंप पूर्णपणे अनपेक्षित होता, कोणत्याही पूर्वसूचनेशिवाय. ल्हासाची घरे अचानक हलू लागली आणि सुमारे चाळीस स्फोट ऐकू आले, जे निःसंशयपणे पृथ्वीच्या पृष्ठभागाला पडलेल्या भेगांमुळे झाले होते. स्वच्छ आकाशात पूर्व दिशेला एक खूप मोठा प्रकाश दिसत होता. धक्के अनेक दिवस चालू राहिले. भारतीय रेडिओने तिबेटच्या सीमेवर असलेल्या त्यांच्या आसाम प्रांतात मोठ्या भूस्खलनाची माहिती दिली. पर्वत आणि दऱ्या विस्थापित झाल्या आणि ब्रह्मपुत्राने मोठी हानी केली, कारण एक पर्वत तुटून त्याचा मार्ग अडवला गेला होता.

काही आठवड्यांनंतरच ल्हासाला हे समजू शकले की तिबेटमध्ये किती भयंकर विध्वंस झाला होता. भूकंपाचा केंद्रबिंदू दक्षिण तिबेटमध्ये असावा. शेकडो भिक्षू आणि भिक्षुणी त्यांच्या खडकाळ मठांमध्ये गाडले गेले होते. जवळच्या जिल्हा अधिकाऱ्यापर्यंत या मृत्यूंची माहिती देणारे कोणीही उरले नव्हते. इमारती कोसळून ढिगाऱ्यात बदलल्या आणि माणसांना जणू जमिनीच्या आत बसलेल्या कोण्या राक्षसाने ओढले असावे. ते जमिनीत सामावले गेले.

अपशकुन होऊ लागले. राक्षस निर्माण झाले. एके दिवशी सकाळी पोटालाच्या कडेला उभ्या असलेल्या दगडाच्या स्तंभाचे टोक कोसळले. सरकारने भिक्षूंना जागोजागी प्रार्थना करण्यासाठी पाठवले, पण हे व्यर्थ होते. आणि जेव्हा एके दिवशी कडक उन्हाळ्याच्या हंगामात चर्चवरील एका पन्हाळीतून पाणी वाहू लागले तेव्हा ल्हासाचे लोक भीतीने कापू लागले. अर्थात, या सर्व घटनांचे नैसर्गिक कारण होते, पण जर तिबेटी लोकांनी त्यांची अंधश्रद्धा सोडली असती तर त्यांनी एक संपत्तीही गमावली असती. आपण हे लक्षात ठेवले पाहिजे की जर वाईट संकेत त्यांना भीतीने निराश करू शकतात, तर चांगले संकेत त्यांना ताकद आणि आत्मविश्वासाने भरून काढतात.

दलाई लामांना या सर्व भयंकर घटनांबद्दल माहिती दिली जात होती. जरी ते त्यांच्या लोकांसारखेच अंधश्रद्धाळू होते, तरीही ते नेहमी या घटनांवर माझे विचार जाणून घेण्यासाठी उत्सुक असायचे. आमच्याकडे संवादासाठी विषयांची कधीच कमतरता नसायची आणि आमच्या अभ्यासाचा वेळ खूप कमी असायचा. ते खऱ्या अर्थाने आपला रिकामा वेळ माझ्यासोबत घालवायचे आणि खूप कमी लोकांना माहित होते की ते आपल्या या वेळेचा उपयोग पुढील अभ्यासासाठी करत होते. ते त्यांच्या नियमित कार्यक्रमाचे नियमानुसार पालन करायचे. आणि जर ते माझ्या येण्याची आनंदाने वाट पाहायचे, तर त्याचप्रमाणे जेव्हा त्यांचे घड्याळ सांगायचे की आमच्या संवादाची वेळ संपली आहे आणि एक धर्म शिक्षक कुठे तरी त्यांची वाट पाहत आहेत, लगेच थांबायचेही.

एकदा मला योगायोगाने समजले की ते आमच्या अभ्यासाला किती महत्त्व द्यायचे. एके दिवशी अनेक समारंभ होणार होते. मला अपेक्षा नव्हती की मला नोरबुहंगकामध्ये बोलावले जाईल आणि म्हणून मी मित्रांसोबत शहराजवळ एका टेकडीवर फेरफटका मारायला गेलो. पर्यटनावर निघण्यापूर्वी मी माझ्या नोकराला सांगितले की जर दलाई लामांनी मला बोलावले तर त्याने मला आरशाने संकेत द्यावा. नेहमीप्रमाणे हॉर्न वाजल्यावर मला संकेत मिळाला आणि मी पूर्ण वेगाने शहराकडे परत धावलो. माझा नोकर घाटावर घोड्यासोबत माझी वाट पाहत होता, मी घोड्यावर स्वार होऊन सरपटत गेलो. मी दहा मिनिटे उशिरा पोहोचलो. दलाई लामा मला भेटण्यासाठी धावत आले

आणि उत्साहाने माझे दोन्ही हात पकडले, 'तुम्ही इतका वेळ कुठे लावला? मी खूप वेळ तुमची वाट पाहत होतो हेनरिग.' मी माफी मागितली की माझ्यामुळे त्यांना त्रास झाला. तेव्हाच मला जाणवले की हे तास त्यांच्यासाठी किती महत्त्वाचे आहेत. त्याच दिवशी त्यांची आई आणि सर्वांत लहान भाऊ तिथे उपस्थित होते, आणि मी त्यांना दलाई लामांकडे असलेल्या ऐंशी चित्रपटांपैकी एक चित्रपट दाखवला. आई आणि मुलाला एकत्र पाहणे माझ्यासाठी खूप चांगला अनुभव होता. मला माहित होते की मुलाला बुद्ध अवतार म्हणून अधिकृत मान्यता मिळाल्यापासून कुटुंबाचा त्याच्यावर मुलगा किंवा भाऊ असण्याचा कोणताही अधिकार राहिला नव्हता. या कारणाने त्यांच्या आईचे येणे हा एक प्रकारचा अधिकृत कार्यक्रम होता, ज्यामध्ये त्या त्यांच्या पूर्ण थाटमाटासह आणि सजून-धजून आल्या होत्या. जेव्हा त्या जाऊ लागल्या तेव्हा त्यांनी मुलासमोर मस्तक टेकवले आणि मुलाने आशीर्वाद देण्यासाठी आपला हात त्यांच्या डोक्यावर ठेवला. हा हावभाव या दोन्ही व्यक्तींच्या एकमेकांशी असलेल्या संबंधाला चांगल्या प्रकारे व्यक्त करत होता. आईला दोन्ही हातांनी आशीर्वादही मिळाला नाही, जो केवळ भिक्षूंना आणि उच्च अधिकाऱ्यांना दिला जायचा.

असे खूप कमी वेळा झाले की जेव्हा आम्ही एकत्र असायचो तेव्हा आम्हाला कोणत्याही गोष्टीची चिंता असायची. एकदा अंगरक्षक त्यांच्याकडे एक महत्त्वाचे पत्र घेऊन आला. त्या विशालकाय व्यक्तीने शिष्टाचारानुसार तीन वेळा जमिनीवर झोपून त्यांना प्रणाम केला आणि मग धापा टाकत त्यांना पत्र दिले. मग तो खोलीतून बाहेर गेला आणि आपल्या मागे शांतपणे दरवाजा बंद केला. अशा क्षणांमध्ये मी खूप सावध असायचो की कुठे मी प्रोटोकॉलचे उल्लंघन तर करत नाही.

हे पत्र दलाई लामांच्या सर्वांत मोठ्या भावाकडून, चीनच्या चिंगहाई प्रांतातील कुंबुमच्या मठाधीशाकडून आले होते. तिथे आधीपासूनच रेड्स सत्तेत होते आणि आता ते त्यांचे भाऊ टॅगसेल रिम्पोछेंच्या माध्यमातून दलाई लामांना आपल्या बाजूने करण्याची आशा करत होते. पत्रात सांगितले होते की टॅगसेल ल्हासासाठी निघाले आहेत.

त्याच दिवशी मी दलाई लामांच्या कुटुंबाला भेटायला गेलो. जेव्हा मी पोहोचलो तेव्हा त्यांच्या आईने मला फटकारले. त्यांच्या आईचे प्रेम या गोष्टीला खूप चांगल्या प्रकारे समजून होते की ते माझ्यावर किती अवलंबून होते आणि माझी वाट पाहताना ना जाने किती वेळा घड्याळ पाहिले होते. मी त्यांना समजावून सांगितले की मी वेळेवर का आलो नाही आणि त्यांना हे समजावू शकलो की माझ्या वेळेवर न पोहोचण्याचे कारण निष्काळजीपणा नव्हता. जेव्हा मी त्यांचा निरोप घेतला तेव्हा त्यांनी मला विनंती केली की मी कधीही विसरू नये की त्यांच्या मुलाला आपल्या पद्धतीने आनंद घेण्याच्या किती कमी संधी मिळाल्या होत्या. हे कदाचित चांगलेच झाले की आईने स्वतः पाहिले होते की दलाई लामांसाठी आमच्या अभ्यासाचे तास किती महत्त्वाचे आहेत. काही महिन्यांनंतर ल्हासामध्ये प्रत्येकाला माहित होते की मी दुपारच्या वेळी कुठे जात होतो. अपेक्षेप्रमाणे, भिक्षूंनी माझ्या नियमित भेटीवर टीका केली, पण त्यांची आई आपल्या मुलाच्या इच्छांसाठी ठाम राहिली.

पुढच्या वेळी जेव्हा मी पिवळ्या रंगाच्या गेटमधून बागेत पोहोचलो तेव्हा मला वाटले की दलाई लामा त्यांच्या छोट्याशा खिडकीतून माझ्याकडे पाहत आहेत आणि असे वाटत होते की त्यांनी चष्मा घातलेला आहे. हे पाहून मी आश्चर्यचकित झालो, कारण मी त्यांना कधीही चष्मा घातलेले पाहिले नव्हते. माझ्या प्रश्नाच्या उत्तरात त्यांनी मला सांगितले की गेल्या काही काळापासून त्यांच्या डोळ्यांना त्रास होत होता आणि त्यामुळे त्यांनी वाचण्या-लिहिण्यासाठी चष्मा घालण्यास सुरुवात केली होती. त्यांच्या भावाने भारतीय दूतावासाकडून त्यांना एक चष्मा मिळवून दिला होता. कदाचित बालपणीच त्यांचे डोळे खराब झाले होते, जेव्हा त्यांचा एकमेव आनंद ल्हासामध्ये दुर्बिणीतून तासनतास पाहणे हा होता. याशिवाय पोटालाच्या संध्याकाळी सतत वाचणे आणि अभ्यास करणे त्यांच्या दृष्टीसाठी चांगले नव्हते. या प्रसंगी त्यांनी त्यांच्या मठवासी पोशाखावर एक लाल जॅकेट घातले होते. त्यांनी ते स्वतः डिझाईन केले होते आणि याचा त्यांना खूप अभिमान होता, पण ते केवळ त्यांच्या मोकळ्या वेळेतच ते घालत असत. या पोशाखाची सर्वांत खास गोष्ट ही होती की यात खिशे होते. तिबेटी पोशाखात खिसा नसतो, पण डिझाईनरने चित्ते आणि माझ्या जॅकेटमध्ये बनलेले खिशे पाहिले

होते आणि जाणवले होते की हे किती उपयोगी ठरू शकतात. आता, त्यांच्या वयाच्या मुलांप्रमाणे ते आपल्यासोबत चाकू, स्क्रू-ड्रायव्हर, मिठाई इत्यादी नेऊ शकत होते. ते आता त्यांच्या खिशात रंगीत पेन्सिल आणि फाउंटेन पेनही ठेवत होते आणि निःसंशयपणे, अशा गोष्टींचा आनंद घेणारे ते पहिले दलाई लामा होते. त्यांना मनगटी घड्याळे आणि भिंतीवरील घड्याळांचा संग्रह करण्यातही मोठी आवड होती. काही घड्याळे त्यांना तेराव्या दलाई लामांकडून वारसाहक्काने मिळाली होती. त्यांचे आवडते एक ओमेगा कॅलेंडर-घड्याळ होते जे त्यांनी त्यांच्या पैशाने खरेदी केले होते. अल्पवयीन असताना ते केवळ तेच पैसे खर्च करू शकत होते, जे त्यांच्या सिंहासनाखाली प्रसाद म्हणून सोडले जात असत. नंतर पोटालाच्या खजिन्याच्या तिजोऱ्या त्यांच्यासाठी उघडल्या जातील आणि तिबेटचे शासक म्हणून ते जगातील सर्वांत श्रीमंत व्यक्तींपैकी एक बनतील.

१६

तिबेटवर आक्रमण

'दलाई लामांना शक्ती द्या' - अवताराला मान्यता – रेड्सने (चीन) तिबेटवर आक्रमण केले - दलाई लामांच्या पलायनाची तयारी.

आता पहिल्यांदाच लोकांनी सार्वजनिकरीत्या असे म्हणताना ऐकले की दलाई लामांच्या सज्ञान होण्याची घोषणा सामान्य वयापर्यंत पोह्योचण्यापूर्वीच अधिकृतरीत्या केली जावी. या कठीण काळात लोकांना वाटायचे की सिंहासनावर एक तरुण, बेदाग सम्राट बसावा आणि आता जनतेला रीजेंटच्या आजूबाजूला असलेल्या भ्रष्ट आणि अलोकप्रिय गटाच्या दयेवर अवलंबून राहावे लागू नये. वर्तमान शासन युद्ध लादले जात असलेल्या लोकांसाठी कोणत्याही प्रकारे मदतीचे ठरणार नव्हते.

जवळपास याच वेळी ल्हासामध्ये काहीतरी अभूतपूर्व घडले. एके दिवशी सकाळी आम्हाला नोरबुलिंगकाकडे जाणाऱ्या रस्त्याच्या भिंतींवर पोस्टर्स लावलेली दिसली, ज्यावर लिहिले होते, 'दलाई लामांना सत्ता द्या.' या आवाहनाच्या समर्थनार्थ रीजेंटच्या आवडत्या लोकांविरुद्ध आरोपांची एक मालिका सुरू झाली. साहजिकच मी महामहिमांसोबतच्या माझ्या पुढच्या भेटीत या पोस्टर्सबद्दल बोललो. त्यांनी त्यांच्या भावाकडून याबद्दल आधीच ऐकले होते. असा अंदाज लावला गेला की सेराच्या भिक्षूंनी हे काम केले असावे. परिस्थिती ज्या प्रकारे बदलत होती त्यामुळे दलाई लामा अजिबात खूश नव्हते. ते स्वतःला सिंहासनावर बसण्यासाठी योग्य मानत नव्हते.

त्यांना माहीत होते की त्यांना अजूनही खूप काही शिकायचे आहे. यामुळेच त्यांनी पोस्टर्सना जास्त महत्त्व दिले नाही आणि आमचा अभ्यासक्रम पूर्ण करण्यात जास्त रस घेतला. त्यांची सर्वांत मोठी चिंता ही होती की त्यांचे ज्ञान त्यांच्या वयाच्या कोण्या पाश्चात्य शाळकरी मुलाच्या बरोबरीचे आहे का, की त्यांना युरोपमध्ये मागासलेला तिबेटी म्हणून गणले जाईल. मी त्यांना पूर्ण प्रामाणिकपणाने आश्वस्त करू शकलो की ते बुद्धिमत्तेत सरासरीपेक्षा वरचे आहेत आणि त्यांच्यासाठी युरोपियन मुलांपेक्षा जास्त ज्ञान मिळवणे शक्य होईल. केवळ दलाई लामाच न्यूनगंडात अडकले नव्हते, तर आम्ही सामान्य तिबेटी लोकांनाही हे म्हणताना ऐकतो, 'आम्हाला काहीही माहीत नाही. आम्ही खूप मूर्ख आहोत!' पण नक्कीच असे नाही. तिबेटी लोक मंदबुद्धीचे नाहीत. आणि, असा निर्णय देताना ते शिक्षण आणि बुद्धिमत्तेमधील फरक करण्यात गल्लत करतात.

भारतीय दूतावासाच्या मदतीने मी वेळोवेळी आमच्या सिनेमासाठी नाटक चित्रपट आणत होतो. मला दलाई लामांना खूश करण्यासाठी एक शानदार आणि विस्तृत प्रदर्शन-सूची तयार करायची होती. मला जे नाटक चित्रपट मिळाले, त्यापैकी पहिला हेन्री पाचवा होता आणि मी हे पाहण्यासाठी खूप उत्सुक होतो की तरुण शासकाची यावर काय प्रतिक्रिया असेल. त्यांनी त्यांच्या मठाधीशांना सादरीकरणाला उपस्थित राहण्याची परवानगी दिली आणि जेव्हा अंधार पडला, तेव्हा आत काम करणारे माळी आणि आचारीही थिएटरमध्ये आले. प्रेक्षक थिएटरच्या फरशीवर गालिच्यांवर बसले होते, तर दलाई लामा आणि मी नेहमीप्रमाणे सभागृहातून प्रोजेक्शन रूमकडे जाणाऱ्या पायऱ्यांवर बसलो होतो. जे काही बोलले जात होते, मी कुजबुजत त्याचे भाषांतर करत होतो आणि त्यांच्या प्रश्नांची उत्तरे देण्याचाही प्रयत्न करत होतो. सुदैवाने मी यासाठी स्वतःला तयार करण्यासाठी मोठी मेहनत घेतली होती, कारण एका जर्मन व्यक्तीसाठी शेक्सपिअरच्या इंग्रजीचे तिबेटीत भाषांतर करणे इतके सोपे नव्हते. प्रेमाची दृश्ये पाहून जनतेला थोडा संकोच वाटत होता. ही दृश्ये पुढच्या वेळी चित्रपट पाहताना मी कापून टाकली. कुंडीन पिक्चरबद्दल उत्साहित होते. त्यांना पाच महान व्यक्तींमध्ये विशेष रस होता आणि त्यांची आवड राजांपुरतीच मर्यादित नव्हती. ते सेनापती आणि

विज्ञानाशी जोडलेल्या महान लोकांबद्दल सर्व काही जाणून घेऊ इच्छित होते आणि त्यांच्या कामगिरीचा अभ्यास करू इच्छित होते. त्यांनी महात्मा गांधींबद्दलचा एक माहितीपट अनेक वेळा पाहिला. महात्म्यांना तिबेटमध्ये खूप सन्मान दिला जातो.

मी त्यांच्या आवडीनिवडी समजू लागलो होतो. एकदा जेव्हा आम्ही चित्रपटांची निवड करत होतो, तेव्हा त्यांनी विनोदी आणि केवळ मनोरंजक चित्रपट बाजूला ठेवले आणि त्यांच्या जागी दुसरे चित्रपट आणण्यास सांगितले. त्यांची आवड शैक्षणिक, लष्करी आणि सांस्कृतिक चित्रपटांमध्ये होती. एकदा मी त्यांना घोड्यांच्या विषयावरील एक सुंदर चित्रपट दाखवून खूश करण्याचा विचार केला, पण त्यांना हा विषय आवडला नाही. ते म्हणाले, 'ही विचित्र गोष्ट आहे की पूर्वीची सत्ता (ज्याचा अर्थ तेरावे दलाई लामा असा होता) घोड्यांची इतकी शौकीन होती आणि घोडे माझ्यासाठी फारसे महत्त्वाचे नाहीत.'

यावेळी ते खूप वेगाने प्रगती करत होते आणि संक्रमणाच्या वयाची लक्षणेही प्रदर्शित होत होती. एकदा त्यांच्याकडून एक्सपोजर-मीटर खाली पडला आणि यावर ते तितकेच दुःखी झाले, जितके एक गरीब मूल आपले एकमेव खेळणे तुटल्यावर दुःखी होते. मला त्यांना आठवण करून द्यावी लागली की ते एका महान राज्याचे शासक आहेत आणि ते हवे तितके एक्सपोजर-मीटर खरेदी करू शकतात. त्यांची नम्रता माझ्यासाठी नेहमीच आश्चर्याचा विषय होती. एका श्रीमंत व्यापाऱ्याचे सरासरी मूल निश्चितपणे त्यांच्यापेक्षा कितीतरी अधिक बिघडलेले असेल. त्यांची जीवन जगण्याची पद्धत तपस्व्यांसारखी आणि एकांतप्रिय होती. अनेकदा ते उपवास आणि मौन पाळून दिवस काढायचे.

त्यांचे मोठे भाऊ लोबसंग समतेन एकमेव व्यक्ती होते ज्यांच्यासोबत ते मोकळेपणाने राहू शकत होते, पण ते मानसिकदृष्ट्या खूपच कमी विकसित होते. अभ्यासाच्या सुरुवातीला दलाई लामांनी आपल्या भावालाही आमच्यासोबत बसण्याचा आग्रह धरला होता, पण लोबसंगसाठी ही सक्ती एक वेदना होती आणि तो सतत गैरहजर राहायचा आणि मला यासाठी कारणे सांगण्यास सांगायचा. त्याने मान्य केले की त्याला आमचे संभाषण

खूप मुश्किलीने समजायचे आणि त्याला जागे राहण्यासाठी मोठा संघर्ष करावा लागायचा. दुसरीकडे, त्याला सरकारी कामकाजाची खूप चांगली व्यावहारिक समज होती आणि तो आपल्या भावाला त्यांची अधिकृत कर्तव्ये पार पाडण्यात मदत करण्यास खूप सक्षम होता.

कुंडीनने आपल्या भावाची वारंवार सांगितली जाणारी कारणे स्वीकारली. मला आश्चर्य वाटले, कारण लोबसंगने मला सांगितले होते की कुंडीन बालपणी किती रागीट स्वभावाचे होते. पण आता या दुर्गुणाचा कोणताही मागमूस उरलेला नव्हता. खऱ्या अर्थाने ते त्यांच्या वयाच्या मानाने खूप जास्त संयमी आणि गंभीर होते. पण जेव्हा हसायचे, तेव्हा कोणत्याही सामान्य मुलासारखे मनमोकळे हसायचे आणि त्यांना शालीन विनोद खूप आवडायचे. कधी-कधी ते माझ्यासोबत बॉक्सिंग करण्याचे नाटक करायचे आणि अनेकदा मला चिडवून खूश व्हायचे.

पाश्चात्य विचारांचा मोकळ्या मनाने स्वीकार करूनही त्यांना त्यांच्या कार्यालयाच्या शतकानुशतके जुन्या परंपरांचे पालन करावे लागायचे. दलाई लामांना खाजगी वापरासाठी दिल्या जाणाऱ्या सर्व वस्तूंना आजारांविरुद्ध सर्वोच्च उपचार किंवा वाईट आत्म्यांविरुद्ध ताईत मानले जायचे. महामहिमांच्या स्वयंपाकघरातून मी जे केक आणि फळे माझ्यासोबत घरी आणायचो, ते मिळवण्यासाठी खूप स्पर्धा असायची. आणि मी माझ्या मित्रांसोबत या गोष्टी वाटून त्यांना आनंद देऊ इच्छित होतो.

मला माहीत होते की तरुण राजाच्या मनात आपल्या लोकांना अंधाऱ्या अंधश्रद्धेच्या धुक्यातून बाहेर काढण्याची किती तीव्र इच्छा होती. आम्ही ज्ञानोदय आणि भविष्यातील सुधारणांबद्दल खूप स्वप्ने पाहायचो आणि त्यांच्याबद्दल बोलायचो. आम्ही आधीच एक योजना बनवली होती. आम्ही तिबेटमध्ये छोट्या, तटस्थ देशांमधून अशा तज्ज्ञांना बोलावण्याचा प्रस्ताव ठेवला, ज्यांचा आशियात कोणताही रस नव्हता. त्यांच्या मदतीने आम्हाला शिक्षण आणि सार्वजनिक आरोग्याच्या व्यवस्था बनवायच्या होत्या आणि काम पुढे नेण्यासाठी तिबेटी लोकांना प्रशिक्षितही करायचे होते. माझा मित्र औफशनाइटरसाठी एक मोठे काम राखीव होते. तिबेटमध्ये एक

कृषी अभियंता म्हणून त्याच्याकडे त्याच्या आयुष्याच्या उर्वरित भागासाठी करण्यासाठी खूप काही होते. तो स्वतः या विचारांनी उत्साही होता आणि इथे काम करत राहण्यापेक्षा त्याच्यासाठी चांगले काहीही नव्हते. माझ्याबद्दल सांगायचे तर, मला स्वतःला शिक्षणाच्या कार्यात समर्पित करायचे होते आणि आपल्या विविध विद्याशाखांसह एक विद्यापीठ बनवण्याचे स्वप्न पाहत होतो. पण भविष्यात आमची स्वप्ने साकार होण्याची कोणतीही शक्यता नव्हती, आणि औफशनाइटर आणि माझी दृष्टी इतकी स्पष्ट होती की आम्ही खोट्या आशांच्या आधारे जगू इच्छित नव्हतो. हे अटळ होते की चीन तिबेटवर आक्रमण करेल आणि मग तिबेटी स्वातंत्र्याचे पुरस्कर्ते असणाऱ्या आम्हा दोन मित्रांसाठी तिथे कोणतीही जागा नसेल.

जेव्हा आम्हा दोघांचे जवळचे संबंध प्रस्थापित झाले तेव्हा मी कुंडीन अवतार म्हणून मिळालेल्या त्यांच्या मान्यतेबद्दल काही जाणून घेण्याची इच्छा व्यक्त केली. मला आधीच माहीत होते की त्यांचा जन्म ६ जून, १९३५ रोजी कुकू-नोर सरोवराच्या शेजारच्या गावात झाला होता. त्यांच्या वाढदिवसानिमित्त शुभेच्छा देणारा मी एकमेव व्यक्ती होतो. तिबेटमध्ये वाढदिवसाच्या तारखेचे महत्त्व नाही. अनेक लोकांना तर त्यांच्या जन्माच्या तारखा आठवतही नाहीत, उत्सव साजरे करण्याचा प्रश्नच उद्भवत नाही. लोकांना आपल्या राजाच्या जन्माच्या तारखेत अजिबात रस नसतो. असे मानले जाते की कृपेची देवता चेनरेझी पृथ्वीवर त्यांचा राजा म्हणून पुनर्जन्म घेते. चेनरेझी हजार जिवंत बुद्धांपैकी एक आहेत, ज्यांनी मानवजातीला मदत करण्यासाठी निर्वाण घेतले आहे. चेनरेझी तिबेटचे संरक्षक देवता होते आणि अशी मान्यता आहे की त्यांचा पुनर्जन्म नेहमी बो(तिबेट) चा राजा म्हणून होतो. बौद्ध धर्म स्वीकारणाऱ्या मंगोलियाई शासक अल्तान खान यांनी अवतारांना दलाई लामा ही उपाधी दिली. विद्यमान दलाई लामा चौदावे अवतार होते. लोक त्यांना राजाऐवजी जिवंत बुद्ध मानायचे, आणि आपल्या प्रार्थना त्यांना शासक म्हणून नाही तर देशाचे संरक्षक देवता म्हणून समर्पित करत असत.

तरुण राजासाठी लोकांच्या मागण्या पूर्ण करणे सोपे नव्हते. त्यांना माहीत होते की त्यांच्याकडून दैवी निर्णय देण्याची अपेक्षा केली जाते आणि ते

जे आदेश देतात आणि जे करतात ते अचूक मानले जाते आणि ते ऐतिहासिक परंपरेचा भाग बनेल. तिबेटचा तरुण राजा आधीच आठवडाभराचे ध्यान आणि सखोल धार्मिक अभ्यासाच्या माध्यमातून आपल्या पदाची मोठी कर्तव्ये पार पाडण्यासाठी स्वतःला तयार करण्याचा प्रयत्न करत होता. तेराव्या अवताराच्या तुलनेत त्यांच्यात आत्मविश्वासाची कमतरता होती. त्सारोंग यांनी एकदा मला दिवंगत शासकाच्या दबंग चारित्र्याचे उदाहरण दिले. त्यांना नवीन कायदे बनवायचे होते, पण त्यांना त्यांच्या पुराणमतवादी साथीदारांकडून तीव्र विरोधाचा सामना करावा लागला. विरोधासाठी या लोकांनी त्यांना पाचव्या दलाई लामांची विधाने उद्धृत करून दाखवली. ज्यावर तेराव्या दलाई लामांनी विचारले, 'आणि पाचवी काया कोण होती?' यावर भिक्षू त्यांच्यासमोर नतमस्तक झाले, कारण त्यांच्या उत्तराने त्यांना निरुत्तर केले होते. एक अवतार म्हणून, ते निश्चितच केवळ तेरावे नाही तर पाचवे आणि इतर सर्व दलाई लामाही होते. जेव्हा मी ही गोष्ट ऐकली तेव्हा माझ्या मनात हा विचार आला की तिबेट किती भाग्यवान राहिला की त्याला निरो किंवा इव्हान द टेरिबलसारखा शासक कधीही मिळाला नाही. पण एका तिबेटीच्या मनात असा विचार कधीही येऊ शकत नाही, कारण कृपेच्या देवतेचा अवतार केवळ चांगुलपणाच असू शकतो.

दलाई लामा माझ्या या प्रश्नाचे कोणतेही समाधानकारक उत्तर देऊ शकले नाहीत की त्यांचा शोध कसा लागला. जेव्हा ही घटना घडली तेव्हा ते खूप लहान होते आणि त्यांना या घटनेची अंधुकशी आठवण होती. जेव्हा त्यांनी पाहिले की मला या प्रकरणात खूप रस आहे, तेव्हा त्यांनी मला सल्ला दिला की मी त्यांच्या ओळखीच्या वेळी उपस्थित असलेल्या कोण्या महानुभावाला विचारावे.

या घटनेच्या काही जिवंत प्रत्यक्षदर्शींपैकी एक सैन्याचे कमांडर-इन-चीफ, दझाझा किनसांगत्से हे होते. एका संध्याकाळी त्यांनी मला या रहस्यमय घटनेबद्दल सांगितले. १९३३ मध्ये मृत्यूच्या काही काळ आधी तेराव्या दलाई लामांनी आपल्या पुनर्जन्माचे संकेत दिले होते. त्यांच्या मृत्यूनंतर, त्यांचे शरीर पारंपारिक बुद्ध-मुद्रेत पोटालामध्ये दक्षिणेकडे ठेवले होते. एके दिवशी सकाळी असे पाहिले गेले की त्यांचे डोके पूर्वेकडे वळलेले

होते. राज ज्योतिषाचा लगेच सल्ला घेण्यात आला आणि समाधीस्थ भिक्षू ज्योतिषाने उगवत्या सूर्याच्या दिशेने एक पांढरा स्कार्फ फेकला. पण दोन वर्षे काहीही निश्चित संकेत मिळाला नाही. मग सल्ला घेण्यासाठी रीजेंट एका प्रसिद्ध सरोवराच्या तीर्थयात्रेवर निघाले. असे म्हटले जाते की चो खोर ग्येच्या पाण्यात व्यक्तीला भविष्य दिसते. प्रदीर्घ प्रार्थनेनंतर जेव्हा रीजेंट पाण्याजवळ पोहोचले आणि त्याच्या आरशात पाहिले तेव्हा त्यांना सोनेरी छतांचा एक तीन मजली मठ दिसला. याच्या जवळ कोरीव काम केलेली एक छोटीशी झोपडी होती. दैवी निर्देशाबद्दल कृतज्ञतेने भरलेले रीजेंट ल्हासाला परतले आणि शोधाच्या तयारीत मग्न झाले. संपूर्ण देशाने या कामात खूप रस घेतला. कारण कोण्या दैवी संरक्षकाच्या अनुपस्थितीत देश पोरका झाल्यासारखा वाटत होता. आपल्याकडे सामान्यतः असे मानले जाते की प्रत्येक पुनर्जन्म पूर्वजाच्या मृत्यूच्या क्षणीच होतो. ही मान्यता बौद्ध सिद्धांताशी सुसंगत नाही. या सिद्धांतानुसार देवाला स्वर्ग सोडण्यास आणि एक मनुष्य रूप धारण करण्यास अनेक वर्षे लागू शकतात. शोध घेणारे वर्ष १९३७ मध्ये निघाले. जे संकेत दिले गेले होते, त्यांचे अनुसरण करत ते पवित्र बालकाच्या शोधात पूर्वेकडे प्रवास करू लागले. या गटांचे सदस्य भिक्षू होते आणि प्रत्येक गटात एक धर्मनिरपेक्ष अधिकारी होता. ते सर्व आपल्यासोबत तेराव्या दलाई लामांशी संबंधित वस्तू घेऊन गेले होते.

मला माहिती देणारी व्यक्ती ज्या गटाशी जोडलेली होती, तो कायेत्सांग रिम्पोछेंच्या नेतृत्वाखाली प्रवास करत चीनच्या चिंगहाई प्रांतातील आमदो जिल्ह्यात पोहोचला. या भागात अनेक मठ आहेत, कारण लामावादाचे महान सुधारक त्सोंग कापा यांचा जन्म इथेच झाला होता. लोकसंख्या अंशतः तिबेटी आहे आणि मुसलमानांसोबत शांततेत राहते. गटाला अनेक मुले मिळाली पण त्यापैकी कोणीही त्यांना दिलेल्या निर्देशांनुसार नव्हते. त्यांना भीती वाटू लागली की कुठे ते त्यांच्या मोहिमेत अपयशी तर ठरणार नाहीत. शेवटी खूप भटकल्यानंतर त्यांना सोन्याच्या छतांचा एक तीन मजली मठ मिळाला. त्यांना रीजेंटचे स्वप्न आठवले, आणि मग त्यांची नजर कोरीव काम केलेल्या झोपडीवर पडली. उत्साहाने भरलेल्या लोकांनी आपल्या नोकरांचे कपडे घातले. अशा प्रकारच्या शोधांदरम्यान हा पारंपारिक उपाय अवलंबला

जातो, कारण उच्च अधिकाऱ्यांसारखे कपडे घातलेल्या लोकांकडे अनेक लोकांचे लक्ष वेधले जाते आणि त्यांना लोकांशी संपर्क न साधण्यात अडचण येते. आपल्या मालकांचे कपडे घातलेल्या नोकरांना चांगल्या खोलीत नेण्यात आले, तर नोकरांचा वेष घेतलेले भिक्षू स्वयंपाकघरात गेले. त्यांना आशा होती की घरातील मुले तिथेच मिळतील.

जसे ते घरात शिरले, त्यांना खात्री पटली की त्यांना पवित्र बालक इथेच मिळेल, आणि ते या गोष्टीची उत्सुकतेने वाट पाहू लागले की पुढे काय होईल. आणि, खरोखरच, दोन वर्षांचा बालक त्यांना भेटण्यासाठी धावत आला आणि त्याने त्या लामाचा झगा पकडला, ज्याने आपल्या गळ्यात तेराव्या दलाई लामांची माळ घातली होती. निडरपणे बालक ओरडले 'सेरा लामा, सेरा लामा!' आश्चर्याची गोष्ट होती की बाळाने सेवकाच्या वेशात एका लामाला ओळखले आणि त्याने सांगितले की तो सेराच्या मठातून आला आहे. गोष्ट खरीही होती. मग बालकाने माळ पकडली आणि जोपर्यंत लामाने ती त्याला दिली नाही तोपर्यंत तो ती ओढत राहिला. यानंतर मुलाने ती माळ आपल्या गळ्यात घातली. शोधकर्त्यांना आता कोणतीही शंका नव्हती. त्यांना अवतार मिळाला होता. पण त्यांना ठरलेल्या पद्धतीने पुढे जायचे होते.

त्यांनी शेतकरी कुटुंबाचा निरोप घेतला आणि काही दिवसांनंतर पुन्हा परतले. यावेळी ते वेश बदलून आले नाहीत. त्यांनी आधी आई-वडिलांशी संवाद साधला, ज्यांनी आधीच आपल्या एका मुलाला चर्चमध्ये अवतार म्हणून समर्पित केले होते. आणि मग छोट्या मुलाला झोपेतून उठवण्यात आले आणि चार प्रतिनिधी त्याच्यासोबत पूजा-कक्षात गेले. इथे मुलाला निर्धारित परीक्षेतून जावे लागले. त्याला आधी चार वेगवेगळ्या माळा दाखवल्या गेल्या, ज्यापैकी एक तेराव्या दलाई लामांची होती. मुलगा अगदी बेफिकीर होता. त्याच्यात जराही संकोच नव्हता. त्याने कोणत्याही संकोचाशिवाय योग्य माळ निवडली आणि ती घेऊन खोलीत नाचू लागला. त्याने अनेक ढोलांमधून तो एक ढोलही निवडला, ज्याचा वापर मागील अवताराने आपल्या नोकरांना बोलावण्यासाठी केला होता. मग बालकाने एक जुनी काठी निवडली, जी दलाई लामांचीच होती. बालकाने हस्तिदंती आणि चांदीची मूठ असलेल्या काठीकडे पाहिलेही नाही. जेव्हा त्यांनी त्याच्या शरीरावरील निशाणांकडे

पाहिले तेव्हा त्यांना ते सर्व निशाण मिळाले जे चेनरेझीच्या अवतारात असले पाहिजेत- मोठे, बाहेर आलेले कान आणि धडावरील तीळ जे चतुर्भुज देवाचे निशाण मानले जातात.

प्रतिनिधींना आता खात्री पटली होती की ते ज्याचा शोध घेत होते, तो त्यांना मिळाला आहे. त्यांनी चीन आणि भारताच्या माध्यमातून एका गुप्त कोडमध्ये ल्हासाला संदेश पाठवला आणि लगेचच त्यांना निर्देश मिळाले की त्यांनी पूर्ण गुप्तता बाळगावी, जेणेकरून अशा कोणत्याही कटापासून वाचता येईल जो त्यांच्या मोहिमेच्या यशाला धोक्यात टाकू शकत होता. चार दूतांनी मौनाची शपथ घेतली आणि मग ते अंधाऱ्यासारखे इतर मुलांची तपासणी करायला निघाले. हे लक्षात ठेवायला हवे की शोध चिनी क्षेत्रात घेतला जात होता, त्यामुळे काळजी घेणे आवश्यक होते. खऱ्या दलाई लामांचा शोध लागला आहे, हे सांगणे घातक ठरू शकले असते, कारण मग चिनी त्यांच्यासोबत ल्हासामध्ये सैनिकांची एक तुकडी पाठवण्याचा आग्रह धरू शकले असते. प्रतिनिधींनी प्रांताचे गव्हर्नर, मा पुफांग यांच्याकडे त्या बालकाला ल्हासाला नेण्याची परवानगी मागितली. इथे अनेक उमेदवारांमधून दलाई लामांची ओळख पटवली जाणार होती. मा पुफांगने मुलाला सोपवण्यासाठी एक लाख चिनी डॉलर मागितले आणि ही रक्कम लगेच चुकवली गेली. ही एक चूक होती, कारण आता चिनी लोकांना जाणवले की तिबेटी लोक या शहराला इतके महत्त्व का देतात. मग त्यांनी तीन लाख डॉलर आणखी मागितले. प्रतिनिधींना त्यांच्या मागील चुकीची जाणीव झाली आणि त्यांनी या रकमेचा केवळ एक भाग दिला. ही रक्कम त्यांनी स्थानिक मुसलमान व्यापाऱ्यांकडून उधार घेतली आणि वचन दिले की जेव्हा ते ल्हासाला येतील तेव्हा उर्वरित रकमेचे भुगतान काफिल्यासोबत आलेल्या व्यापाऱ्यांना करतील. गव्हर्नर या व्यवस्थेशी सहमत झाले.

एकोणीसशे एकोणचाळीस च्या उन्हाळ्याच्या शेवटी चार प्रतिनिधी त्यांचे नोकर, व्यापारी, पवित्र बालक आणि त्याच्या कुटुंबासह ल्हासासाठी रवाना झाले. तिबेटी सीमेवर पोहोचण्यापूर्वी ते महिन्यांपर्यंत प्रवास करत राहिले. तिथे एक कॅबिनेट मंत्री आपल्या कर्मचाऱ्यांसह त्यांची वाट पाहत होते. त्यांनी बालकाला रीजेंटचे एक पत्र दिले ज्यामध्ये त्याच्या मान्यतेची अधिकृत

पुष्टी होती. तेव्हा पहिल्यांदा त्याला दलाई लामांच्या रूपात आदरांजली दिली गेली. इथपर्यंत की त्याच्या आई-वडिलांनीही, ज्यांनी आधीच अंदाज लावला होता की त्यांचा मुलगा एक उच्च अवतार असेल. त्यांना आता जाऊन समजले की त्यांचा मुलगा तिबेटच्या भावी शासकापेक्षा कमी नव्हता.

या दिवसापासून छोट्या दलाई लामांनी नैसर्गिकरित्या आशीर्वाद देण्यास सुरुवात केली. त्यांना आजही आठवते की कशा प्रकारे त्यांना सुवर्ण पालखीत बसवून ल्हासाला आणले गेले होते. त्यांनी यापूर्वी इतके सारे लोक कधीही पाहिले नव्हते. संपूर्ण शहर चेनरेझीच्या नवीन अवताराचे स्वागत करण्यासाठी तिथे उपस्थित होते. त्या अवताराचे जो इतक्या वर्षांनंतर शेवटी पोटाला आणि आपल्या अनाथ लोकांकडे आला होता. 'मागील देहाच्या' निर्वाणानंतर सहा वर्षे उलटून गेली होती आणि यापैकी सुमारे दोन वर्षे उलटून गेल्यानंतर देवाने मानवी शरीरात पुन्हा प्रवेश केला. फेब्रुवारी एकोणीसशे चाळीस मध्ये नववर्ष उत्सवादरम्यान दलाई लामांचा राज्याभिषेक करण्यात आला, जेव्हा त्यांना 'पवित्र आत्मा', 'सुकुमार, गौरवशाली व्यक्ती', 'वाणीवीर' 'उत्कृष्ट समज', 'परम ज्ञानी', 'विश्वासाचे रक्षक', 'महासागर' यांसारखी नवीन नावे मिळाली.

प्रत्येकजण मुलाची गरिमा आणि ज्या अविश्वसनीय गांभीर्याने तो तासनतास चालणाऱ्या समारंभांमध्ये उपस्थिती द्यायचा, ते पाहून आश्चर्यचकित होता. आपल्या पूर्वसुरीच्या सेवकांसोबत, जे आता त्याची काळजी घेत होते, तो इतका प्रेमळ व्यवहार करायचा, त्यांच्यावर इतका विश्वास ठेवायचा जणू तो त्यांना नेहमीपासूनच ओळखत असावा. ही कथा कोण्या विश्वसनीय व्यक्तीकडून ऐकून मला आनंद झाला. वेळ जसजसा पुढे गेला तसतशा या असामान्य घटनांच्या भोवती अनेक आख्यायिका जोडल्या जाऊ लागल्या. मी आधीच अनेक विकृत आवृत्त्या ऐकल्या होत्या.

शरद ऋतूच्या आगमनासोबतच आमचे एकत्र असणे कमी-कमी होऊ लागले. अगदी आता शानदार बागेच्या आमच्या शांत कोपऱ्यातही येणाऱ्या वादळाची चाहूल जाणवू लागली. जसा-जसा संकट वाढत गेला, तरुण राजाचा सरकारी कामकाजातील हस्तक्षेप वेगाने वाढू लागला. राष्ट्रीय सभा नोरबुलिंगकामध्ये

हलवण्यात आली जेणेकरून महामहिमांना लवकरात लवकर महत्त्वाच्या घटनांबद्दल माहिती देता येईल. तरुण राजाने आपल्या अननुभवीपणाला न जुमानता बुद्धिमत्तेने आणि दूरदृष्टीने अयोग्य धोरणांचा विरोध करून अधिकृत जगाला आश्चर्यचकित केले. यात कोणतीही शंका नव्हती की राज्याचे भविष्य लवकरच त्यांच्याकडे सोपवले जाणार होते.

परिस्थिती आणखीनच गंभीर होत गेली. पूर्व तिबेटमधून बातमी आली की चिनी घोडदळ आणि पायदळ आमच्या सीमेकडे कूच करत आहे. सैनिकांना पूर्वेकडे पाठवण्यात आले, तरीही हे स्पष्ट होते की ते शत्रूंना रोखू शकणार नाहीत. सरकारच्या राजनैतिक मार्गांनी तडजोड करण्याचे प्रयत्न व्यर्थ होते. प्रचाराच्या उद्देशाने पाठवलेले शिष्टमंडळ भारतात अडकले होते. तिबेटला बाहेरून कोणत्याही मदतीची आशा नव्हती. कोरियाच्या उदाहरणावरून हे स्पष्टपणे दिसून आले की चिनी सैन्याविरुद्ध संयुक्त राष्ट्रांचा पाठिंबा मिळणेही अनिश्चित होते. लोक पराभवाच्या भीतींनी घेरले गेले होते.

७ ऑक्टोबर १९५० रोजी शत्रूने तिबेटी सीमेवर एकाच वेळी सहा ठिकाणी हल्ला केला. पहिली चकमक झाली, पण ल्हासाला दहा दिवसांपर्यंत लढाईची कोणतीही बातमी मिळाली नाही. सुरुवातीला जेव्हा तिबेटी आपल्या देशासाठी मरत होते, तेव्हा ल्हासामध्ये उत्सव साजरे केले जात होते आणि लोक कोण्या चमत्काराची वाट पाहत होते. पहिल्या पराभवाची बातमी मिळाल्यानंतर सरकारने तिबेटच्या सर्व सर्वांत प्रसिद्ध ज्योतिष्यांना बोलावून घेतले. नोरबुलिंगकामध्ये नाट्यमय दृश्ये होती. पांढरे केस असलेल्या मठाधीशांनी आणि अनुभवी मंत्र्यांनी ज्योतिष्यांना विनवणी केली की त्यांनी संकटाच्या वेळी त्यांना साथ द्यावी. दलाई लामांच्या उपस्थितीत वृद्धांनी भविष्यवेत्त्या भिक्षूंच्या पाया पडून त्यांना एकदा शहाणपणाचा सल्ला देण्याची विनंती केली. आपल्या समाधीच्या शिखरावर राज ज्योतिषी उभे राहिले आणि मग दलाई लामांसमोर पडले आणि ओरडले, 'त्यांना राजा बनवा!' इतर ज्योतिष्यांनीही जवळजवळ हेच सांगितले, आणि कारण ही मान्यता आहे की देवतांचा आवाज लवकर ऐकला गेला पाहिजे, त्यामुळे दलाई लामांना सिंहासनावर बसवण्याची तयारी लगेच सुरू करण्यात आली.

यादरम्यान चिनी सैन्य तिबेटमध्ये शेकडो मैल आत घुसले होते. काही तिबेटी कमांडर्सनी आधीच हार मानली होती आणि इतरांनी प्रतिकार करणे थांबवले होते, कारण त्यांना मोठ्या ताकदीविरुद्धच्या लढाईत कोणतेही भविष्य दिसत नव्हते. पूर्व तिबेटच्या मुख्य शहराच्या गव्हर्नरने ल्हासाला वायरलेस संदेश पाठवून आत्मसमर्पण करण्याची परवानगी मागितली होती कारण प्रतिकार करणे व्यर्थ होते. नॅशनल असेंब्लीने त्यांची विनंती फेटाळली, त्यामुळे, आपल्या बंदुका आणि दारूगोळ्याचे साठे उडवल्यानंतर, ते इंग्रजी रेडिओ ऑपरेटर फोर्डसोबत ल्हासाच्या दिशेने पळाले. दोन दिवसांनंतर चिनी सैनिकांनी त्यांचा रस्ता अडवला आणि दोघांना पकडण्यात आले. मी आधीच रॉबर्ट फोर्डच्या नशिबाचा उल्लेख केला आहे.

आता नॅशनल असेंब्लीने हल्लेखोरांविरुद्ध तातडीच्या मदतीसाठी संयुक्त राष्ट्रांना एक आवाहन पाठवले. यात असा दावा करण्यात आला होता की त्यांच्या देशावर शांततेच्या काळात या बहाण्याने आक्रमण करण्यात आले होते की रेड पीपल्स आर्मी तिबेटमधील साम्राज्यवादी शक्तींचा प्रभाव सहन करू शकत नाही. त्यांनी सांगितले की संपूर्ण जगाला माहित आहे की तिबेट कोणत्याही विदेशी प्रभावापासून पूर्णपणे मुक्त आहे. इथे कोणताही साम्राज्यवादी प्रभाव नाही आणि त्यांना कोणाकडूनही स्वातंत्र्य नको आहे. जर कोणता देश संयुक्त राष्ट्रांच्या मदतीचा हक्कदार होता, तर तो तिबेट होता. आवाहन फेटाळण्यात आले आणि संयुक्त राष्ट्रांनी आशा व्यक्त केली की चीन आणि तिबेट एका शांततापूर्ण करारावर पोहोचतील. आता हे तर स्पष्ट झाले होते की तिबेटला बाहेरून मदत मिळणार नव्हती त्यामुळे तिबेटला आत्मसमर्पण करावे लागेल. सर्वांनी सामान आवरण्यास सुरुवात केली. औफशनाइटर आणि मला समजले होते की आता आम्ही आमचे दुसरे घरही गमावणार आहोत. दलाई लामांना शिक्षित करण्याचे भाग्य मला ज्या काळात लाभले, तो माझ्या आयुष्यातील सर्वांत चांगला काळ होता. जसे अनेक युरोपियन वृत्तपत्रांनी दावा केला आहे, तिबेटच्या लष्करी हालचालींशी आमचा कधीही कोणताही संबंध नव्हता.

दलाई लामा आमच्या वैयक्तिक भवितव्याबद्दल चिंतित होऊ लागले. मी त्यांच्याशी दीर्घ संवाद साधला, ज्याच्या परिणामी हे ठरले की मी आता

निरोप घ्यावा. मी बऱ्याच काळापासून याची योजना आखतच होतो. यामुळे मला फिरण्याचे अधिक स्वातंत्र्य मिळेल आणि मी कोणत्याही प्रश्नां-उत्तरांशिवाय शांतपणे निघून जाईन. काही दिवसांत दलाई लामा पोटालाला जातील, जिथे तूर्तास त्यांच्याकडे माझ्याकडून शिकण्यासाठी वेळ नसेल. माझी योजना आधी दक्षिण तिबेटचा प्रवास करण्याची आणि शिगात्से शहराला भेट देण्याची होती, ज्यानंतर मला भारताला जायचे होते.

दलाई लामांना सज्ञान घोषित करण्याचा समारंभ जवळ आला होता. सरकारला तो लवकरात लवकर उरकायचा होता, पण शुभ तिथी तर शकुन पाहूनच ठरवली जाणार होती. तसेच, तरुण शासकाचे काय करायचे हे ठरवणेही खूप महत्त्वाचे होते. त्याने ल्हासामध्ये राहावे की दुसरीकडे कुठे तरी निघून जावे? जेव्हा कठीण प्रश्नांवर निर्णय घ्यायचा असायचा, तेव्हा साधारणपणे मागील अवतारांच्या आचरणावरूनच मार्गदर्शन घेतले जायचे. त्यामुळे हे आठवणे योग्य वाटते की चाळीस वर्षांपूर्वी, तेरावे दलाई लामा आक्रमक चिनी सैन्यापासून वाचून पळून गेले होते आणि त्यानंतर त्यांच्यासाठी सर्व काही ठीक झाले होते. पण सरकार एकटे इतका महत्त्वाचा निर्णय घेऊ शकत नव्हते. अंतिम निर्णय तर देवतांनाच द्यायचा होता. त्यामुळे दलाई लामा आणि रीजेंटच्या उपस्थितीत मळलेल्या त्सम्पाचे दोन गोळे बनवण्यात आले आणि त्यांचे वजन अगदी एकसमान आहे याची खात्री करण्यासाठी, त्यांना सोन्याच्या तराजूवर तपासल्यानंतर सोन्याच्या भांड्यात ठेवण्यात आले. यापैकी प्रत्येक गोळ्याच्या आत एक कागदाचा तुकडा ठेवलेला होता-यापैकी एकावर 'हो' लिहिले होते आणि दुसऱ्यावर 'नाही'. यादरम्यान राज ज्योतिषीने स्वतःला संमोहित केले आणि नाचू लागले. गोळे असलेले भांडे त्यांच्या हातात ठेवण्यात आले आणि त्यांनी ते सतत फिरवले. तोपर्यंत, जोपर्यंत एक गोळा उडून जमिनीवर पडला नाही. जेव्हा तो उघडण्यात आला तेव्हा त्यातून 'हो' असलेला कागद निघाला, आणि म्हणून असा निर्णय घेण्यात आला की दलाई लामांनी ल्हासा सोडून जावे.

मी माझा प्रवास काही काळासाठी पुढे ढकलला होता, कारण मला आधी दलाई लामांची योजना जाणून घ्यायची होती. मला या असामान्य परिस्थितीत इथून जाणे योग्य वाटत नव्हते, पण त्यांनी माझ्या जाण्यावर जोर दिला

आणि मला असे सांगून सांत्वन दिले की आपण दक्षिणेत पुन्हा भेटू. त्यांच्या पलायनाची तयारी वेगाने सुरू होती, पण खूप गोपनीयता बाळगली जात होती, जेणेकरून लोकांमध्ये भीतीचे वातावरण निर्माण होऊ नये. चिनी अजूनही ल्हासाच्या पूर्वेला शेकडो मैल दूर होते आणि तूर्तास पुढे सरकत नव्हते, पण अशी भीती होती की जर सैन्याने अचानक आघाडी घेतली तर दलाई लामांच्या दक्षिणेकडे पळून जाण्याची संधी संपुष्टात येऊ शकली असती.

ही बातमी तर बाहेर येणारच होती की शासक देश सोडून बाहेर जाण्याची तयारी करत आहे. हे सत्य लपवले जाऊ शकत नव्हते की त्यांचा खाजगी खजिना बाहेर नेला जात होता. दररोज जड ओझ्याने लादलेले खेचरांचे काफिले अंगरक्षकांसह शहरातून बाहेर पडताना पाहिले जाऊ शकत होते. परिणामी, श्रीमंतांनी आता आणखी संकोच केला नाही आणि आपले कुटुंब आणि खजिना सुरक्षित ठिकाणी नेण्यास सुरुवात केली.

बाहेरून पाहता ल्हासामध्ये जीवन सामान्यपणे चालले होते. वाहतुकीच्या साधनांच्या कमतरतेमुळे असे दिसून आले की अनेक लोक ओझे वाहणाऱ्या आपल्या प्राण्यांना खाजगी कामांसाठी ठेवत होते. बाजारात किमती थोड्या वाढल्या. तिबेटी सैनिकांच्या शौर्याच्या बातम्या येत होत्या, पण सामान्यतः लोकांना हे माहीत होते की सैन्याचा पराभव झाला आहे. सैन्याच्या ज्या काही तुकड्या अजूनही आघाडीवर टिकून होत्या, त्यांनाही लवकरच शत्रूच्या उत्तम रणनीतीसमोर झुकावे लागले.

१९१० मध्ये हल्लेखोर चिनी ल्हासामध्ये येऊन लूटमार आणि जाळपोळ करून गेले होते. रहिवाशांना भीती होती की हे अत्याचार पुन्हा होतील. तरीही हे म्हणणे योग्य ठरेल की या युद्धादरम्यान चिनी सैनिकांनी स्वतःला शिस्तबद्ध ठेवले आणि संयम बाळगला. ज्या तिबेटी लोकांना पकडण्यात आले होते, त्यांना सोडून देण्यात आले. ते सांगत होते की त्यांच्याशी चांगली वागणूक दिली गेली होती.

१७

मी तिबेट सोडतो

ल्हासाला निरोप - बाहुले लामा आणि दलाई लामा - राजा देवतेचे पलायन, युद्धविरामाच्या अटी - तिबेटमधील माझे शेवटचे दिवस - पोटालावर संकटाचे ढग.

मी नोव्हेंबर एकोणीसशे पन्नास च्या मध्यावर ल्हासा सोडले. मी निघण्याबाबत संकोच करत होतो, जेव्हा वाहतुकीची सुविधा मिळाली, तेव्हा मी माझा निर्णय पक्का केला. तसे तर औफशनाइटरचा विचारही माझ्यासोबतच निघण्याचा होता, पण शेवटच्या क्षणी ते कच खाऊ लागले. त्यामुळे मी त्यांचे सामान माझ्यासोबत घेतले, हे सांगून की ते काही दिवसांनी येतील. जड अंतःकरणाने मी ते घर सोडले जे इतक्या काळापासून माझे घर होते. माझी लाडकी बाग माझ्यापासून सुटत होती. माझ्या सेवकांनी रडत मला घेरले होते. मी माझ्यासोबत केवळ पुस्तके आणि काही खजिना घेऊन निघालो, बाकीचे सर्व सामान नोकरांसाठी सोडले. मित्रांच्या भेटवस्तू मिळत राहिल्या. त्यांचा जिव्हाळा पाहून माझ्यासाठी निघणे कठीण होत होते. मी हे विचार करून स्वतःला सांत्वन देत होतो की काही काळानंतर मी या सर्वांना दक्षिण तिबेटमध्ये भेटेन. माझ्या अनेक मित्रांचा पक्का विश्वास होता की चिनी कधीही ल्हासाला येणार नाहीत आणि माझ्या सुट्ट्या संपल्यानंतर मी परत शांततापूर्ण वातावरणात परतू शकेन. मला अशी कोणतीही आशा नव्हती. मला माहीत होते की ल्हासामध्ये इतक्या लवकर परतणे आता शक्य होणार नाही, त्यामुळे मी त्या सर्व ठिकाणांचा निरोप घेतो, ज्यांच्यावर मी प्रेम करत होतो. एके

दिवशी मी माझ्या कॅमेऱ्यासह बाहेर पडलो आणि जेवढे फोटो काढता येतील, तेवढे काढले. मी फोटो काढताना अनुभवत होतो की हे भविष्यात माझ्या आनंदी आठवणींना उजाळा देतील आणि कदाचित या सुंदर आणि अनोख्या भूमीबद्दल इतर लोकांच्या मनात सहानुभूती निर्माण करतील.

जेव्हा मी माझ्या छोट्याशा याक-स्किन बोटमध्ये निघालो, तेव्हा आकाशात ढग दाटून आले होते. ही बोट मला ब्रह्मपुत्रेच्या पाण्यासोबत माझ्या गंतव्यस्थानाकडे किचूपर्यंत घेऊन जाणार होती. नदीचा सहा तासांचा प्रवास होता. मी दिवसा नाही, तर रात्री प्रवास केला. माझे सामान रस्ते मार्गाने पुढे गेले होते. माझे मित्र आणि नोकर-चाकर नदीच्या किनाऱ्यावर उभे होते आणि दुःखी मनाने मला निरोप देत होते. जसा मी त्यांचा एक स्नॅपशॉट घेतला, नदीच्या प्रवाहाने बोटीला गती दिली आणि ते लवकरच नजरेआड झाले. नदीच्या प्रवाहाच्या दिशेने पुढे जात असताना मी माझी नजर पोटालावरून हटवू शकत नव्हतो. मला माहीत होते की दलाई लामा त्यांच्या दुर्बिणीतून माझ्याकडे पाहत होते.

त्याच दिवशी मला माझा काफिला मिळाला, ज्यामध्ये माझे आणि माझ्या नोकराचे सामान वाहून नेण्यासाठी चौदा याक आणि दोन घोडे सामील होते. एकनिष्ठ न्यामाने माझ्यासोबत येण्याचा हट्ट धरला होता. पुन्हा एकदा मी पायी प्रवासावर निघालो होतो. टेकड्या आणि दऱ्यांमधून जात एक आठवड्यानंतर ग्यांत्सेला पोहोचलो. आमचा काफिला भारतासाठी निघाला होता.

अलीकडेच माझ्या एका खूप चांगल्या मित्राची या क्षेत्राचा गव्हर्नर म्हणून नियुक्ती झाली होती. मी त्यांच्या घरी अतिथी म्हणून राहिलो आणि इथे आम्ही दलाई लामांच्या राज्याभिषेकाचा उत्सव साजरा केला. या दिवशी संपूर्ण तिबेटमध्ये एक मेजवानी साजरी केली जात होती. या कार्यक्रमाची बातमी संपूर्ण देशात धावपटूंच्या माध्यमातून प्रसारित केली गेली होती. छतांवर नवीन प्रार्थना-पताका फडकवल्या गेल्या होत्या आणि थोड्या काळासाठी लोक निराशाजनक भविष्याबद्दल विचार करणे विसरले. लोकांनी नृत्य केले आणि गाणी गायली. आतापर्यंतच्या कोणत्याही नवीन दलाई लामांनी लोकांमध्ये इतका आत्मविश्वास आणि आशेचा संचार केला

नव्हता. तरुण राजा गटबाजी आणि कपट-कारस्थानांच्या वर होता. त्यांनी आधीच त्यांच्या स्पष्ट दृष्टीचे आणि संकल्पशक्तीचे अनेक पुरावे दिले होते. त्यांचे जन्मजात अंतर्ज्ञान त्यांच्या सल्लागारांना योग्य पर्याय निवडण्यासाठी मार्गदर्शन करेल आणि कट-कारस्थाने रचण्यापासून रोखेल.

अरेरे! जसे मला माहीत होते, खूप उशीर झाला होता. ते त्या वेळी सिंहासनावर बसले जेव्हा नशीब त्यांच्याविरुद्ध निर्णय देत होते. जर त्यांचे वय काही जास्त असते, तर त्यांच्या नेतृत्वाने त्यांच्या देशाचा इतिहास बदलला असता.

याच महिन्यात मी तिबेटचे दुसरे सर्वांत मोठे शहर शिगात्सेचा दौरा केला. हे आपल्या महान मठासाठी प्रसिद्ध आहे. तिथे मी अनेक मित्रांना भेटलो. ते सर्व राजधानीच्या बातम्या जाणून घेण्यास उत्सुक होते. इथले लोक शहर सोडून जाण्याचा विचार करत नव्हते, कारण या मठात पंचेन लामांचे वर्चस्व आहे.

हा अवतार दलाई लामांचे प्रतिस्पर्धी म्हणून चीनद्वारे समर्थित पिढ्यांसाठी होता. विद्यमान दलाई लामांपेक्षा दोन वर्षांनी लहान होते. त्यांना चीनमध्ये शिक्षित केले गेले होते आणि पीकिंगमध्ये तिबेटचे खरे शासक म्हणून घोषित केले गेले होते. खऱ्या अर्थाने ते या पदाचे किरकोळ दावेदारही नव्हते. मठ आणि त्याच्या जमिनीचे त्यांच्याकडे कायदेशीर अधिकार होते, पण त्याहून अधिक काही नाही. हे खरे आहे की जिवंत बौद्ध धर्माच्या क्रमवारीत ओ-पा-मे ला चेनरेझीच्या वरचे स्थान दिले गेले होते, पण खऱ्या अर्थाने पहिले अवतार मूळतः केवळ पाचव्या दलाई लामांचे शिक्षकच होते. दलाई लामांनी त्यांच्याप्रती असलेल्या कृतज्ञतेमुळेच त्यांना अवतार घोषित केले आणि त्यांना तो मठ आणि त्याचे विशाल लाभ प्रदान केले.

शेवटच्या पंचेन लामांच्या निवडीसाठी अनेक उमेदवार होते. त्यापैकी एक मूल चीनमध्ये सापडले होते आणि त्या प्रसंगी चिनी अधिकाऱ्यांनी त्याला लष्करी सुरक्षेशिवाय ल्हासाला नेण्याची परवानगी दिली नाही. तिबेटी सरकार या प्रस्तावाला विरोध करण्यास असमर्थ होती, आणि एके दिवशी चिनी लोकांनी बस या मुलाला ओ-पा-मे चा खरा अवतार आणि एकमेव खरे पंचेन लामा म्हणून घोषित करून टाकले.

अशा प्रकारे त्यांनी तिबेटसोबतच्या त्यांच्या राजकारणाच्या खेळात एक महत्त्वाचे कार्ड आपल्याकडे ठेवले होते. वस्तुस्थिती अशी आहे की ते कम्युनिस्ट होते. चिनी लोकांना त्यांच्या धार्मिक आणि ऐहिक दाव्यांच्या समर्थनार्थ हिंसक रेडिओ प्रचार करण्यापासून रोखले गेले नाही, तरीही तिबेटमध्ये त्यांचे मोजकेच समर्थक होते. हे मुख्यत्वे शिगात्सेचे रहिवासी आणि त्यांच्या मठाचे भिक्षू होते, जे त्यांना आपले प्रमुख मानायचे आणि ल्हासापासून स्वतंत्र होऊ इच्छित होते. हे लोक कोणत्याही भीतीशिवाय 'मुक्ती सेनेची' वाट पाहत होते. खऱ्या अर्थाने, ही अफवा होती की पंचेन लामा चिनी लोकांसोबत मिळून काम करतील. यात कोणतीही शंका नाही की तिबेटचे लोक त्यांचा आशीर्वाद मिळून खूश होतील, कारण बुद्धांचे अवतार म्हणून त्यांना खूप सन्मान दिला जातो. पण जर चिनी लोकांनी त्यांना बळजबरीने तिबेटवर राज्य करण्यास भाग पाडले तरीही तिबेटी लोक त्यांना कधीही आपले शासक मानणार नाहीत.

तिबेटच्या संरक्षक देवतेचा अवतार म्हणून हे पद निर्विवादपणे दलाई लामांसाठी राखीव आहे. त्यामुळे जेव्हा आपला हुकुमाचा एक्का खेळण्याची वेळ आली, तेव्हा चिनी तिबेटच्या लोकांवर पंचेन लामांना शासक म्हणून लादण्याच्या त्यांच्या प्रयत्नात अपयशी ठरले. त्यांचा अधिकार, पूर्वीप्रमाणेच, ताशी ल्हुंपो मठापुरताच मर्यादित आहे.

शिगात्सेच्या दौऱ्यादरम्यान मी मठाला भेट दिली आणि एक दुसरे मोठे शहर पाहिले ज्यामध्ये हजारो भिक्षू राहत होते. मी शांतपणे काही फोटो काढण्यात यशस्वी झालो. इतर अनोख्या गोष्टींमध्ये मला एका मंदिरात सोन्याचा मुलामा चढवलेली एक अतिशय प्रभावी मूर्ती मिळाली जी नऊ मजली घराइतकी उंच होती, आणि तिचे डोकेही खूप मोठे होते.

शिगात्से शहर ब्रह्मपुत्रा नदीच्या किनाऱ्यावर आहे. नदी मठाच्या जवळूनच वाहते. हे ल्हासासारखेच आहे, कारण इथेही एक किल्ला आहे. इथे १० हजार लोक राहतात. यामध्ये तिबेटच्या उत्कृष्ट कारागिरांचा समावेश आहे. लोकर हा मुख्य उद्योग आहे. ही चांगथांगच्या शेजारच्या मैदानांतून काफिले आपल्यासोबत घेऊन येतात. शिगात्से ल्हासापेक्षा अधिक उंचीवर स्थित आहे आणि इथले हवामान बऱ्यापैकी थंड आहे. तरीही देशातील सर्वांत

उत्तम धान्य इथूनच येते आणि दलाई लामा आणि ल्हासाचे उच्चभ्रू लोक त्यांचे सर्व पीठ इथूनच मागवतात.

काही दिवसांनंतर मी परत ग्यांत्सेला पोहोचलो. तिथे माझा गव्हर्नर मित्र मला ही आनंदाची बातमी सांगू इच्छित होता की दलाई लामा लवकरच ग्यांत्सेमधून जाणार आहेत. एक आदेश आला होता ज्यामध्ये सर्व काफिल्यांना पाहुण्यांच्या स्वागतासाठी तयार राहण्याचे आणि रस्ते व्यवस्थित करण्याचे निर्देश देण्यात आले होते. याचा केवळ एकच अर्थ असू शकत होता. गव्हर्नरसोबत मीही तयारीत मग्न झालो.

प्राण्यांच्या चाऱ्यासाठी काफिल्यांच्या सरायांमध्ये वाटाणा आणि जव भरपूर प्रमाणात साठवून ठेवण्यात आला आणि रस्ते साफ करण्यासाठी आणि सुधारण्यासाठी कामगारांना गोळा केले गेले. मी गव्हर्नरसोबत दौऱ्यावर निघालो. जेव्हा आम्ही ग्यांत्सेला परतलो तेव्हा आम्हाला समजले की दलाई लामा १९ डिसेंबर रोजी ल्हासा सोडून निघाले होते आणि आता इथे पोहोचणार होते. आम्ही ग्यांत्सेवरून जाताना त्यांची आई आणि भाऊ-बहिणींना भेटलो. लोबसांगशी भेट झाली नाही, कारण तो राजासोबत प्रवास करत होता. मी तीन वर्षांत पहिल्यांदाच टॅगसेल रिम्पोछे यांनाही भेटलो. त्यांना चिनी सैनिकांसोबत त्यांच्या भावाला निरोप देण्यासाठी चिनी सैनिकांकडून भाग पाडण्यात आले होते. यातून चिनी लोकांना काहीही साध्य झाले नव्हते आणि टॅगसेलने दलाई लामांवर दबाव टाकण्याचा प्रयत्न केला नव्हता. टॅगसेल चिनी लोकांपासून वाचून निघून गेल्याने खूप खूश होते. त्यांच्या संरक्षकांना अटक करण्यात आली होती आणि त्यांच्याकडे जो वायरलेस ट्रान्समीटर होता, तो जप्त करण्यात आला होता.

पवित्र कुटुंबाचा काफिला अतिशय सामान्य होता. आईचे वय वाढले होते आणि त्यांना पालखीत बसण्याचा अधिकार होता, पण त्याही इतरांप्रमाणेच दररोज लांबचे अंतर कापत असत. गव्हर्नर आणि मी दलाई लामांना भेटायला जाण्यापूर्वीच आई आपल्या मुलांसोबत आणि सेवकांसोबत दक्षिणेकडे निघून गेली होती.

माझे मित्र आणि मी ल्हासा रोडवर सुमारे तीन दिवस चाललो आणि कारो खिंडीवर आमची गाठभेट महामहिमांच्या काफिल्याच्या आघाडीच्या

गटाशी झाली. खिंडीवरून खाली पाहताना आम्हाला धुळीच्या दाट ढगांमधून रस्त्यावर एक लांब गट रांगत येताना दिसला. दलाई लामांसोबत चाळीस उच्चभ्रूंचा एक गट आणि मशीन-गन आणि हॉवित्झरसह सुमारे दोनशे निवडक सैनिकांचा एक गट होता. नोकर आणि आचाऱ्यांची एक फौज त्यांच्या मागे होती आणि ओझे वाहणाऱ्या १५०० प्राण्यांची लांब रांग मागे चालत होती.

तुकड्यांच्या मध्ये दोन झेंडे फडकत होते. एक तिबेटचा राष्ट्रीय ध्वज होता आणि दुसरा होता चौदाव्या दलाई लामांचा खाजगी ध्वज. झेंडे शासकाची उपस्थिती दर्शवत होते. जेव्हा मी तरुण राजा देवतेला त्यांच्या तपकिरी घोड्यावर हळूहळू खिंडीच्या दिशेने येताना पाहिले, तेव्हा मला नकळतपणे एक प्राचीन भविष्यवाणी आठवली जी लोक कधी-कधी ल्हासामध्ये मनातल्या मनात म्हणायचे. एका ज्योतिषाने खूप पूर्वी घोषणा केली होती की तेरावे दलाई लामा त्यांच्या वंशातील शेवटचे व्यक्ती असतील. असे वाटत होते की भविष्यवाणी खरी ठरत होती. त्यांच्या राज्याभिषेकाला चार आठवडे उलटून गेले होते, पण तरुण राजाने सत्तेची सूत्रे हाती घेतली नव्हती. शत्रू देशात होता, आणि शासकाने पलायन करणे हे दुर्दैवाच्या दिशेने पहिले पाऊल होते.

जसे ते माझ्या जवळून गेले, मी माझी टोपी काढली आणि त्यांनी मला हात हलवून मैत्रीपूर्ण अंदाजात इशारा केला. खिंडीच्या वर धूपाचा अग्नी जळत होता, जो तरुण राजाचे स्वागत करत होता. पण एका अप्रिय आवाजाने प्रार्थना-पताका हलत होत्या. काफिला विनाविलंब पुढच्या मुक्कामाकडे वळला, जिथे प्रवाशांसाठी जेवण तयार होते. दलाई लामांनी रात्र एका शेजारच्या मठात काढली. आणि झोपण्यापूर्वी मी विचार केला की ते एका अशा अस्ताव्यस्त अतिथी-कक्षात बसले आहेत, जिथे धूळ-माखलेल्या मूर्ती त्यांच्यासोबत आहेत. त्यांना उबदारपणा देण्यासाठी शेकोटी मिळणार नाही आणि कागदाने झाकलेल्या खिडक्यांच्या फ्रेम्सच त्यांच्यासाठी वादळ आणि थंडीपासून वाचण्याचा एकमेव उपाय होत्या. लोण्याच्या दिव्यापासून फक्त नावापुरता प्रकाश मिळत होता.

तरुण शासक, ज्याने आपल्या लहानशा आयुष्यात पोटाला आणि शानदार बागेव्यतिरिक्त कोणतेही इतर घर पाहिले नव्हते, आता दुर्दैवाने इतक्या कमी वयातच आपल्या देशाबद्दल काही शिकण्या-जाणण्यासाठी आणि अनुभव घेण्यासाठी मजबूर होता. त्याला आराम आणि आधाराची किती सक्त गरज होती! पण बिचाऱ्या तरुणाला आपल्या सर्व समस्यांच्या वर उठून आपली सर्व ऊर्जा आणि शक्ती त्या असंख्य लोकांना आशीर्वाद देण्यासाठी खर्च करावी लागली जे त्याच्याकडून सांत्वन आणि विश्वास मिळवण्यासाठी आले होते.

त्यांचा भाऊ लोबसांग हृदयविकाराच्या झटक्यामुळे गंभीररीत्या आजारी होता. तो काफिल्यासोबत एका पालखीत प्रवास करत होता. मी हे ऐकून घाबरून गेलो की डॉक्टरांनी त्याच्यावरही तेच कठोर उपाय अवलंबले होते जे ते आजारी घोड्यासोबत करतात. ज्या दिवशी काफिला निघणार होता, त्या दिवशी तो अनेक तास बेशुद्ध अवस्थेत पडून होता, त्यामुळे दलाई लामांच्या डॉक्टरांनी त्याच्या अंगावर गरम लोखंड डागून त्याला जीवदान दिले. त्याने नंतर मला या संस्मरणीय प्रवासाबद्दल सविस्तर सांगितले.

दलाई लामांच्या पलायनाला पूर्णपणे गुप्त ठेवण्यात आले होते. अधिकाऱ्यांना जनतेला विचलित करायचे नव्हते आणि त्यांना भीती होती की कुठे मोठ्या मठांचे भिक्षू दलाई लामांना त्यांच्या संकल्पावरून विचलित करण्याचा प्रयत्न तर करणार नाहीत. आणि म्हणूनच, त्यांच्यासोबत जाण्यासाठी निवडलेल्या उच्च अधिकाऱ्यांना उशिरा संध्याकाळीच सूचित करण्यात आले की काफिला दुसऱ्या दिवशी सकाळी दोन वाजता निघेल. शेवटच्या वेळी त्या सर्वांनी पोटालामध्ये लोणी घातलेला चहा पिला आणि मग त्यांचे प्याले पुन्हा भरले गेले आणि लवकर परत येण्याचा एक टोटका म्हणून तसेच सोडले गेले. प्रस्थान करणाऱ्या राजाने ज्या खोल्यांमध्ये निवास केला होता, दुसऱ्या दिवशी त्यापैकी कोणातही झाडू मारायचा नव्हता. कारण असे केल्याने अपशकुन होतो.

पलायन करणाऱ्यांचा गट रात्रभर चालत राहिला. सर्वांत आधी नोरबुलिंगकाला पोहोचला, जिथे तरुण शासक प्रार्थना करण्यासाठी

थांबला. काफिल्याला रस्त्यावर येऊन एक दिवसही उलटला नव्हता की त्यांच्या पलायनाची बातमी सर्वत्र पसरली. जंग मठाचे भिक्षू हजारोंच्या संख्येने दलाई लामांना भेटण्यासाठी धावून आले. ते त्यांच्या घोड्याच्या खुरांसमोर झोपले आणि त्यांना विनंती करू लागले की त्यांनी त्यांना सोडून जाऊ नये. ते आरडाओरडा करू लागले की जर ते गेले तर त्यांचे मार्गदर्शन करण्यासाठी कोणीही राहणार नाही आणि ते चिनी लोकांच्या दयेवर अवलंबून राहतील. अधिकाऱ्यांना भीती होती की भिक्षू दलाई लामांना पुढे जाण्यापासून रोखण्याचा प्रयत्न करतील, पण या महत्त्वाच्या क्षणी दलाई लामांनी त्यांच्या व्यक्तिमत्त्वाचा प्रभाव दाखवला आणि भिक्षूंना समजावले की जर ते शत्रूच्या हातून वाचतील, तेव्हाच तर आपल्या देशासाठी आणखी खूप काही करू शकतील. आणि जसा चीनसोबत योग्य करार करतील, ते परत येतील. दलाई लामांनी आपल्या लोकांप्रती असलेला जिव्हाळा आणि निष्ठा दाखवून दिली आणि यानंतर भिक्षूंनी काफिल्याला पुढे जाण्यासाठी रस्ता दिला.

दलाई लामांच्या आगमनाची बातमी लवकरच ग्यांत्सेपर्यंत पोहोचली. रस्त्याच्या कडेला छोटे-छोटे पांढरे दगड पसरवले होते, जेणेकरून वाईट आत्मे दूर राहतील. मठांमधून भिक्षू आणि भिक्षुणी बाहेर पडल्या आणि संपूर्ण जनता आपल्या राजाच्या स्वागतासाठी तासनतास उभी राहिली. भारतीय सैनिक, जे काही अंतरावर तैनात होते, दलाई लामांना सन्मान देण्यासाठी त्यांच्या काफिल्याच्या दिशेने आले. काफिला जेव्हा-जेव्हा कोण्या मोठ्या ठिकाणी पोहोचायचा, मिरवणूक उसळायची. दलाई लामा त्यांच्या घोड्यावरून उतरून पालखीत बसले. आम्ही रोज मध्यरात्रीनंतरच चालायला सुरुवात करायचो जेणेकरून असुरक्षित पठारावर दिवसभर चालणाऱ्या रेतील्या वादळापासून वाचता येईल. रात्री बर्फाळ होत्या. दलाई लामांनी त्यांच्या फर-लाइन असलेल्या रेशमी झग्यात स्वतःला व्यवस्थितपणे गुंडाळून घेतले आणि कोल्ह्याच्या कातड्यापासून बनलेली एक मोठी टोपी घातली, ज्यामुळे त्यांचे कान झाकले गेले. पहाटेपूर्वी अनेकदा तापमान पन्नास अंशपर्यंत खाली यायचे. जरी हवा शांत होती तरी घोडदौड करणे कोणत्याही तपस्येपेक्षा कमी नव्हते.

दलाई लामा अनेकदा त्यांच्या मठाधीशांच्या मदतीशिवाय त्यांच्या घोड्यावरून उडी मारायचे आणि इतरांच्या खूप पुढे जायचे. साहजिकच सर्व इतर स्वारांनाही उतरावे लागायचे आणि अनेक जाडजूड उच्चभ्रू लोक ज्यांनी कधी पाच फूट चढाईही केली नव्हती, अनेकदा मैलोन्मैल मागे राहायचे. दोन दिवस आम्ही बर्फाळ वादळाच्या मधून चालत राहिलो, कडाक्याच्या थंडीत कुडकुडत राहिलो आणि आम्हाला सर्वांत जास्त दिलासा तेव्हा मिळाला जेव्हा आम्ही हिमालयाच्या खिंडीला मागे सोडून गरम, घनदाट जंगलाच्या भागात पोहोचलो.

राजधानी सोडल्याच्या सोळा दिवसांनंतर आमचा कारवां त्याच्या अंतिम गंतव्यस्थानी, चुम्बीच्या जिल्हा गव्हर्नरच्या मुख्यालयात पोहोचला. तिथे पोहोचल्यावर दलाई लामांना त्यांच्या पिवळ्या खुर्चीतून खूप गर्दीतून गव्हर्नरच्या साध्याशा घरात नेण्यात आले. आणि त्याचे हे घर पवित्र स्थान बनले. कोणताही नश्वर माणूस आता तिथे राहणार नाही, कारण ज्याही ठिकाणी दलाई लामांनी एक रात्र काढली, त्याला एक पवित्र प्रार्थना घर मानले गेले. यानंतर भाविक तिथे देवाचा आशीर्वाद मिळवण्यासाठी प्रार्थना करायला येत राहतील.

अधिकाऱ्यांना आजूबाजूच्या गावांतील शेतकऱ्यांच्या घरांमध्ये थांबवण्यात आले आणि त्यांना त्यांच्या घरासारखा आराम मिळाला नाही. जी व्यवस्था होती, त्यानुसार काम चालवावे लागले. बहुतांश सैनिकांना परत आतल्या भागात पाठवण्यात आले, कारण चुम्बीमध्ये त्यांच्यासाठी राहण्याची व्यवस्था नव्हती. खोऱ्याचे सर्व प्रवेशद्वार लष्करी चौक्यांद्वारे सुरक्षित होते आणि केवळ विशेष पास असलेल्या व्यक्तींनाच आत आणि बाहेर येण्याची परवानगी होती. दलाई लामांच्या गटात प्रत्येक सरकारी कार्यालयाचा किमान एक प्रतिनिधी होता आणि अशा प्रकारे एका तात्पुरत्या सरकारची स्थापना करण्यात आली जी नियमित कार्यालयीन वेळेनुसार काम करत असे आणि नियमित बैठका घेत असे. ल्हासा आणि तात्पुरत्या सरकार दरम्यान संदेशवाहकांची एक सेवा स्थापित केली गेली होती. दलाई लामा आपल्यासोबत त्यांची विशेष मोहोर घेऊन आले होते. ते ल्हासामधील अधिकाऱ्यांच्या निर्णयांना प्रमाणित करत असत. या संदेशवाहकांनी ल्हासा

आणि चुम्बीमधील अंतर अविश्वसनीय वेगाने कापले. त्यापैकी एकाने नऊ दिवसांत दुहेरी प्रवास (डोंगराळ प्रदेशात सुमारे ५०० मैल) पूर्ण केला. संदेशवाहक ल्हासा आणि बाह्य जगातला एकमेव दुवा होते. ते चिनी लोकांच्या वाढत्या प्रभावाच्या नवीनतम बातम्या घेऊन यायचे. नंतर फॉक्स त्यांच्या उपकरणांसह पोहोचले आणि एक रेडिओ स्टेशन स्थापित केले.

दलाई लामांसोबत आलेल्या अधिकाऱ्यांच्या पत्नी आणि मुले थेट भारताला गेले. चुम्बीमध्ये त्यांच्यासाठी राहण्या-थांबण्याची कोणतीही व्यवस्था नव्हती. त्यापैकी अनेकांनी भारत आणि नेपाळमधील बौद्ध धर्माच्या पवित्र स्थळांची तीर्थयात्रा करण्याचा विचार केला. इथपर्यंत की दलाई लामांचे कुटुंबही, लोबसांग समतेनला सोडून, दक्षिणेकडे निघून गेले आणि खामपोंगसारख्या शांत ठिकाणी बंगल्यांमध्ये राहत होते. अनेक निर्वासितांनी भारतात आल्यावर पहिल्यांदाच रेल्वे, विमाने आणि मोटर-कार पाहिल्या होत्या. हे चमत्कार पाहण्याचा उत्साह काही काळापुरताच टिकून राहिला, कारण ते त्यांच्या देशात परतण्यासाठी आसुसले होते. जरी तो देश सभ्यतेच्या आधुनिक साधनांच्या बाबतीत मागासलेला होता तरीही तो त्यांच्यासाठी अस्तित्वाचा भक्कम आधार होता.

या दिवसांत मी चुम्बीमध्ये एका अधिकारी मित्राच्या घरी पाहुणा म्हणून राहत होतो. माझे काम संपले होते आणि मला अनेकदा कंटाळा यायचा, पण मी माझ्या मित्रांचा निरोप घेण्याची मनःस्थिती बनवू शकत नव्हतो. मला असे वाटत होते जणू मी नाटकाचा एक प्रेक्षक आहे, ज्याने शेवटाचा अंदाज बांधला होता आणि अटळ शेवटाने दुःखी होता, पण त्याला शेवटचे दृश्य पाहावे लागले. माझी चिंता कमी करण्यासाठी मी दररोज पर्वतांवर जायचो आणि अनेक कच्चे नकाशे बनवायचो.

मला केवळ एकच अधिकृत कर्तव्य पार पाडायचे होते, आणि ते म्हणजे मला माझ्या छोट्याशा वायरलेसच्या माध्यमातून ज्या बातम्या मिळायच्या, त्या परराष्ट्र मंत्र्यांपर्यंत पोहोचवणे. मला समजले की चीनचे सैन्य पुढे सरकत नाही आणि आता तिबेटी सरकारला पीकिंगला येऊन तडजोड करण्याचा प्रस्ताव देत आहे. दलाई लामा आणि सरकारने असा निष्कर्ष काढला की निमंत्रण स्वीकारणे हे एक चांगले धोरण असेल आणि म्हणूनच एक शिष्टमंडळ

पाठवण्यात आले. कारण सशस्त्र प्रतिकार निरर्थक ठरला असता, त्यामुळे सरकारने दलाई लामांच्या व्यक्तिमत्त्वाचा वापर सौदेबाजीसाठी केला, कारण त्यांना माहीत होते की रेड्स त्यांना तिबेटमध्ये परत आणण्यासाठी खूप उत्सुक होते. सर्व वर्गातून आलेले प्रतिनिधी दलाई लामांना परत येण्याची विनवणी करण्यासाठी चुम्बीला पोहोचत होते. संपूर्ण तिबेट नैराश्यात बुडालेला होता आणि आता मला पूर्णपणे जाणवले की लोक आणि त्यांचे राजे एकमेकांशी किती जवळून जोडलेले आहेत. त्यांच्या उपस्थितीच्या आशीर्वादाशिवाय देश कधीही समृद्ध होऊ शकत नव्हता.

शेवटी दलाई लामांकडे चिनी लोकांच्या अटी मान्य करण्याशिवाय आणि ल्हासाला परतण्याशिवाय कोणताही पर्याय उरला नव्हता. प्रदीर्घ वाटाघाटींनंतर पीकिंगमध्ये कराराच्या अटी तयार केल्या गेल्या. यामुळे देशाचे अंतर्गत प्रशासन दलाई लामांना मिळाले आणि ही हमी देण्यात आली की धर्माचा आदर केला जाईल आणि पूजेचे स्वातंत्र्य दिले जाईल. या सवलतींच्या बदल्यात चिनी लोकांनी तिबेटचे परदेशी संबंध आपल्या हातात घेण्यावर आणि देशाच्या सुरक्षेची जबाबदारी घेण्यावर जोर दिला. त्यांना देशात हवे तितके सैनिक पाठवण्याचा अधिकार असेल आणि अशा प्रकारे ते भविष्यात त्यांच्या मागण्यांची पूर्तता सुनिश्चित करू शकतील.

कारण गव्हर्नरचे घर थंड आणि उन्हाचा अभाव असलेल्या खोऱ्यात बनलेले होते, त्यामुळे दलाई लामा डुंगखर मठात राहायला गेले. हे नैसर्गिकदृष्ट्या खूप रम्य ठिकाण होते. तिथे ते जगापासून दूर राहायचे, भिक्षू आणि त्यांच्या स्वतःच्या सेवकांसोबत राहायचे आणि मला त्यांच्याशी एकांतात बोलण्याची क्वचितच संधी मिळाली. लोबसंग समतेन मठाच्या एका खोलीत राहायचे, जिथे मी अनेकदा त्यांना भेटायला जायचो. आम्ही दलाई लामांसोबत लांबच्या फेरफटक्यासाठी जायचो. ते पायीच आजूबाजूच्या मठांमध्ये जायचे आणि प्रत्येकजण त्यांची वेगवान चाल पाहून थक्क व्हायचा. कोणीही त्यांच्यासोबत चालू शकत नसे. इथे त्यांना पहिल्यांदाच शारीरिक व्यायाम करण्यासाठी वेळ आणि संधी मिळाली आणि त्यांनी याचा पुरेपूर वापर केला.

याशिवाय त्यांची ऊर्जा त्यांच्या कर्मचाऱ्यांच्या आरोग्यासाठी फायदेशीर होती. कर्मचाऱ्यांना त्यांच्याशी ताळमेळ राखण्यासाठी प्रशिक्षण घ्यावे लागायचे. भिक्षूंनी तपकीर ओढणे सोडले आणि सैनिकांनी तंबाखू आणि दारूचे व्यसन सोडले. संसाधनांची कमतरता असूनही धार्मिक उत्सव नियमितपणे साजरे केले जायचे, पण ल्हासासारख्या थाटामाटात नाही. एका भारतीय विद्वानाच्या भेटीमुळे त्यांच्या दिनचर्येला एक सुखद विश्रांती मिळाली. तो भारतीय राजासाठी एका सुवर्ण कलशात बुद्धाचा एक अवशेष घेऊन आला होता. या प्रसंगी मी दलाई लामांचा माझा शेवटचा आणि सर्वांत चांगला फोटो काढला.

चुम्बी खोऱ्यात आम्ही जेवढे दिवस राहिलो, उच्चभ्रूंचे जीवनमान तितकेच खाली घसरत गेले. जवळजवळ सर्वच लोक पायी चालायचे, कारण काही अपवाद वगळता, सर्व घोडे पाठवून देण्यात आले होते. हे खरे आहे की त्यांच्याकडे अजूनही नोकर होते आणि त्यांना त्यांची कामे स्वतः करावी लागत नव्हती. पण त्यांना पूर्वीसारखा आराम मिळत नव्हता. आलिशान घरे नव्हती. पार्ट्या आणि मनोरंजनापासून दूर होते. त्यांनी छोटे-मोठे कट रचण्यास सुरुवात केली आणि गप्पा मारण्यात आणि अफवा पसरवण्यात त्यांना मजा येऊ लागली. त्यांना जाणवू लागले की त्यांच्या वर्चस्वाचा काळ संपला आहे. ते आता स्वतःसाठी कोणताही निर्णय घेऊ शकत नव्हते आणि त्यांना प्रत्येक गोष्ट दलाई लामांना सांगावी लागायची. याशिवाय त्यांना खात्री नव्हती की चिनी त्यांना परत त्यांची संपत्ती देतील, जरी त्यांनी तसे करण्याचे वचन दिले होते. सरंजामशाहीचा काळ संपला आहे, हे सत्य त्यांना माहीत होते.

मी मार्च एकोणीसशे एकावन्न पर्यंत चुम्बी खोऱ्यात राहिलो आणि मग भारतात जाण्याचा निर्णय घेतला. मला खूप आधीच समजले होते की मी ल्हासाला परत जाऊ शकणार नाही, पण मी अद्याप तिबेटी सरकारचा एक अधिकारी होतो आणि भारतात जाण्यापूर्वी मला सुट्टी मागायची होती. माझी सुट्टी त्वरित मंजूर झाली. कॅबिनेटद्वारे मला दिलेला पासपोर्ट सहा महिन्यांसाठी वैध होता आणि त्यात एक विभाग होता ज्यामध्ये भारत सरकारला विनंती करण्यात आली होती की जर मी तिबेटला परतलो तर त्यांनी मला मदत

करावी, पण मला माहीत होते की मी याचा कधीही वापर करू शकणार नाही. मला खात्री होती की सहा महिन्यांनंतर दलाई लामा ल्हासाला परत जातील, जिथे त्यांना चेनरेझीचा अवतार म्हणून मान्यता मिळेल, पण एक स्वतंत्र लोकांचे शासक म्हणून त्यांना कधीही मान्यता दिली जाणार नाही.

मी माझ्या वैयक्तिक समस्येवर तोडगा काढण्यासाठी बऱ्याच काळापासून डोके खाजवत होतो, आणि खूप विचार-मंथनानंतर मी भारतात जाण्याचा निर्णय घेतला. मी काही काळापासून औफशनाइटरशी पत्रव्यवहार करत होतो आणि खऱ्या अर्थाने ग्यांत्सेमध्ये त्यांना भेटलोही होतो. त्यांनी मला सांगितले होते की ते शक्य तितक्या जास्त काळ तिबेटमध्ये राहू इच्छितात आणि मग भारतात जाऊ इच्छितात. जेव्हा आम्ही वेगळे झालो, तेव्हा आम्हाला याची अजिबात कल्पना नव्हती की आम्ही अनेक वर्षे एकमेकांना भेटणार नाही. मी त्यांचे सामान माझ्यासोबत कलिम्पोंगला घेऊन गेलो आणि तिथे ठेवले. त्यानंतर एक वर्ष मला त्यांच्याकडून कोणतीही बातमी मिळाली नाही. असे वाटत होते की ते पूर्णपणे गायब झाले आहेत. वेगवेगळ्या प्रकारच्या अफवा पसरल्या आणि अनेकांचे मानणे होते की ते आता या जगात नाहीत. जेव्हा मी पुन्हा युरोपला गेलो, तेव्हा मला समजले की ते आमच्या परीकथेच्या गावात किरोंगमध्ये स्थायिक झाले आहेत आणि तिथे चिनी लोकांच्या येण्यापर्यंत वाट पाहत आहेत. ते खरोखरच शेवटच्या मिनिटापर्यंत तिथे राहिले आणि माझ्यापेक्षाही जास्त अडचणींतून बाहेर आले. मला नेपाळमध्ये त्यांचे पत्र मिळून खूप आनंद झाला. साहजिकच ते जिवंत होते.

ते त्यांच्या अमर्याद अन्वेषण-तृष्णेला शांत करण्याचा प्रयत्न करत अजूनही सुदूर पूर्वेला एक स्वेच्छेने निर्वासित म्हणून राहत आहेत. आजही असे खूप कमी लोक जिवंत आहेत ज्यांना हिमालय आणि 'फॉरबिडन लँड'चे त्यांच्याइतके व्यापक ज्ञान असेल. इतक्या वर्षांनंतर जेव्हा ते युरोपला परततील, तेव्हा ते काय-काय सांगणार नसतील!

मी जड अंतःकरणाने तिथून निघालो. मला तरुण राजाच्या नशिबाची मोठी चिंता होती. मला माहीत होते की पोटालामध्ये त्यांचे जीवन माओ त्से-तुंगच्या सावलीने अंधकारमय होईल. शांततापूर्ण प्रार्थना-पताकांऐवजी मी लाल झेंड्यांची कल्पना करू लागलो, ज्यामध्ये हातोडा आणि विळा हवेत

फडकत होता आणि जो जागतिक वर्चस्वाचा दावा करत होता. कदाचित कृपेचे शाश्वत देवता चेनरेझी या निष्प्राण शासनापासून वाचतील, कारण ते इतक्या साऱ्या चिनी आक्रमणांमधून वाचले होते. मी केवळ हीच आशा करू शकत होतो की पृथ्वीवरील सर्वांत शांततापूर्ण राष्ट्राला खूप जास्त त्रास सहन करावा लागणार नाही आणि क्रांतिकारी बदलांमुळे त्यांचे मनोधैर्य खचणार नाही. जेव्हा मी भारताकडे जाणाऱ्या सीमेवरील खिंडीवर पाऊल ठेवले तेव्हा तिथे ठेवलेले दगड आणि प्रार्थना-पताका पाहिल्या, तेव्हा माझ्या तिबेटमधील प्रवेशाला सुमारे सात वर्षे उलटून गेली होती. तेव्हा मी भुकेला-तहानलेला आणि थकून-भागून गेलो होतो, पण ज्या भूमीची मला ओढ होती, तिथे पोहोचल्यावर मी खूप खूश होतो. आता माझ्याकडे नोकर-चाकर आणि घोडे होते. माझ्याकडे पुरेशी बचतही होती, त्यामुळे भविष्याबद्दल खूप चिंता नव्हती. पण मी खोल नैराश्याचा बळी ठरलो होतो आणि मला ती उत्साही आशा दिसली नाही जी एका नवीन देशाच्या सीमेवर माझ्यात असायची. मी तिबेटकडे उदासपणे पाहिले. दुरून उठणारा चोमोल्हारीचा विशाल पिरॅमिड मला निरोपाचा अभिवादन करताना दिसला.

माझ्यासमोर सिक्कीम होते, ज्यावर कांचनजंघाची उत्तुंग पर्वतरांग उभी होती. ही हिमालयाची शेवटची विशाल पर्वतरांग होती जी मी पाहू शकत होतो. मी माझ्या घोड्याचा लगाम माझ्या हातात घेतला आणि हळूहळू भारतीय मैदानाच्या दिशेने चालू लागलो.

काही दिवसांनंतर मी कलिम्पोंगमध्ये होतो आणि अनेक वर्षांनंतर पुन्हा एकदा युरोपियन लोकांमध्ये होतो. ते मला विचित्र वाटले आणि मी त्यांच्या संगतीत परकेपणा अनुभवत होतो. जगभरातील बातम्यांच्या शोधात भटकणारे अनेक वर्तमानपत्रांचे रिपोर्टर मला भेटण्यासाठी धावून आले. नवीन सभ्यतेच्या सर्व गजबजाटात आणि थाटमाटात स्वतःला जुळवून घेण्यास मला बराच वेळ लागला. पण मला असे मित्र मिळाले ज्यांनी माझी मदत केली. मी अद्याप भारत सोडण्यास तयार नव्हतो, जिथे मी तिबेटशी जोडलेला असल्यासारखे अनुभवत होतो आणि युरोपसाठी माझे प्रस्थान पुढे ढकलत राहिलो.

त्या वर्षाच्या उन्हाळ्यात दलाई लामा ल्हासाला परतले आणि भारतात पळून आलेले तिबेटी कुटुंबही त्यांच्या घरी परतले. मला तिबेटच्या चिनी गव्हर्नर-जनरलला ल्हासामध्ये आपला पदभार स्वीकारण्यासाठी कलिम्पोंगवरून जाताना पाहण्याची संधी मिळाली. १९५१ च्या शरद ऋतूपर्यंत संपूर्ण तिबेटवर चिनी सैनिकांचा ताबा झाला होता आणि त्या देशातून बातम्या खूप कमी आणि अपूर्ण मिळत होत्या. जेव्हा मी या शेवटच्या ओळी लिहित आहे तेव्हा माझ्या अनेक भीती खऱ्या ठरल्या आहेत.

देशात दुष्काळ आहे, जो ना तर ताबा मिळवणाऱ्या सैन्याचे पोट भरू शकतो आणि ना रहिवाशांचे. मी युरोपियन वर्तमानपत्रांमध्ये पोटालामध्ये माओ त्से-तुंगच्या चित्रासह असलेल्या विशाल पोस्टर्सचे फोटो पाहिले आहेत. पवित्र शहरात चिलखती गाड्या फिरतात. दलाई लामांच्या एकनिष्ठ मंत्र्यांना आधीच बडतर्फ करण्यात आले आहे आणि पंचेन लामा चिनी सैनिकांसह ल्हासामध्ये प्रवेश करू शकले आहेत. चिनी लोकांनी दलाई लामांना सरकारचे अधिकृत प्रमुख म्हणून मान्यता देऊन मोठी चतुराई दाखवली, पण शेवटी ताबा मिळवणाऱ्या शक्तीची इच्छाच सर्वोच्च राहील. चिनी लोकांनी तिबेटमध्ये स्वतःला मोठ्या आरामात स्थापित केले आहे आणि त्यांच्या शक्तिशाली संघटनेसोबत आधीच शेकडो मैल लांब रस्ते बनवले आहेत जे या भूमीला त्यांच्या स्वतःच्या देशाशी जोडतात.

मी तिबेटमध्ये घडणाऱ्या प्रत्येक घटनेकडे खूप रस घेऊन पाहतो, कारण माझ्या अस्तित्वाचा एक भाग त्या लाडक्या देशाशी अतूटपणे जोडलेला आहे. मी जिथे कुठे राहीन, मला तिबेटची आठवण येईल. मला अनेकदा वाटते की मी अजूनही ल्हासाच्या उघड्या चांदण्याने न्हाऊन निघालेल्या आकाशात हंस आणि सारसांच्या किंकाळ्या आणि त्यांच्या पंखांची फडफड ऐकू शकतो. माझी मनापासून इच्छा आहे की हे पुस्तक त्या लोकांसाठी काही समजूतदारी निर्माण करेल ज्यांच्या शांतता आणि स्वातंत्र्याने जगण्याच्या इच्छेला उदासीन जगाकडून खूप कमी सहानुभूती मिळाली आहे.

उपसंहार

मला तिबेटमध्ये राहण्याचे भाग्य लाभले होते आणि आता त्या गोष्टीला अर्ध्या शतकाहून अधिक काळ लोटला आहे. दलाई लामा एकदा म्हणाले होते, 'हाइनरिक हॅरर आणि माझी पहिली भेट तेव्हा झाली, जेव्हा ते माझे मोठे भाऊ लोबसांग समतेन यांचे चांगले मित्र बनले होते. मग आम्हीही लवकरच मित्र बनलो. आता जेव्हा आम्ही दोघेही म्हातारे होत आहोत, तेव्हा आम्ही ते आनंदाचे दिवस आठवतो जे आम्ही एका सुखी देशात एकत्र घालवले होते. खऱ्या मैत्रीची ओळख हीच आहे की ती परिस्थिती बदलल्यावरही बदलत नाही. तुम्ही आयुष्यभर एकमेकांची मैत्री निभावता आणि मदत करत राहता. हॅरर तिबेटसाठी नेहमीच असे मित्र राहिले आहेत. तिबेटसाठी त्यांचे सर्वांत मोठे योगदान त्यांचे 'सेव्हन इयर्स इन तिबेट' हे पुस्तक आहे. या पुस्तकाने हजारो लोकांना माझ्या देशाची ओळख करून दिली. आजही ते तिबेटवासीयांच्या स्वातंत्र्यलढ्यात सक्रिय आहेत आणि आम्ही यासाठी त्यांचे आभारी आहोत.'

जेव्हा पीटर औफशनाइटर आणि मी सहा हजार मीटरहून अधिक उंचीच्या अनेक खिंडी ओलांडत सुमारे दोन वर्षांच्या प्रवासानंतर ल्हासाला पोहोचलो, तेव्हा आमच्या अंगावर थंडीमुळे जखमा झाल्या होत्या, फोड आले होते, आम्ही भुकेले आणि आजारी होतो. जर तिबेटी सरकारने आम्हाला पुन्हा भारतीय सीमेवर पाठवले असते, तर आम्हाला काही आश्चर्य वाटले नसते, कारण तेव्हा तिबेट हा एक निषिद्ध देश होता आणि विशेषतः ही पवित्र नगरी ल्हासा तर पूर्णपणे निषिद्ध होती. पण झाले याच्या उलट. तिबेटी लोकांना आमची दया आली. त्यांनी आम्हाला जेवण दिले, गरम

कपडे दिले, राहण्यासाठी जागा दिली आणि कामही दिले. त्यांच्या समाजाने आम्हाला स्वीकारले.

जेव्हा आम्ही ल्हासामध्ये सुख-शांतीने राहत होतो, तेव्हा कोणालाही हा अंदाज नव्हता की असाही एक दिवस येईल जेव्हा आम्हाला ही शांततापूर्ण भूमी, जगाचे छप्पर सोडावे लागेल. पण चीनच्या रेड आर्मीने आक्रमण केले आणि १९५१ मध्ये दलाई लामांना सुमारे एक लाख तिबेटी लोकांसह भारताकडे पलायन करावे लागले.

तेव्हापासून आतापर्यंत हिमभूमीवर जे काही घडले आहे, ते शब्दांत सांगणे कठीण आहे. १२ लाख तिबेटी लोकांनी आपला जीव गमावला आणि ६,००० पवित्र स्थळांपैकी बहुतांश नष्ट करण्यात आली. हे सांगण्याची गरज नाही की आज तिबेटी लोकांना मदतीची गरज आहे. जो कोणी आपल्या देशावर आणि तिथल्या धाडसी लोकांवर प्रेम करतो, तो त्यांच्या संघर्षाला पाठिंबा देतो. भूतकाळात आणि वर्तमानात केलेल्या प्रयत्नांमध्ये विविध तिबेटी मदत संस्थांच्या वतीने व्याख्याने देणे आणि जुन्या छायाचित्रांचे प्रकाशन करणे समाविष्ट राहिले आहे, कारण निर्वासित जीवन जगणाऱ्या बहुतांश तिबेटी लोकांनी आज आपला देश त्याच्या विनाशापूर्वीच्या स्वरूपात पाहिलेलाच नाही. याशिवाय, मला अभिमान आहे की माझे पुस्तक 'सेव्हन इयर्स इन तिबेट' (तिबेटीमध्ये प्रकाशित) आता एका माहितीपटाच्या रूपातही तयार केले जात आहे. निर्मात्याने हे वचन दिले आहे की हा चित्रपट तिबेटवर झालेले आक्रमण आणि तिबेटी लोकांचे संघर्ष प्रामाणिकपणे दर्शवेल, ज्यामुळे त्यांच्या संघर्षाला बळ मिळेल. या चित्रपटाचे दिग्दर्शन जां-जाक आनूसारखे दिग्दर्शक करत आहेत, जे प्रत्येक बारकाव्यावर विशेष लक्ष देण्यासाठी ओळखले जातात. यावरून एक गोष्ट तर नक्की आहे की चित्रपट तिबेटवर झालेले आक्रमण आणि तिथल्या लोकांच्या वेदना सत्य आणि संवेदनशीलतेसह मांडेल.

तथापि, या चित्रपटामुळे चीनने सर्व शेजारी देशांवर दबाव आणण्यास सुरुवात केली, परिणामी चित्रपटाचे शूटिंग हिमालयाऐवजी अँडीज पर्वतांमध्ये करावे लागले. अशीच भीती आणि चिनी सत्तेसमोर झुकणे आम्हाला एप्रिल १९९६ मध्ये घेंटमध्ये आयोजित मानवाधिकार आयोगाच्या कारवाईतही पाहायला मिळाले, जेव्हा त्यांनी सहा देशांचा निषेध केला, पण चीनचे नाव घेतले नाही.

तिबेट सोडल्यापासून मी आणखी अनेक देश आणि मनोरंजक संस्कृती जाणून घेतल्या आहेत. वयानुसार माणसाच्या आवडी आणि प्रेरणाही बदलतात, पण आशिया, आणि विशेषतः तिबेटबद्दलचे माझे आकर्षण आजही तसेच टिकून आहे. मी दरवर्षी हिमालयाच्या देशांमध्ये प्रवास करतो. केवळ तिबेटच्या सीमाच आता माझ्या आवाक्याबाहेर आहेत, पण माझ्यासाठी ही एक वेगळ्या प्रकारची अभिमानाची गोष्ट आहे की मला तिथे एक अवांछित व्यक्ती मानले जाते.

दोन महायुद्धांच्या दरम्यानच्या काळात एका ब्रिटिश अधिकाऱ्याने असे मत व्यक्त केले होते की जरी विमानांच्या शोधाने संपूर्ण जग मानवी आवाक्यात आणले असले, तरीही एक शेवटचे रहस्य अद्याप बाकी आहे. आणि तो आहे एक विशाल देश, जो जगाचे छप्पर आहे, एक असा देश, जिथे चमत्कार होतात, जिथे भिक्षू ध्यानाच्या जोरावर आपला आत्मा शरीरापासून वेगळा करून अंतराळात विहार करू शकतात, आणि जिथे भविष्यवेत्तेच घटनांची दिशा ठरवतात. ती भूमी पृथ्वीवरील सर्वांत उंच पर्वतरांगांनी वेढलेली होती आणि त्या राज्याचा शासक एक जिवंत देव होता, जो एका लाल खडकावर बनवलेल्या अद्वितीय सुंदर किल्ल्यात राहत होता. तो एक निषिद्ध देश होता, आणि त्याची राजधानी ल्हासा भिक्षूंच्या कडक निगराणीखाली असायची. पर्वतांच्या पलीकडे लपून फुलणारे एक दुर्मिळ 'ब्लू पॉपी' हे रोमँटिक लोकांसाठी आणखी एक आकर्षण होते.

यात काही आश्चर्य नाही की मिशनरी, विचारवंत, धाडसी प्रवासी आणि शास्त्रज्ञ त्या देशाचे रहस्य आणि राहणीमान जाणून घेण्यास उत्सुक होते.

पीटर औफश्नाइटर आणि मला तिबेटच्या या रहस्यमय भूमीला तिच्या मध्ययुगीन स्वरूपात जाणून घेण्याची संधी मिळाली, पण आम्ही तिचा पतनही पाहिला. आम्ही त्या क्षणाचे साक्षीदार बनलो, जेव्हा ती प्राचीन संस्कृती बळजबरीने नष्ट करण्यात आली आणि एक हजार वर्षे जुनी सभ्यता संपवण्यात आली.

लहानपणापासूनच मी साहस आणि संशोधनाच्या कथा असलेली पुस्तके मोठ्या आवडीने वाचायचो. माझ्या महान आदर्शांमध्ये अलेक्झांडर

वॉन हुम्बोल्ट आणि आशियाचे प्रसिद्ध स्वीडिश संशोधक स्वेन हेडीन यांचा समावेश होता. विशेषतः त्यांच्या तिबेटच्या प्रवासाने मला खूप आकर्षित केले. आणि जेव्हा आमचा दुसऱ्या महायुद्धातील कैदी छावणी भारतात हिमालयाच्या पायथ्याशी हलवण्यात आली, तेव्हा माझ्या पळून जाण्याचे सर्व प्रयत्न साहजिकच तिबेटच्या दिशेनेच केंद्रित झाले - त्या निषिद्ध भूमीच्या दिशेने जी जगाच्या छतावर वसलेली होती आणि जी दक्षिणेकडील तिच्या ब्रिटिश वसाहतीच्या शेजाऱ्यांसाठीही निषिद्ध होती.

एक गोष्ट सुरुवातीलाच स्पष्ट करू इच्छितो की ब्रिटिशांनी आमच्याशी जिनेव्हा करारानुसारच वागणूक दिली. काटेरी तारांमागील जीवन अजिबात असह्य नव्हते, खरं तर ते बऱ्यापैकी आरामदायक होते. आमच्याकडे पुस्तके होती, खेळाचे उपक्रम होते, आजूबाजूच्या परिसरात पॅरोलवर बाहेर जाण्याची परवानगी होती आणि खाण्यापिण्याची कोणतीही कमतरता नव्हती. यामुळे आम्हाला पळून जाण्याची गरज नव्हती. माझ्या पळून जाण्याच्या इच्छेचे कारण उलटे होते. मला त्या छावणीतून बाहेर पडून काहीतरी साध्य करायचे होते. कदाचित ती स्वातंत्र्याची ती शाश्वत मानवी आकांक्षा होती, पण माझ्या बाबतीत पर्वतांबद्दलचे माझे प्रेमही निश्चितच एक कारण राहिले असेल. आणि निःसंशयपणे, माझ्या मनात कुठेतरी ही अद्भुत कल्पनाही रेंगाळत होती की मी हिमालयाच्या पलीकडे त्या निषिद्ध तिबेट भूमीपर्यंत पोहोचू शकेन.

माझे पुस्तक 'सेव्हन इयर्स इन तिबेट' चा शेवट दक्षिण तिबेटमध्ये, १९५१ च्या वसंत ऋतूत होतो, जेव्हा मी अनेक वर्षांनंतर माझी दुसरी मातृभूमी तिबेट आणि माझे तरुण मित्र, चौदावे दलाई लामा यांचा निरोप घेत होतो. यावेळी मी माझ्या इच्छेने पळून जाण्यासाठी आतुर नव्हतो, तर सत्य याच्या अगदी उलट होते. भारताची सीमा ओलांडण्यापूर्वी मी तिबेटमधील स्वातंत्र्याच्या शेवटच्या क्षणांमध्ये परम पावन दलाई लामांचे एक शेवटचे छायाचित्र घेतले. हेच छायाचित्र 'लाइफ' मासिकाच्या ७ मे १९५१ च्या अंकात रंगीत मुखपृष्ठ म्हणून छापून आले होते. त्याच दिवशी, जेव्हा जगाला चीनच्या तिबेटवरील आक्रमणाबद्दल समजले.

सन १९५२ मध्ये मी ऑस्ट्रियाला परतलो, तर दलाई लामांनी त्यांच्या मंत्र्यांसह तिबेटमध्येच राहण्याचा निर्णय घेतला. त्यांना अद्याप हा विश्वास

होता की शेवटी चिनी सरकार स्वतःच लादलेल्या सतरा कलमी कराराच्या अटींचे पालन करेल. हा एक असा करार होता जो तिबेटी प्रतिनिधींवर दबाव टाकून निश्चित करण्यात आला होता. यानंतरच्या वर्षांची कथा थोडक्यात सांगता येईल. परदेशी आक्रमकांच्या हाताखाली जीवन दिवसेंदिवस वाईट होत गेले. मार्च १९५९ मध्ये ल्हासामध्ये झालेल्या एका जन-बंडाच्या दरम्यान, दलाई लामा कशाही प्रकारे निसटण्यात यशस्वी झाले, अनेक आठवड्यांच्या अडचणी आणि संकटांनंतर ते भारतात पोहोचले. पंडित नेहरूंनी या विशिष्ट निर्वासिताचे स्वागत केले आणि बरोबर पंधरा वर्षांनंतर, जेव्हा मी डेहराडूनच्या कैदी छावणीतून पळून जाऊन तिबेटकडे मोर्चा वळवला तेव्हा मी स्वतः आसाममधील तेजपूर येथे त्यांचे स्वागत करण्यासाठी उपस्थित होतो. निर्वासितांना उदार मनाने निवासस्थाने उपलब्ध करून देण्यात आली आणि त्यांनी धर्मशाला येथे एक अनौपचारिक निर्वासित सरकारची स्थापना केली.

पुढची काही वर्षे कठीण गेली. सन १९६२ मध्ये दलाई लामांनी त्यांची लाडकी आई गमावली आणि काही काळानंतर त्यांचे मोठे भाऊ लोबसांग समतेन यांचेही निधन झाले. त्यांचे वय अवघे पन्नास वर्षे होते. ते निर्वासित काळात दलाई लामांचे सर्वांत मोठे आधार राहिले होते.

आज दलाई लामांकडे संपूर्ण जगात सन्मान आणि श्रद्धेच्या दृष्टीने पाहिले जाते. ही गोष्ट चीनला जितकी खुपते, तितक्याच मजबुतीने तिबेटी लोकांची स्वातंत्र्य आणि स्वराज्याची आकांक्षा वाढली आहे. दलाई लामांच्या करिष्माई व्यक्तिमत्त्वामुळे आता तिबेटचे लोक आणि त्यांच्या दोन हजार वर्षे जुन्या संस्कृतीबद्दल जगाला अधिक जाणून घेण्याची आणि समजून घेण्याची संधी मिळाली आहे. त्यांच्या जीवन-परंपरा आणि मूल्यांचा विनाश आता एक मोठी हानी म्हणून पाहिले जाते. सन १९८९ मध्ये दलाई लामांना नोबेल शांतता पुरस्कार देण्यात आला, हा त्यांच्या जीवनातील सर्वोच्च गौरवशाली क्षणांपैकी एक राहिला असेल.

जेव्हाही दलाई लामांना कोणताही सन्मान मिळतो, तेव्हा माझ्या मनात हा विचार करून स्वाभाविक अभिमान निर्माण होतो की हा महान व्यक्ती माझा मित्र आहे. मला तेव्हाही अभिमान वाटतो, जेव्हा निर्वासित जीवन जगणारे

तिबेटी निर्वासित यश आणि लोकप्रियता मिळवतात, आणि मी आजही त्या आत्मीय स्वागताबद्दल कृतज्ञ आहे जे मला ल्हासाला पोहोचल्यावर मिळाले होते. जर मी तिबेटच्या संघर्षाला पाठिंबा देतो तर ते अत्यंत स्वाभाविक आहे.

एक सुखद योगायोग हा देखील आहे की माझी आणि परम पूज्य दलाई लामांची जन्मतारीख एकच आहे - ६ जुलै. निःसंशयपणे, हा माझ्या जन्मस्थळाच्या ह्युटेनबर्ग (ऑस्ट्रियाच्या कॅरिंथिया प्रांतात स्थित) च्या इतिहासातील सर्वांत गौरवशाली दिवस होता, जेव्हा २५ जुलै १९९२ रोजी दलाई लामा तिथे पधारले आणि 'हाइनरिक हॅरर म्युझियम' चे उद्घाटन आणि लोकार्पण केले.

सुमारे चाळीस वर्षांनंतरही तिबेटचा विनाश थांबलेला नाही. जो ल्हासा मी पाहिला होता, त्याचा कदाचित केवळ दोन टक्के भागच आता उरला आहे. ते एक चिनी शहर बनले आहे. असंख्य चिनी दुकाने, दारू आणि जुगाराचे शेकडो अड्डे, पोटालामध्ये तैनात सैनिकांचे मनोरंजन करण्यासाठी चहुबाजूंनी वेश्यागृहे बनली आहेत. इतक्या वर्षांच्या नासधूस, अत्याचार, सक्तीची नसबंदी, हत्या आणि राजकीय ब्रेनवॉश नंतरही तिबेटी लोकांना स्वातंत्र्य हवे आहे. दलाई लामांबद्दलचा त्यांचा विश्वास आणि सन्मान आजही तसाच आहे.

दलाई लामांना जगभरातून सहानुभूती आणि पाठिंब्याचे अनेक संदेश तर मिळतात, पण खेदाची गोष्ट आहे की या शब्दांमागे कोणतीही ठोस कारवाई होत नाही. आर्थिक फायदा अनेकदा मानवी हक्कांपेक्षा जास्त महत्त्वाचा मानला जातो. तरीही, मी त्या दिवसाची कल्पना करतो जेव्हा तिबेट स्वतंत्र होईल आणि दलाई लामांवर प्रेम करणारे लोक एकत्र मिळून पोटाला महालापर्यंत श्रद्धा आणि सन्मानाची यात्रा करतील.

जरी सांस्कृतिक वारशांचा विनाश कदाचित चालूच राहील, तरीही चीन देखील जगातील सर्वोच्च पर्वतरांगांना नष्ट करू शकत नाही. हे पर्वत त्या भूमीला वेढून आहेत जी तिबेटी देवतांचे सिंहासन मानली जाते, आणि जसे भूतकाळात होत आले आहे, जेव्हा भाविक तिबेटी उंच खिंडी ओलांडतील, तेव्हा ते पुकारतील, ‘देवता विजयी होतील.’

पुनश्च: लेखकाबद्दल

हाइनरिक हॅरर : एक असाधारण जीवन

-मिरांडा हेन्स

इतिहास अनेकदा संशोधकांच्या अडचणी आणि कामगिरीच्या वास्तवाकडे दुर्लक्ष करतो. याचे एक उदाहरण आहेत आर्क्टिक संशोधक सर व्हॅली हर्बर्ट. यांनी कल्पनेपलीकडील अडचणी सहन केल्या, पण घरी परतल्यावर ते ज्या प्रशंसा आणि कौतुकास पात्र होते, ते त्यांना मिळाले नाही. जनसंपर्क, नशीब, प्रकाशनाची सौदेबाजी आणि धनबलाशिवाय, अनेकदा मोठ्या-मोठ्या कामगिरी दुर्लक्षित राहतात. हाइनरिक हॅरर या सर्व बाबतीत भाग्यवान राहिले आहेत.

हॅरर जेव्हा ९० वर्षांचे होते, तेव्हा त्यांना त्यांच्या आयुष्यात दुसऱ्यांदा लंडनमधील रॉयल जिओग्राफिकल सोसायटीमध्ये आपले विचार मांडण्यासाठी आमंत्रित करण्यात आले होते. संध्याकाळी मुलाखत घेतली जाणार होती, पण ज्या क्षणी हॅरर मंचावर चढले, त्यांना श्वास घेण्यासही वेळ मिळाला नाही. मुलाखतकार जिम रिंग मागे बसले आणि हॅरर यांनी इंग्रजीत लिहिलेले काळजीपूर्वक तयार केलेले व्याख्यान ऐकले. हे अतिशय काळजीपूर्वक लिहिलेले होते. श्रोते मंत्रमुग्ध झाले होते. व्याख्यान एकाग्रचित्त होऊन, पूर्ण उत्साहाने आणि सोप्या भाषेत दिले गेले होते. श्रोत्यांना मोठी प्रेरणा मिळाली.

त्यांना त्या रात्री जाणवले की ते एका 'महान' संशोधकाला ऐकत होते.

रॉयल जिओग्राफिकल सोसायटीचे डेप्युटी डायरेक्टर निजेल डी विन्सर तिथे उपस्थित होते. ते म्हणाले, ‘हॅरर एक शूर, उत्कृष्ट लेखक आणि महान मानवतावादी व्यक्ती आहेत. वैयक्तिकरित्या मला वाटते की ते एक असाधारण व्यक्ती आहेत, ज्यांच्यात धाडसी मोहिमा पूर्ण करण्याची जिद्दही आहे, आणि प्रतिभाही. मला ट्रॅव्हलर्स क्लब आणि रॉयल जिओग्राफिकल सोसायटी दोन्ही ठिकाणी त्यांचे विचार ऐकण्याचे भाग्य लाभले आहे. त्या संध्याकाळ अविस्मरणीय आहेत.’ ज्या व्यक्तीने इतकी वर्षे सोसायटीसोबत काम करत जगातील बहुतांश महान संशोधक आणि भूगोलशास्त्रज्ञांची भेट घेतली आहे, तो जर हॅरर यांच्याबद्दल ही गोष्ट म्हणत असेल, तर तिला महत्त्व आहे.

निःसंशयपणे, ऑस्ट्रियन हाइनरिक हॅरर एक अत्यंत यशस्वी संशोधक, भूगोलशास्त्रज्ञ, खेळाडू, गिर्यारोहक आणि लेखक आहेत. त्यांचे जीवन आणि कामगिरी बऱ्यापैकी असाधारण राहिली आहे, पण आश्चर्याची गोष्ट म्हणजे इंग्लंडमध्ये त्यांना खूप कमी लोक ओळखतात. ते लहान वयातच प्रसिद्ध झाले होते. त्यांची ऑस्ट्रियन राष्ट्रीय स्कीइंग टीमसाठी निवड झाली आणि १९३७ मध्ये वयाच्या अवघ्या २४ व्या वर्षी त्यांनी वर्ल्ड युनिव्हर्सिटी स्लॅलम (स्कीइंग) चॅम्पियनशिप जिंकली. मग, १९३८ मध्ये जेव्हा त्यांनी चार जणांच्या टीमचे सदस्य म्हणून पहिल्यांदा एगरच्या कुप्रसिद्ध उत्तरेकडील

त्यांचे पुस्तक 'द व्हाईट स्पायडर' त्या भयंकर चढाईचा एक शानदार वृत्तान्त आहे. हे एक असे पुस्तक आहे ज्याने तेव्हापासून आतापर्यंत असंख्य तरुण गिर्यारोहकांना प्रेरित केले आहे.

भागावर यशस्वीपणे चढाई केली, तेव्हा जग थक्क झाले. त्यांचे पुस्तक 'द व्हाईट स्पायडर' त्या भयंकर चढाईचा एक शानदार वृत्तांत आहे. हे एक असे पुस्तक आहे ज्याने तेव्हापासून आतापर्यंत असंख्य तरुण गिर्यारोहकांना प्रेरित केले आहे. यामध्ये महान ब्रिटिश गिर्यारोहक ख्रिस बोनिंग्टन यांचाही समावेश आहे, जे तीच चढाई करणारे पहिले ब्रिटिश गिर्यारोहक होते.

या यशावर समाधानी न होता हॅरर यांनी १९३९ मध्ये पाकिस्तानी हिमालयातील नंगा पर्वतावर चढाई करण्यास सुरुवात केली. यानंतर जे घडले, ते 'सेव्हन इयर्स इन तिबेट' च्या रोमांचक वृत्तांतात वाचता येईल. कदाचित हे समजणे खूप कठीण आहे की हॅरर आणि त्यांचे सहकारी गिर्यारोहक पीटर औफशनाइटर यांनी आधुनिक काळातील संशोधकांच्या तुलनेत किती अडचणी सहन केल्या असतील. हॅरर आजही आपल्या सहकारी गिर्यारोहकाला श्रेय देण्यात आणि धन्यवाद देण्यात थकत नाहीत. त्यांचे मानणे आहे की या साथीदाराशिवाय ते भारतातून तिबेटपर्यंतचा प्रवास करूच शकले नसते.

हॅरर यांनी गिर्यारोहण चालू ठेवले आणि अनेक नवीन भागांचा शोध लावला. नवपाषाण संस्कृतींचे नकाशे तयार केले आणि त्यांचा अभ्यासही केला. त्यांनीच अलास्कामध्ये माउंट हंगर, माउंट डेबोरा आणि माउंट ड्रमवर पहिल्यांदा चढाई केली. त्यांनी ५० व्या वर्षी पश्चिम न्यू गिनीमध्ये उत्तरेकडून दक्षिणेकडे ('माय हार्डेस्ट जर्नी') सात महिन्यांची मोहीम पूर्ण केली. त्यांनी ६१ व्या वर्षी माउंट किनाबालूवर चढाई केली आणि उत्तरेकडून दक्षिणेकडे बोर्निओ पार केले.

आणि ऐंशीच्या दशकातही काम करणे आणि मोहिमेवर जाणे, लिहिणे आणि चित्रपट बनवणे चालू ठेवले.

पण एक व्यक्ती म्हणून ते कसे आहेत? मिथक आणि कल्पनेने मिळून जगासमोर त्यांची जी गुंतागुंतीची प्रतिमा सादर केली आहे, ते त्याहून कितीतरी अधिक साधे आहेत. 'सेव्हन इयर्स इन तिबेट' हे त्यांचे अजूनही एक बेस्टसेलर पुस्तक आहे. हा एक शानदार प्रवासवर्णन आहे ज्याचे अठ्ठेचाळीस भाषांमध्ये भाषांतर झाले आहे. रॉयल जिओग्राफिकल लायब्ररीमधून सर्वांत जास्त चोरल्या गेलेल्या पुस्तकांमध्ये याचा समावेश आहे. या पुस्तकात हॅरर यांनी एकही 'अनावश्यक' वैयक्तिक माहिती दिलेली नाही. खऱ्या अर्थाने हिमालयात चढाई करण्यासाठी त्यांनी आपल्या गर्भवती पत्नीला ऑस्ट्रियामध्ये सोडले होते. अनेक लोक निष्पक्षपणे म्हणतील की पुस्तकावर आधारित चित्रपटात त्यांना एक महत्त्वाकांक्षी आणि तडजोड न करणारे पात्र म्हणून चित्रित करण्यात आले आहे.

दहा-बारा वर्षांपूर्वी स्टर्न मॅगझिनने एक धक्कादायक कथा प्रकाशित केली होती की हॅरर त्यांच्या तारुण्यात एसएस (Schutzstaffel) चे सदस्य होते आणि त्यांना एसएस ला स्कीइंगमध्ये प्रशिक्षित करण्यास सांगण्यात आले होते. एगरवर चढाई केल्यानंतर त्यांचे छायाचित्र हिटलरसोबत काढले गेले होते, कारण नाझी क्रीडा कौशल्याचा फायदा घेण्यास उत्सुक होते आणि त्यांनी एसएस गणवेशात लग्न केले होते. तथापि, पहिल्या आणि शेवटच्या वेळीच हा गणवेश घातला होता. हॅरर यांनी नंतर एक महत्त्वाचे निवेदन जारी

'स्टर्न मॅगझिनने ही धक्कादायक कथा उघड केली की हॅरर त्यांच्या तारुण्यात एसएस (Schutzstaffel) चे सदस्य होते.'

केले ज्यामध्ये नाझींसोबतच्या त्यांच्या मागील संबंधांचे स्पष्टीकरण दिले आणि त्यासाठी तीव्र खेद व्यक्त केला.

'सेव्हन इयर्स इन तिबेट' वाचल्याने समजते की अशा प्रकारचा अनुभव एखाद्या व्यक्तीला कसे बदलू शकतो. तिबेट आणि तिथल्या लोकांबद्दलचा त्यांचा जिव्हाळा आणि तरुण दलाई लामांसोबतचे त्यांचे असाधारण जवळचे संबंध यांनी निश्चितपणे त्यांची दिशा नकळतपणे बदलली. नंगा पर्वत हिमालयन एक्सपीडिशन एक महत्त्वाचे वळण होते, किंवा जसे ते म्हणतात, 'हे माझे भाग्य होते की पर्वत, बर्फाच्या दऱ्या आणि देवतांनी मला वाटेत येणाऱ्या समस्यांवर मात करण्यास मदत केली.'

'तिबेट आणि तिथल्या लोकांबद्दलचा त्यांचा जिव्हाळा आणि तरुण दलाई लामांसोबतचे त्यांचे असाधारण जवळचे संबंध यांनी नकळतपणे त्यांची दिशा बदलली.'

हॅरर यांचे बालपण खूपच साधारण पद्धतीने गेले. १९१२ मध्ये ऑस्ट्रियाच्या दक्षिणेकडील प्रांत कॅरिंथियामध्ये हटनबर्ग जवळ ओबरगोसेन नावाच्या एका छोट्याशा गावात जन्मलेले हॅरर पोस्ट ऑफिसच्या एका अधिकाऱ्याचे पुत्र होते. त्यांचे बालपण पर्वतांच्या आजूबाजूला गेले. त्यांचे आजोबा स्थानिक लोखंडाच्या खाणीत काम करायचे आणि हॅरर यांना आठवते की ते खाणीतून दुर्मिळ स्फटिक (Crystal) आणायचे आणि त्यांना एका कपाटावर ठेवून द्यायचे. एके दिवशी त्यांनी आपल्या पत्नीला सांगितले की खाणीत काम करणाऱ्या त्यांच्या एका जवळच्या सहकाऱ्याचा स्फोटात मृत्यू झाला आहे. कधीकधी रात्री सर्व लोक वासराला जन्म देण्यास मदत करण्यासाठी जागे व्हायचे. जन्म आणि मृत्यूचा जवळचा संबंध आहे आणि दोन्ही अटळ आहेत.

क्रॅनबेरी आणि रानफुले गोळा करण्यासाठी अल्पाइन गवताळ प्रदेशात भटकंती केल्याने हळूहळू भूगोल आणि पर्वतांमध्ये त्यांची आवड निर्माण होऊ लागली. ते म्हणतात की पर्वतांनी त्यांना त्यांचे ध्येय समजण्यास मदत केली. 'हळूहळू पर्वतांबद्दलचे माझे प्रेम वाढत गेले आणि हायस्कूलमध्ये असताना माझे पुढचे पाऊल दक्षिणेकडील लाइमस्टोन रेंजची चढाई करणे हे होते. ही पर्वतरांग माझ्या घराच्या खिडकीतून दिसायची. पहिल्यांदाच मला खडक पकडण्यासाठी माझ्या हातांचा वापर करावा लागला. मी आधी गरुड आणि सांबर यांच्याबद्दल जाणत नव्हतो, आणि त्याच पर्वतांवर भूगोलाचा अभ्यास करण्याचा विचार माझ्या मनात आला असावा.'

त्यांनी शालेय ॲथलेटिक्स आणि स्कीइंगमध्ये उत्कृष्ट कामगिरी केली आणि १९३३ मध्ये खेळ आणि भूगोलाचा अभ्यास करण्यासाठी ग्राझ युनिव्हर्सिटीमध्ये गेले. त्यांना आठवते की ग्लेशियोलॉजी आणि एथनोग्राफीचा अभ्यास त्यांच्या नंतरच्या मोहिमांदरम्यान खूप उपयुक्त ठरला. हॅरर यांनी गिर्यारोहणाच्या 'सुवर्ण युगात' आपले चार्ल्स बॅरिंगटन, एडवर्ड व्हाइम्पर, अलेक्झांडर वॉन हम्बोल्ट सारख्या नायकांबद्दल पुस्तके वाचण्यास सुरुवात केली. ते आजही मानतात की गिर्यारोहण करण्याच्या इच्छेबद्दल अनोखी गोष्ट ही आहे की ही पूर्णपणे खेळाच्या आधाराव्यतिरिक्त आध्यात्मिक आणि तात्त्विक उद्देशांमधून उगम पावली आहे. दुसऱ्या शब्दांत केवळ महत्त्वाकांक्षेनेच त्यांना यशस्वी होण्यासाठी प्रेरित केले नाही. अर्थातच,

याबाबतीत ते महत्त्वाकांक्षी तर होतेच, पण पर्वतांबद्दलचे त्यांचे प्रेमही यात सामील होते. 'चार सुट्ट्यांदरम्यान मी अनेक शंभर उभ्या शिखरांवर [डोलोमाइट्समध्ये] चढाई केली, ज्यांच्याबद्दल ली कोर्बुसियरने त्यांच्या प्रसिद्ध इमारतींसाठी प्रशंसा मिळवल्यानंतर म्हटले होते, 'सर्वांत महान वास्तुविशारद डोलोमाइट्सचा निर्माता होता.'

मग, १९३९ मध्ये हॅरर यांनी नंगा पर्वतावर चढाई करण्यासाठी पीटर औफशनाइटर यांच्या नेतृत्वाखालील एका छोट्या मोहिमेसह नाझी जर्मनी सोडला. त्यांच्या सर्व मोहिमांबद्दल हॅरर ठामपणे सांगतात की हे सर्व त्यांच्या सहकाऱ्यांशिवाय शक्य नव्हते. या गिर्यारोहकाची सहकार्याची भावना अनेक आधुनिक गिर्यारोहकांच्या एकल महत्त्वाकांक्षेशी जुळत नाही. ते म्हणाले, 'पर्वतांवर चढणे एक खेळ मानला जातो आणि दुर्दैवाने हा एकमेव असा खेळ आहे ज्यामध्ये दरवर्षी शेकडो जीवघेणे अपघात होतात... मला वाटते की बचाव पथकालाही जीव वाचवण्यासाठी उचललेल्या धोक्याचे श्रेय मिळायला हवे.' इतिहासाने दुर्लक्षित केलेल्या लोकांच्या कामगिरीची प्रशंसा करणे हॅरर यांचे वैशिष्ट्य आहे.

'१९३९ मध्ये हॅरर यांनी पीटर औफशनाइटर यांच्या नेतृत्वाखालील एका छोट्या मोहिमेसह नंगा पर्वतावर चढाई करण्यासाठी नाझी जर्मनी सोडला.'

पण अनेक लोकांसाठी परम पावन दलाई लामांसोबतची हॅरर यांची निरंतर मैत्री हीच त्यांची सर्वांत असाधारण कामगिरी आहे. निश्चितच त्यांना स्वतःलाही याचा खूप अभिमान आहे. 'परम पावन यांनी मला तीन वेळा भेट दिली आहे. एकदा लिकटेंस्टीनमध्ये, मग माझ्या ८० व्या वाढदिवसाला (आमची जन्मतारीख एकच आहे-६ जुलै) ते हॅरर संग्रहालयाचे उद्घाटन

करण्यासाठी माझ्या जन्मस्थळी आले होते, आणि गेल्या वर्षी [२००३] मला तिबेटी पुरस्कार प्रदान करण्यासाठी इथे आले होते.' हॅरर यांनी मला सांगितले, 'मला खूप अभिमान आहे की त्यांना नोबेल शांतता पुरस्काराने सन्मानित करण्यात आले, हा तो मुलगा आहे ज्याच्या संगोपनात मी मदत केली. आता तो जगातील सर्वांत प्रसिद्ध लोकांपैकी एक आहे. अलीकडेच गॅलप पोलमध्ये त्यांना पोपपेक्षा जास्त मते मिळाली आहेत!'

ते मला त्या पुरस्कारांबद्दल सांगण्यास उत्सुक आहेत जे त्यांनी स्वतः प्राप्त केले आहेत, 'मी अल्पाइन क्लबचा मानद सदस्य आहे, जो जगातील सर्वांत जुना गिर्यारोहण क्लब आहे. मी ट्रॅव्हलर्स क्लबचा सदस्यही आहे आणि १९८३ मध्ये गोल्ड हम्बोल्ट पदक मिळून मला खूप आनंद झाला होता.'

'ब्रॅड पिट, दलाई लामांपेक्षाही अधिक प्रसिद्ध आहे, त्यामुळे तिबेटी लोकांच्या हिताचा प्रचार झाला.'

मी त्यांना त्यांचे पुस्तक 'सेव्हन इयर्स इन तिबेट' वर बनलेल्या हॉलिवूड चित्रपटामधील त्यांच्या सहभागाबद्दल विचारले. या चित्रपटात ब्रॅड पिट मुख्य भूमिकेत आहे. हा चित्रपट जीन-जॅक्स अन्नाडने दिग्दर्शित केला आहे. 'अर्थातच, या चित्रपटासाठी माझा सल्ला घेण्यात आला होता आणि जेव्हा ब्रॅड पिट आमच्यासोबत होता, तेव्हा आम्हाला त्याला लपवावे लागले कारण खूप साऱ्या तरुणी त्याला घेरण्याची शक्यता होती. पण चित्रपटाबद्दल सर्वांत महत्त्वाची गोष्ट ही आहे की पुस्तक ज्या उद्देशाने लिहिले गेले होते, तो पूर्ण झाला. ब्रॅड पिट, दलाई लामांपेक्षाही अधिक प्रसिद्ध आहे, त्यामुळे तिबेटी लोकांच्या हिताचा प्रचार झाला. लाखो

लोकांनी हा चित्रपट पाहिला आणि त्या सर्वांना माहीत आहे की १९५१ पासून आतापर्यंत १२ लाख तिबेटी लोकांनी आपला जीव गमावला आहे आणि त्यांच्या ९० टक्के इमारती नष्ट झाल्या आहेत. हीच गोष्ट महत्त्वाची आहे.'

जेव्हा मी त्यांना आठवण करून देते की तरुण दलाई लामांना एकदा त्यांचे पाश्चात्य गुरु (म्हणजेच हॅरर यांना) बौद्ध धर्मात धर्मांतरित करायचे होते-तेव्हा हॅरर भडकतात. 'दलाई लामांनी ही गोष्ट अर्ध्या शतकापूर्वी सांगितली होती आणि माझ्या मते तिबेट सोडल्यापासून त्यांनी आपले विचार बदलले आहेत. आता ते म्हणतात की लोकांनी त्यांच्या धर्मासोबतच राहिले पाहिजे. त्यांनी मला एकदा विचारले होते, 'लोकांना बौद्ध का व्हायचे आहे?' आता जेव्हा ही फॅशन बनली आहे, प्रत्येकाला बौद्ध व्हायचे आहे, पण याची काहीही गरज नाही.' तर तुम्ही कोणत्या धर्माचे आहात? 'हा माझा वैयक्तिक विषय आहे.'

हॅरर संशोधकांच्या पूर्ण नवीन पिढीला सल्ला आणि प्रेरणा देतात. अनेक जुन्या लोकांच्या विपरीत ते विकसनशील जग आणि नकाशे नसलेल्या भागांच्या त्रुटींचा अपमानकारक पद्धतीने उल्लेख करत नाहीत. 'जेव्हा विमानाचा शोध लागला तेव्हा सर्वांना वाटले की शोध घेण्यासाठी काहीही उरणार नाही, जे खरे नव्हते. मग नासाचे उपग्रह आले. पण उपग्रह कोण्या संस्कृतीचा आत्मा, भाषा आणि महान गाथांचा शोध घेऊ शकत नाहीत. संशोधकांसाठी अजूनही खूप काही करणे बाकी आहे. आपल्याला अजूनही जवळजवळ प्रत्येक

'उपग्रह कोण्या संस्कृतीचा आत्मा, भाषा आणि महान गाथांचा शोध घेऊ शकत नाहीत. संशोधकांसाठी अजूनही खूप काही करणे बाकी आहे.'

ठिकाणी अधिक माहिती गोळा करण्याची गरज आहे. वादळांवर आपले कोणतेही नियंत्रण नाही पण आपण त्यांचा अभ्यास करू शकतो आणि कदाचित अधिक माहिती मिळवू शकतो.'

ब्रिटनमध्ये दिलेल्या आपल्या शेवटच्या व्याख्यानात हॅरर यांनी त्यांच्या भविष्यातील विचारांबद्दल सांगितले, 'मी आता तितका महत्त्वाकांक्षी आणि जिज्ञासू राहिलो नाही. मी उंदरांच्या शर्यतीत भाग घेत नाही. वयाने मला शिकवले आहे की जेव्हा मी स्वतः काही देत नाही तेव्हा मला मिळवण्याची अपेक्षाही ठेवू नये. मी जुन्या आठवणींमध्ये हरवून जाणे टाळण्याचा प्रयत्न करतो, पण मी पूर्णपणे गप्पही राहू शकत नाही. एकदा मी देवदार वृक्षांच्या जंगलात आठवडेभर फिरत राहिलो. आता पर्वतांमधील शेतकरी चहा बनवण्यासाठी दुर्गंधीयुक्त रॉकेलचा दिवा घेऊन चालतात, कारण झाडे बेसुमार कापली गेली आहेत.'

'कोणीही व्यक्ती निसर्गावर किंवा विशेषतः पर्वतांवर विजय मिळवू शकत नाही. पर्वत स्वतंत्र आहेत.'

ते पुढे म्हणतात, 'गिर्यारोहक, भूगर्भशास्त्रज्ञ आणि मानववंशशास्त्रज्ञांनी सर्वांनी जबाबदार असले पाहिजे आणि आपल्या पृथ्वीसाठी जागतिक स्तरावर विचार केला पाहिजे. शेवटी हा एकमेव असा ग्रह आहे ज्यावर मानव राहतात. कोणीही व्यक्ती निसर्गावर किंवा विशेषतः पर्वतांवर विजय मिळवू शकत नाही. कोणतीही व्यक्ती खऱ्या अर्थाने काहीही करणारी पहिली व्यक्ती नसते. इथपर्यंत की दिग्गज सर आयझॅक न्यूटन यांनीही या गोष्टीवर भर दिला होता की ते केवळ यासाठी यशस्वी झाले, कारण इतरांनी पाया रचून ठेवला होता. हॅरर यांच्यासाठी, 'पर्वत

'९२ वर्षांच्या वयातही हॅरर काम करत आहेत.'

जिवंत आहेत. त्यांची स्वतःची लय आहे आणि त्यांना विश्रांतीची आवश्यकता आहे... पर्वत आपल्याला शक्ती देतात आणि आश्रय प्रदान करतात. ते स्वतंत्र आहेत.

९२ वर्षांच्या वयातही हॅरर काम करत आहेत. ज्या सकाळी ते माझ्याशी बोलत होते, त्या दिवशी त्यांचे प्रकाशक त्यांच्या घरी येणार होते आणि भूतानच्या २,००० स्लाइड्स पाहून त्यापैकी काहींची निवड करणार होते. 'मी १५,००० स्लाइड्समधून २००० निवडून ठेवल्या आहेत. भूतानवर एका कॉफी-टेबल बुकची तयारी सुरू होती. 'पण मला जाणवले की माझ्याकडे सांगण्यासाठी खूप काही आहे, त्यामुळे हॅरर यांनी त्यांच्या छायाचित्रांसोबत एक लांब मजकूर लिहिला आहे. बहुतांश लोक या माणसाच्या जीवनाचा एक अंश माहिती मिळवून समाधानी होतील. तरीही ते जगातील त्या अज्ञात भागांना प्रकाशित करण्याचे काम करत आहेत ज्यांना आवाज देण्याची सक्त गरज आहे.

मिरांडा हेन्स रॉयल जिओग्राफिकल सोसायटीच्या 'जिओग्राफिकल' या मासिकाच्या कार्यकारी संपादक आहेत आणि यापूर्वी चार वर्षे या मासिकाच्या संपादक राहिल्या आहेत. इव्हिनिंग स्टँडर्ड वर्तमानपत्रात त्यांचा पाक्षिक प्रवास स्तंभ प्रकाशित होतो.

जीवन एका दृष्टिक्षेपात

जन्म

६ जुलै १९१२ रोजी ऑस्ट्रियाच्या कॅरिंथिया प्रांतात ह्युटेनबर्ग जवळ.

शिक्षण

१९३३ : ग्राझ युनिव्हर्सिटीमधून. इथे त्यांनी भूगोल आणि ॲथलेटिक्समध्ये आपली विशेष ओळख निर्माण केली.

खेळ आणि गिर्यारोहण

१९३६ : गार्मिश-पार्टेनकिर्चेन ऑलिम्पिक खेळांमध्ये ऑस्ट्रियन राष्ट्रीय स्कीइंग टीमसाठी निवड.

१९३७ : वर्ल्ड युनिव्हर्सिटी स्लॅलम चॅम्पियनशिप जिंकली. व्यावसायिक स्कीइंग शिक्षक आणि गिर्यारोहण मार्गदर्शक म्हणून पात्रता मिळवली, ऑस्ट्रियन राष्ट्रीय महिला स्कीइंग टीमचे प्रशिक्षक म्हणून नियुक्ती.

२४ जुलै १९३८ : फ्रिट्झ कास्परेक, अँडरल हेक्मेयर आणि विगरल वोर्ग यांच्यासोबत ईगरच्या नॉर्थ फेसवर चढाई करण्याचा पहिला यशस्वी प्रयत्न केला आणि जर्मनीमध्ये तत्काळ प्रसिद्धी मिळवली.

डिसेंबर १९३८ : एका प्रख्यात जर्मन संशोधक आणि शास्त्रज्ञाची मुलगी लोट्टे वेगेनरशी विवाह केला.

एप्रिल १९३९ : नंगा पर्वत गिर्यारोहण मोहिमेसह जर्मनीहून रवाना झाले, ६ मे रोजी रावळपिंडी, पाकिस्तानला पोहोचले. ऑगस्टच्या शेवटी : दुसरे महायुद्ध सुरू झाल्यावर, त्यांना भारतात ब्रिटिश सरकारद्वारे कराची, पाकिस्तानच्या तुरुंग छावणीत नजरकैदेत ठेवण्यात आले. त्यांना अनेक छावण्यांमध्ये हलवण्यात आले: अहमदनगर, भारत, मग देवळाली, भारत आणि शेवटी डेहराडून, भारत.

१९४३ : लोट्टे वेगेनरशी घटस्फोट.

२० जून १९४४ : डेहराडूनमधून पळून जाण्याचा पहिला अयशस्वी प्रयत्न.

२९ जून १९४४ : पीटर औफशनाइटरसह डेहराडूनमधून पळून गेले. पायीच तिबेटला पळाले.

१९४५ : दोघांना तिबेटच्या किरोंगमध्ये आश्रय मिळतो, जिथे त्यांना नऊ महिने ठेवले जाते.

९ नोव्हेंबर १९४५ : दोघांनी हिवाळ्यात प्रवास चालू ठेवला आणि २ डिसेंबर रोजी ट्रान्सहिमालयाच्या त्सांगपोला पोहोचले.

१९४६ : सुमारे सत्तर दिवसांत १,००० किलोमीटरचे अंतर कापल्यानंतर, थकून-भागून, ते पवित्र शहर ल्हासामध्ये प्रवेश करतात. नंतर हॅरर, दलाई लामांचे खाजगी सल्लागार आणि मित्र बनतात.

१९५१ : सात वर्षांनंतर, चिनी आक्रमणानंतर तिबेट सोडून तात्पुरते भारतात स्थायिक झाले, 'लाइफ' मासिकासाठी काम केले.

१९५२ : १९३९ नंतर पहिल्यांदाच युरोपला परतण्यासाठी भारत सोडला. त्यांचा पहिला मुक्काम किट्झबुहेल, टायरॉल होता, जिथे ते पहिल्यांदा त्यांच्या मुलाला, पीटरला भेटले. नंतर लिकटेंस्टीनमध्ये स्थायिक झाले.

लेखन आणि नंतरच्या मोहिमा

१९५२ : 'सेव्हन इयर्स इन तिबेट' पुस्तक प्रकाशित झाले, जगभरातील व्याख्यान दौरे सुरू झाले.

१९५३ : 'सेव्हन इयर्स इन तिबेट' ची पहिली इंग्रजी आवृत्ती प्रकाशित झाली.

१ मे : लंडनमधील रॉयल जिओग्राफिकल सोसायटीमध्ये व्याख्यान देण्यासाठी आमंत्रित केले गेले.

१९५५ : अलास्का मोहीम; माउंट हंटर, माउंट डेबोरा, माउंट ड्रमची पहिली चढाई. ऑस्ट्रियन गोल्फ चॅम्पियन बनले. 'द व्हाईट स्पायडर' चे प्रकाशन.

१९६२ : पश्चिम न्यू गिनीमध्ये सात महिने चालणारी मोहीम सुरू केली. देशाला उत्तरेकडून दक्षिणेकडे पार करण्याचा पहिला यशस्वी प्रयत्न. ऑगस्ट : किट्झबुहेलमध्ये कॅरिना हारहाऊसशी विवाह केला.

१९६४ : 'आय केम फ्रॉम द स्टोन एज' चे प्रकाशन.

१९७१ : बोर्निओ मोहीम, माउंट किनाबालूवर चढाई आणि उत्तरेकडून दक्षिणेकडे बोर्निओ पार केले.

१९७१-९२ : जगभरात मोहिमा चालवल्या, पुस्तके लिहिली आणि टेलिव्हिजनसाठी माहितीपट बनवले.

जीवनाचा उत्तरार्ध

१९८३ : गोल्ड हम्बोल्ट पदकाने सन्मानित.

२५ जुलै १९९२ : परम पावन दलाई लामांनी हाइनरिक हॅरर संग्रहालयाचे उद्घाटन केले.

१९९७ : दिग्दर्शक जीन-जॅक्स अन्नाडच्या हॉलिवूड चित्रपट 'सेव्हन इयर्स इन तिबेट' च्या निर्मितीत सल्ला दिला. या चित्रपटात ब्रॅड पिटने हाइनरिक हॅररची भूमिका साकारली.

जून २००२ : आत्मचरित्र 'मीन लेबेन' प्रकाशित झाले.

६ जुलै : हटनबर्गमध्ये हॅरर यांचा ९० वा वाढदिवस साजरा करण्यात आला, ज्यामध्ये दलाई लामा त्यांचे अतिथी होते.

२१ नोव्हेंबर : रॉयल जिओग्राफिकल सोसायटी आणि ट्रॅव्हलर्स क्लबमध्ये 'फिफ्टी इयर्स आफ्टर तिबेट' या विषयावर व्याख्यान दिले.

आधुनिक संशोधकांसाठी हॅररचे प्रमुख सल्ले

(रॉयल जिओग्राफिकल सोसायटीमध्ये २१ नोव्हेंबर २००२ रोजी दिले गेले)

नेहमी व्हिस्की सोबत ठेवा

माझ्याकडे नेहमी स्कॉचच्या काही बाटल्या असतात—अर्थात हे निमित्त करून की हे आवश्यक औषध आहे. हे किती उपयुक्त ठरू शकते, याचा अनुभव मी युगांडामध्ये घेतला. झैरेच्या रुवेनझोरीहून येताना आम्हाला दारूच्या नशेत असलेल्या सैनिकांनी अडवले. काही वेळानंतर एक आकर्षक—सा अधिकारी आला आणि त्याने मला व्हॅन उघडण्याचा आदेश दिला.

"इथे खूप साऱ्या चांगल्या गोष्टी आहेत—यापैकी माझी कोणती आहे?" ही त्याची पहिलीच प्रतिक्रिया होती.

तो उत्तम इंग्रजी बोलायचा आणि सांगायचा की त्याने सँडहर्स्टमध्ये ट्रेनिंग घेतली आहे. मी लगेच बढाई मारली की मी इदी अमीनला भेटलो आहे आणि हेही की कर्नल गद्दाफीने माझ्या मोहिमेला पेट्रोलची मदत दिली होती. व्हॅनमध्ये तर फक्त कॅम्पिंगचे सामान होते, पण जसा मी मोठ्या लाल क्रॉस असलेला फर्स्ट-एड बॉक्स उघडला, मी जवळजवळ पूर्ण भरलेली व्हिस्कीची बाटली कुर्बान करण्यासाठी तयार होतो.

मैत्रीपूर्ण संवादात त्याने सांगितले की तो वतूसी प्रमुखाचा मुलगा आहे. मग त्याने आम्हाला जाऊ दिले. पुढच्या मुक्कामावर मी माझ्या लपवलेल्या साठ्यातून ती बाटली लगेच बदलून घेतली.

जर तुम्हाला शोध घ्यायचा असेल, तर नेहमी 'इनर लाईन' पार करा

"थोड्याशा धाडसाने माणूस त्या भागांपर्यंतही पोहोचू शकतो जिथे प्रवेश निषिद्ध असतो. माझ्याबद्दल सांगायचे तर, मी किमान आठ वेळा लपून-छपून तथाकथित 'इनर लाईन' पार केली आहे. आणि माझे मानणे आहे की जोपर्यंत तुम्ही तुमच्या इनर लाईन्स पार करत नाही, तुम्ही महान साहसाचा सामना करू शकत नाही. मी अवज्ञा करण्यासाठी कोणाला प्रोत्साहन देणारा व्यक्ती नाही, पण जर तुमच्यापैकी कोणाला हे कसे केले जाते हे जाणून घेण्याचा सल्ला हवा असेल, तर मी आनंदाने सांगेन."

तुमची भीती लपवा

"कोणत्याही अनोळखी टोळीकडे जाताना—मग ते पर्वतांमध्ये असोत किंवा जंगलांमध्ये—कधीही घाबरलेल्या मनाने किंवा संकोचत जाऊ नका. तुमची भीती लपवा, जेणेकरून ती ना तर तुमच्या मोहिमेच्या सदस्यांमध्ये पसरेल आणि ना ही टोळीतील लोकांपर्यंत पोहोचेल, ज्यांना नेहमी बाहेरच्या लोकांचे येणे पसंत नसते. तुम्हाला ठामपणा दाखवावा लागेल, यापूर्वी की

त्यांना समजेल की तुम्ही त्यांच्या तुलनेत किती कमकुवत आहात. संकोच करणे, अर्ध्या मनाने काम करणे, किंवा मधला मार्ग अवलंबणे—हे सर्व घातक ठरू शकते."

(या सामग्रीच्या वापरासाठी ऑस्ट्रियन कल्चरल फोरम, लंडन यांचे आभार व्यक्त केले जात आहेत.)